ધ ગર્લ ઇન

ચેતન ભગત - આઠ સૌથી વધુ વેચાતી નવલકથાના લેખક છે, જેની એક કરોડ વીસ લાખ કરતાં પણ વધારે નકલો વેચાઈ ગઈ છે અને વિશ્વભરની વીસ કરતાં વધારે ભાષાઓમાં તેનો અનુવાદ થયેલો છે.

ધ ન્યુ યોર્ક ટાઇમ્સ દ્વારા તેમને 'ભારતના ઇતિહાસમાં સૌથી વધારે વેચાતા લેખક' નું બિરુદ પ્રાપ્ત થયેલું છે. ટાઇમ્સ મૅગેઝિને તેમને વિશ્વના સો સૌથી વધારે પ્રભાવશાળી વ્યક્તિઓની યાદીમાં સ્થાન આપેલું છે. યુએસએની ફાસ્ટ કંપનીએ વિશ્વવ્યાપી વ્યવસાયમાં સો સૌથી વધારે સર્જનાત્મક લોકોમાં સ્થાન આપેલું છે.

તેમનાં લગભગ બધાં જ પુસ્તકો પરથી ફિલ્મો બની ચૂકી છે અને મોટા ભાગની બોલીવુડ બ્લોકબસ્ટર હતી. તેઓને સ્ક્રીનપ્લે રાઇટરનો ફિલ્મફેર ઍવૉર્ડ પણ મળેલો છે.

ચેતન ભારત દેશનાં સૌથી પ્રભાવશાળી અને વ્યાપકપણે વંચાતાં અખબારો ટાઇમ્સ ઑફ ઇન્ડિયા અને દૈનિક ભાસ્કરમાં કટાર લેખક છે. તેઓ દેશના એક અગ્રણી મોટીવેશનલ સ્પીકર છે.

ચેતને તેમનો અભ્યાસ આઈઆઈટી દિલ્હી અને આઈઆઈએમ અમદાવાદની કૉલેજમાંથી પૂર્ણ કરેલો છે. ત્યારબાદ તેમણે એક દાયકા જેટલો સમય ઇન્વેસ્ટમેન્ટ બેન્કિંગમાં નોકરી કરી હતી, ત્યારબાદ તેઓ નોકરી છોડીને પૂર્ણ સમય માટે લેખક બની ગયા છે.

ધ ગર્લ ઇન રૂમ ૧૦૫

(અનલવ સ્ટોરી)

ચેતન ભગત

ભાવાનુવાદ
ચિરાગ વિઠલાણી

Text copyright © 2018 Chetan Bhagat

Translation copyright © 2019 Chirag Vithalani

Lyrics on page 220 have been taken from the song You've Got a Friend in Me by Randy Newman (Walt Disney Music Company)

Published in Gujarati as *The Girl in Room 105* in 2019 by Westland, Seattle
www.apub.com

Amazon, the Amazon logo, and Westland are trademarks of Amazon.com, Inc., or its affiliates.

ISBN-13: 9781542044196
ISBN-10: 1542044197

Cover design by Rachita Rakyan
Cover photographer: Aishwarya Nayak
Cover model: Kashmira Irani

Typeset by Navbharatonline, Gujarat

Printed at Thomson Press (India) Ltd

જેઓ ક્યારેય હાર સ્વીકારતા નથી
અને
જેઓ માટે, મારી જેમ, અનલવ મુશ્કેલ છે

આભાર અને
વાચકો માટે નોંધ

કેમ છો બધા,

આભાર !

ઈન્સ્ટાગ્રામ, ફેસબૂક અને યુટ્યૂબના સમયમાં, પુસ્તક પસંદ કરવા માટે અને ખાસ કરીને મારા પુસ્તકની પસંદગી માટે, તમે ખરેખર આભારના હકદાર છો !

કોઈ પુસ્તક ફક્ત એક વ્યક્તિના પ્રયત્નોનું પરિણામ નથી હોતું. આ પુસ્તક માટે પણ મારે ઘણા લોકોનો આભાર માનવાનો છેઃ

મારા વાચકો, કે જે સતત તેમના પ્રેમ થકી મને સાથ અને પ્રોત્સાહન આપે છે, તે મને સતત પ્રવૃત્ત રાખે છે, ખરાબ સમયમાંથી મને બહાર લાવે છે, અને નવી વાર્તાઓ કહેવા માટે મને વિચારશીલ બનાવે છે.

શીની એન્ટોની, મારા સંપાદક, મિત્ર, મારાં બધાં જ પુસ્તકોનાં પ્રથમ વાચક - તમારી અમૂલ્ય મદદ બદલ આભાર.

જેઓએ હસ્તપ્રત વાંચીને મૂલ્યવાન પ્રતિભાવ આપ્યા, (આલ્ફાબેટિકલી) આમીર જયપુરી, અનુશા ભગત, આયેશા રાવલ, ભક્તિ ભાટ, ક્રુશાન પરીખ, માનસી ઈશાન શાહ, મિશેલ શેટ્ટી, પ્રતીક ધવન અને ઝિતિન ધવન - તમારી મદદ અને સૂચનો બદલ આભાર.

મોહિત સુરી, વિક્રાંત મસી, કાશ્મીરા ઈરાની, સંકલ્પ સદાનાહ, અંશુલ ઉપ્પલ અને સિદ્ધાર્થ અથા, તેઓની મિત્રતા અને પુસ્તકના સમર્થનમાં મદદ માટે આભાર.

વેસ્ટલેન્ડના સંપાદકોના પુસ્તકને ઉત્તમ બનાવવા માટેના પ્રયાસો બદલ આભાર.

આ પુસ્તક પર ખૂબ મહેનત કરનાર એમેઝોન અને વેસ્ટલેન્ડની આખી માર્કેટિંગ, સેલ્સ અને પ્રોડક્શન ટીમનો આભાર.

આભાર બધા જ ઓનલાઈન ડિલિવરી બોય્સ અને ગર્લ્સનો કે જેને લીધે આ પુસ્તક મારા વાચકોના હાથ સુધી પહોંચ્યું.

મારા વિવેચકો, તમે મને સુધારવામાં અને વિનમ્ર રાખવામાં

મદદ કરી છે. હું સંપૂર્ણ નથી. હું હંમેશાં સાચો નથી હોતો. હું સખત મહેનત કરીને વધારે સારો બનવાનો પ્રયત્ન કરું છું. અને જેઓ ક્યારેય મારી સાથે સહમત નથી હોતા, તેઓના અભિપ્રાયનો હું આદર કરું છું. મારું કહેવાનું એટલું જ છે કે આપણા મતભેદો બાજુ પર રાખી, ચાલો, લોકોને વધુ વાંચતા કરીએ. તે મહત્ત્વનું છે.

મારો પરિવાર - મારા જીવનનો આધારસ્તંભ. મારાં માતા રેખા ભગત, મારી પત્ની અનુશા ભગત અને બાળકો, શ્યામ અને ઈશાન. મારી સાથે રહેવા બદલ બધાંનો આભાર.

આપણે લવની ઉજવણી કરીએ છીએ. પણ ક્યારેક અનલવની પણ કરવી જોઈએ.

આ સાથે હવે સમય છે મળવાનો - ધ ગર્લ ઈન રૂમ ૧૦૫.

પ્રસ્તાવના

ઓન બોર્ડ ઇન્ડિગો ફ્લાઇટ 6E766 HYD-DEL

'મહેરબાની કરીને તમારા સીટબેલ્ટસ બાંધી લો. આપણે તોફાનમાંથી પસાર થઈ રહ્યાં છીએ.' વિમાન પરિચારિકાએ ઉદ્‌ઘોષણા કરી.

આંખો બંધ હતી, મેં બેલ્ટ શોધવા માટે ફાંફા માર્યા. પણ સફળ ના થયો.

'સર, તમારો સીટબેલ્ટ બાંધી લો.' વિમાન પરિચારિકાએ મને અંગત રીતે સૂચના આપી. તેણીએ મારી સામે એવી રીતે જોયું જાણે કે હું એ બુદ્ધુ પ્રવાસીઓમાંથી એક છું જે સામાન્ય સૂચનાઓનું પણ પાલન નથી કરી શકતા.

'સૉરી, સૉરી.' મેં કહ્યું. મારા બેલ્ટનો બીજો છેડો ક્યાં હતો? ઉજાગરાને લીધે મને સખત માથું દુખતું હતું.

મેં હૈદરાબાદમાં આખો દિવસ એક એજ્યુકેશન કૉન્ફરન્સમાં પસાર કર્યો હતો અને મધ્યરાત્રીએ તો દિલ્હી પરત આવતો હતો.

અરે, મારું બકલ ક્યાં છે?

'તમે તમારા બેલ્ટ પર બેઠા છો.' મારી બાજુમાં બેઠેલા વ્યક્તિએ મને કહ્યું.

'ઓહ, હું પણ સાવ મૂર્ખ છું!' અંતે બેલ્ટને બંધ કરતાં મેં કહ્યું. મારી આંખોમાં હજી ઘેન હતું.

'મુશ્કેલ લાગી રહ્યું છે, નહિ?' તેણે કહ્યું.

'કૉફીની જરૂર છે.' મેં કહ્યું.

'અત્યારે કોઈ પણ પ્રકારની સેવા ઉપલબ્ધ નથી, તોફાનને કારણે,' તેણે કહ્યું, 'કોઈ ઈવેન્ટમાં જઈ રહ્યા છો?'

'ત્યાંથી આવી રહ્યો છું.' મેં કહ્યું, થોડી નવાઈ લાગી. તેને કેવી રીતે જાણ થઈ?

'સૉરી, મેં તમારો બોર્ડિંગ પાસ જોયો હતો. ચેતન ભગત. લેખક, સાચું ને?'

'અત્યારે એક ઝોમ્બી છું.'

તે હસવા લાગ્યો.

'હાય, હું કેશવ રાજપુરોહિત છું.'

બેઠાં બેઠાં વિચિત્ર રીતે હાથ મિલાવ્યા.

અમે ક્રોધિત વાદળોમાંથી પસાર થઈ રહ્યાં હતાં. તેઓને આ ભારે ધાતુની વસ્તુ અથડાય તે પસંદ નહોતું. વિમાનની હાલત ડબ્બામાં કોઈ પથ્થર ખખડી રહ્યો હોય તેવી હતી. મેં ખુરશીના હાથાને મજબૂતાઈથી પકડી રાખ્યો, આડત્રીસ હજારની ઊંચાઈ પર સ્થિરતાનો નિરર્થક પ્રયત્ન કર્યો.

'હવામાન ખરાબ છે.' કેશવે કહ્યું.

મેં મોં વડે ઊંડા શ્વાસ લીધા અને માથું હલાવ્યું. રિલેક્ષ, બધું ઠીક થઈ જશે, મેં ખુદને કહ્યું.

'આ આશ્ચર્યજનક નથી ? આપણે આ મોટા મેટલ બોક્ષમાં બેસીને આકાશમાં તરી રહ્યા છીએ. આપણો હવામાન પર જરા પણ કાબૂ નથી. પવનની મજબૂત થપાટ વિમાનને હચમચાવી મૂકે છે.' તેણે શાંતિથી કહ્યું.

'આ દિલાસો છે, કેશવ.' મેં કહ્યું.

તે ફરી હસ્યો.

અડધા કલાક બાદ વાતાવરણ શાંત પડ્યું. વિમાનસેવિકાઓએ ફરી તેમની સેવા શરૂ કરી દીધી. મેં મારા માટે બે કપ કૉફી મંગાવી.

'તારા માટે એક ?' મેં કહ્યું.

'નો કૉફી. સાદું દૂધ મળશે ?' તેણે વિમાનસેવિકાને કહ્યું.

'નો, સર. ફક્ત ચા, કૉફી અને સોફ્ટ ડ્રિંક્સ.' તેણીએ કહ્યું.

તેને શું લાગતું હતું કે તે ક્યાં હતો ? ડેરી ફાર્મ ? અને તેની ઉંમર કેટલી હતી ? બાર ?

'તો પછી, ચા,' તેણે કહ્યું, 'સાથે એક્સ્ટ્રા દૂધ પાવડરનાં પેકેટ.'

હું મારો કૉફીનો પહેલો કપ ગટગટાવી ગયો. મને એવો અનુભવ થયો જાણે કે ફોનની લો બેટરી હોય અને તેને ચાર્જર મળી ગયું. મારામાં થોડી વાર માટે ફરી ઊર્જા આવી ગઈ. મેં બહારની તરફ રાત્રિઆકાશ નીરખ્યું, તારા પથરાયેલા હતા.

'હવે તમે સ્વસ્થ દેખાવ છો.' કેશવે કહ્યું.

હું તેને સરખી રીતે જોવા માટે તેની તરફ ફર્યો.

દેખાવડો ચહેરો અને ઊંડી ભૂરી આકર્ષક આંખો. તેને જોઈને

એવું લાગતું હતું કે તેણે તેની ઉંમર કરતાં વધારે દિવાળી જોઈ હોય. તે પચ્ચીસની આસપાસનો જણાતો હતો. આટલા અંધારામાં પણ તેની આંખની કીકીઓ ચમકતી હતી.

'હું આ ચીજનો બંધાણી છું,' મેં કપ તરફ ઈશારો કરતાં કહ્યું, 'એ સારું ના કહેવાય.'

'એનાથી પણ વધારે ખરાબ એક ચીજનું વ્યસન છે.' કેશવે કહ્યું.

'સિગરેટ? શરાબ?' મેં કહ્યું.

'તેનાથી પણ ખરાબ.'

'ડ્રગ્સ?' મેં ધીમેથી કહ્યું.

'હજી પણ વધારે ખરાબ.'

'શું?' મેં કહ્યું.

'પ્રેમ.' આ વખતે તેણે ધીમેથી કહ્યું.

હું મોટેથી હસવા લાગ્યો. કૉફી મારા નાક પર ફેલાઈ ગઈ.

'ઊંડાણ.' મેં તેના હાથની પાછળનો ભાગ થાબડતાં કહ્યું.

'દોસ્ત, તેં ખૂબ જ ગહેરાઈવાળી વાત કરી. તો પછી મને લાગે છે કે કૉફી એટલી બધી ખરાબ ના કહેવાય.'

તેણે તેનો હાથ વાળમાં ફેરવ્યો - જે મિલિટરી કટ જેવા ટૂંકા હતા - અને તેના ડાબા કાનમાં ચમકતી વસ્તુને સ્પર્શ કર્યો.

'તું જીવનનિર્વાહ માટે શું કરે છે, કેશવ?' મેં કહ્યું.

'હું ભણાવું છું.'

'વાહ, સરસ. શું ભણાવે છે?'

'હું તમારી કૉલેજમાંથી જ છું.'

'ખરેખર?'

'આઈઆઈટી દિલ્હી. ૨૦૧૩નો ક્લાસ.'

'તેં મને મારી વધતી ઉંમર યાદ કરાવી દીધી.' મેં કહ્યું. અમે બંને હસવા લાગ્યા.

'એક્ચ્યુલી, મારી પાસે તમારા માટે એક વાર્તા છે.' તેણે કહ્યું.

'ઓહ નો, ફરીથી નહીં.' મેં વગર વિચારે બોલી તો નાખ્યું, પણ પછી મને અફસોસ થયો. થકાવટને કારણે હું શિષ્ટાચાર ભૂલી ગયો હતો.

'આઈ એમ સૉરી. મારો કહેવાનો મતલબ એવો નહોતો.' મેં કહ્યું.

'ઠીક છે,' તેણે કહ્યું અને તેના બંને હાથ એકબીજા સાથે ઘસ્યા, 'મારી ભૂલ કહેવાય, મેં અગાઉથી એવું ધારી લીધું કે તમે એ સાંભળવા માટે તૈયાર છો. મને વિશ્વાસ છે કે લોકો કાયમ તમારી પાસે આવી વાતો કરતા જ હશે.'

'એવું થતું હોય છે. પણ મારે આવું અપ્રિય વર્તન ના કરવું જોઈએ, સૉરી.'

'કોઈ વાંધો નહિ.' તેણે તેની આગળની સીટ તરફ જોતાં કહ્યું.

'હું થાકી ગયો છું. જો વાંધો ના હોય તો આરામ કરું?' મેં કહ્યું. તેણે કોઈ જ પ્રતિભાવ ના આપ્યો.

મેં મારી આંખો બંધ કરી. મારે ઊંઘી જવું હતું, પણ એવું ના થયું. વધારે કૉફી અને અફસોસને કારણે મારી ઊંઘ ઊડી ગઈ.

મેં વીસ મિનિટ બાદ મારી આંખો ખોલી. કેશવ હજી પણ તેની આગલી સીટને તાકી રહ્યો હતો.

'કદાચ હું તારી વાર્તા ટૂંકમાં સાંભળી શકું.' મેં કહ્યું.

'અફસોસ જતાવવાની જરૂર નથી.' તેણે હજી પણ આગળ જોતાં જ કહ્યું.

મને મારા વર્તન પર અફસોસ છે. તું આંખ મેળવીને મારી સાથે વાત પણ નથી કરતો, એટલે ખાસ.

'સાંભળ,' મેં કહ્યું, 'વાત એમ છે કે તે કહ્યું હતું, પ્રેમ એક વ્યસન છે. તો એનો મતલબ કે લવ સ્ટોરી હશે. હું લવ સ્ટોરીઝથી થાકી ગયો છું. ખરેખર, ફરી પાછી ચેતન ભગત ટાઈપ લવ સ્ટોરી? હવે આ ચવાઈ ગયેલું લાગે છે. મારે હવે કંઈક અલગ લખવું છે. બે વ્યક્તિઓ એકબીજાથી અલગ થાય છે, એવું નથી લખવું. અત્યારના સમયમાં કોણ આવું કરે છે? હવે લોકો પ્રેમમાં પડતા નથી. તેઓ લેફ્ટ અને રાઈટ સ્વાઈપ કરે છે...

'આ લવ સ્ટોરી નથી.' તેણે કહ્યું, મારા કાન ચમક્યા.

'ખરેખર?' મેં એક નેણ ઊંચું કરતાં કહ્યું, 'અને મહેરબાની કરીને તું મારી સામે જોઈને વાતો કરીશ?'

તેણે મારી સામે જોયું.

'તે મારી ભૂતપૂર્વ પ્રેમિકા વિશે છે. પણ તે લવ સ્ટોરી નથી,' તેણે કહ્યું.

'એક્સ-લવર? તમે બંને અલગ થઈ ગયાં?'

'હા.'

'હું અનુમાન કરું છું. તે અલગ થઈ હશે. અને તું હજી તેને પ્રેમ કરે છે? ફરી પાછી મેળવવાની ઇચ્છા છે?'

'હા.' તેણે કહ્યું.

'અને તને મળી?'

તેણે તેનું માથું હલાવ્યું.

'હું તેને મેળવી ના શક્યો.' તેણે કહ્યું.

'કેમ?'

'છોડો વાત. તમારે તો સાંભળવું નથી, પછી શું?'

'હું તો એમ જ પૂછું છું.'

'હું થાકી ગયો છું. આરામ કરું તો વાંધો નહિ ને?' તેણે કહ્યું. તે તેની બેઠક પર સરખો ગોઠવાઈ ગયો અને તેનાં પોપચાં ઢાળી દીધાં. તે ખરેખર ઊંઘી ગયો. તમે ક્યારેય લેખક સાથે એવું ના કરી શકો. તમે મોડી ફ્લાઇટ લો, કૉફીની સાથે ઉત્સુકતા જગાવો, વાર્તા કહેવાનું શરૂ કરો અને પછી આવી રીતે વાત અધૂરી મૂકીને ઊંઘી જવાનું.

મેં તેનો ખભા હલાવ્યો.

'શું?' તેણે ચોંકીને કહ્યું.

'તારી અને તેની વચ્ચે પછી શું થયું?'

'કોણ? હું અને ઝારા?'

'આ તેનું નામ છે? ઝારા? ઝારા શું?'

'ઝારા લોન.' તેણે કહ્યું.

'તો, મને જણાવ કે શું થયું હતું.'

કેશવે હસવાનું શરૂ કર્યું.

'શું?' મેં આશ્ચર્ય સાથે કહ્યું.

'એ માટે મારે તમને આખી વાર્તા કહેવી પડશે, ચેતન.'

'તો, જણાવ મને. કદાચ હું લખું પણ ખરો.'

'તમે નહિ લખો. મેં કહ્યું એ પ્રમાણે, આ ખરેખર લવ સ્ટોરી નથી. તમે હંમેશા સુંદર છોકરો અને સુંદર છોકરીના રોમાન્સની જ વાર્તા લખો છો. હાફ કે ક્વાર્ટર ગર્લફ્રેન્ડ ટાઇપ.'

મેં એના કટાક્ષને અવગણ્યો.

'મને તું ખાલી વાત જણાવ. મારે એ જાણવું છે કે તારી અને ઝારા વચ્ચે શું બન્યું હતું.' મેં કહ્યું.

પ્રકરણ-૧

છ મહિના પહેલાં

‘બસ, મારા ભાઈ, બસ.’ સૌરભે મારો વ્હિસ્કીનો ગ્લાસ છીનવતાં કહ્યું.

‘હું નશામાં નથી.’ મેં કહ્યું. અમે ડ્રોઈંગ રૂમના એક ખૂણામાં હતાં, કામચલાઉ બારની નજીક. કોચિંગ ક્લાસનાં બાકીનાં ફેકલ્ટી અરોરા સરની આજુબાજુ ભેગાં થયાં હતાં. તેઓ તેમની ચાપલૂસી કરવાનો મોકો ક્યારેય ચૂકતાં નહિ.

અમે માલવિયા નગરમાં ચંદન ક્લાસિસના માલિક અને અમારા બોસ ચંદન અરોરાના મકાનમાં આવ્યા હતા.

‘તેં મારા સમ ખાઈને કહ્યું હતું કે તું બે કરતાં વધારે પેગ નહિ લે.’ સૌરભે કહ્યું.

મેં તેની સામે જોઈને સ્મિત કર્યું.

‘પણ મેં ક્યાં પેગનું માપ કહ્યું હતું? દરેક પેગમાં કેટલી વ્હિસ્કી? અડધી બોટલ?’ મારા શબ્દો લથડવા લાગ્યા. શરીરનું સમતોલન જાળવવાનું અઘરું લાગતું હતું.

‘તારે તાજી હવાની જરૂર છે. ચલ બાલ્કનીમાં જઈએ.’ સૌરભે કહ્યું.

‘મને તાજી વ્હિસ્કીની જરૂર છે.’ મેં કહ્યું.

સૌરભ મારો હાથ પકડીને મને બાલ્કનીમાં ખેંચી ગયો. આ જાડિયો ક્યારે આટલો મજબૂત બની ગયો?

‘અહીં થીજી જવાય એવું છે.’ મેં ધ્રૂજતા અવાજે કહ્યું. થોડો ગરમાવો લાવવા હું મારા હાથની હથેળીઓ ઘસવા લાગ્યો.

‘તારે વધારે પીવું નહોતું જોઈતું, ભાઈ.’

‘ન્યુ યરની સાંજ છે. તને તો ખબર છે મારા માટે એનું શું મહત્ત્વ છે.’

‘તે ચાર વરસ પહેલાંની જૂની વાત છે. હવે ૨૦૧૮ થશે.’

‘ચાર સેકન્ડ પહેલાંની વાત હોય એવું લાગે છે.’ મેં કહ્યું.

મેં સિગારેટનું પેકેટ બહાર કાઢ્યું, પણ સૌરભે તરત જ ઝૂંટવીને

તેના ખિસ્સામાં મૂકી દીધું. મેં મારો ફોન બહાર કાઢ્યો. કોન્ટેક્ટમાં જઈને મને જેનો સૌથી વધારે નશો ચડે છે એની વિગત ખોલી - ઝારા.

'પેલી રાત્રે એ શું કહેતી હતી?' ઝારાના વ્હોટ્સએપ પ્રોફાઈલ પિક્ચરને નીરખતાં મેં કહ્યું. 'હવે આપણી વચ્ચે બધું ખતમ એવું કહેતી હતી ને. પૂરું થઈ ગયું મતલબ શું? અને એવું એ કઈ રીતે કહી શકે? મારા તરફથી સમાપ્ત નથી થયું.'

'ફોનને એકલો છોડી દે, ભાઈ. તું ભૂલથી એને કોલ કરી દઈશ.' સૌરભે કહ્યું. પણ મેં એની વાત પર ધ્યાન ન આપ્યું.

'આ જો જરા.' મેં સૌરભ તરફ સ્ક્રીન ફેરવતાં કહ્યું. ઝારાએ ડીપીમાં તેની સેલ્ફી રાખી હતી - પાઉટ, કમર પર હાથ, તેના ગુલાબી ચહેરાથી તદ્દન વિરુદ્ધ એવી બ્લેક સાડી.

સામાન્ય રીતે તેના ડિપીમાં તેનો ફોટો નથી હોતો. તે સુવાક્યો મૂકતી હોય છે. 'લેટ લાઇફ નોટ હોલ્ડ યુ બેક' આવાં કંઈક. જે લાગે બહુ સારાં પણ વાસ્તવમાં બિલકુલ અર્થ વગરનાં.

ફક્ત તેનાં વ્હોટ્સએપ પ્રોફાઈલ પિક્ચર સાથે જ મારું જોડાણ બાકી રહ્યું હતું. એના જીવનમાં શું બની રહ્યું છે એ જાણવાનો એકમાત્ર સ્રોત હતો.

'આવી બ્લેક સાડી કોણ પહેરે? તે બિલકુલ સારી નથી દેખાતી.' સૌરભે કહ્યું. ઝારાની યાદોમાંથી મને બહાર કાઢવા તે હંમેશા પૂરતા પ્રયત્નો કરતો. આઈ લવ સૌરભ - મારો જિગરી, મારો સાથીદાર. તેનું વતન જયપુર છે, મારા વતન અલવરથી બસ થોડે જ દૂર. તેના પિતાશ્રી પીડબલ્યુડીમાં જુનિયર એન્જિનિયર તરીકે કામ કરે છે. મારી જેમ સૌરભનો પણ ભણ્યા પછી કોઈ જગ્યાએ મેળ નહોતો પડ્યો. અમે બંને ચંદન ક્લાસિસમાં સાથે કામ કરતા હતા.

'ઝારા હંમેશા ખૂબસૂરત દેખાય છે.' મેં સ્પષ્ટ શબ્દોમાં કહ્યું.

'એ જ તો મોટી તકલીફ છે.' સૌરભે નિઃસાસો નાખતાં કહ્યું.

'તને એમ છે કે હું એના દેખાવને લીધે એની પાછળ પાગલ છું?'

'તું તારો ફોન બંધ કર પહેલાં.'

'ત્રણ વર્ષ કરતાં વધારે. થ્રી ક્રેઝી યર.'

'મને ખબર છે, ભાઈ. જો તું હવે વધારે ના પીવાનું વચન આપતો હોય તો આપણે અંદર જઈએ. અહીં વધારે ઠંડી લાગે છે.'

'તને શું ખબર છે?'

'એ જ કે તમારા બંનેનો પ્રેમસંબંધ ત્રણ વર્ષ રહ્યો. ડિનરની ઇચ્છા છે?'

'છોડ ડિનર. ત્રણ વર્ષ કરતાં વધારે. ત્રણ વર્ષ, બે મહિના અને ત્રણ અઠવાડિયાં.'

'તેં મને કહ્યું હતું. રેન્ડીઝવસ ૨૦૧૦ થી ન્યુ યર ૨૦૧૪ ઈવનિંગ સુધી.'

'હા, રેન્ડીઝવસ. ત્યાં અમારી મુલાકાત થઈ હતી. અમે કેવી રીતે મળ્યાં એ મેં તને કહ્યું હતું?' મેં કહ્યું. મારા પગ લથડિયાં ખાતા હતા. હું ગબડી ના પડું એટલે સૌરભ મને પકડીને ચાલવા લાગ્યો.

'હા, તેં મને કહ્યું છે, પચાસ વખત.' સૌરભ બબડ્યો.

'ત્યારે ડિબેટ કોમ્પિટિશન હતી. તે ફાઈનલમાં પહોંચી હતી.'

'ભાઈ, તું આ વાત મને હજાર વાર કહી ચૂક્યો છો.' તેણે કહ્યું. મને કોઈ ફર્ક નહોતો પડતો. તે હજાર વત્તા એક વાર ફરી સાંભળશે.

પ્રકરણ-૨

સાત વરસ પહેલાં

ક્લેશ ઑફ ધ ટાઈટન્સ, ડિબેટ ફાઈનલ્સ
રેન્ડીઝવસ ફેસ્ટ, આઈઆઈટી દિલ્હી
ઑક્ટોબર ૨૦૧૦

ઝારા મંચ ઉપર ડાબી બાજુ ઊભી હતી. તેની ઊંચાઈ પાંચ ફૂટ ત્રણ ઇંચ હતી, પરંતુ મંચ પર તે વધારે ઊંચી દેખાતી હતી. તેણે સફેદ સલવાર કમીઝ અને સિલ્વર પાઈપીંગવાળો દુપટ્ટો પહેર્યો હતો. મારે એનાં કપડાં કરતાં એની ચર્ચા કરવાની આવડત પર ધ્યાન કેન્દ્રિત કરવું જોઈએ. જો કે ઝારાનો પ્રતિસ્પર્ધી પણ ઝારાની સુંદરતા અને મૉડલ જેવા દેખાવને જોઈને થોડી વાર માટે સ્તબ્ધ થઈ ગયો હતો.

સેમિનાર હોલના સ્ટેજ પર ચર્ચાના વિષયનું બેનર ચિપકાવેલું હતું - ધર્મના જાહેર દેખાવ પર પ્રતિબંધ હોવો જોઈએ ?

ઝારા લોનની સામે ચર્ચામાં હતો હિંદુ કૉલેજનો વિજેતા - ઇંદર દાસ. બંને ક્લેશ ઑફ ધ ટાઈટન્સની ફાઈનલમાં પહોંચ્યાં હતાં.

ખચાખચ ભરેલો હૉલ બંને વચ્ચેની ચર્ચા સાંભળવા માટે ઉત્સુક હતો.

ખૂલતો કુર્તો, વાંકડિયા વાળ અને રીમલેસ ચશ્માંમાં ઇંદર કોઈ બંગાળી આર્ટ ફિલ્મમાંથી આવ્યો હોય એવો લાગતો હતો કે જ્યાં દરેક બીજા ડાયલોગ પહેલાં પાંચ સેકન્ડ માટે અટકતા હોય છે.

'છેલ્લે મેં સાંભળ્યું કે આપણો દેશ મુક્ત દેશ છે,' ઇંદરે કહ્યું, 'આપણી પ્રસ્તાવનામાં એક શબ્દ છે "ધર્મનિરપેક્ષતા". રાજ્ય કોઈ પણ ધર્મના કામમાં ભેદભાવ કે મધ્યસ્થી કરશે નહિ. આપણા બંધારણના આર્ટિકલ ૨૫ થી ૨૮માં ધર્મ આઝાદીનો ભરોસો આપવામાં આવ્યો છે.'

લોકોને શું બંધારણના આર્ટિકલની ખબર હોય છે? હું પણ જાણતો નહોતો કે બંધારણમાં આર્ટિકલ જેવું કંઈ હોય છે. ચર્ચામાં મારું કોઈ એક બાજુ મંતવ્ય નહોતું. હું તો બસ એટલું ઇચ્છતો હતો કે ઝારા વિજેતા બને. હું તેના ચહેરા પર સ્મિત જોવા માંગતો હતો.

ઝારાએ દલીલ માટે તેનો હાથ ઊંચો કર્યો. પરંતુ તેમણે બોલવા માટે ઇંદર અટકે તેની રાહ જોવાની હતી.

'આર્ટિકલ ૨૫ કહે છે અને હું ટાંકું છું…' ઇંદર તેના જ શબ્દોમાં ગૂંચવાઈ જતાં આગળ બોલતાં અટકી ગયો.

જ્યારે કોઈ કહે કે 'હું ટાંકું છું' અને પછી અટકે છે, ત્યારે એ તેની બૌદ્ધિક ક્ષમતા પર પ્રશ્નાર્થ ઊભો કરે છે. કોઈ આવું થાય એવું ના ઇચ્છે.

ઇંદરે કંઈ ટાંકવાને બદલે આગળ બોલવાનું ફરી શરૂ કર્યું,

'ધર્મની સ્વતંત્રતાનો અધિકાર છે, બધા લોકો સમાનરૂપે અંતઃકરણથી ધર્મનાં આચરણ, પ્રચાર અને પ્રસારની સ્વતંત્રતા ધરાવે છે.' શ્રોતાઓને વાત ગળે ઊતરે એ માટે થોડી વાર ફરી અટક્યો. 'મિસ ઝારા લોન, તું ફક્ત અમારી સંસ્કૃતિ વિરુદ્ધ જ દલીલ નથી કરતી, પણ તે બંધારણની વિરુદ્ધમાં પણ છે. તું ફક્ત દિવાળીની ઉજવણી પર જ રોક લગાવવાની વાત નથી કરતી, તું કાયદો તોડવાની પણ ઇચ્છા ધરાવે છે.'

ઇંદરે તેની વાત પૂરી કરી. હું જ્યાં બેઠો હતી ત્યાંથી મને તેનો અહમ્ સ્પષ્ટ દેખાતો હતો. ઇંદરે તેનું માથું ખંજવાળ્યું, જાણે કહેતો હોય કે આપણે આ ચર્ચા શું કામ કરીએ છીએ ?

પ્રેક્ષકોએ તેની વાત તાળીઓથી વધાવી લીધી. મને ખરાબ લાગ્યું. ઝારા હારી જશે ?

બધાંની આંખો ઝારા તરફ મંડાઈ. તેણે બોલવાની શરૂઆત કરતાં પહેલાં તાળીઓનો ગડગડાટ અટકવાની રાહ જોઈ.

'મારા હરીફ મિત્રને બંધારણ વિષે ખૂબ સારું જ્ઞાન છે. હું તેમને બિરદાવું છું.' ઝારાએ કહ્યું. ઇંદરે સ્મિત કર્યું.

'પરંતુ, ભાઈઓ અને બહેનો, આપણે અહીં યોગ્ય આચરણનાં અમલ માટેની ચર્ચા કરીએ છીએ, ફક્ત બંધારણની કલમો ટાંકવાની નથી કે જે ગૂગલમાં બે સેકન્ડમાં મળી જાય છે.'

પ્રેક્ષકો ટટ્ટાર બેસી ગયાં. આ સુંદર અગનજ્વાળા જલદીથી હાર સ્વીકારે એવી નહોતી.

તેણે આગળ બોલવાનું ચાલુ રાખ્યું, 'બંધારણ આપણા ગણતંત્રનો પાયો છે, પણ તેને બદલી શકાય. આપણે બંધારણમાં સુધારો ના લાવી શકીએ ?'

હોલમાં નિરવ ખામોશી છવાઈ ગઈ.

'તો અહીં મુદ્દો શું લખ્યું છે એ નથી, પણ શું લખી શકાય એ છે.' ઝારાએ કહ્યું.

'યસ, સુપર્બ! શાબાશ.' મેં મોટેથી કહ્યું. શાંત હોલમાં મારા અવાજના પડઘા ગૂંજવા લાગ્યા. મને એમ હતું કે બીજા બધા પણ ઝારાની વાતને વધાવી લેશે. ઝારા સહિત બધા જ પ્રેક્ષકોએ મારી સામે જોયું.

'થૅન્ક યુ.' તેણે મારી સામે જોઈને સ્માઈલ આપ્યું. 'પછી માટે બાકી રાખ હજી.'

પાંચસો જેટલા પ્રેક્ષકો ખડખડાટ હસવા લાગ્યા. મેં ઈચ્છ્યું કે પાવર કટ થઈ જાય, સંપૂર્ણ અંધકાર છવાઈ જાય અને બધું દેખાતું બંધ થઈ જાય, જેથી હું હોલમાંથી ફટાફટ બહાર નીકળી જાઉં. ઝારા તેની દલીલ તરફ પરત આવી.

'મારા મિત્રએ આર્ટિકલ ૨૫ અધૂરો કહ્યો. આર્ટિકલ ૨૫ ધર્મની સ્વતંત્રતાનો અધિકાર આપે છે - બધા લોકો સમાનરૂપે અંતઃકરણથી ધર્મના આચરણ, પ્રચાર અને પ્રસારની સ્વતંત્રતા ધરાવે છે. પરંતુ તે એવું પણ કહે છે, "જાહેર હુકમ, નૈતિકતા અને સ્વાસ્થ્યને આધીન." મારા માનનીય વિરોધી આ વાત કેમ ચૂકી ગયાં?'

'જો તે અન્યને તકલીફ આપે તો...' ઈંદરે ઝારાને અટકાવતાં કહ્યું, 'એક મુસ્લિમ તરીકે તું દિવસમાં પાંચ વાર લાઉડ સ્પીકર પરથી બાંગ પોકારવામાં આવે છે તેને અટકાવવાનું સામર્થ્ય ધરાવે છે?'

'હા, ચોક્કસ.'

બધાં મોંમાં આંગળાં નાખી ગયાં. એક મુસ્લિમ છોકરીના સ્ટેજ પરથી આવા નિવેદને બધાનું ધ્યાન કેન્દ્રિત કર્યું. બેફિકર ઝારાએ બોલવાનું ચાલુ રાખ્યું.

'તમે દિવસમાં પાંચ વખત નમાઝ પઢી શકો છો. તમારા મોબાઈલમાં એવી એપ હોય જે તમને યાદ કરાવે. તમે હેડફોન પર પણ સાંભળી શકો. પરંતુ તેમને તમારા આસપાસના બધા પાડોશી પર લાદશો નહિ. અને હું ખુશ થઈશ જો તું "એક મુસ્લિમ" એવો શબ્દપ્રયોગ ના કરીશ તો. અહીં હું એક મુસ્લિમ તરીકે નથી આવી, ડિબેટ કોમ્પિટિશનની એક ફાઈનલિસ્ટ તરીકે આવી છું.'

હોલ તાળીઓના ગડગડાટથી ગુંજી ઊઠ્યો. થોડી મિનિટો બાદ

જજની ટીમમાંથી એક સભ્ય મંચ પર પરિણામ જાહેર કરવા ઉપસ્થિત થયા.

'આજની ચર્ચા એકદમ ઉત્તમ કક્ષાની હતી. ધર્મના જાહેર દેખાવ પર પ્રતિબંધ હોવો જોઈએ એ વિષય પર દલીલો કરવી વિશ્વના તમામ ભાગોમાં ખૂબ અઘરી છે, ખાસ કરીને ભારતમાં. મિસ ઝારા, તમારા માટે ઘણું કઠિન હતું, તેમ છતાં તમે ખૂબ જ તાર્કિક અને શાલીનતાથી તમારો મુદ્દો રજૂ કર્યો. આથી આ વર્ષના વિજેતા છે - મિસ ઝારા લોન.'

બધાંએ ઊભા થઈને અભિવાદન કર્યું. ઝારા ટ્રોફી લેવા માટે આવી. મેં પાગલની જેમ તાળીઓ પાડી. મારા હૉસ્ટેલના એક સાથીદારે મને સિટી મારવા માટે પ્રોત્સાહિત કર્યો. તમને જાણ નહિ હોય કે આઈઆઈટી દિલ્હીમાં મારી સિટી પ્રખ્યાત છે. મેં મારા જમણા અંગૂઠા અને પહેલી આંગળીથી 'O' આકાર બનાવ્યો અને મારા મોંમાં મૂક્યો.

મારી સિટી એકદમ મોટી અને દમદાર હતી, જો કે ડિબેટ કોન્ટેસ્ટ કરતાં ફૂટબોલ સ્ટેડિયમ માટે વધારે અનુકૂળ હતી. ઘણા બુદ્ધિજીવીઓએ મારા તરફ ફરતાં ઘૂરીને જોયું, વિચારતા હશે કે આવા ટપોરીઓને અહીં આવવાની પરવાનગી કોણ આપતું હશે.

મારી સિટીએ ઝારાનું ધ્યાન ખેંચ્યું. હાથમાં ટ્રોફી સાથે મારી સામે જોઈને એ હસી. મેં મારા મોંમાંથી આંગળી બહાર કાઢી લીધી.

'દોસ્ત, આરામથી. એ તારી ગર્લફ્રેન્ડ છે કે શું?' મારી બાજુમાંથી કોઈનો અવાજ આવ્યો.

મને કહેવાનું મન થયું કે ના, હજી નથી, પણ જલદી થઈ જશે. જોડી ઉપરથી લખાઈને આવી છે.

હું હોલમાંથી બહાર નીકળ્યો અને ફૂડ સ્ટોલ તરફ ગયો.

'મને પ્રોત્સાહિત કરવા બદલ આભાર.' અવાજ સાંભળીને હું અવાચક થઈ ગયો.

'ઝારા?' મેં અવાજની તરફ ફરતાં કહ્યું.

'હા, કૉલેજ સરસ છે. તું આ કૉલેજનો છો?'

'હા, તું?'

'દિલ્હી કૉલેજ ઑફ એન્જિનિયરિંગ. થોડા માર્ક્સથી આઈઆઈટીમાં એડ્‌મિશન ચુકાઈ ગયું. બહુ હોશિયાર નથી.'

'તેં ડિબેટમાં તો એનો ભુક્કો બોલાવી દીધો. તું ચોક્કસ મારા કરતાં ઘણી હોશિયાર છો.'

અમે તહેવારને લીધે ખાણીપીણીથી ખીચોખીચ ભરેલા મેઈન રોડ પર ચાલવા લાગ્યાં.

❖

'જેવાં તમે ચાલવા લાગ્યાં એવું ઝારાએ પૂછ્યું કે તને ભૂખ લાગી છે. તમે બંનેએ સાથે ખાધું. ફોન નંબરની આપ-લે કરી...' સૌરભે મારી વાતમાં વિક્ષેપ પાડતાં કહ્યું.

'શું? તને આ બધું કેવી રીતે ખબર છે?' મેં કહ્યું. એક વેઈટર અમને જોઈ રહ્યો હતો. તે અમારી પાસે ટ્રે લઈને આવ્યો. સૌરભે મને અટકાવવા માટે પ્રયત્ન કર્યો છતાં એક વ્હિસ્કીનો ગ્લાસ ઉપાડવામાં હું સફળ થયો.

'અરે, ભાઈ, પ્લીઝ. તેં સાદા ઢોસાનો ઑર્ડર આપ્યો હતો, તેણે પરાઠાનો. પરાઠા સારાં નહોતાં એટલે તેં તારો ઢોસો એને આપ્યો. પછી બધી ખબર છે. ચાલ હવે અંદર જઈએ. બાકી અહીં હું બરફ થઈ જઈશ.'

તે ઠંડીને લીધે સંકોચાઈ ગયો હતો. મેં વ્હિસ્કીનો એક મોટો ઘૂંટ પીધો. નાનો આગનો ગોળો ગળા નીચે ઊતર્યો હોય એવું લાગ્યું.

'તારે પીવાનું છે,' મેં કહ્યું, 'તને પછી ઓછી ઠંડી લાગશે.'

'એવું ના હોય. ખરેખર આલ્કોહોલને કારણે હિટ લોસ થતો હોય છે. એટલે હિટ બહાર નીકળવાને લીધે આપણને ગરમી અનુભવાય છે.'

'ગોલુ, મહેરબાની કરીને જેઈઈનું કેમેસ્ટ્રી બંધ કર. ન્યુ યર ઈવનિંગ છે.' મેં કહ્યું. મેં તેના હોઠની નજીક ગ્લાસ ધર્યો. તેણે એક વાર મારી સામે જોયું, પછી અનિચ્છા હોવા છતાં એક ઘૂંટ ભર્યો.

'વાહ, મારા ગોલુ, વાહ.' મેં કહ્યું. 'તો તું ઢોસાવાળી વાત પણ જાણે છે? તારે અમારી પછીની મુલાકાત વિષે જાણવું છે? અમારી સાચી પહેલી મુલાકાત.'

'પ્લીઝ, નો, ભાઈ. ચાલ હવે અંદર બીજા સ્ટાફ સાથે ચીલ કરીએ. તેઓ એવું જ વિચારે છે કે આપણે ભળતા નથી.'

'છોડ એ બધાને. આમ પણ આપણે આ કામને ધિક્કારીએ જ છીએ,' મેં કહ્યું, 'તું એ લોકો સાથે હળવા-મળવાની અપેક્ષા કઈ રીતે

રાખી શકે ?'

'ચાલ હવે થોડી તેઓની સાથે પણ વાતો કરીએ.'

'એક મિનિટ. મારે કોલ કરવાનો છે.'

મેં મારો ફોન બહાર કાઢ્યો. ઝારાનો નંબર શોધ્યો. સૌરભને એનો ફોટો દેખાયો.

'નો, ભાઈ, નો.' તે મારો ફોન આંચકવા ગયો. હું તેની આગળ ભાગ્યો, તે મારી પાછળ દોડ્યો, પણ સફળ ના થયો.

'ભાઈ, મારા સમ છે. તું ઝારાને ફોન નહિ કરતો.'

'આજે ન્યુ યર છે. હું તેને વિશ પણ ના કરી શકું ?'

'ભાઈ, નો !' મેં જાણે તેને ધક્કો માર્યો હોય તેમ કહ્યું.

'શશશ... રિંગ જાય છે.' મેં કહ્યું. મેં ડાબા હાથથી સૌરભને મારા તરફ આવતાં અટકાવ્યો અને જમણા હાથથી ફોનને મારા કાન પાસે લગાવ્યો.

એક રિંગ. બે રિંગ. પાંચ રિંગ. સાત રિંગ.

'હેલ્લો !' જેવો અવાજ સંભળાયો એવું મેં કહ્યું. 'હેલ્લો, ઝારા. ફોન કટ કરતી નહિ.'

'તમે જે વ્યક્તિનો સંપર્ક કરવા માંગો છો, હાલમાં તે પહોંચની બહાર છે. મહેરબાની કરીને થોડા સમય બાદ સંપર્ક કરવો.' તે એરટેલવાળી નિર્દય ડાકણ હતી. કાશ તે જાણતી હોત કે આ કોલ મારા માટે કેટલો અગત્યનો છે.

'ફોન નથી લાગતો ને ? ગુડ. છોડ હવે.' સૌરભે કહ્યું.

મેં ફરી નંબર ડાયલ કર્યો. એ જ પાછી સાત રિંગ. એ જ એરટેલ ડાકણનો ઠંડો અવાજ.

'સ્ટોપ, ભાઈ. ઝારા તારા આટલા બધા મિસ કોલ જોઈને અકળાઈ જશે.'

'આઈ ડોન્ટ કેર.' મેં કહ્યું. એક વાર તમારો ફોન ના ઉપાડીને અપમાન કર્યું જ હોય પછી શું ફર્ક પડે છે, બે હોય ત્રણ હોય કે દસ મિસ કોલ હોય.

એટલે જ મેં એને દસમી વાર ફોન લગાડ્યો. અને આ વખતે એરટેલ લેડી નહોતી.

'હેલ્લો.' મને ઝારાનો અવાજ સંભળાયો. આખા વિશ્વની તમામ પ્રકારની વ્હિસ્કી તેના એક શબ્દ સામે ફિક્કી હતી.

'હાય, ઝારા.' મેં ગળું ખંખેરીને જરૂર કરતાં વધારે ખેંચીને 'હાય' કહ્યું. સૌરભના ચહેરા પર નારાજગી સ્પષ્ટ દેખાતી હતી. હું તેનાથી થોડો દૂર જતો રહ્યો.

'બોલ, કેશવ.' તેણે મારો ઈરાદો માપતાં કહ્યું. તેનો અવાજ એકદમ નિરસ લાગતો હતો. એરટેલ લેડી કરતાં પણ વધારે નિરસ.

હવે આગળ શું બોલવું તે મને ના સમજાયું. 'હું ક્યારનો ટ્રાય કરતો હતો.' મેં વિચારીને કહ્યું.

'મને ખબર છે. અને તને એ પણ ખબર હોવી જોઈએ કે જ્યારે કોઈ વ્યક્તિ તમારો ફોન દસ વખત પછી પણ ના ઉપાડે તો એમને વાત ના કરવી હોય.'

'નવ વખત. દસ નહિ. એની વે, તું બિઝી છો?' મેં કહ્યું, 'તો હું પછી વાત કરીશ.' મારે એની સાથે ફરી વાતો કરવાનું બહાનું જોઈતું હતું, જેથી ફરી એક વાર એનો અવાજ સાંભળી શકું. બેકગ્રાઉન્ડમાં મ્યુઝિકનો અવાજ આવતો હતો. એ પણ કોઈ પાર્ટીમાં હશે. કદાચ બ્લેક સાડીમાં જ હોય. મને આશ્ચર્ય થયું હોત જો એનો મૂર્ખ બોયફ્રેન્ડ એની સાથે હોત તો.

'કેશવ, આ બધું શું છે? તેં મને કોલ શું કામ કર્યો?' ઝારાએ કહ્યું.

હું બાલ્કનીનાં એક ખૂણા તરફ ખસી ગયો. સૌરભ મારી પાછળ ન આવ્યો પણ દૂરથી એનું ધ્યાન તો મારા પર જ હતું.

'તને હેપી ન્યુ યર કહેવા કોલ કર્યો. તું આવી રીતે મારી ઊલટતપાસ કેમ કરે છે?' મેં કહ્યું.

'એક સેકન્ડ.' તેણે કહ્યું. તેનું ધ્યાન મારી વાત પરથી હટીને પાર્ટીમાં બીજા કોઈ પર ગયું હોય તેવું મને લાગ્યું. 'હાય, તું પણ સરસ લાગે છે.' મને તેનો અવાજ સંભાળ્યો.

'ઝારા, આર યુ ધેર?' મને થોડી વાર સુધી એનો અવાજ ના સંભળાતાં મેં ખાતરી કરતાં પૂછ્યું.

'અહીં બહુ બધા લોકો છે. એની વે, તને ખબર જ છે કે આપણે શું નક્કી કર્યું હતું, રાઈટ?'

'આપણે કાયમ માટે આજીવન સાથે રહીશું.' મેં કહ્યું. પણ પછી મને થયું કે હું આવું શું કામ બોલ્યો.

'શું?'

'આપણે ન્યુ યર વખતે ગોવા ગયાં હતાં ત્યારે આવી વાત નહોતી થઈ?'

'કેશવ, એ વાતને ઘણો સમય થઈ ગયો છે.'

'છ વર્ષ પહેલાં, ૨૦૧૧ ની ન્યુ યર ઈવનિંગ.' મેં કહ્યું. જ્યારે હૃદયભંગ થાય છે ત્યારે મગજનો જે ભાગ ભૂતકાળની યાદો સંઘરે છે તે બહુ સારી રીતે કામ કરતો થઈ જાય છે.

'મારો કહેવાનો મતલબ છે જ્યારે આપણે છુટ્ટાં પડ્યાં ત્યારે જ એકબીજાના સંપર્કમાં નહિ રહેવાનું નક્કી કર્યું હતું. જેનું તું બરોબર પાલન નથી કરતો. આપણે અલગ થયાં એને ઘણાં વર્ષ થઈ ગયાં છે.'

'ઓકે. તો મારી નાખ મને, કારણ કે તને વિશ કરવા માટે કોલ કર્યો. કિલ મી, કારણ કે ન્યુ યર ઈવનિંગ મને તારી યાદ અપાવે છે. આપણે જ્યારે પહેલી વાર બેમાંથી એક થયાં હતાં તે દિવસની આજે વર્ષગાંઠ છે.'

'કેશવ, સ્ટોપ ઇટ.'

'સ્ટોપ વ્હોટ? તને યાદ કરતો અટકી જાઉં? કાશ, એવું થઈ જાય.' મારો અવાજ ઊંચો થઈ ગયો. 'મારી એવી જ ઇચ્છા છે કે હું તને ભૂલી જાઉં.'

સૌરભ મારી પાસે દોડતો આવ્યો. તેણે શું વાતચીત થઈ રહી છે તેનો અંદાજ લગાવવાનો પ્રયત્ન કર્યો. મેં મારું માથું ધુણાવ્યું. તેણે મને ઈશારાથી સ્પીકર પર ફોન મૂકવાનું કહ્યું.

'તેં શરાબ પીધો છે?' ઝારાએ એકદમ નરમાશથી, કાળજી દાખવતાં અવાજમાં પૂછ્યું.

'તે મહત્ત્વનું નથી. આઈ મિસ યુ, ઝારા. લૂઝર રઘુ સાથે શું કામ તારી જિંદગી બગાડી રહી છો?'

'કેશવ, એનું નામ લેવાની તારે જરૂર નથી. મારે કામ છે, હું જાઉં છું.'

સૌરભે દિલ્હીની ઠંડી હવામાં હાથ હલાવીને કોલ પૂરો કરવાનો ઈશારો કર્યો. મેં તેના તરફ ધ્યાન ન આપ્યું.

'ઓહ, તારા રઘુનું તને બહુ લાગી આવે છે.' મેં કહ્યું. 'મગુ-રઘુ. હૉસ્ટેલમાં બધા તેને આ નામથી જ બોલાવતાં હતાં. તને ખબર છે? મગુ-રઘુ.'

'કેશવ, મારે કોઈ વાત નથી જાણવી,' ઝારાએ કહ્યું, 'હું કોલ

કટ કરું છું. મને ફરી કોલ ના કરતો.'

'તને બહુ લાગણી છે ને એ બેવકૂફ માટે. પણ એ બબૂચક તો સૌથી વધારે પ્રેમ એની નકામી ડોટકોમ કંપનીને જ કરે છે. એ તને મારી જેટલો પ્રેમ ક્યારેય પણ નહિ કરે.'

'એની નકામી ડોટકોમ કંપની અત્યારે ઇંડિયાના સૌથી ચર્ચિત સ્ટાર્ટઅપમાંથી એક છે અને એ રઘુની કમાલ છે. તને એનું મૂલ્યાંકન ખબર છે? હું તને શું કામ આ બધી વાત કરું છું?' ઝારાએ ચિડાઈને કહ્યું.

'અચ્છા, તો એની દોલતને લીધે તું એની પાસે ગઈ છો.' મેં કહ્યું.

'હું તેની પાસે ગઈ કારણ કે મારે સંબંધોની હૂંફ જોઈતી હતી, માટે એક કુટુંબ જોઈતું હતું. અને તું ગભરાઈને ભાગી ગયો. કંઈ કરવાને બદલે તેં મારા જ લોકોને ખરાબ કહ્યાં હતાં.'

'અને તારા લોકોએ શું કર્યું?'

'તું આની પહેલાં પણ આવો પ્રયત્ન કરી ચૂક્યો છો. પણ તું સફળ નહોતો થયો. તું મને ઉશ્કેરવાની કોશિશ નહિ કર. બાય. ફરી મને કોલ નહિ કરતો, બાકી મારે તારો નંબર બ્લોક કરવો પડશે.'

'બ્લોક મી? તું મને બ્લોક કરવાની ધમકી આપે છે...'

હું આગળ બોલતો અટકી ગયો કારણ કે એણે કોલ કટ કરી દીધો હતો.

'તો પણ હું કરીશ.' મેં સામે કોઈ નહોતું તોપણ વાત ચાલુ રાખતાં કહ્યું.

'ઝારાએ કોલ કટ કર્યો છે, ભાઈ.' સૌરભે કહ્યું.

મેં સૌરભ સામે જોયું. મને એમ હતું કે હમણાં ગાલ પર એક તમાચો પડશે. એ મારી પાસે આવ્યો અને મને ભેટી પડ્યો. વ્હિસ્કી, જાકારો અને સૌરભની ઝપ્પી... હું મોટેથી રડવા લાગ્યો.

'બ્લડી બીચ. "હું તને બ્લોક કરી દઈશ." - હું તેને દરેક ક્ષણે ચાહું છું અને એ મને આવું કહે છે.' મેં ડૂસકાં ભરતાં કહ્યું.

'ભાઈ, તારે આ છોકરીને હવે ભૂલી જવાની જરૂર છે. હવે બહુ થયું.' સૌરભે કહ્યું.

'હું પણ તેનાથી થાકી ગયો છું.' મેં કહ્યું. સદીનું સૌથી મોટું જૂઠાણું.

'ગુડ. હવે અંદર જઈએ?'

'એક મિનિટ. મારે એની સાથે ફરી એક વાર વાત કરવી છે, એને કહેવું છે કે હવે મારા તરફથી પણ બધું ખતમ.'

'નો, ભાઈ, નો...'

સૌરભ કંઈ સમજે એ પહેલાં એનો નંબર ડાયલ થઈ ગયો. રિંગ સંભળાતી હતી. મને એમ હતું કે એ કોલ કટ કરશે. પરંતુ બીજા કોઈએ ફોન ઉપાડ્યો.

'યસ?' કોઈ પુરુષનો અવાજ બીજા છેડેથી સંભળાયો. અરે, આ તો સદીનો મહાન પ્રેમી રઘુ છે.

'ઓહ,' મેં કહ્યું, ' હેપી ન્યુ યર.'

'કેશવ, કાન ખોલીને સાંભળી લે. હું ખરાબ બનવા નથી માંગતો, પરંતુ ઝારાને હેરાન કરવાનું છોડી દે.'

હરામી, મને કહેનાર એ કોણ છે? એનો બાપ છે? એનો ચોકીદાર? અને 'હું ખરાબ બનવા નથી માંગતો' આવું કોણ બોલે? એનો કહેવાનો મતલબ શું છે?

'હું એને હેરાન નથી કરતો.' મેં કહ્યું.

'તું જ એને હેરાન કરે છે.'

'હું નથી કરતો.'

'મારી હાજરીમાં જ એવું ઘણી વાર થયું છે. પ્લીઝ સ્ટોપ. હું તને વિનંતી કરું છું.' રઘુએ શાંતિથી અને વિનમ્રતાથી કહ્યું. એ જ ફક્ત એવો હશે કે જે ન્યુ યર પાર્ટીમાં પણ નાળિયેર પાણી પીતો હોય.

'જો, ભાઈ...' આગળ શું બોલવું તે વિચારતાં મેં કહ્યું. પણ વ્હિસ્કીની અસરને લીધે મને કોઈ ઢંગનું વાક્ય ના મળ્યું. ખરેખર તો હું એને કહેવા માંગતો હતો, 'ઝારા મારી છે.' હું હોશમાં નહોતો છતાં મને ખબર હતી કે એવું હવે નથી રહ્યું.

'કોલ કટ કર.' મને પાછળથી ઝારાનો અવાજ સંભાળ્યો. કુતિયા સાલી. કુતિયાનો પાંચ ઘાત.

'બોલ, કેશવ.' રઘુએ ધીરજ ધરતાં કહ્યું.

'જો, ભાઈ...' મેં ફરી એ કહ્યું, 'મને ઝારા સાથે વાત કરવા દે.'

'એ તારી સાથે વાત કરવા નથી માંગતી.'

'તને કેમ ખબર? તેને ફોન આપ.'

'તેણે મને હમણાં જ કહ્યું. હવે અમને શાંતિથી જીવવા દઈશ?

હેપી ન્યુ યર. બાય.'

'રઘુ, સાંભળ.' મારો અવાજ ધીમો થઈ ગયો.

'શું?'

'રઘુ સાંભળ, હું આવીશ અને...' મેં જે કહ્યું એ હું અહીં ફરી કહેવા નથી માંગતો. કારણ કે મને તે યાદ નથી. કારણ કે હું રઘુની મા, બહેન અને કદાચ દાદી સાથે પણ અશોભનીય કરવા માંગતો હતો. મેં એ બધું જ તેને શુદ્ધ હિંદીમાં, રાજસ્થાની ટ્રક ડ્રાઇવર જેવા અભદ્ર શબ્દો વાપરે એવી રીતે સંભળાવ્યું.

'હું એક ડંડો લઈને આવીશ અને...' હું આગળ બોલવા જાઉં એ પહેલા સૌરભે મારી પાસેથી ફોન ઝૂંટવી લીધો. તેણે કોલ કટ કરીને મારો ફોન તેના ખિસ્સામાં મૂકી દીધો.

'શું બકવાસ કરતો હતો?' સૌરભ મારા પર તાડૂક્યો. આવું એણે પહેલાં ક્યારેય નહોતું કર્યું. મેં શું કર્યું એનું ભાન થતાં હું તેની સામે નજર ના મેળવી શક્યો.

'તેં ઝારાને હડધૂત કરી નાખી.' તેણે કહ્યું.

'ના, ફક્ત રઘુને.'

'તેં બધી શરમ નેવે મૂકી દીધી છે?' સૌરભે કહ્યું.

'હું તો ફક્ત ઝારા સાથે વાત કરવા માગતો હતો. પણ ફોન ગધેડાએ ઉપાડ્યો.'

'કારણ કે ઝારા તારી સાથે વાત કરવા નથી માંગતી.' સૌરભે કહ્યું.

'હું હવે એને જિંદગીમાં ફરી ક્યારેય કોલ નહિ કરું.'

સૌરભે ઉદાસ થઈને હસતું મોં રાખ્યું. એને કેશવ પર ભરોસો નહોતો.

'હું ખરેખર નહિ કરું.'

'તને એ છોકરીનું આટલું બધું વળગણ કેમ છે?'

'મને મારો ફોન પાછો મળશે?' મેં ધીમેથી કહ્યું.

સૌરભે એના ખિસ્સા પર હાથ રાખી દીધો.

'એ મારી પાસે જ રહેશે. અને જો તું અંદર નહિ આવે તો હું અત્યારે જ આ ફોનને નીચે ફેંકું છું.'

❖

અમે ચંદનના ડ્રોઈંગરૂમમાં પરત આવ્યાં. ચંદન ક્લાસિસના કેમેસ્ટ્રી ટીચર કમલ સર અમારી પાસે આવ્યા.

'હેપી ન્યુ યર જી. નવું વર્ષ. નવી જેઈઈ. બીજા નવા વિદ્યાર્થીઓ આવશે જી.' એમણે કહ્યું અને એ જ એમની મજાક પર હસવા લાગ્યા.

મેં મારો ગ્લાસ એના ગ્લાસ સાથે ટકરાવ્યો.

'તમે બંને ક્યારના ક્યાં છો ? અરોરાજી તમને યાદ કરતા હતા.' કમલ સરે કહ્યું.

'સૉરી. અમારે થોડી તાજી હવા જોઈતી હતી.' સૌરભે કહ્યું.

'અને હવે થોડી વ્હિસ્કી.' મેં આંખ મિંચકારી, 'કમલજી, મને એક ગ્લાસ આપશો ?'

'ચોક્કસ.' તેણે કહ્યું, 'હું હમણાં જ લઈને આવું છું.'

જેવા કમલ સર ગયા એવો સૌરભે મારા પર તૂટી પડ્યો.

'સ્ટોપ.' સૌરભે કહ્યું.

'બસ, લાસ્ટ. મને મારો ફોન પાછો આપીશ ?'

'ક્યારેય નહિ. તું બહાર મોટેથી વાતો કરતો હતો એ બિલકુલ સારું નહોતું લાગતું.'

'ગોલુજી. તમે જ્યારે મારા પાર ગુસ્સે થાવ છો, ત્યારે એકદમ ક્યુટ લાગો છો. તમારો ગોળ ચહેરો લાલ થઈ જાય છે, ટમેટાજી જેવો.' મેં કહ્યું.

'સ્ટોપ ઈટ.' તેણે કહ્યું.

હું તેની તરફ ખસ્યો.

'હેપી ન્યુ યર જી. નવું વર્ષ, નવી જેઈઈ.' તેના પેટમાં આંગળી ભરાવતાં કહ્યું.

'હું છેલ્લી વાર કહું છું, સ્ટોપ ઈટ.'

'મેં તેના પેન્ટના ખિસ્સામાં હાથ નાખીને ફોન પાછો લેવાનો પ્રયત્ન કર્યો.'

'નેવર.' તેણે હસીને મારા હાથને ધક્કો મારતાં કહ્યું.

'તું વધારે જાડિયો થઈ ગયો છો, ગોલુ.' તેના પેટ પર હાથ ફેરવતાં કહ્યું, 'તને મીઠાઈ બહુ પસંદ છે, નહિ ?'

'તું કોઈને ક્યારેય ના પસંદ કરે એટલી મને મીઠાઈ પસંદ છે.' સૌરભે મારો હાથ ખસેડતાં કહ્યું.

પ્રકરણ-3

'અંદર આવો. ગ્રેટ રાજપુરોહિત સર.' ચંદન અરોરાએ કહ્યું. તેનો અવાજ ધીમો આવતો હતો, કારણ કે તેનું મોં આખું ભરેલું હતું.

આખા રૂમમાં પાન મસાલાની ગંધ આવતી હતી, જેનું એપી સેન્ટર ચંદનના જાડા હોઠ હતા. તે ગુટકા ચાવતો તેની જગ્યા તરફ ગયો. હું તેના મોઢામાં ભરેલા ગુટકા ચાવવાનું ખતમ થાય તેની રાહ જોતો બેસી ગયો. મારું ધ્યાન તેની પાછળની દીવાલ પરના ફોટાઓ પર ગયું. ભૂતપૂર્વ વિદ્યાર્થીઓ અને તેઓના હાથમાં આઈઆઈટી એડ્મિશન લેટર દેખાય એવી રીતે તેણે તેના ફોટા પડાવ્યા હતા. ફ્રેમમાં મઢાવેલા, ફોટોશોપમાં બનાવેલા, નકલી સર્ટિફિકેટમાં બોલ્ડ લેટર્સમાં લખ્યું હતું - 'ચંદન સર, ધ અલ્ટીમેટ કિંગ ઓફ જીઈઈ કેમેસ્ટ્રી.' જે તેના કોઈ ભૂતપૂર્વ વિદ્યાર્થીએ બનાવ્યું હતું. બીજા એક ફોટામાં ચંદન સનગ્લાસ પહેરીને અદબ વાળીને આઈઆઈટી દિલ્હીના મુખ્ય બહુમાળી બિલ્ડિંગમાં ઉપર ઊભો હતો. તે આઈઆઈટી એન્ટ્રન્સ એક્ઝામ સીસ્ટમમાં તેનો વિજય દર્શાવતો હતો. તે દિલ્હી યુનિવર્સિટીની વેંકટેશ્વર કૉલેજમાં કેમેસ્ટ્રીનો પ્રોફેસર હતો. દસ વર્ષ પહેલાં, તેણે તેના માલવિયા નગરવાળા મકાનના ગેરેજમાં જેઈઈનાં કેમેસ્ટ્રી ટ્યૂશન કરાવવાની શરૂઆત કરી હતી. ધંધો જામતો ગયો અને બની ગયું ચંદન ક્લાસિસ. અત્યારે એનું માલવિયા નગરમાં જ્યાં મકાન છે એ જ ગલીમાં ત્રણ માળનું મકાન ભાડે રાખ્યું છે. પંદર ફૂલ ટાઈમ ફેકલ્ટી તેમના માટે કામ કરે છે. તેમાંથી સાત આઈઆઈટીઅન છે, એ વાત જણાવવાનું એ ક્યારેય ચૂકતો નથી. 'હા, મેં ક્યારેય આઈઆઈટી નથી કર્યું. પણ જુઓ, અત્યારે આઈઆઈટીવાળા મારે ત્યાં નોકરી કરે છે.' આ વાત તે નવા વિદ્યાર્થીઓનાં માતાપિતા સામે કરતો કે જેમને મિ.અરોરા પર ભરોસો બેસતો ના હોય. ઘણી વાર તે મને ખેંચીને ઉદાહરણ આપવા માટે

બહાર લઈ આવતો.

'જુઓ આમની સામે. આઈઆઈટી દિલ્હી ૨૦૧૩ બેચ. અત્યારે મારે ત્યાં નોકરી કરે છે.' એ જ્યારે બોલતો ત્યારે 'મારે ત્યાં' પર ખાસ ભાર મૂકતો. મને યાદ છે એક વખત એ કહેતો હતો, 'જુઓ, તમને આનામાં કોઈ વિશેષતા દેખાય છે? જો આ આઈઆઈટીમાં જઈ શકે તો તમારું બાળક પણ જઈ જ શકે.'

થૂકદાનીમાં ગુટકા થૂંકવાનો અવાજ આવતાં હું વર્તમાનમાં પાછો ફર્યો.

'રાજપુરોહિત સર, તમારા ક્લાસ કેવા ચાલે છે?'

ચંદન ક્લાસિસમાં આઈઆઈટીઅન પ્રાણીસંગ્રહાલયના શો-પીસ ઉપરાંત હું મેથેમેટિક્સ ભણાવતો હતો. અને આજે ચંદન અરોરાએ મને મારું કામ ચર્ચા કરવા બોલાવ્યો હતો.

'સરસ, ચંદન સર,' મેં બનવાટી સ્મિત સાથે કહ્યું, 'અમે હમણાં જ સંકલન-વિકલન પૂરું કર્યું.'

તેણે મારા તરફ ફાઈલ ખસેડી.

'રાજપુરોહિતજી,' તેણે કહ્યું, 'આ તમારા વિદ્યાર્થીઓએ આપેલા પ્રતિભાવો છે. થોડા વિદ્યાર્થીઓનું કહેવું છે કે તમે તેઓને આઈઆઈટીમાં જવા માટે પ્રોત્સાહન નથી આપતા.'

'નો સર.'

તેણે ફાઈલ બંધ કરી દીધી.

'તો પછી તેઓ એવું કેમ કહે છે?'

'સર, જે નબળા વિદ્યાર્થીઓ છે તે એવું કહેતા હશે. દરેક મોક-ટેસ્ટમાં તેઓનો નંબર હંમેશા સૌથી પાછળ હોય છે. તેઓનો સાયન્સ તરફ ઝુકાવ જ નથી. પેરેન્ટ્સ તેમને ધક્કા મારીને અહીં મોકલતાં હોય છે. મારું માનવું છે કે તેઓએ આઈઆઈટીમાં પ્રવેશ મેળવવા પાછળ મહેનત કરવામાં નકામો સમય વેડફવો ના જોઈએ.'

ચંદને મારી સામે જોયું. તેની આરામદાયી ખુરસીમાં તેના વજનને કારણે અવાજ આવતો હતો.

'આ આપણું કારકિર્દી માર્ગદર્શન કેન્દ્ર નથી, રાજપુરોહિતજી.'

'પણ તેઓ કહેતા હોય છે કે તેઓને આઈઆઈટી નથી કરવું. તેમનાં માતાપિતાને લીધે અહીં આવવું પડે છે.'

'તેઓની ફેમિલી મેટરમાં દખલ કરનારા આપણે કોણ છીએ?

આપણું કામ ક્લાસ લેવાનું છે.'

'સર, પણ...' હું આગળ કંઈ બોલું એ પહેલાં તેમણે મને ફરી અટકાવ્યો.

'અને મારા ધ્યાનમાં એ પણ આવ્યું છે કે તમે હમણાં નવા વિદ્યાર્થીઓ નથી લાવ્યા.'

'સર, હું મારા ક્લાસ લેવામાં વ્યસ્ત હોઉં છું.'

'તમારે માર્કેટિંગ પણ કરવાનું છે. નવા મુલાકાતીઓ સેન્ટર પર આવે ત્યારે તેઓને મળવાનું રાખો. તેઓને ક્લાસમાં આવવા માટે મનાવો. તમે ક્યારેય એવું નથી કરતા.'

મને નફરત છે એ કામથી. હું પેરેન્ટ્સ મીટિંગને અવગણું છું, ખાસ કરીને એવાં કે જેમનાં સંતાનો કયારેય જેઈઈની એક્ઝામમાં પાસ થાય એમ ના હોય. આ એક્ઝામમાં સફળ થવાની ટકાવારી માત્ર બે ટકા જ છે. એટલે લગભગ મોટા ભાગના આઈઆઈટી માટે પ્રયત્ન કરનારા નિષ્ફળ જ જાય છે. કોચિંગ ક્લાસમાં બેઠા હોઈએ ત્યારે તમે શું માનો છો એ મહત્ત્વનું નથી. તમારે એમને સપનાં દેખાડવાનાં હોય છે - કે તમારાં પુત્ર કે પુત્રી આઈઆઈટીમાં પ્રવેશ મેળવી શકશે.'

'રાજપુરોહિતજી, તમને કહેતાં મને દુઃખ થાય છે, પણ તમારે વધારે મહેનત કરવાની જરૂર છે.'

હું એવું બિલકુલ કરવાનો નહોતો. ક્લાસનું જે થવું હોય તે થાય.

'હું પ્રયત્ન કરીશ, સર.' મેં કહ્યું. મેં મારી જાતને વચન આપ્યું કે હું ફરી મારો બાયોડેટા અને લિંક્ડિન પ્રોફાઈલ અપડેટ કરીશ. હું આનાથી ઘણી સારી નોકરી અને વધારે સારી જિંદગીને લાયક છું.

❖

'શું થયું? ગુટકા ચાવનાર ગધેડાએ કંઈ કહ્યું?' સૌરભે કહ્યું. અમે અમારા નાનકડા બે બેડરૂમના ફ્લૅટના નાના ડ્રોઈંગ રૂમની ટચૂકડી જમીન પર બેઠા હતા. મેં બ્લેન્ડર્સ પ્રાઈડના બે મોટા પેગ ભર્યા. ન્યુ યર ઈવનિંગના ભવાડા પછી મેં સૌરભને વચન આપ્યું હતું કે હું એક મહિના સુધી શરાબને હાથ લગાડીશ નહિ. મેં વચન નિભાવ્યું પણ ખરું. એક મહિના ઉપર એક અઠવાડિયું થઈ ગયું હતું.

'છોડ એ બધું.' મેં એમને ગ્લાસ આપતાં કહ્યું.

'કંઈક તો થયું છે. તેં હમણાં ઘણા સમયથી બોટલ ખોલી નહોતી. ફરી પાછું પેલી કાશ્મીરી છોકરીવાળું ચક્કર ચાલું નથી થયું ને?' સૌરભે કહ્યું.

મેં મારું માથું હલાવ્યું. તેણે ખોટું નહોતું પૂછ્યું. ઝારા હંમેશા મારા મગજમાં ઘુમરાતી રહેતી. અમે જે રૂટની ડીટીસી પબ્લિક બસમાં સાથે બેસતાં હતાં તે નજરે ચડતાં મારો બાકીનો આખો દિવસ ઝારાના વિચારોમાં જ પસાર થઈ જતો. અથવા જો કોઈ છોકરી ચિકનકારી સલવાર-કમીઝમાં દેખાઈ જાય કે જે ઝારાને પહેરવાં ખૂબ જ ગમતાં તો મારા પાંચ કલાક સમજો ગયા પાણીમાં. મારા મગજનું વાયરિંગ એવું થઈ ગયું હતું કે બધા જ ચેતામાર્ગો ઝારા તરફ જ જતા હતા. મારા વ્હિસ્કીના ગ્લાસમાં તરતા બરફના ટુકડાની સરખામણી સ્નો સાથે થતી. સ્નો તો કાશ્મીરમાં હોય, અને એટલે ઝારા યાદ આવતી. અમારું વુડન કૉફી ટેબલ જોઈને પણ મને ઝારા યાદ આવતી, કારણ કે લાકડું વૃક્ષોમાંથી મળે. અને ઝારાને નેચર સાથે અનેરો લગાવ હતો, જેમાં વૃક્ષોનો સમાવેશ થઈ જ જાય. મારું મગજ ગમે ત્યાંથી ગમે તે રીતે મને ઝારા તરફ દોરી જતું હતું.

અને તેમ છતાં આજે મારા પીવાનું કારણ ઝારા બિલકુલ નહોતી.

મેં ગ્લાસમાંથી એક મોટો ઘૂંટ ભર્યો, સૌરભ હજી ચૂપચાપ જ હતો. પુરુષો જાણે છે કે ક્યારે મૌન રહેવું જોઈએ. મારો એક ગ્લાસ ખતમ થઈ ગયો એટલે અમારા બંને માટે બીજો ગ્લાસ તૈયાર કર્યો. મેં સૌરભને ગ્લાસ ધર્યો.

'જ્યાં સુધી તું માપમાં રહીશ ત્યાં સુધી હું તને કંપની આપીશ.' સૌરભે કહ્યું.

'આજે મને તારી જરૂર છે જ.'

'જો તને વાંધો ના હોય તો તું તારા મનનો ભાર મારી પાસે હળવો કરી શકે છે.'

'આઈ હેટ માય જોબ.'

'મને પણ નફરત છે. પણ એ તો જૂનું છે, કંઈક નવું હોય તો બોલ.' સૌરભ મૂછમાં હસ્યો.

'આપણે આખી જિંદગી ચંદન ક્લાસિસમાં સડવું નથી, આખરે આઈઆઈટી પાસ આઉટ છીએ.'

'તું છો, ભાઈ. હું તો સિમ્પલ એનઆઈટી નાગપુરમાં ભણ્યો છું.'

'તું જરા પણ ઊતરતો નથી. આપણે શું કામ ફાલતુ કોચિંગ સેન્ટરમાં સમય બગાડીએ છીએ?'

'પેલા ગધેડા ચંદને તને કંઈ કહ્યું છે?'

'હા.'

'શું?'

'હું બે ઇન્ટરવ્યૂમાં રિજેક્ટ થયો છું.'

'કયા ઇન્ટરવ્યૂની વાત કરે છે?' સૌરભ સીધો બેસી ગયો.

'ઓકે, આઈ એમ સૉરી. મેં થોડી કંપનીઓમાં એપ્લાય કર્યું હતું. મેં લિંક્ડિનમાં એડ જોઈ હતી.'

'પણ તેં તો મને ક્યારેય આ વાત નથી કરી!'

'સૉરી, મારો છુપાવવાનો કોઈ ઇરાદો નહોતો. મેં વિચાર્યું કે આગળ કંઈક વાત વધે પછી તને જણાવું. દસમાંથી ફક્ત બે જગ્યાએથી ઇન્ટરવ્યૂ કોલ આવ્યા અને એક જ દિવસે બંને જગ્યાએથી ના પણ આવી.'

'કઈ કંપની હતી?'

'ઇન્ફોસીસ અને બીજી ફ્લો ટેક, નાની સોફ્ટવેર કંપની છે ગુરગાંવમાં. મને એમ હતું કે હું ચાલી જઈશ. બ્લડી હેલ. મને જોબ ના આપી.'

મારો ગ્લાસ તળિયાઝાટક થઈ ગયો.

'ભાડમાં જાય એ બધા.' સૌરભે થોડી વાર બાદ કહ્યું.

'તેઓને એ જાણવું હતું કે આઈઆઈટી બાદ હું કોચિંગ ક્લાસમાં શું કામ જોડાયો.'

'આપણા બાયોડેટામાં કોચિંગ ક્લાસનો ઉલ્લેખ આપણા માટે કલંક છે. જાણે કે કૉર્પોરેટમાં કામ કરવા માટે હવે આપણે નકામા થઈ ગયા.' સૌરભે કહ્યું.

'તારો લિંક્ડિન પ્રોફાઈલ તેં અપડેટ કર્યો?'

'એમાં અપડેટ કરવા જેવું છે કંઈ?'

મેં મારા મોબાઈલમાં સૌરભનો લિંક્ડિન પ્રોફાઈલ ખોલ્યો.

'કમ સે કમ એક સારો ફોટો તો મૂક. નાના બાબલા જેવો લાગે છે.' મેં કહ્યું.

'દેખાડ તો.' સૌરભે મોબાઈલ હાથમાં લેતાં કહ્યું, 'અને તું કોઈ

ડાન્સ ગ્રુપનો મેમ્બર હોય એવું લાગે છે. કાનમાં બુટ્ટી કેમ દેખાય છે? તને એમ છે કે એ જૉબ મેળવવામાં મદદરૂપ બનશે?'

મેં મારો મોબાઈલ પાછો લીધો અને મારા ફોટા સામે જોયું.

'આ મારી રાજસ્થાની સંસ્કૃતિની નિશાની છે.'

'કોઈ ટેક્નિકલ કંપની આવા જ્વેલરીવાળા એન્જિનિયરને સિલેક્ટ ના કરે.'

મેં મારો ફોન ટેબલ પર મૂક્યો.

'આપણે ફસાઈ ગયા છીએ. એટલીસ્ટ એક સારો પ્રોફાઈલ ફોટો પણ આપણે મૂકી નથી શકતા.'

'સર, એટલે જ હું કહું છું કે ગુટકા ખાવાનું શરૂ કરો અને ચંદન ક્લાસિસ તથા નકામી જિંદગીને માણતાં શીખી જાઓ.'

મેં સૌરભ સામે જોયું.

'સૉરી, સૉરી, યસ. આપણે આવી રીતે નિરાશ ના થવું જોઈએ.'

સૌરભે ટીવી ચાલુ કર્યું અને ન્યૂઝ ચૅનલ લગાવી. પ્રાઈમ ટાઈમ સ્ટોરીમાં બનારસ હિંદુ યુનિવર્સિટીના કેમ્પસમાં છોકરીઓ પર પોલીસે લાઠીચાર્જ કર્યો એના સમાચાર આવતા હતા. આમાં છોકરીઓનો શું વાંક છે? છેડતીના ભોગ બનવાનો વિરોધ કરવો શું ગુન્હો છે?

'આ યુપી પોલીસનું પગલું ખરેખર ઉચિત છે? શાંતિથી અહિંસક રીતે વિરોધ દર્શાવનાર છોકરીઓને આવી રીતે ફટકારવી યોગ્ય છે?' સૌરભે કહ્યું.

ઝારાને પણ આવા વિરોધમાં ભાગ લેવાનું ખૂબ જ ગમતું, મારા મગજમાં વિચાર ઝબકી ગયો. મારું મગજનું વાયરિંગ ફરી શોર્ટ સર્કિટ થઈ ગયું.

હું થોડાં વરસો પહેલાંના સમયમાં પહોંચી ગયો, જે અમારી અનોખી મુલાકાત હતી.

પ્રકરણ-૪

સાત વરસ પહેલાં

'વિરોધ માટે જંતરમંતર કેવી રીતે જવાનું છે?' મેં કહ્યું. અમે કેનોટ પ્લેસના બારાખમ્બા રોડ મેટ્રો સ્ટેશનમાંથી બહાર નીકળ્યાં અને પાર્લમેન્ટ સ્ટ્રીટ તરફ ચાલતાં થયાં હતાં.

ઝારાએ તેના વાળ બન વાળીને બાંધ્યા. હેરપીન તેના બે હોઠ વચ્ચે હતી અને તેણે કહ્યું, 'મારી સાથે આવવા બદલ આભાર. એ મારે મન ઘણું મહત્ત્વનું છે.'

'ખરેખર વિરોધની બાબત શું છે?' મેં કહ્યું. તેણે મને ફોનમાં કહ્યું હતું કે કાશ્મીર માટે કંઈક કરવાનું છે. રેન્ડીઝવસ બાદ મેં બહુ બધા વિચાર કર્યા પછી હિંમત ભેગી કરીને એને કોલ કર્યો અને પૂછ્યું હતું. તેણે મને ખીજવતાં કહ્યું કે હું તેને ખરેખર મળવા માંગું છું. મેં પણ ચાલાકીથી મોકો ઝડપતાં 'હા' કહ્યું. મેં એને કહ્યું હતું કે તું જ્યાં ઇચ્છે ત્યાં હું તને મળવા આવવા માટે તૈયાર છું. તેને મુલાકાત માટે વિરોધનું સ્થળ યોગ્ય લાગ્યું.

'ભારતીય સેના કાશ્મીરી નાગરિકો પર અત્યાચાર ગુજારી રહી છે. આપણે તેનો વિરોધ દર્શાવવા અહીં ભેગાં થયાં છીએ.'

મારી આસપાસના લગભગ બધા લોકોની જેમ મને પણ કાશ્મીરના મુદ્દાની બહુ જ થોડી જાણકારી હતી. મને એટલી ખબર હતી કે પાકિસ્તાનને કાશ્મીર જોઈએ છે, ભારત એ ક્યારેય નહિ આપે અને કાશ્મીરમાં અમુક લોકો એવા છે જેને બેમાંથી એક પણ દેશ સાથે રહેવામાં રસ નથી. મારા માટે આ બધું મહત્ત્વનું નહોતું. વિરોધના બહાને કૉલેજ બંક કરીને મને વિશ્વની સૌથી સુંદર, સ્માર્ટ અને સ્પષ્ટ યુવતી ઝારા લોન સાથે આખો દિવસ પસાર કરવાનો મોકો મળી ગયો હતો.

અમે જંતરમંતર પહોંચી ગયાં. અંદાજે પચાસેક વિદ્યાર્થીઓ સ્મારકની બહારની તરફ બેઠાં હતાં. તેઓના હાથમાં બેનર હતાં.

'કાશ્મીરમાં નિર્દોષોની હત્યા બંધ કરો.'

'પેલેટ ગન પ્રદર્શનકારીઓને અંધત્વ આપે છે. તેનો ઉપયોગ બંધ કરો.'

'ભારતીય સેના... કાશ્મીરી નાગરિકો પર અત્યાચાર ગુજારવાનું બંધ કરો.'

ઝારા મારી આગળ ચાલતી હતી. તે પ્રદર્શનકર્તાના એક નાના ગ્રુપ પાસે ગઈ. તેઓ ઊભાં થયાં અને ઝારાને ગળે મળ્યાં. પછી તેણે બધાં સાથે મારી ઓળખાણ કરાવી.

'અફસાના, ઝહીર અને કરીમ,' ઝારાએ કહ્યું, ' આ મારો ફ્રેન્ડ કેશવ.'

મેં બધાં સાથે હાથ મેળવ્યો. હવે હું સાંપ્રદાયિક કે જાતિવાદી કે ભેદભાવ રાખનાર નથી. તેમ છતાં હું સ્પષ્ટ કરી દઉં કે જે પ્રકારના વાતાવરણમાં મારો ઉછેર થયો હતો, તેના કરતાં આ પરિસ્થિતિ મારા માટે થોડી અલગ હતી. મારા વતન અલવરમાં અમે લોકો વિધર્મીઓ સાથે ખાસ હળતામળતા નથી. મારાં માતુશ્રી જો મને આવી રીતે મુસ્લિમ લોકોના ટોળામાં જોઈ જાય તો એ બેહોશ જ થઈ જાય. મારા પિતાજીના આરએસએસ સાથે ઘનિષ્ઠ સંબંધ છે. એટલે અમે મુસ્લિમ લોકોના પરિચયમાં વધુ આવ્યા નથી.

'રઝાક, સલીમ, ઈસ્માઈલ.' ઝારાએ મને થોડા બીજા લોકો સાથે પણ ઓળખાણ કરાવી. મેં હાથ મિલાવીને સ્માઈલ આપ્યું. મેં જોયું કે એ લોકોએ જ્યારે મારું નામ સાંભળ્યું અને કાનની બુટ્ટી જોઈ ત્યારે એમને નવાઈ લાગી. એમાંથી એક જણે મને હાથમાં જે બેનર રાખવું હોય તે પસંદ કરવાનું કહ્યું. મેં થોડું નરોવા કુંજરોવા પ્રકારનું સલામત બેનર પસંદ કર્યું - 'કાશ્મીરમાં શાંતિ સ્થપાય.' હું પણ બધાંની સાથે હાથમાં બેનર લઈને નીચે જમીન પર બેસી ગયો. ઝારાએ મારી સામે જોયું અને મીઠી મુસ્કાન આપી.

'શું ?' મેં કહ્યું.

'થેન્ક યુ. અહીં આવવા માટે અને મને સાથ આપવા માટે.'

હા, હું તેનો સાથ આપી રહ્યો હતો. તેની સાથે હતો. પણ શું હું વિરોધનો સાથ આપી રહ્યો હતો ? મને કંઈક જ ખબર નહોતી.

'ખરેખર થઈ શું રહ્યું છે ?' મેં કહ્યું.

'ગયા અઠવાડિયે કાશ્મીરમાં ભારતીય સેનાએ પ્રદર્શનકારીઓને

વિખેરવા માટે પેલેટ ગનનો પ્રયોગ કર્યો હતો. એમાં એક વિરોધ દર્શાવનાર અંધ થઈ ગયો.

'બહુ જ ખરાબ કહેવાય.' મને આંચકો લાગ્યો.

'હા, આ અટકવું જોઈએ. કાશ્મીર શાંતિ ઝંખે છે.'

'પણ સેના પેલેટ ગનનો ઉપયોગ કેમ કરે છે?'

'એ જાણી જોઈને એવું કરે છે.' ઈસ્માઈલે કહ્યું. તે એના બીજા મિત્રોની સાથે ઊભો થયો અને સૂત્રોચ્ચાર કરતો ચાલવા લાગ્યો. જ્યારે આજુબાજુમાં કોઈ નહોતું ત્યારે ઝારાએ મને કહ્યું.

'આ વાત એટલી સરળ નથી. પ્રદર્શકારીઓ સેનાના જવાન પર પથ્થરમારો કરે છે.'

'કેમ?' મેં અસમંજસમાં કહ્યું.

'કારણ કે તેઓને ભારતીય સેના પસંદ નથી.'

'પણ એવું કેમ?'

'સેનાને કાશ્મીરમાં છુપાયેલાં આતંકવાદીને પકડવાના હોય છે. આતંકવાદીઓ સામાન્ય જનતાની વચ્ચે ભળી જતા હોય છે. એટલે ક્યારેક આતંકવાદીઓને મારવામાં સામાન્ય નાગરિકને હેરાનગતિ થતી હોય છે અથવા ઘાયલ થતા હોય છે. આથી તેઓ ભારતીય સેનાને નફરત કરે છે.'

'આ સિવાય ભારતીય સેના પાસે બીજો કોઈ વિકલ્પ પણ નથી ને?'

'પણ નિર્દોષ લોકોની હેરાનગતિ ના જ થવી જોઈએ. તેઓ પેલેટ ગનનો ઉપયોગ શું કામ કરે છે?'

'કોઈ તમારા પર પથ્થરમારો કરે તો તમે બીજું શું કરો?'

'તું સમજ્યો નહિ,' ઝારાએ કહ્યું, 'કાશ્મીરનો મુદ્દો બહુ પેચીદો છે.'

મને ખરેખર ના સમજાયું. હું ઝારા સાથે દલીલ કરી શક્યો હોત, પણ (અ) મને આ બાબતની ખરેખર વધારે જાણકારી નથી, (બ) ઝારા ચર્ચા કરવામાં એક્સપર્ટ છે, અને સૌથી મહત્ત્વનું (ક) હું તેની સાથે દિવસ પસાર કરવા માંગતો હતો, વાહિયાત રાજકારણની વાતોમાં મારો કીમતી સમય વેડફવા નહોતો ઇચ્છતો.

'તું બિલકુલ સાચી છો. જ્યારે આપણે ફરી મળીશું ત્યારે મને

આ બાબતે થોડી વધારે સ્પષ્ટતા કરજે.' મેં કહ્યું.

'ચોક્કસ.' તેણે મારા હાથ પર હાથ મૂકતાં કહ્યું. એણે સ્પર્શની શરૂઆત કરી એ સારી નિશાની છે, હું મનમાં બબડ્યો.

સૂત્રોચ્ચારનો અવાજ વધતાં, ઝારા મારી વધુ નજીક આવી અને કાનમાં કહ્યું, 'સાંભળ, મને ફક્ત શાંતિમાં રસ છે. હિંસા બંને માટે સારી નથી. આઈ લવ ઇંડિયા. આઈ લવ કાશ્મીર.'

મેં માથું હલાવ્યું અને તેની સામે જોઈને સ્મિત કર્યું.

'કાશ્મીરમાં પ્રગતિની જરૂર છે. એટલે જ મારે અભ્યાસ પૂરો કરીને ત્યાં ભણાવવું છે. શાંતિ માટે શિક્ષણ ખૂબ જ જરૂરી છે. એ સિવાય બીજો કોઈ ઉપાય નથી.'

'પછી તને શાંતિમય ડિનરની ઇચ્છા ખરી?' મેં કહ્યું.

ઝારા હસવા લાગી. મેં એને હકાર સમજી લીધો.

ત્રણ મહિના બાદ

'આપણે સવારમાં પાંચ વાગ્યે ઊઠ્યાં છીએ. હું ખૂબ જ થાકી ગયો છું. હજી કેટલું દૂર છે?' મેં હાંફતાં કહ્યું.

'શશશ... સામે પેલી ટેકરી પર ડોના પાઉલાની મૂર્તિ દેખાય છે? આપણે ત્યાં જવાનું છે. હવે ફક્ત દસ મિનિટ.' ઝારાએ કહ્યું.

હું સાવચેતીપૂર્વક એક મોટા કાળા પથ્થર પર ઊભો રહ્યો કે જ્યાંથી ઝારા નવા વર્ષનો પહેલો સૂર્યોદય જોવા માંગતી હતી.

'આપણે ગોવા મોજ-મજા માટે આવ્યાં છીએ. આટલું બધું વહેલું ઊઠવું યોગ્ય કહેવાય?' મેં કહ્યું.

ઝારા હસવા લાગી.

'આપણી આગલી રાત કેવી જોરદાર પસાર થઈ,' મેં કહ્યું, 'અને અત્યારે સાવ આવું? આ કેવી સજા?'

અમે પહેલી વાર સાથે રજામાં ન્યુ યર સેલિબ્રેશન માટે ગોવા આવ્યાં હતાં. આગલી રાતે મેં અને ઝારાએ એકબીજાનો ભરપૂર સાથ માણ્યો હતો. અને મારો વિચાર તો પછીનો આખો દિવસ પણ પથારીમાં જ પસાર કરવાનો હતો. ઝારાને ખબર પડે કે હું તેને કેટલો પ્રેમ કરું છું. પણ જેણે સવારમાં ચાર વાગ્યાનો એલાર્મ સેટ કર્યો હોય તેને કેવી

રીતે આ બધી સમજણ પાડવી?

'અહીં આવવું મૂલ્યવાન છે, મિસ્ટર.' ઝારાએ મારા કરતાં દસ ડગલાં આગળ જતાં કહ્યું.

ડોના પાઉલા ગોવામાં પણજીના દરિયા નજીક આવેલું છે. આ ખડકાળ પ્રદેશ માંડોવી નદી અને ઝુઆરી નદી અરેબિયન સાગરને જ્યાં મળે છે તેની નજીક પથરાયેલો છે. અમારી હોટલથી અહીં સુધી પહોંચતાં પિસ્તાલીસ મિનિટ જેવું થયું. ઘણી ફિલ્મોનાં અહીં શૂટિંગ થવાને લીધે સફેદ મૂર્તિવાળું આ સ્થળ ઘણું પ્રખ્યાત થઈ ગયું છે.

અમે એક મોટા પથ્થર ઉપર બેઠાં હતાં, હજી અંધારું જ હતું.

'આપણે પશ્ચિમ તરફ મોં રાખીને બેઠાં છીએ, પણ સૂર્યોદય તો પૂર્વ દિશામાં થાય.' મેં કહ્યું.

'મને ખબર છે,' ઝારાએ કહ્યું, 'હજી થોડી વાર છે. હું તારો હાથ પકડીને, નવાં વર્ષનું સૂર્યનું પહેલું કિરણ ઊગે અને ઉજાસ પથરાય, એ ઘટનાની તારી સાથે સાક્ષી બનવા માંગું છું.'

અમે ખાલી અંધકારભર્યું આકાશ અને દરિયો નિહાળતાં હતાં ત્યારે એણે મારી આંગળીઓમાં એની આંગળીઓ પરોવી. મારી સામે રાતની ઘટના તાજી થઈ ગઈ, જે મારી જિંદગીની અત્યાર સુધીની સૌથી સુંદર રાત્રિ હતી.

થોડી જ વારમાં આકાશ ગુલાબી રંગનું થઈ ગયું.

'હેપી ન્યુ યર, માય લવ.' ઝારાએ મારો હાથ તેના હોઠ પાસે લાવીને કહ્યું.

'માય લવ, હેપી ન્યુ યર.' મેં કહ્યું. જ્યાં સુધી આકાશમાં પૂર્ણ ઉજાસ ન ફેલાયો ત્યાં સુધી અમારા બંનેના હોઠ એકબીજામાં વ્યસ્ત રહ્યા.

મેં તેના ચહેરા સામે જોયું. આટલી અપ્રતિમ સુંદરતા ક્યારે કાયમ માટે મારી થશે?

'તું શું કામ મને પ્રેમ કરે છે?'

'શું?' ઝારાને હસવું આવી ગયું, 'મગજ ઠેકાણે તો છે ને?'

'હું ખરેખર જાણવા માંગુ છું, કેમ? તું આટલી સુંદર, હોશિયાર, સમજુ અને આનંદી છો, તને તો મનગમતો સાથીદાર મળી જાય એમ છે. હું જ કેમ?'

'બસ, મને તું હેન્ડસમ લાગે છે એટલે.'

'આઈ એમ સિરિયસ, ઝારા.' હું આ વાતમાં બિલકુલ મજાકના મૂડમાં નહોતો. ઝારા થોડા વિરામ બાદ બોલી.

'સાંભળ, કોઈ પુરુષ માટે સ્ત્રીની બુદ્ધિનાં વખાણ કરવાં અને તેનો સહજ સ્વીકાર કરવો ખૂબ જ મુશ્કેલ હોય છે.'

'શું ?'

'આઈ એમ સિરિયસ. અને મને તારું નિર્દોષ રાજકારણ ગમે છે.'

'પણ મને રાજકારણ બિલકુલ નથી ગમતું.'

'હું જાણું છું. તું ડાબેરી કે જમણેરી કે આ વિચારધારા કે પેલી વિચારધારાથી દૂર છો. અને છતાં તું એક સરળ ઉમદા વ્યક્તિ છો. નથી લૈંગિકવાદી, નથી સાંપ્રદાયિક, નથી પૂર્વાગ્રહયુક્ત. તું છો ફક્ત એક સારો માણસ.'

મેં ખાલી માથું હલાવ્યું અને હસ્યો.

'પણ સાચું કારણ તો તેં કાનમાં પહેરેલી બુટ્ટી છે.'

'શું ?'

'કોઈ અગમ્ય કારણથી મને એ ખરેખર ખૂબ જ આકર્ષિત કરે છે. જરા નજીક આવ તો.' ઝારા ફરી મારા સુધી પહોંચી ગઈ અને ડોના પાઉલાની મૂર્તિએ કસમથી મારા તરફ આંખ મીંચકારી.

❖

'ભાઈ, તું ક્યાં છો ?' સૌરભે મારી આંખો સામે ચપટી વગાડતાં કહ્યું. મારી નજર ટીવી સ્ક્રીનની સામે હતી, પણ મારા મગજમાં તો જંતર-મંતરવાળો અતીતનો વીડિયો ચાલી રહ્યો હતો.

'હમ્ ?' મેં કહ્યું, 'હું અહીં જ છું. તેં શું કહ્યું ફરી બોલ તો.'

'મેં કહ્યું કે આ દેશ પાગલ થઈ ગયો છે. કૉલેજના વીસીને સાંભળ જરા. તેણે કહ્યું કે અમે દરેક છોકરીઓની ફરિયાદને ગંભીરતાથી ના લઈ શકીએ.'

'મૂર્ખ સાલો.' મેં કહ્યું. પણ મારું મગજ તો હજી ડોના પાઉલામાં જ ઘુમરાતું હતું.

'પેલીના વિચારોમાં ખોવાયેલો છો ને ?' સૌરભે મારા તરફ

જોતાં કહ્યું, 'તારો ચહેરો જોઈને ખબર પડી જાય.'

હું હંમેશા એના જ વિચારોમાં ખોવાયેલો હોઉં છું, મને કહેવાનું મન થઈ ગયું.

'આ બધી વ્હિસ્કીની કમાલ છે.'

'ખાલી વ્હિસ્કીની અસર નથી. આજે કઈ તારીખ છે એ મને ખબર છે, ભાઈ.' સૌરભે સોફા પર બેસતાં કહ્યું.

'કઈ તારીખ?' મેં કહ્યું.

મેં મારા મોબાઈલમાં તારીખ જોઈ. ગુરુવાર, ૮મી ફેબ્રુઆરી. થોડી જ કલાકમાં એ ૯મી ફેબ્રુઆરી થઈ જશે, ઝારાનો જન્મદિવસ.

'ઓહ યસ, અફકોર્સ. મને ખરેખર યાદ નહોતું અને હું એ વિશે વિચારતો પણ નહોતો.' મેં કહ્યું.

'સારી વાત છે.' સૌરભે કહ્યું.

'મને બે દિવસ પહેલાં યાદ હતું.' મેં કહ્યું. સત્યાવીસ વરસ થશે. મેં મારો ગ્લાસ એક બાજુ મૂક્યો, બંને હથેળીઓથી લમણાં દબાવ્યાં, મારા વિચારોમાંથી તેને બહાર કાઢવાનો પ્રયત્ન કર્યો. હું એને બિલકુલ યાદ રાખવા નહોતો માંગતો. મારે ભૂલી જવું હતું કે કેવી રીતે એના આગલા જન્મદિવસોમાં અમે બંનેએ સાથે સમય પસાર કર્યો હતો. કેવો આંબાના ઝાડ પર ચડીને એની હૉસ્ટેલના રૂમમાં બારીમાંથી કૂદીને દાખલ થયો હતો; મારા હાથમાં કેક અને ફૂલ હતાં છતાં. કેવી રીતે અમે આખી રાત સાથે પથારીમાં વિતાવી હતી, પગ સાથે જોડાયેલા રાખીને, આજીવન સાથે રહેવાનાં સપનાં જોયાં હતાં. ખાસ કરીને મેં.

'સૉરી, મારે તને એની યાદ અપાવવાની જરૂર નહોતી. મને બિલકુલ ખબર નહોતી કે એ હવે તારા મગજમાંથી નીકળી ગઈ છે.' સૌરભે કહ્યું.

મેં મારું માથું હલાવ્યું.

'ઈટ્સ ઓકે. હું સમજી શકું છું.'

'ભૂલથી પણ ક્યારેય એને હવે કોલ નહિ કરતો. યાદ છે ને છેલ્લી વાર શું થયું હતું?'

મારા હાથે માથું છોડીને વ્હિસ્કીનો ગ્લાસ પકડ્યો.

'હું હવે એને ક્યારેય કોલ નહિ કરું. હવે હું વધારે અપમાનિત થવા નથી માંગતો.' મેં કહ્યું. પણ ખરેખર તો હું તેનો વ્હોટ્સએપ ડીપી

જોવા માટે મરી રહ્યો હતો. કદાચ જન્મદિવસને કારણે નવો ફોટો મૂક્યો હોય. લાસ્ટ વીક, એની રઘુ સાથેની સેલ્ફી મૂકેલી, હાથ એકબીજાની ફરતે વિંટળાયેલા હતા. આશા રાખું કે એ ફોટો હવે એણે બદલી નાખ્યો હોય. મારે હવે એના પ્રત્યે કોઈ અપેક્ષા રાખવાની જરૂર નથી. મારે હવે પાછું ફરીને નથી જોવું.

સૌરભે ધીમેથી માથું હલાવ્યું, એને મેં હમણાં જે વાત કરી એના પર ભરોસો નહોતો બેસતો.

'તને એવું લાગતું હોય તો આ લે મારો ફોન. તારી પાસે ભલે રહ્યો.' મેં કહ્યું.

'ના, ભાઈ. મને તારા પર વિશ્વાસ છે,' સૌરભે કહ્યું, 'ખરેખર તો તારા આ નિશ્ચય માટે એક હજી થઈ જાય.'

તેણે અમારા ગ્લાસ ફરી ભરી દીધા. બ્લેન્ડર્સ પ્રાઈડ બોટલ અડધી થઈ ગઈ. મેં સમય જોયો. સાડા અગિયાર થયા હતા. હું કરી શકીશ.

હું ગુરુવારની રાત્રે મારા જિગરી સાથે ડ્રિંક્સનો લુત્ફ ઉઠાવી રહ્યો હતો અને એને કોલ ના જ કર્યો. એનો જન્મદિવસ હતો છતાં પણ. ઘણાં વરસો પછી પહેલી વાર મેં આવો સંયમ અનુભવ્યો. અમે છુટ્ટાં પડ્યાં પછીના ચારેય જન્મદિવસ પર મેં જ સૌથી પહેલાં અડધી રાતે બાર વાગે કોલ કર્યા હતા.

પછી ભલેને એણે ચાર વખતમાંથી ત્રણ વાર ફોન નહોતો ઉપાડ્યો. એક વખત તેણે ફોન ઉપાડ્યો અને કહ્યું કે આજુબાજુ ઘરનાં સભ્યો છે એટલે વાત કરવી શક્ય નથી. મેં કહ્યું કે હું તો ખાલી તને જન્મદિનની શુભેચ્છાઓ આપવા માંગું છું. જવાબમાં તેણે ફિક્કું ઠંડું થેન્ક યુ કહ્યું. રોંગ નંબર હોય તોપણ ફોન મૂકતાં પહેલાં એના કરતાં સારી રીતે વાત કરે. કોઈ માટે આટલી સરળતાથી આગળ વધી જવું કઈ રીતે શક્ય બનતું હશે? એક વ્યક્તિને છોડીને બીજા સાથે, જાણે ટીવીની ચેનલ ફેરવતાં હોઈએ એમ? હું માનું છું કે અમારા સંબંધના અંત પાછળ થોડો મારો પણ વાંક હતો. પણ એ મને આટલી આસાનીથી ભૂલી ગઈ? તો પછી હું તેને કેમ ભૂલી નથી શકતો? મને લાગે છે કે મારા મગજમાં જ કોઈ ખામી છે? હું જ આગળ નથી વધી શકતો. હું એના વિશે ફરી શું કામ વિચારું છું? મેં ફરી સમય જોયો, મધ્યરાત્રિ થઈ હતી. મારા હૃદયના ધબકારા વધી ગયા, મનમાં દ્વંદ્વ ચાલુ થઈ

ગયું. એને કોલ કરવાની તીવ્ર ઇચ્છા થઈ ગઈ. મારે એને કહેવું હતું કે હું તને હજી પણ એટલો જ પ્રેમ કરું છું, મને મહેરબાની કરીને એક મોકો આપ.

મેં વર્તમાનમાં ધ્યાન કેન્દ્રિત કરવાનો પ્રયાસ કર્યો. ગ્લાસ ખાલી થઈ ગયો હતો. ટેબલ પર બરફ પણ ખાલી થઈ ગયો હતો. મને થોડું કામ મળી ગયું. હું રસોડામાં ગયો, ફ્રિજરમાંથી બરફ કાઢ્યો. હું પાછો આવ્યો અને એક ગ્લાસ ફરી તૈયાર કર્યો. બાર ને દસ મિનિટ થઈ. હું ખુશ થયો. સૌરભનો આભાર કે એ નવી વાત લઈને આવ્યો.

'આપણા ચંદનને લફરું છે.'

'શક્ય જ નથી. એની સાથે સૂવા કોણ તૈયાર થાય?' મેં કહ્યું.

'તેની સેક્રેટરી.'

'શીલા આંટી?' મને હસવું આવી ગયું. 'આર યુ સિરિયસ? તે પચાસની આજુબાજુનું, સો કિલોનું મૉડલ છે.'

'આપણા ચંદન માટે પૂરતું છે. મોટું એટલું સારું.' સૌરભ ખડખડાટ હસવા લાગ્યો.

'શીલા આંટી અને ચંદન! જોવા જેવી જોડી છે.'

'તને કોઈ જોવાનું નથી કહેતું.' સૌરભે કહ્યું.

અમે બંને સાથે હસવા લાગ્યા. હું જ્યારથી ચંદન ક્લાસિસમાં જોડાયો હતો ત્યારથી શીલા આંટીને ઓળખું છું. તેણે ઘણી વાર તેના ટિફિનમાંથી મને સારી વાનગીઓ ખવડાવી હતી. છેલ્લે મેં સાંભળ્યું હતું કે તેના પરિણીત પુત્રની પત્ની પ્રેગ્નન્ટ છે.

'તેણે ગઈકાલે મને ભીંડાનું શાક આપ્યું હતું.' મેં કહ્યું. મારી નજરમાં તેની આવી છાપ હતી. સ્વાદિષ્ટ ભોજન બનાવનાર સ્ત્રી. અને અત્યારે તું મને ખબર આપે છે કે એ... પણ તને કેવી રીતે ખબર પડી?'

'હું તેને અઠવાડિયાની હાજરીનો રિપોર્ટ આપવા ગયો હતો. તેનો મોબાઈલ તેની સામે જ હતો, ખુલ્લો. ચંદને એને વ્હોટ્સએપ મેસેજ કર્યા હતા.

'કેવા મેસેજ?'

'કિસ ઈમોજીસ, રેડ લિપ્સ એવા બધા.'

'એ મૂર્ખાને તો એ પણ ખબર નહિ હોય કે એ ઈમોજીસનો

મતલબ શું થાય.'

'શીલાજી, તમે ખૂબ જ સુંદર છો એવું પછી લખ્યું હતું.'

'શું !' મેં કહ્યું, 'એ તો ખાલી...'

'પછીનો મેસેજ હતો, શીલાજી, આજ રાતની મારાથી રાહ નથી જોવાતી,' સૌરભે કહ્યું, 'મેં જોયું, ભાઈ. સાઈડમાંથી દેખાતું હતું.'

'વાઉ. આ બધું ક્યાં કરતાં હશે ?'

'બીજે ક્યાં ? તેં એની ઑફિસમાં સોફો નથી જોયો ?'

'હા, હું એ સોફા પર તો કેટલીય વાર બેઠો છું.'

'આશા રાખીએ કે કામ પતી ગયા બાદ સોફો સાફ કરતાં હશે.' સૌરભે કહ્યું.

'ચૂપ,' મેં કહ્યું, ' હવે હું એ ઑફિસમાં ક્યારેય બેસીશ નહિ.'

'તને લાગે છે કે એ શીલા પાસે બધું સાફ કરાવતો હશે ? કારણ કે શીલા એની સેક્રેટરી છે.'

આલ્કોહોલની અસરને કારણે બધું વધારે હાસ્યાસ્પદ લાગતું હતું. સૌરભ અને હું પેટ પકડીને હસ્યા. અમારા કંટાળાજનક કામની જગ્યાએ થયેલા નાના કાંડને લીધે અમારી નિરસ જિંદગીમાં ઉત્સાહ ભરાઈ ગયો. સૌરભ હસી હસીને અમારા સરકણા નકલી લેધરના સોફા પર બેવડો વળી ગયો. તેણે કહ્યું કે ચંદન કિસ કરતાં પહેલાં ગુટકા થૂંકતો હશે ત્યારે કેવી કોમેડી થતી હશે. આ વખતે મને પણ સખત હસવું આવ્યું, હું પણ પેટ પકડીને જમીન પર પડી ગયો.

'ભાઈ, જો.' સૌરભે બ્લેન્ડર્સ પ્રાઈડની ખાલી થઈ ગયેલી બોટલ ઊંધી વાળતાં કહ્યું.

'ઓકે. હવે બહુ થયું. કેટલા વાગ્યા અત્યારે ?'

'બે વાગવા આવ્યા, ભાઈ.'

'વાઉ, આપણે સેક્સી શીલા અને લંપટ ચંદનની ઘણી વાતો કરી.'

'તેઓ કદાચ કોચિંગ સેન્ટરમાં અત્યારે ગબાગબ કરતાં હશે.' સૌરભે કહ્યું.

'આપણે ચેક કરવા જવું છે ? વિચાર કર આપણે ત્યાં જઈએ અને કહીએ કે અમે ફક્ત અમારી નોટ્સ લેવા જ આવ્યા છીએ.'

'ચાલ જઈએ.' સૌરભે કહ્યું. કોચીંગ ક્લાસ અમારા મકાનથી

ચાલતાં પાંચ મિનિટના અંતરે જ હતો. નશાની અસરમાં અમને લાગ્યું કે ચંદનનું સ્ટિંગ ઑપરેશન એક મજેદાર આઇડિયા છે.

'હા, ચાલો.' મેં કહ્યું.

મારા મોબાઈલમાં બીપ અવાજ આવ્યો. મેસેજ આવ્યો હતો. થોડી જ સેકન્ડમાં બીજા ઘણા બીપ અવાજ સંભળાયા.

'આટલી મોડી રાત્રે મને કોણ મેસેજ કરતું હશે ?'

'કોઈ મોબાઈલ કંપનીના મેસેજ હશે. બાય મોર ડેટા...' તેણે કહ્યું અને તેનું માથું મારા ખભા પર ઢાળી દીધું.

'આટલી મોડી રાત્રે શું કામ મેસેજ કરતા હશે ?' મારી આંખો પણ ઢળવા લાગી.

મોબાઈલમાં પાછો મેસેજ ટોન રણક્યો.

'હરામી...' મેં મોબાઈલ હાથમાં લીધો.

મેં મારી જમણી આંખ ખોલીને લોક હોમ સ્ક્રીન જોઈ:

5 ન્યુ વ્હોટ્સ એપ મેસેજીસ ફ્રોમ ઝારા લોન

મારી ઊંઘ ઊડી ગઈ. આ શું નશાની અસર છે ? મેં મારી આંખો ચોળીને ફરી વાંચ્યું. મેં સાચું જ વાંચ્યું હતું. મેં સૌરભને ઉઠાડવા મારો ખભો હલાવ્યો.

'ગોલુ, ઊભો થા,' મેં કહ્યું, 'આ જો.'

'શું ? મારે એક્સ્ટ્રા ૫ જીબીની કોઈ જરૂર નથી, ભાઈ. મને ઊંઘવા દે.'

'સૌરભ, સ્ક્રીન પર જો.'

સૌરભે માથું ઊંચું કરીને જોયું તો એનાં મોંમાંથી ચીસ નીકળી ગઈ.

'ઝારાએ તને મેસેજ કર્યા ?'

'હા.'

'તેં એને પહેલાં મેસેજ કર્યો હતો ?'

'ના, કસમથી બસ. હું હોશમાં નહોતો, છતાં પણ મેં નથી કર્યો. આપણે તો ચંદન અને શીલાની વાતો કરતાં હતાં. હું તો મારા ફોનને અડક્યો પણ નથી.

'ઓહ.' તેણે કહ્યું અને ચૂપ થઈ ગયો.

'હું તે ઓપન કરું ?'

સૌરભે બિસલેરી પાણીની બોટલ ટેબલ પરથી ઉપાડી. તે ફટાફટ મોટા ઘૂંટડા ભરીને પાણી પીવા લાગ્યો.

'ગોલુ, શું કરું, બોલ.' મેં કહ્યું.

'અફકોર્સ, ભાઈ.' સૌરભે તેનું મોં લૂછતાં કહ્યું, 'આ કેવો સવાલ છે? તું તારો મોબાઈલ જોઈ ના શકે?'

મેં મારું વ્હોટ્સએપ ખોલ્યું અને તેના મેસેજ જોયા.

'તેં મને શુભેચ્છાઓ પણ ના આપી?' પહેલો મેસેજ આવો હતો. બાકીના...

'આજે મારો જન્મદિવસ છે. આશા રાખું કે તને યાદ હશે.'

'તે મને વિશ પણ ના કર્યું, મને તો આશ્ચર્ય થયું.'

'એની વે, મને તો ખબર નથી પડતી કે હું તારા વિશે કેમ વિચારવા લાગી.'

'હું માનું છું કે તું વ્યસ્ત હોઈશ.'

ડીપીમાં ફોટો બદલાઈ ગયો હતો. એકલીની બ્લેક એન્ડ વ્હાઈટ સેલ્ફી હતી. એ હંમેશાની જેમ બેહદ ખૂબસૂરત લાગતી હતી. મેં એમનું ચેટ સ્ટેટસ જોયું - 'ઓનલાઈન'.

'ગોલુ, આ શું છે બધું?'

સૌરભે બધા મેસેજ વાંચ્યા.

'કાં તો એને તારી કદર થઈ હશે અથવા તો એને તારો પ્રેમ યાદ આવતો હશે.' સૌરભે કહ્યું.

'હું જવાબ આપું?' મેં કહ્યું.

'મને નથી ખબર,' સૌરભે બગાસું ખાતાં કહ્યું, 'મને બહુ જ ઊંઘ આવે છે.'

'ગોલુ, આ મહત્ત્વનું છે. મારે તારા સ્પષ્ટ અભિપ્રાયની જરૂર છે. હું એની સાથે જોડાયેલો હોવાથી અને વધારે નશાને કારણે નિર્ણય નથી લઈ શકતો.'

'એક મિનિટ,' સૌરભે કહ્યું, 'પહેલાં આપણે મોઢું ધોવાની જરૂર છે. તો કંઈક મગજ ચાલશે.'

અમે જેમ તેમ કરીને બાથરૂમ સુધી પહોંચ્યા. ઠંડા પાણીની મોં પર છાલક મારી.

'તું હાજર છો?' તેણીએ બીજો એક મેસેજ મોકલ્યો. મેં મેસેજ

વાંચ્યા પછી એને બે બ્લ્યુ ડબલ ટીક દેખાઈ હશે.

'ગોલુ, શું રિપ્લાય કરું?' મેં કહ્યું.

'ગમે તે. સામાન્ય વાતચીત.'

'હા.' મેં જવાબ આપ્યો.

સામેથી થોડી ક્ષણ માટે કોઈ પ્રતિભાવ ના આવ્યો. પછી મેં જોયું 'typing...'

'આઈ મિસ યુ.' ઝારાએ કહ્યું.

મારા શરીરમાંથી એક ધ્રુજારી પસાર થઈ ગઈ. સૌરભ મેસેજ જોતો હતો. હું તેનાથી થોડો દૂર ખસી ગયો. મારે તેની સલાહની જરૂર હતી, પણ હું નહોતો ઇચ્છતો કે એ મારી અંગત વાતચીત જુએ.

'વાઉ,' મેં લખ્યું, 'ખરેખર?'

'હા, જિંદગી તારા વગર સાવ અધૂરી છે.'

મને કંઈક અવાજ સંભળાયો. સૌરભે કૉફી ટેબલ પર ઊલટી કરી હતી. રોમૅન્ટિક વાતચીત માટેનું આવું વાતાવરણ!

'સૉરી,' સૌરભે કહ્યું, 'હું સાફ કરું છું.' તે રસોડામાં ગયો. હું મારા મોબાઈલમાં ફરી વ્યસ્ત થયો.

'તું મજાક નથી કરતી ને, ઝારા? તું મારા માટે શું છો એ તને તો ખબર છે.'

'મેં કઠોર થઈને તને દૂર કરવાનો પ્રયત્ન કર્યો, પણ હું સફળ ના થઈ. આઈ મિસ યુ.'

'રઘુ?'

સૌરભ ટેબલ પર પોતું ફેરવીને ઊલટી લૂછી રહ્યો હતો.

'બધું બરોબર છે?' સૌરભે કહ્યું.

મેં અંગૂઠો દેખાડીને બધું બરોબર છે એવો ઈશારો કર્યો.

'રઘુ સારો વ્યક્તિ છે. ઘણો સારો. પણ એ મારી પસંદ નથી.' ઝારાએ રિપ્લાય કર્યો.

ઝારાનો મેસેજ વાંચીને હું ભાવુક થઈ ગયો. મારી પાસે હજી એક તક હતી. ભગવાન તમારો ખૂબ આભાર.

'મને પણ તારી ખૂબ જ યાદ આવતી હતી.' મેં લખ્યું.

'સાચી વાત છે. એટલે તો મારો જન્મદિવસ તને ભુલાઈ ગયો.' તેણીએ પાછળ રોતલ ઈમોજી મૂક્યું.

'હું ભૂલ્યો નહોતો, બેબી. મેં ઘણો સંયમ રાખીને તને વિશ નથી કર્યું. ખોટી દુઃખી થઈશ નહિ.'

'હું તો મજાક કરતી હતી.' ઝારાએ તેના મનગમતા હાસ્ય સાથે આંસુવાળું ઈમોજી મૂકતાં લખ્યું.

'હું તને શુભેચ્છા આપવા કોલ કરું?'

'કોલ શું કામ? મને રૂબરૂ આવીને વિશ નહિ કરે તું?'

મેં મારો ફોન બાજુમાં મૂકીને આકાશ તરફ બે હાથ જોડ્યા. જાણે કોઈ દૈવી હસ્તક્ષેપ થયો. ઝારા ખુદ મને સામેથી જોવા ઇચ્છે છે.

'ચોક્કસ આવીશ. ક્યારે? સવારે?'

'અત્યારે કેમ નહીં?'

મેં સમય જોયો.

'શું? અત્યારે ત્રણ વાગ્યા છે. તું ક્યાં છો?'

'મારા રૂમમાં, હિમાદ્રી.'

'તું હૉસ્ટેલમાં છો? તારો બર્થ ડે છે તો પણ? ઘરે નથી ગઈ?'

'આવતીકાલે જઈશ. પાર્ટી છે. ફેમિલી પાર્ટી.'

'રઘુ ક્યાં છે?'

'હૈદરાબાદ.'

'ઓહ. તું અત્યારે બહાર આવીશ?'

'આ સમયે હૉસ્ટેલની બહાર નીકળવું અઘરું છે. પણ તું આવી શકે છે. જો તને વાંધો ના હોય તો.'

'કેવી રીતે?'

'ઓહ, કોઈ ભૂલી ગયું લાગે છે. મને બર્થ ડે વિશ કરવા તેઓ કેવી રીતે ઝાડ પર ચડીને આવતા હતા.'

'હા હા. એ તો વરસો પહેલાંની વાત છે.'

'મને એ દિવસો ખૂબ જ યાદ આવે છે.'

'મને પણ.'

'માની શકાય એવી વાત છે કે હવે તારાથી એવું બધું ના થઈ શકે. હવે તો તું ભૂતપૂર્વ વિદ્યાર્થી છો.'

'શું?'

'ઈટ્સ ઓકે. અત્યારે નહિ આવે તો ચાલશે.'

'હું આવું જ છું અને એ પણ અત્યારે જ.'

'અત્યારે બહુ મોડું થઈ ગયું છે અને ઠંડી પણ વધારે છે. જોખમ પણ ખરું. તું હવે વિદ્યાર્થી નથી.'

'તારો રૂમ નંબર હજી પણ ૧૦૫ જ છે? આંબાના ઝાડ પાસે.'

'ઈટ્સ ઓકે, K. આપણે પછી મળીશું.'

ઝારાએ કેટલાં વરસો બાદ મને K કહ્યું. હું તેની આ રીતે મને બોલાવવાની સ્ટાઈલ મિસ કરતો હતો.

'ઝારા, તારો રૂમ નંબર તેં કહ્યો નહિ.'

'અફકોર્સ, હજી ૧૦૫ જ છે. આઈ લવ માય રૂમ. કેમ?'

'કંઈ નહિ. અડધા કલાકમાં તને મળું છું.'

તેણે મને દાંત દેખાડીને હસતું ઈમોજી મોકલ્યું. તે મને બરોબર ઓળખતી હતી; પડકાર હોય કે એને મળવાનો મોકો હું ક્યારેય એમાં પાછી પાની નથી કરતો.

મેં મારા ખિસ્સામાં મોબાઈલ મૂક્યો. સૌરભ સોફામાં ચત્તોપાટ પડ્યો હતો.

'ઊભો થા, આપણે જવાનું છે.' મેં તેના કાનમાં બૂમ પાડતાં ખભો હચમચાવ્યો.

પ્રકરણ-૫

'આ પાગલપણું છે. આનું છટકી ગયું છે.' સૌરભે બબડતાં કહ્યું. એ મારી બાઈકની પાછળ બેઠો ત્યારે પણ બકવાટ ચાલુ જ હતો.

'રેડી?' મેં હેલ્મેટ પહેરીને કહ્યું.

'ઠરી જવાય એવું છે.'

'તારા જાકીટની ચેઈન બંધ કર.'

'મોડું થઈ ગયું છે. આપણે બરોબર હોશમાં પણ નથી. અત્યારે જવાની શું જરૂર છે?'

'ઝારા, ગોલુ. તેણે મને સામેથી આમંત્રણ આપ્યું છે, તેના બર્થ-ડેમાં.'

'કાલે સવારે મળજે. હું તો ઊંઘી જાઉં છું, ભાઈ.' તેણે મારી પીઠ પર માથું ટેકવ્યું.

મેં બાઈક કિક-સ્ટાર્ટ કર્યું. મારા એન્ફિલ્ડની ઘરઘરાટીથી એ જાગી ગયો.

'તું હવે તો વિદ્યાર્થી પણ નથી. કેમ્પસમાં જઈશ કેવી રીતે?' સૌરભે કહ્યું. બાઈકની સાથે તેનો અવાજ પણ ધ્રૂજી રહ્યો હતો.

'મારી પાસે મારું જૂનું ઓળખપત્ર છે.'

અમે અમારા મકાનની હદ છોડી અને રિંગ રોડ તરફ વળ્યા, ત્યાંથી આઈઆઈટીનો મેઈન ગેઈટ દસ મિનિટ દૂર હતો.

'ધીમે, ભાઈ.' સૌરભે કહ્યું. તેણે મારો ખભો મજબૂત રીતે પકડી લીધો, 'મને પેટમાં મજા નથી.'

'મારા પર ઊલટી નહિ કરતો, ઓકે? એવું લાગે તો ઊભા રહેવાનું કહેજે.'

'જરા ધીમે ચલાવ, પોલીસ પણ આંટા મારે છે.'

સૌરભ સાચો હતો. અમારા પેટમાં ઘણી બધી વ્હિસ્કી હતી. પોલીસ પાસે તો એ તપાસવાનું સાધન પણ હોય છે, ખબર પડી જ જાય.'

આઈઆઈટીના મુખ્ય દરવાજાથી બસો યાર્ડ પહેલાં પોલીસ

ચેકપોસ્ટ હતી. પોલીસે ઇશારો કરીને ઊભા રહેવાનું કહ્યું.

'ઓહ, હવે તો આપણે મર્યા સમજો.' સૌરભે કહ્યું.

'શાંતિ.' મેં કહ્યું. હું પોલીસની વાત માનતો હોઉં એમ બાઇકની ઝડપ થોડી ઓછી કરી. મેં એમનાથી થોડા અંતરે બાઇકને ઊભી રાખી. જો કે મેં બંધ નહોતું કર્યું. બે બીજા પોલીસવાળા મારી નજીક આવ્યા. આંખના પલકારામાં મેં પહેલો ગિયર પાડ્યો અને ઊડી ગયો. પાછળ પોલીસ ગુસ્સામાં ગાળો આપતા હતા તે સંભળાતું હતું.

'આ તેં શું કર્યું?' સૌરભે કહ્યું, 'તેમની પાસે પણ બાઇક છે. તે ચોક્કસ આપણો પીછો કરશે.'

'ઝડપથી મારું આઈડી બહાર કાઢ. મારા જાકીટના ખિસ્સામાં છે.'

સૌરભે ગભરાતાં મારું આઈઆઈટીનું જૂનું સ્ટુડન્ટ કાર્ડ બહાર કાઢ્યું, અમે દરવાજા પાસે પહોંચી ગયા.

'કેશવ રાજપુરોહિત, કુમાઉન હૉસ્ટેલ.' હું જાણે ખરેખર વિદ્યાર્થી હોઉં એટલા વિશ્વાસથી બોલ્યો. મેં હેલ્મેટ ના ઉતાર્યું.

'આઈડી?' સિક્યોરિટી ગાર્ડે કહ્યું.

સૌરભે મારું જૂનું આઈડી દેખાડ્યું. તેણે તારીખવાળો ભાગ આંગળીથી ઢાંકી દીધો હતો. નશાની હાલતમાં પણ મગજ આટલું જોરદાર ચાલતું હતું એ વખાણવાલાયક કહેવાય.

આઈઆઈટી સિક્યોરિટી ગાર્ડે અમને અંદર જવા દીધા.

કેમ્પસમાં પ્રવેશ કર્યો અને હિમાદ્રી હૉસ્ટેલ તરફનો રસ્તો પકડ્યો.

'પોલીસ આવે છે?' મેં કહ્યું.

સૌરભે પાછળ ફરીને જોયું.

'ના, તે મેઈન ગેઈટ પાસે અટકી ગયા.'

'તે કેમ્પસની અંદર ક્યારેય ના આવે.' મેં ખુશ થતાં કહ્યું.

પોલીસ આઈઆઈટીના વિદ્યાર્થીઓને ઓળખતા હતા, તેમને ખબર હતી કે આવા વિચિત્ર સમયે આઈઆઈટીઅન જ બાઇક લઈને રખડવા નીકળે. એટલે પછી તેઓ વધારે મગજમારી ના કરે.

'ખતરનાક છો તું. પોલીસ પાસે તારો બાઇકનો હવે નંબર આવી ગયો.' સૌરભે કહ્યું.

'એવી એમને દરકાર નથી હોતી.'

'હિમાદ્રીમાં અંદર કઈ રીતે જઈશ?' સૌરભે કહ્યું.

'એની તો મને આદત છે. આંબાનું ઝાડ.'

'ખરેખર, ભાઈ? હવે તું વિદ્યાર્થી નથી. પગ પર જાતે કુહાડો મારવાના ધંધા કરી રહ્યો છે, પકડાઈશ તો સીધો જેલભેગો થઈશ.'

'રિલેક્ષ.'

મેં હિમાદ્રીથી પચાસ મીટર દૂર બાઇક પાર્ક કર્યું. ગર્લ્સ હૉસ્ટેલના મુખ્ય દરવાજા આગળ ચોવીસ કલાકની સિક્યોરિટી રહેતી હતી. સિક્યોરિટી ગાર્ડ ઊંઘી નથી ગયા ને એ જોવા માટે દર કલાકે પેટ્રોલિંગ જીપ પણ આંટા મારતી. મારા માટે હૉસ્ટેલમાં અંદર જવા માટે પાછળના ભાગમાં આવેલું આંબાનું ઝાડ જ એકમાત્ર રસ્તો હતો.

રૂમ નંબર ૧૦૫ હિમાદ્રીના પહેલા માળે ખૂણામાં હતો. એ રૂમ બીજા બધા રૂમથી અલગ થઈ જતો હતો, પાંચ વર્ષ પહેલાં ઝારાએ જ્યારે આઈઆઈટીમાં પ્રવેશ મેળવ્યો ત્યારથી એ ત્યાં જ રહે છે. આ રૂમમાં એક મોટી બારી હતી, જેની બાજુમાં જ આંબાનું ઝાડ હતું.

સદ્નસીબે જ્યારે ઝારાએ આઈઆઈટીમાં એડ્મિશન લીધું ત્યારે જેની સૌથી વધારે માંગ રહેતી તે રૂમ ૧૦૫ ખાલી હતો. રૂમ ૧૦૫ અમારું બીજું ઘર હતું, ત્યાં જ અમે વારંવાર મળતાં હતાં.

હું ઝારાને મારી હૉસ્ટેલમાં લઈને ક્યારેય નહોતો આવ્યો. નિયમો ભૂલી જાઓ કે છોકરીઓને બોય્સ હૉસ્ટેલમાં પ્રવેશબંધી હોય તોપણ મને ખબર હતી કે જો કોઈ છોકરી અમારી હૉસ્ટેલમાં આવે તો શું થાય. ઝારા સાથે હૉસ્ટેલમાં આવવું અને પછી તમારો રૂમ અંદરથી બંધ કરવો એ તો વાગ્યા પર મીઠું ભભરાવવા જેવું થાય.

જો કે હિમાદ્રીમાં તો મને પણ આવવાની મનાઈ જ હતી, તે ફક્ત અને ફક્ત છોકરીઓ માટેની જ હૉસ્ટેલ હતી. તમે જો પૂરતા ચપળ હોવ તો રૂમ ૧૦૫ ની બહાર આવેલું આંબાનું ઝાડ તમને સ્વાદિષ્ટ કેરી આપવા ઉપરાંત પણ ઉપયોગી થઈ શકે એમ હતું. ઓછામાં ઓછું અઠવાડિયે એક વાર તો હું રાતે ઝાડ ચડતો જ. એક વાર પહેલા માળ જેટલી ઊંચાઈએ પહોંચી ગયા બાદ, હું ૧૦૫ ની બારીમાંથી કૂદીને અંદર દાખલ થતો અને સવાર થાય એ પહેલાં નીકળી જતો. આ વાતની ક્યારેય કોઈને પણ જાણ નથી થઈ. જ્યાં સુધી સીસ્ટમને તોડવામાં ના આવે ત્યાં સુધી બધું સરસ રીતે જ ચાલતું હોય છે.

આંબાના ઝાડ સુધી પહોંચવા માટે સૌરભ અને હું પાછળની બાજુ ચાલતા થયા. મેં મારું જાકીટ કાઢી નાખ્યું.

'તો આ રીતે તું ટેવાયેલો છે...' સૌરભે શરૂઆત કરી ત્યાં જ મેં તેને અટકાવ્યો.

'શશશ... મહેરબાની કરીને અવાજ નીચો.'

'તેનો રૂમ ક્યાં છે?' સૌરભે એકદમ ધીમેથી કહ્યું.

મેં ઝારાના રૂમની બારી તરફ ઇશારો કર્યો.

'જો તું નીચે ગબડી જાય તો શું થાય?'

'આ કંઈ પહેલી વારનું નથી.' મેં હવામાં હાથ હલાવતાં કહ્યું.

'તારા લોહીમાં બ્લેન્ડર્સ પ્રાઈડ છે.'

'ચિંતા ના કર તું, મને કંઈ નહિ થાય.' મેં મારા શરીરને વોર્મ-અપ કરતા હોય એમ બંને બાજુ ફેરવ્યું. મેં બંને હાથથી ઝાડનું થડ પકડ્યું અને પહેલી ડાળી પર એક પગ મૂક્યો. આ બધું હું વારંવાર કરી ચૂક્યો હતો, એટલે મારા માટે સામાન્ય હતું. ઝાડ પર ચડીને મેં સૌરભ સામે નીચે જોયું. અમે એકબીજા સાથે ધીમા સાદે વાતો કરી.

'તું અહીં રાહ જો. કોઈ આવે તો ઉધરસ ખાવાની.' મેં કહ્યું.

'એનો ફાયદો શું?'

'તારી વાત સાચી છે. તે કામ નહિ આવે. ઠીક છે, જો કોઈ આ બાજુ આવે તો તેને વિચલિત કરજે. તેને થોડાં બહાનાં દેખાડજે કે તું અહીં શું કામ ઊભો છે.'

'શું? એક કોચીંગ ક્લાસનો શિક્ષક સવારના સવા ત્રણ વાગે ગર્લ્સ હૉસ્ટેલ આગળ શું કરતો હોય?'

'એ મને નથી ખબર.' મારા ચહેરા પર ચીપકેલાં પાંદડાં સાફ કરતાં મેં કહ્યું.

'ભાઈ, તેં મારા વિશે ના વિચાર્યું.'

'ચિંતા નહિ કર. કોઈ નહિ આવે.' મેં ઉપરની તરફ જોતાં કહ્યું. હું થોડો વધારે ઉપર ચડ્યો અને ફરી સૌરભની તરફ નીચે જોયું.

'અરે, એક મોટો પ્રોબ્લેમ છે.' મેં કહ્યું. સૌરભનો ચહેરો ઊતરી ગયો.

'શું?' સૌરભે કહ્યું.

'હું તેને વરસો બાદ મળીશ, તેના જન્મદિવસ પર, ગિફ્ટ વગર.'

'એને તું પછી એમેઝોન વાઉચર મોકલી આપજે. હવે મહેરબાની કરીને ઉપર જા અને વાત પૂરી કર.'

'નો ગિફ્ટ, નો કેક, સારું ના લાગે.' હું મનમાં બબડ્યો અને

હાથથી ઉપરની તરફ ધક્કો માર્યો. મેં અનુભવ્યું કે મારી સ્ફૂર્તિ થોડી ઘટી ગઈ હતી. એનું કારણ, ચંદન ક્લાસિસમાં મેથ્સ શીખવાડવાને લીધે મારી જાતને આઈઆઈટી દિલ્હીમાં વોલીબોલ ટીમનો કપ્તાન હતો એવો ફિટ નથી રાખી શક્યો. હું ઝારાની બારી સુધી પહોંચી ગયો. તે હંમેશા કરતી એમ થોડી અજાણ બની.

મેં બારીને હાથથી ધક્કો મારીને આખી ખોલી, જેથી આસાનીથી અંદર જઈ શકાય. રૂમની લાઇટ બંધ હતી. કદાચ બની શકે તે ઊંઘી ગઈ હોય. અથવા તો મને આશ્ચર્યચકિત કરવા માટે નાટક કરતી હોય. મારી જેમ ઝારામાં પણ થોડું પાગલપણ હતું. તેનાથી તે અજાણ નહોતી. એટલે જ કદાચ પહેલી જ વારમાં અમે એકબીજા સાથે જોડાઈ ગયાં હતાં.

છેલ્લી વાર જ્યારે હું ચડ્યો હતો એના કરતાં ઝાડ ઘણું ફેલાઈ ગયું હતું. રૂમમાં કૂદીને અંદર જવાને બદલે પહેલાંની જેમ, મેં શાંતિથી એક પગ અંદર મૂક્યો. પછી મેં હાથથી બારીની ફ્રેમ પકડી અને બાકીનું શરીર અંદર ઉતાર્યું.

'હેપી બર્થ ડે ટુ યુ.' ધીરેથી બારી બંધ કર્યા બાદ મેં લયમાં ગાયું. હું હળવેકથી રૂમમાં ચાલ્યો, મારી આંખો અંધારામાં ટેવાઈ રહી હતી. મને ખાલી હિટરનો ધીમો અવાજ સંભળાઈ રહ્યો હતો.

'હેપી બર્થડે, ડિયર ઝારા.' મેં તેના પલંગની નજીક ઊભા રહીને ગાવાનું ચાલુ રાખ્યું. ઝારાએ તો મને આમંત્રણ આપ્યું હતું. જો કે મને નથી લાગતું કે હું પહેલાંની જેમ એની ચાદરની અંદર જઈને એને ભેટી પડું તો એને વાંધો ના હોય. ના, હું તેને હવે ભીંસી શકું એમ નથી. હવે અમે સાથે નથી, મેં ખુદને યાદ કરાવ્યું.

પણ એણે જ તો કહ્યું હતું કે એ મને યાદ કરતી હતી, મારા મગજમાં હજી એ વાત ઘુમરાતી હતી. મેં મારો મોબાઈલ બહાર કાઢ્યો અને ટોર્ચ ચાલુ કરી. સફેદ એલઈડીનો પ્રકાશ હું જે બાજુ ટોર્ચ ફેરવું ત્યાં ફેલાઈ જતો હતો. મેં ઝારાને ગાઢ નીંદરમાં બેડ પર સૂતેલી જોઈ. રજાઈએ લગભગ તેનો આખો ચહેરો ઢાંકી દીધો હતો.

'ઝારા.' મેં ધીમા અવાજે કહ્યું. હું તેને ડરાવવા નહોતો માગતો.

'હું કેશવ, તારી સામે જ છું.' મેં ફરી ગણગણતાં કહ્યું.

તેણે કોઈ જ પ્રકારનો પ્રતિભાવ દર્શાવ્યો નહિ. ફોનની ફ્લેશલાઇટની મદદથી મેં લેમ્પની સ્વીચ શોધી. દૂધ જેવો પ્રકાશ રૂમમાં

પથરાઈ ગયો. ઝારા બેડ પર ગુલાબી રંગના ફૂલોની પ્રિન્ટવાળી સફેદ રજાઈ ઓઢીને સૂતી હતી.

'બર્થડે ગર્લ,' મેં કહ્યું, 'હું છું, તને વિશ કરવા આવ્યો છું.'

કોઈ અસર જોવા ના મળી. ઠીક છે, અભિનય સારો આવડે છે, મેં વિચાર્યું. મેં તેના રૂમમાં ચારેતરફ જોયું. બેડની બાજુના ટેબલ પર ઘણા બધા સફેદ કાગળ વિખરાયેલા હતા, સ્ટડી મટીરિયલ હોય એવું લાગ્યું. તેનો આઈફોન સ્ટડી મટીરિયલ પર પડેલો દેખાયો, ચાર્જર સાથે જોડાયેલો હતો. હંમેશાની માફક, જોહન્સન બેબી લોશન તેની બાજુમાં જ હતું. તે હંમેશા તેના ચહેરા અને શરીર પર એ લોશન લગાડતી હતી, એટલે જ તો કાયમ એ પાસે હોય ત્યારે નાના બાળક જેવી સુગંધ આવતી હતી.

'જોહન્સન બેબી,' મેં કહ્યું, 'જાગો હવે.'

મેં તેના રજાઈ ઓઢેલા ખભા પર મારો હાથ મૂક્યો, અને ધીમેથી તેને હલાવ્યો. કોઈ હલનચલન જોવા ના મળ્યું.

તેણે પણ વધારે પીધો હશે? કદાચ એ જ હાલતમાં એણે મને મેસેજ કર્યા હશે, મારા મનમાં એવો વિચાર ઝબક્યો. એટલે જ મને રૂમમાં આવવાનું કહ્યું હશે? પણ તેવું લાગતું નહોતું.

એક્ટિંગ તો નહિ કરતી હોય ને? મારી તરસ વધારવા માટે છે આ બધું? કે પછી એને પૂછ્યા વિના જ એની સાથે બેડ પર સૂઈ જવા માટેનો ઈશારો છે?

મારું મગજ વિકલ્પો શોધવામાં ગૂંચવાઈ ગયું. પુરુષ હોવું ઘણી વાર ખૂબ અઘરું છે, સ્ત્રી સાથે કેવી રીતે વર્તન કરવું એ સમજણ નથી પડતી. મને નીડર થઈને આગળ વધવાની જરૂર લાગી.

તેની બાજુમાં ધીમેથી સરકીને સૂઈ જા અને બર્થડે કિસ આપી દે, અંતરઆત્માનો અવાજ સંભળાયો.

ભલે હોઠ પર નહિ, પણ કપાળ પર તો કરાય. એ તો બરાબર જ છે ને? ફરી અવાજ આવ્યો.

ના. આવું કરવાની કોઈ જરૂર નથી. તેણે જ સંબંધનો અંત લાવ્યો હતો. હવે તેને જ આગળ શું કરવું એ નક્કી કરવા દે... વિરોધ કરતો અવાજ સંભળાયો, બધી મજા મારી નાખી.

મેં ફરી ઝારાના ખભાને હચમચાવ્યો, આ વખતે જરા જોરથી. તે જરા પણ હલી નહિ. મેં તેના ચહેરા પરથી રજાઈ હટાવી લીધી. તે

હજી પણ એમ જ ઊંઘતી હતી.

'ઝારા, હવે મજાક બંધ કર. હું તને રૂબરૂ શુભેચ્છા આપવા આવ્યો છું. હેપી બર્થડે.'

હજી એ ભાવશૂન્ય જ હતી.

'તારે જાગવાનું છે કે નહિ?'

કોઈ જવાબ ના મળ્યો.

'ઝારા, મને આનો ઉપાય ખબર છે. હું તારી સાથે સૂઈ જાઉં એમ જ ને? લાગે છે તો જ તું ઊઠીશ.' હું હસવા લાગ્યો.

તો પણ તેણે કોઈ જવાબ ના આપ્યો, એટલે બેડ પર મારા માટે થોડી જગ્યા કરવા માટે હું વાંકો વળ્યો અને તેને હળવો ધક્કો માર્યો. પણ મને તે બહુ ભારે લાગી.

'ઝારા,' મેં કહ્યું, હવે મારો અવાજ થોડો ઊંચો થઈ ગયો, 'તું ઠીક તો છે ને?'

તેના કપાળને મેં સ્પર્શ કર્યો. તે બરફ જેવું ઠંડું હતું. મારું હૃદય જોરથી ધડકવા લાગ્યું. કંઈક અજુગતું થયું હોવાની લાગણી થઈ. ફરી થોડી રજાઈ હટાવી. તેની ગરદન પાસે લાલ ચકામું દેખાયું.

'ઝારા બેબી.' મેં કહ્યું. મેં વારાફરતી તેના ગાલ, આંખ અને કાનને સ્પર્શ કર્યો. બધું જ એકદમ ઠંડું હતું.

'ઊઠ.' મેં કહ્યું ખરું પણ કોને એ ખબર ના પડી. મેં રૂમની મુખ્ય લાઇટની સ્વિચ ઓન કરી. એકાએક સો વોટ બલ્બની રોશનીથી પહેલાં તો મારી આંખો અંજાઈ ગઈ. જો કે પૂરતા પ્રકાશને કારણે મને ઝારા સ્પષ્ટ દેખાઈ, પણ તે હજી એ જ સ્થિતિમાં હતી.

'ઝારા...' મેં મોટેથી બૂમ પાડી. મેં તેના નાક પાસે મારી આંગળી મૂકી. મને કંઈક જ અનુભવ ના થયો. મેં ઘણી ફિલ્મોમાં જોયું હતું કે કોઈના ધબકારાની ખાતરી કઈ રીતે કરવામાં આવે છે. મેં ઝારાનો પાતળો, ઠંડો હાથ ઉપાડ્યો. નાડી તપાસી, પણ ધબકાર સંભળાયો નહિ. મેં ફરી બે-ત્રણ વાર પ્રયત્ન કર્યા. પણ પરિણામ શૂન્ય.

ઝારા મૃત્યુ પામી હતી.

મને ગભરામણ થવા લાગી. મને તાજી હવાની જરૂર લાગી. હું ઊભો થયો અને બારી ખોલી. મેં નીચે જોયું. ચંદ્રપ્રકાશમાં સૌરભ દેખાયો. એ ત્યાં જ ઊભો હતો, વારાફરતી પગ ટેકવીને. તેણે મને બારી પાસે જોયો, શું થઈ રહ્યું છે એ જાણવા હાથ હલાવ્યો. તેણે હાથથી

ઈશારો કરીને મને પાછા આવી જવાનું કહ્યું. મારે ઈશારો કરવો હતો છતાં પણ હું મૂર્તિની જેમ ઊભો રહ્યો. તેણે મને ઉશ્કેરવા બંને હાથ હલાવીને ઈશારો કર્યો.

હું રૂમમાં પાછો ફર્યો. ના, મારી ઝારા આવી રીતે છોડીને ના જાય. એ કોઈ ખરાબ સપનું હતું. હું તેની સામે ઊભો રહ્યો અને તેના શરીરને જોતો રહ્યો, એ આશાએ કે હમણાં એ ઊભી થશે.

ખિસ્સામાં મારો ફોન ધ્રૂજતાં હું હોશમાં આવ્યો. મેં સૌરભનો કોલ ઉપાડ્યો. તે મસ્તીનાં મૂડમાં હતો.

‘ભાઈ, શું ચાલી રહ્યું છે? તું ફરી અંદર ગયો. નસીબ જોરમાં છે. મારે અહીં ઊભું રહેવાનું છે કે જવાનું છે?’

‘સૌરભ.’ એટલું બોલીને હું અટકી ગયો.

‘હા, બોલ.’

‘સૌરભ, તું અહીં આવી જા.’

‘શું?’

‘મેં કહ્યું કે તું અહીં મારી પાસે આવી જા.’

‘તું તારી ગર્લફ્રેન્ડ કે એક્સ-ગર્લફ્રેન્ડ પાસે મને શું કામ બોલાવે છે?’

‘હું હાથ જોડું છું, મહેરબાની કરીને ઉપર આવી જા.’ મેં રડમસ અવાજે કહ્યું. સૌરભે કંઈક ખરાબ થયાની લાગણી અનુભવી.

‘હું ઉપર આવીશ એ ઝારાને ગમશે?’

‘તું જલદી આવ.’ મેં એટલું બોલીને ફોન મૂકી દીધો. હું ફરી બારી પાસે ગયો. મેં સૌરભને મદદ કરવા ફોનની ફ્લેશલાઈટ ઝાડની ડાળી તરફ ફેંકી.

તેણે બેચેન થઈને આજુબાજુ જોયું અને ચડવા માટે પગ ઊંચો કર્યો. આંબાના ઝાડમાંથી અવાજ આવ્યો. તે વાંદરોનો ભાર સહન કરી શકે, હિપોપોટેમસનો નહિ.

‘સંભાળીને. હવે તારો ડાબો પગ પછીની ડાળ પર મૂક. એ જેવો નજીક આવ્યો એવું મેં ધીમેથી કહ્યું. સદ્‌ભાગ્યે આટલી મોડી રાતે ઝાડ પરના દેકારાને કોઈએ સાંભળ્યો નહોતો.

તેણે બારીમાંથી તેનો એક પગ રૂમમાં ફેંક્યો. પછી મેં તેને આખો અંદર ખેંચી લીધો.

‘શું ચાલી રહ્યું છે, ભાઈ?’ તેણે કહ્યું.

મેં બારી બંધ કરી અને અંદરથી સ્ટોપર મારી.

તેણે ઝારાને બેડ પર પડેલી જોઈ.

'સૂતી છે?' તેણે ધીમેથી પૂછ્યું, 'તેં હજી સુધી એને ઉઠાડી નથી?'

'તે જીવિત નથી.' મેં કહ્યું.

સૌરભ કૂદીને એક ડગલું પાછળ ખસી ગયો.

'શું?' તે ગભરાઈ ગયો.

'અવાજ નહિ કર. આ ગર્લ્સ હૉસ્ટેલ છે. પુરુષોના અવાજ અહીં ના સંભળાતા હોય.'

'તેલ લેવા જાય પુરુષોનો અવાજ, ભાઈ.' તું શું કહી રહ્યો છે આના વિશે?' સૌરભે કહ્યું, તેનો અવાજ તેના બ્લડ પ્રેશરની સાથે ઊંચો થઈ ગયો.

મેં તેની ગરદન પકડી અને મારા હાથથી તેનું મોં દાબી દીધું. તે કણસવા લાગ્યો.

'મહેરબાની કરીને ચૂપ બેસ,' મેં કહ્યું, 'તું ગભરાવી રહ્યો છે મને, ખબર પડે છે?'

સૌરભે ફાંફાં માર્યાં, મારો હાથ હજી પણ તેના મોં પર જ હતો. મેં પકડ છોડી દીધી.

તે બોલવા ગયો એવી ઉધરસ આવવા લાગી. આ વખતે તેનો અવાજ સામાન્ય હતો.

'તને પૂરો ભરોસો છે?' સૌરભે કહ્યું, 'તેની તબિયત ઠીક ના હોય એવું પણ હોય.'

'તે હવે આ દુનિયામાં નથી. તેનું શરીર બરફ જેવું થઈ ગયું છે. તેનો શ્વાસ પણ બંધ છે. તેનો ચહેરો જો.' મેં કહ્યું.

તેણે તેની ગરદન પાસે લાલ ચકામું જોયું.

'તે મરી કેવી રીતે ગઈ?' તેણે ધીમેથી કહ્યું.

'એ બધી મને ક્યાંથી ખબર હોય? મેં તો તેને આવી જ રીતે જોઈ હતી.'

'પણ એણે તો તને મેસેજ કર્યા હતા ને.' સૌરભે આશ્ચર્યથી કહ્યું.

'હા.' મેં કહ્યું. મેં ફરી મારો મોબાઈલ ખોલ્યો. સાચું જ છે, કોઈ સપનું નહોતું. મને તેના મેસેજ આવ્યા હતા. તે મને યાદ કરતી

હતી અને તેની એવી ઇચ્છા હતી કે હું તેને રૂબરૂ આવીને વિશ કરું. હું ઝારાની ખુરશી પર બેસી ગયો. મેં તેનો ચહેરો જોયો તો સૂતેલા બાળક જેવો સૌમ્ય લાગતો હતો. મારા જીવનના પ્રેમનો અંત આવી ગયો. પણ મને એ વાતની નવાઈ લાગી કે મને દુઃખ કેમ નહોતું થતું.

'હવે આપણે શું કરીશું?' સૌરભે કહ્યું.

'કંઈ સૂઝતું નથી,' મેં કહ્યું, 'પણ તું મહેરબાની કરીને શાંતિથી બેસ. તારી અધીરાઈ મને નર્વસ બનાવે છે.'

'મને તો બહુ ડર લાગે છે.' સૌરભે કહ્યું. મને પણ ડર લાગતો હતો. પણ હું તેની જેમ ભાંગી નહોતો પડ્યો. કોઈએ તો વિચારવું પડે.

'મેં અગાઉ ક્યારેય મૃતદેહ નથી જોયો.' સૌરભે કહ્યું. જાણે હું તો લાશ સાથે નાનો મોટો થયો હોઉં. 'ભાઈ, કંઈક કર.'

'તારું મોં બંધ કર, સૌરભ. હું એ જ તો વિચારું છું કે શું કરવું. તારી પાસે કોઈ ઉપાય છે?'

'ના, ભાઈ. આપણે અહીં આવવાની જરૂર જ નહોતી. આપણે આપણા એપાર્ટમેન્ટની દારૂ પાર્ટીમાં ખુશ હતા. મેં તને કહ્યું હતું કે તું ખોટું કરી રહ્યો છે...'

એના એકધારા બકવાસને કારણે મારું મગજ કામ કરતું બંધ થઈ ગયું. મને એક થપ્પડ મારવાનું મન થઈ ગયું, પણ એવું ના કરી શક્યો. હા, એણે મને અહીં આવવાની ના જ કહી હતી, એટલે મેં પણ એને થોડી મિનિટ માટે એકલો છોડી દીધો. અંતે એ થાકીને લાકડાની આરામખુરશી પર બેસી ગયો.

'આપણે કોઈને જાણ કરવી જોઈએ,' મેં કહ્યું, 'આપણી પાસે બીજો કોઈ અવકાશ જ નથી.'

'કેવી રીતે?' સૌરભે કહ્યું, 'આપણે શું કારણ આપીશું કે આપણે અહીં શું કરતા હતા? એ પણ ગર્લ્સ હૉસ્ટેલના રૂમમાં. વહેલી સવારના આ સમયે. મૃત છોકરી સાથે.'

'તો આપણે બીજું શું કરીએ? ભાગી જઈએ?'

'એવું જ. હજી અંધારું જ છે. જેવી રીતે આવ્યા હતા એવી જ રીતે નાસી જઈએ.'

મને તેની વાત સાચી લાગી, અહીંથી ભાગીને ઘરે પાછા. ભૂલી જવાનું કે આવું કંઈ થયું હતું. એ સિવાય બીજો કોઈ વિકલ્પ દેખાતો નહોતો.

'એનું મૃત્યુ થયું કેવી રીતે?'

'શું?'

'ઝારાનું મૃત્યુ થયું કેવી રીતે? તે એક કલાક પહેલાં તો જીવિત હતી. એકદમ તંદુરસ્ત.'

'એ જે હોય તે, ભાઈ. અત્યારે આપણા માટે અહીંથી ફટાફટ બહાર નીકળવું અગત્યનું છે.'

'તે બીમાર પણ નહોતી.'

'હા, તો?'

'કોઈએ તેનું ખૂન કર્યું છે.' મેં કહ્યું.

સૌરભ તેની ખુરશી પરથી ઊછળીને ઊભો થઈ ગયો.

'શું?' સૌરભે કહ્યું, 'આપણે જે જોયું એ હત્યાનો કેસ છે? ભાગ અહીંથી, ભાઈ. અત્યારે જ.'

તે બારી પાસે ગયો.

'આપણાથી આવી રીતે છોડીને ના જવાય, ગોલુ. પ્લીઝ, બેસી જા. ચાલ, આના વિશે કંઈક વિચારીએ.'

ભારે હૃદયે તે ફરી આરામખુરશી પર બેસી ગયો.

'અહીં રોકાવાની જરૂર શું છે? લોકો આપણને અહીં પકડી પાડે એવી ઇચ્છા છે? અને બધા માની લે કે આમાં આપણો જ હાથ છે.' તેણે કહ્યું.

'જો આપણે ભાગી જઈશું, તો લોકો ચોક્કસ એવું જ વિચારશે કે આમાં આપણો જ હાથ છે.'

'અરે, લોકોને તો ખબર પણ નહિ પડે કે આપણે અહીં આવ્યા હતા,' સૌરભે તેના ચહેરા પરનો પરસેવો લૂછતાં કહ્યું, 'હજી પણ અંધારું જ છે, ચાલો ભાગી જઈએ.'

'તું સમજતો નથી. આ મોટી વાત છે. એક પીએચ.ડી.ની વિદ્યાર્થિનીનું આઈઆઈટીની હૉસ્ટેલમાં મર્ડર થયું છે. આ સંસ્થામાં જ નહિ, પોલીસ અને મીડિયામાં તથા બધે જ ચકચાર મચી જશે.'

'તો?' સૌરભે આરામખુરશીના હાથા મજબૂત રીતે પકડી લીધા.

'તેઓ ભાળ મેળવીને જ રહેશે.'

'કોઈ પણ આ કરી શકે. આ હૉસ્ટેલમાં જ હજાર ઉપરાંત વિદ્યાર્થી હશે.'

'પણ મેઈન ગેઈટનો ગાર્ડ કદાચ આપણને ઓળખી જાય એવું

બને. અને ચેકપોસ્ટવાળા પોલીસને પણ મારી બાઇકનો નંબર યાદ હશે જ. અને આપણે કેમ્પસમાં દાખલ થયા હતા એ પણ.'

'તો શું? આપણે રાત્રે રખડવા નીકળ્યા હતા.'

'તપાસ થશે એટલે આ રૂમમાં ફિંગર પ્રિન્ટ લેવા ચોક્કસ આવશે. મારી છાપ તો બધે જ મળી જશે... બારી પર, બેડ પર, તેના ચહેરા પર પણ.'

'ફિંગર પ્રિન્ટ?' સૌરભનો અવાજ ગૂંજવા લાગ્યો, ચહેરો ફિક્કો થઈ ગયો.

'હવે તો તારી છાપ પણ આ આરામખુરશી પર છપાઈ ગઈ.' મેં કહ્યું. તેણે તરત જ તેનો હાથ ખુરશીના હાથા પરથી લઈ લીધો.

'ભાઈ, આ બધું શું થઈ રહ્યું છે? આ તો ક્રાઇમ પેટ્રોલ જેવું લાગે છે.' તેણે કહ્યું અને ઊભો થઈ ગયો. 'બધું ભૂંસીને ભાગી ના જવાય? મારે ખરેખર અહીંથી જવું છે.'

'એવું શક્ય નથી, ગોલુ.'

'આપણી જિંદગી બરબાદ થઈ જશે.'

'ના, ગોલુ, જો આપણે ફિંગર પ્રિન્ટ ભૂંસીને ભાગી જઈશું તો બરબાદ થઈ જઈશું.'

'તો આપણે શું કરવું જોઈએ?'

'આપણે અહીં જ રહેવું જોઈએ અને સત્યની જાણ કરવી જોઈએ.'

'આપણે વ્હિસ્કીની બોટલ ગટગટાવી ગયા હતા, એ જ હાલતમાં રખડવા નીકળ્યા, પોલીસને ચકમો દઈને ભાગ્યા, સંસ્થાના ચોકીદારને જૂનું આઈડી દેખાડ્યું, અને ઝાડ પર ચડીને મોડી રાત્રે ગર્લ્સ હૉસ્ટેલમાં દાખલ થયા. તું પાગલ થઈ ગયો છે, ભાઈ?'

'તારી વાત સાચી છે, એ બધું અયોગ્ય હતું. પણ એનો મતલબ એવો નથી થતો કે આપણે ખૂની છીએ.'

'ખૂની?' સૌરભનો અવાજ ફાટી ગયો, 'તારાથી આવો શબ્દ વપરાય જ કેવી રીતે? આપણે કંઈ જ કર્યું નથી.'

'મને ખબર છે. એટલે જ તો હું અહીં રોકાવાની વાત કરું છું. હવે, આપણે કોને પહેલાં કોલ કરીશું?'

મેં મારો મોબાઈલ બહાર કાઢ્યો.

'તું યોગ્ય કરે છે, ભાઈ? આજે કેમ તારી પાસે કોઈ સારો આઇડિયા નથી?'

'સૌરભ, જો તારે અહીંથી જવું હોય તો તું જઈ શકે છે.' મેં કહ્યું. આ ગડબડમાં એનો કોઈ હાથ નહોતો.

'મારો કહેવાનો મતલબ એવો નથી, ભાઈ.'

'મારો મતલબ એ જ છે. જે પણ કંઈ થશે તેમાં મુશ્કેલી તો આવવાની જ છે. તારે એમાં ભાગીદાર થવાની જરૂર નથી.'

'આપણે દારૂ પાર્ટીમાં નક્કી નહોતું કર્યું કે આપણે જે પણ કરીશું તે સાથે જ કરીશું.' તેણે કહ્યું. મેં તેની સામે જોયું. ખરેખર તો એક પ્રેમિકા હોય તેના કરતાં એક સાચો મિત્ર હોય તે વધારે અગત્યનું છે.

'આઈ લવ યુ, યાર.' મેં કહ્યું.

'હું પણ, ભાઈ. તું કોને કોલ કરી રહ્યો છે?'

'તેનાં માતાપિતા, તેનો બોયફ્રેન્ડ, અથવા તો પોલીસ. આપણી પાસે આટલી પસંદગી છે.'

'આપણે નીચે જઈશું? ચોકીદારને મળીએ અને આખી વાતની જાણ કરીએ. પછી એ કરશે કોલ.'

મેં જોરથી શ્વાસ બહાર કાઢ્યો. તેની વાત બરાબર હતી.

'વાત યોગ્ય છે, પણ...' હું અટક્યો.

'પણ શું?'

'જો આપણે આ બધા લોકોને સામેથી કોલ નહિ કરીએ તો એમને ખબર તો પડશે જ કે આપણે અહીં હતા, એટલે એમને આપણા પર શંકા કરવાનો મોકો મળી જશે. પહેલાં આપણે કોલ કરીએ અને પછી ચોકીદાર પાસે જઈશું.'

'મેં મારી જિંદગીમાં ક્યારેય પોલીસને કોલ નથી કર્યો.' સૌરભે કહ્યું.

'મારું પણ એવું જ છે, એટલે હું પોલીસને સૌથી છેલ્લે કોલ કરીશ.'

'પેરેન્ટ્સ?'

'એ પણ અઘરું જ છે. સૌથી પહેલાં મને રઘુને કોલ કરવા દે.'

'તારી પાસે એનો નંબર છે?'

'હા.' મેં કહ્યું.

તેણે મને અગાઉ થોડા કોલ કર્યા હતા, એવું કહેવા કે હું ઝારાથી દૂર રહું. મેં એનો નંબર સેવ કરેલો છે, એવું વિચારીને કે જો ઝારા મારો નંબર બ્લોક કરી નાખે તો રઘુ દ્વારા એના સુધી પહોંચી શકાય.

મેં સમય જોયો. ૩:૩૬ થયા હતા. મેં રઘુનો નંબર ડાયલ કર્યો. રિંગ વાગતી હતી. કોઈએ ઉપાડ્યો નહિ, પણ તેલુગુમાં સર્વિસ મેસેજ સાંભળવા મળ્યો. કદાચ એવું કહેવા માંગતા હશે કે સંપર્ક થઈ શકે એમ નથી. મેં ફરી પ્રયત્ન કર્યો. પણ કોઈ પ્રતિભાવ ન મળ્યો.

'ઊંઘતો હશે એવું લાગે છે.' મેં કહ્યું.

'તેના ડેડને કોલ કર.' સૌરભે કહ્યું.

મેં સફદર લોનનો નંબર ડાયલ કર્યો. હું તેમને શું વાત કરીશ, મને નવાઈ લાગી. હેલ્લો અંકલ, પરેશાની બદલ સૉરી. હું કેશવ. તમને યાદ છે, તમે તમારી પુત્રીથી મને દૂર રહેવાનું કહ્યું હતું? હાલ હું એના રૂમમાં જ છું. અને હા, તે હવે આ દુનિયામાં નથી.'

'યસ?' સફદરે કહ્યું, તેના અવાજમાં ઊંઘ અને ગુસ્સો છલકાતો હતો.

'અંકલ, હું કેશવ બોલું છું.'

'મને ખબર છે, તેં અત્યારે સમય જોયો છે?'

'૩:૩૮, અંકલ.'

'શું કામ હતું?' તેણે કહ્યું.

'અંકલ, ઝારા...'

'શું?'

'મિ. લોન, ઝારા...'

'તારે ઝારાને ભૂલી જવાની જરૂર છે. મને જ્યાં સુધી ખબર છે ત્યાં સુધી મેં થોડાં વરસો પહેલાં જ આની ચોખવટ કરી હતી. તેં ફરી નશો કર્યો લાગે છે.'

હું નશામાં હતો, થોડો ઘણો. મોટા ભાગનો ગાયબ થઈ ગયો હતો.

'અંકલ, પ્લીઝ મારી વાત સાંભળો, ઘણી અગત્યની વાત છે.' મેં વિચારીને કહ્યું.

'શું?'

મારાથી આગળ બોલાયું નહિ.

'તમે ઝારાની હૉસ્ટેલ પર પ્લીઝ આવશો? અત્યારે જ.'

'શું? કેમ?'

'પ્લીઝ, ઘણું જરૂરી કામ છે. અત્યારે જ આવો. હું અહીં જ છું.'

'શું...?'

મેં કોલ કટ કર્યો. ખબર નહિ, પણ ઝારાના પિતાજી સાથે વાત કરવાથી હકીકતનું ભાન થયું. ઝારા મૃત્યુ પામી છે. હવે આ દુનિયામાં નથી. ના, અત્યારે હજી મારે શાંતિથી ના બેસવું જોઈએ. મારે હજી બીજા કોલ કરવાના બાકી હતા.

'પોલીસ,' મેં મોટેથી કહ્યું, 'તેનો નંબર શું છે?'

'૧૦૦?' સૌરભે કહ્યું.

'એ તો જનરલ નંબર છે. આપણાથી લોકલ પોલીસ સ્ટેશન પર કોલ ના થાય?'

'મતલબ કે આપણો જે પોલીસે પીછો કર્યો હતો તેને જ?' સૌરભે કહ્યું.

'ચૂપ બેસ.' મેં કહ્યું. મેં મોબાઈલમાં હૌઝ ખાસ પોલીસ સ્ટેશનનો નંબર ગૂગલ કરી, તેઓને કોલ કર્યો.

પાંચ રિંગ પછી કોઈએ ઉપાડ્યો.

'હૌઝ ખાસ પોલીસ.' સામેથી થાકેલો અવાજ સંભળાયો.

'અમે એક ગુન્હાના રિપોર્ટ માટે કોલ કર્યો છે.' મેં કહ્યું.

સૌરભે મારી સામે ચિંતાતુર થઈને જોયું.

'તમે ક્યાંથી વાત કરો છો?'

'આઈઆઈટી દિલ્હી. હિમાદ્રી હૉસ્ટેલ. રૂમ ૧૦૫.' મેં કહ્યું.

'કેવા પ્રકારનો ગુન્હો છે?' સામેવાળાએ નીરસ અવાજમાં કહ્યું.

'મર્ડર. એક સ્ટુડન્ટનું.'

મને સામે છેડે કંઈ પડ્યું હોય એવો અવાજ સંભળાયો.

'કોણ બોલી રહ્યું છે?' હવે સજાગ અવાજમાં કહ્યું.

'કેશવ રાજપુરોહિત. હું અહીં તમારા આવવાની રાહ જોઈશ. આઈઆઈટી દિલ્હી, હિમાદ્રી હૉસ્ટેલના પ્રવેશદ્વાર આગળ.'

'પીડિત કોણ છે અને તમારો એમની સાથે શું સંબંધ છે?'

'ઝારા લોન. હું તેનો મિત્ર છું અને એક્સ-સ્ટુડન્ટ.'

'પ્લીઝ, ત્યાં જ રહેજો. અમે ટીમ મોકલીએ જ છીએ.' ત્વરિત પગલું ભરતાં કહ્યું.

મેં કોલ પૂરો કર્યો. સૌરભ અને મેં એકબીજાની સામે જોયું.

'નીચે રાહ જોઈશું?' સૌરભે કહ્યું. તે ગમે તે રીતે આ રૂમમાંથી બહાર નીકળવા માંગતો હતો, લાશથી દૂર.

'હા.' મેં કહ્યું. હું ઊભો થયો અને બારણું ખોલ્યું. લોબી ખાલી

અને અંધકારમય લાગતી હતી. સૌરભ રૂમની બહાર નીકળ્યો. હું અંદર રહ્યો.

'શું થયું? ચાલ હવે.' સૌરભે કહ્યું.

'એક મિનિટ, આવું.' મેં પાછળ ફરીને કહ્યું. હું ઝારાના બેડ તરફ ચાલવા લાગ્યો. થોડો આગળ વધ્યો અને તેના કપાળ પર કિસ કરી. તેના ઠંડા ચહેરા પર આંસુ સરી પડ્યાં.

'હેપી બર્થડે, ઝારા. આઈ લવ યુ.'

ઝારા સ્થિર જ હતી.

'ભાઈ,' સૌરભે બારણા પર ટકોરા કરતાં કહ્યું, 'ચાલ હવે.'

'આવું છું.' મેં કહ્યું. હું ઊભો થયો, ફરી એક વાર ઝારાની સામે જોયું, અને રૂમની બહાર નીકળી ગયો.

પ્રકરણ-૬

અમે પગથિયાં ઊતરીને નીચે હિમાદ્રીના મુખ્ય પ્રવેશદ્વાર પાસે ગયા. અમને હૉસ્ટેલમાંથી આવતા જોઈને ચોકીદાર ગાંડાની માફક ખુરશી પરથી ઊછળીને ઊભો થઈ ગયો.

'ઊભા રહો, કોણ છો તમે ?' તેણે કહ્યું.

'ચોકીદાર સાહેબ,' મેં કહ્યું, 'અમારે તમારી સાથે વાત કરવી છે.'

'ગર્લ્સ હૉસ્ટેલની અંદર તમે લોકો શું કરી રહ્યા છો ?' તેણે કહ્યું.

'અમને સાંભળો તો ખરા, ચોકીદાર સાહેબ,' મેં કહ્યું, 'કોઈ મરી ગયું છે.'

'શું ?' તેણે કહ્યું, તેનું મોં ખુલ્લું જ રહી ગયું.

હજી હું વાત કરું એ પહેલાં મને પોલીસની સાઇરન સંભળાઈ. હૌઝ ખાન પોલીસ મારી અપેક્ષા કરતાં વધારે કાર્યક્ષમ હતી. દિલ્હી પોલીસની મારૂતિ જીપ્સી હૉસ્ટેલ કમ્પાઉન્ડમાં આવી ગઈ. આઈઆઈટી દિલ્હીની સિક્યોરિટી પેટ્રોલ કાર પણ તેની પાછળ જ હતી. જીપ્સીમાંથી ત્રણ પોલીસ નીકળ્યા. તેમાંથી એક પોલીસ ટોપી અને બિલ્લાવાળા ગણવેશમાં સજ્જ હતો. બધામાં તે સૌથી સિનિયર હોય તેવું લાગતું હતું, તે અમારી તરફ આવ્યો. મેં તેનું નામ વાંચ્યું : વિકાસ રાણા. બે કોન્સ્ટેબલ અને ચાર આઈઆઈટી દિલ્હીના સિક્યોરિટી ઑફિસર તેમની પાછળ ચાલતા આવી રહ્યા હતા. આ બધાને એકસાથે જોઈને ચોકીદારના મોતિયા મરી ગયા.

'કેશવ રાજપુરોહિત કોણ છે ?' ઈન્સ્પેક્ટર રાણાએ અકડાઈથી પૂછ્યું.

'હું કેશવ છું, સર.' મેં હાથ લંબાવતાં કહ્યું. તેણે ગણકાર્યું નહિ.

'તેં અમને કોલ કર્યો હતો ?'

'હા, સર,' મેં કહ્યું, 'મને રૂમ નંબર ૧૦૫માં મારી ફ્રેન્ડ ઝારા લોન મૃત હાલતમાં મળી હતી.'

સિક્યોરિટી ઑફિસર મારી સામે અચરજથી જોઈ રહ્યા.

'તું કોણ છો ?' એક સિક્યોરિટી ઑફિસરે કહ્યું, 'સ્ટુડન્ટ ?'

'એક્સ-સ્ટુડન્ટ,' મેં કહ્યું, '૨૦૧૩ બેચ, કુમાઉન હૉસ્ટેલ.'

'૨૦૧૩ ?' એ જ સિક્યોરિટી ઑફિસરે કહ્યું, 'તો અત્યારે અહીં

શું કરી રહ્યો છે?'

'હું અહીં તેને મળવા આવ્યો હતો,' મેં આગળ ઉમેરતાં કહ્યું, 'તેનો જન્મદિવસ હતો.'

'પણ તારાથી ગર્લ્સ હૉસ્ટેલમાં આવી જ કેવી રીતે શકાય?' તેનો અવાજ ઊંચો થઈ ગયો.

'મહેરબાની કરીને આપણે ખોટો સમય વેડફ્યા વગર મૃતદેહની તપાસનું કામ કરીએ?' ઇન્સ્પેક્ટર રાણાએ કહ્યું.

❖

એક કોન્સ્ટેબલે ઝારાનું રૂમનું બારણું ખોલવા માટે રૂમાલનો ઉપયોગ કર્યો.

'સાચવીને,' ઇન્સ્પેક્ટર રાણાએ કહ્યું, 'ફિંગર પ્રિન્ટ હશે.'

સૌરભ અને મેં એકબીજાની સામે જોયું. તેઓને બારણાના હેન્ડલ પર તો ફક્ત અમારી જ ફિંગર પ્રિન્ટ મળશે.

પોલીસ રૂમમાં દાખલ થઈ. ઝારા કે પછી ઝારાની લાશ પડી હતી, રજાઈ દૂર કરવામાં આવી, અને રૂમની લાઇટ ચાલુ કરી.

'એક પણ વસ્તુને સ્પર્શ કરતા નહિ.' ઇન્સ્પેક્ટર રાણાએ ચેતવણી આપી.

અમે તો બધે જ સ્પર્શ કર્યો છે, ઇન્સ્પેક્ટર, મને કહેવાનું મન થઈ ગયું. એક કોન્સ્ટેબલે તેના મોબાઈલમાં મૃતદેહના ફોટા લીધા. તેનું કહેવાનું એમ હતું કે આવા ક-સમયને લીધે સત્તાવાર ફોટોગ્રાફર નથી આવ્યો.

ઇન્સ્પેક્ટર રાણા પલંગની નજીક આવ્યો. તેણે ઝારાની ગરદન તપાસી.

'આત્મહત્યા નથી. કોઈએ ગૂંગળાવીને મારી છે.'

ખુલ્લા બારણામાંથી સુસવાટા મારતા ઠંડા પવને તેના શબ્દોને સમર્થન આપ્યું. બધા ચૂપ થઈ ગયા. થોડી વાર બાદ એક સિક્યોરિટી ઑફિસર બોલ્યો.

'આવું કઈ રીતે બને, લક્ષ્મણ?' ચોકીદારને સંબોધીને કહ્યું. ચોકીદાર લક્ષ્મણ હાથ જોડીને ઊભો રહ્યો.

'મને નથી ખબર, સાહેબ.'

'તેં કોઈને આવતા જોયા હતા? સિક્યોરિટી ઑફિસરે તાડૂકીને કહ્યું.

'કોઈને નથી જોયા, હું પૂરો સમય ફરજ પર હાજર હતો.'

'તું ઊંઘી ગયો હોય કે જગ્યા છોડી હોય એવું થયું હતું?' સિક્યોરિટી પેટ્રોલ ઑફિસરે પોલીસની સામે ખુદનું વર્ચસ્વ અને રોફ જમાવવા મોટેથી બરાડા પાડતાં કહ્યું.

ચોકીદાર લક્ષ્મણે નકારમાં માથું ધુણાવ્યું. તેનું શરીર ધ્રૂજવા લાગ્યું, ઠંડીને કારણે નહિ.

'મને પ્રામાણિકતાથી જણાવ. તને ખબર છે કે હું પ્રવેશદ્વારના સીસીટીવી ફૂટેજ જોઈ શકું છું.' પેટ્રોલ ઑફિસરે કહ્યું.

પેટ્રોલ ઑફિસરે દોષનો ટોપલો બીજા પર ઢોળી દીધો, કારણ કે આટલા બધા સુરક્ષાકર્મીઓ હોવા છતાં કોઈ આવીને સ્ટુડન્ટનું ખૂન કરી ગયું.

'ના, સાહેબ, હું ફરજ પર જ હતો. ઊંઘ્યો નહોતો.' લક્ષ્મણે કહ્યું.

'તો પછી બે-બે માણસો હૉસ્ટેલની અંદર ઘૂસ્યા કેવી રીતે?' સિક્યોરિટી ઑફિસરે સૌરભ અને મારી તરફ ઈશારો કરતાં કહ્યું. લક્ષ્મણ પાસે કહેવા માટે કંઈ નહોતું. પેટ્રોલ ઑફિસરે તેને થપ્પડ ઝીંકી દીધી. પોલીસ સામે કડકાઈ દેખાડવા તેણે આમ કર્યું એ સ્પષ્ટ દેખાતું હતું.

'બંધ કરો આ બધું,' રાણાએ કહ્યું, 'અમારું કામ તમારે કરવાની જરૂર નથી.'

'સૉરી, સર.' પેટ્રોલ ઑફિસરે કહ્યું. તેના જુનિયર સ્ટાફની સામે તેને ખખડાવતાં તે ભોંઠા પડી ગયા. કદાચ તે પોલીસ ખાતામાં તપાસ અધિકારી બનવા માંગતા હશે. લોકો મોટા થઈને પોલીસ ઑફિસર બનવા ઈચ્છતા હોય છે. એન્જિનિયરિંગ કૉલેજની સુરક્ષા કરવાનું કોઈએ સપનું ના જોયું હોય.

'તમારાથી ગુન્હો થતો અટકાવાયો નહિ, કમ-સે-કમ અત્યારે તો આપણે વ્યવસ્થિત તપાસ કરીએ.' ઈન્સ્પેક્ટર રાણાએ કહ્યું.

પેટ્રોલ ઑફિસરનું માથું શરમથી ઝૂકી ગયું.

'સૉરી, સર.'

ઈન્સ્પેક્ટર રાણાએ તેની અવગણના કરી. તેણે રૂમમાં ફરતો

આંટો માર્યો, ઝારાનો મોબાઈલ નજરે ચડ્યો. તેણે મોબાઈલને ચાર્જરથી દૂર કર્યો અને રૂમાલથી ઉઠાવીને કોન્સ્ટેબલને આપ્યો. જે તેણે પ્લાસ્ટિકની કોથળીમાં મૂક્યો. રાણાએ ટેબલ પર પડેલા કાગળો તપાસ્યા. તેને ઝારાના પીએચ.ડી. ટોપીક, બિગ ડેટા મૉડલ સિમ્યુલેશન આધારિત ક્વોન્ટ સમીકરણોમાં ચાંચ ના ડૂબી. તેણે બધા કાગળ ફરી ટેબલ પર મૂકી દીધા અને બારી તરફ ગયો. બારી અંદરથી સ્ટોપર લગાવીને બંધ હતી.

'બારી તો બંધ છે. એનો મતલબ કે હત્યારો બારણેથી જ આવ્યો હોવો જોઈએ.' તેણે કહ્યું.

ખોટી મુસીબતમાં ફસાઈ ન જવાય એટલે મેં મારું મોં ખોલ્યું.

'સર, બારી તો ખુલ્લી જ હતી,' મેં કહ્યું, 'ત્યાંથી જ તો સૌરભ અને હું અંદર આવ્યા હતા. એ તો અમે જ્યારે ચોકીદારને જાણ કરવા માટે નીચે ઊતર્યા ત્યારે બંધ કરી હતી.'

ઈન્સ્પેક્ટર મારી તરફ ફર્યા.

'તું ખરેખર છે કોણ?' અને આ જાડિયો? અહીં કેવી રીતે અને શું કામ આવ્યા હતા?'

'સર, હું બધું જ જણાવું છું.' મેં કહ્યું.

પછીની થોડી જ મિનિટોમાં, મેં બધાને સૌરભ અને હું અહીં કેવી રીતે આવ્યા હતા તે વાત જણાવી.

'અને પછી મેં સૌરભને અહીં ઉપર આવવાનું કહ્યું અને અમે પોલીસને જાણ કરવાનું નક્કી કર્યું.' મેં વાત સમાપ્ત કરી.

મેં દરેકના ચહેરા જોયા. કોઈ માનવા તૈયાર નહોતું. પેટ્રોલ ઑફિસર ખૂન કરતાં મારી બેશરમી પર વધારે નારાજ હોય એવું લાગતુ હતું.

'તું આઈઆઈટી ગર્લ્સ હૉસ્ટેલમાં ઝાડ પર ચડીને આવ્યો? બહારનો વ્યક્તિ હોવા છતાં? તને શું લાગે છે કે તું તીસમારખાં છો?'

'સૉરી, સર,' મેં કહ્યું, 'મારી ભૂલ થઈ ગઈ. પણ...'

ઈન્સ્પેક્ટર રાણા ચાલતાં એકદમ મારી આંખોની સામે આવી ગયો. જાણે હમણાં મારી નાંખશે એવી રીતે મારા તરફ ઘૂરીને સૌરભ તરફ ફર્યો.

'તારા મિત્રની વાત સાચી છે?'

સૌરભે જગ્ગા જાસૂસના રણબીર કપૂરની જેમ બોલતાં કહ્યું,

'ય...ય...યસ, સર.'

'તો પછી બોલવામાં અચકાય છે કેમ?' ઈન્સ્પેક્ટર રાણાએ કહ્યું.

'એ...એ... એ તો એમ જ, સર.'

'તમે ખરેખર એ છોકરીનું ખૂન નથી કર્યું?' રાણાએ કહ્યું. મારા પગ નીચેથી થોડી જમીન સરકી ગઈ. અમે શંકાસ્પદ છીએ?

'ના, સર,' મેં ભાંગરો વાટતાં કહ્યું, 'મમ્મી કસમ.'

ઈન્સ્પેક્ટરની આંખોએ મને વીંધી નાખ્યો.

'માદ..., દરેક ખૂની છટકવા માટે એની માના સમ ખાતો જ હોય છે.'

'ના, સર, પણ...' હું તો તેની ભાષાથી હેબતાઈ ગયો.

'મોં બંધ કર તારું,' તેણે કોન્સ્ટેબલ તરફ ફરતાં કહ્યું, 'આને પોલીસ સ્ટેશન લઈને આવો.'

'સર, તમે...' પણ ઈન્સ્પેક્ટર રાણાએ મારી વાત કાને ના ધરી.

'આ ચોકીદારનું નિવેદન પણ લેતા આવજો. પ્રવેશદ્વાર સીસીટીવીના ફૂટેજ પણ. કોઈએ એના વાલીને જાણ કરી છે?'

'મેં જાણ કરી છે. એના પિતાજી આવી જ રહ્યા છે.' મેં કહ્યું.

સૌરભે મારો હાથ ખેંચીને મોં બંધ રાખવાનો ઇશારો કર્યો.

એક કોન્સ્ટેબલે પ્રભાવિત જગ્યાની આસપાસ લીટી દોરી અને થોડા વધારે ફોટો ખેંચ્યા. જ્યારે સૌરભ અને હું ચૂપચાપ એક ખૂણામાં ઊભા હતા. પોલીસની શોધખોળ ચાલુ હતી ત્યારે પેટ્રોલ ઑફિસરે બહાર નીકળીને આઈઆઈટી ડાયરેક્ટરને કોલ કરી દીધો.

'અહીં આ બધું શું ચાલી રહ્યું છે? ઝારા ક્યાં છે?' સફદર લોનના અવાજથી રૂમમાં હાજર બધા ચોંકી ગયા.

❖

ભારતના પ્રાચીન સમયને જાણવો હોય તો પોલીસ સ્ટેશન ઉત્તમ સ્થળ છે. સત્તરમી સદીનું કમ્પ્યુટર વિનાનું ખાખી કાગળની ફાઈલોથી ભરેલું ભારતીય જીવન જોવું હોય તો, પોલીસ સ્ટેશન મુલાકાત લેવા માટેની સરસ જગ્યા કહેવાય. જો કે, હૌઝ ખાસ પોલીસ સ્ટેશન તો થોડું આધુનિક હતું. ત્યાં બે મોટા સીઆરટી મોનિટરવાળાં કમ્પ્યુટર

હતાં. સવારના નવ વાગ્યામાં માણસો પોલીસ સ્ટેશને કીડિયારાની માફક ઊભરાઈ ગયાં હતાં. જાણે પોલીસ ૧૦ જીબી ડેટા કાર્ડની વહેંચણી કરતા હોય તેવો માહોલ લાગતો હતો. ઉજાગરા અને રાતના નશાને કારણે મને માથામાં સખત દુખાવો થતો હતો. પોલીસ સ્ટેશનના ઘોંઘાટને લીધે મારો દુખાવો વધારે તીવ્ર થઈ ગયો.

સૌરભ અને મને કહેવામાં આવ્યું હતું તે મુજબ અમે અલગ બેઠા હતા. તેઓ નહોતા ઇચ્છતા કે અમે ભેગા મળીને વાતો કરીએ અને કોઈ ખીચડી પકાવીએ. અમારે એવું કરવું જ હોય તો વ્હોટ્સએપ હતું જ ને ! અલગ અલગ રૂમમાં બેસાડવાથી વ્હોટ્સએપ થોડું બંધ થઈ જાય ?

મેં થોડા કલાકો રાહ જોઈ. અંતે રાણાએ મને તેની ઑફિસમાં બોલાવ્યો. ખખડી ગયેલા રૂમમાં એક ટેબલ અને બે ખુરશી પણ માંડ ગોઠવાયાં હતાં.

હું તેની સામે બગાસાં ખાતાં બેઠો. તે એકધારો તેની ફાઇલ વાંચવામાં વ્યસ્ત હતો, છતાં તેની એક આંખ તો મારા પર જ મંડરાયેલી હતી.

'ઊંઘ આવે છે ?'

'થોડી.' મેં કહ્યું.

'જા અને મોં ધોઈ આવ.'

'ના, ચાલશે.'

એણે મારી સામે ડોળા ફાડ્યા.

'જેવું કહેવામાં આવે છે એવું કર.' તેણે કહ્યું. હું તરત જ માની ગયો. મેં ગંદા બાથરૂમના ગંદા નળમાંથી ગંદું પાણી મારા ચહેરા પર છાંટ્યું. હું તેની ઑફિસમાં પરત આવ્યો અને પાછો બેસી ગયો. મારી ઊંઘ એકદમ ઊડી ગઈ હતી.

'મેં તને બહાર રાહ જોવડાવી, કારણ કે બીજો વિકલ્પ હતો જેલ. અને મને ખાતરી છે કે તને જેલમાં રાત પસાર કરવાનું ગમ્યું ના જ હોત.'

મેં મારી જાતને સળિયા પાછળ જોઈ અને મારાં માતાપિતા મને શોધતાં અહીં આવી ચડ્યાં હોય એવું દેખાયું. તેઓ મારી પર કોઈ પોલીસ કરતાં પણ વધારે બૂમો પાડી રહ્યાં હતાં. ના, એ વિકલ્પ તો બિલકુલ નહિ.

'ના, સર, બહારની જગ્યા સરસ જ છે.'

'જો, તેં જ પેલીની હત્યા કરી હશે તો તારી જગ્યા સળિયા પાછળ પાક્કી છે એટલું યાદ રાખજે.'

'મેં એવું નથી કર્યું, સર. હું નિર્દોષ છું.'

'મારે એ માટે પૂરતી તપાસ કરવી પડશે.'

'હું તેને પ્રેમ કરતો હતો, સર. તમે ક્યારેય વિચારી ના શકો એટલો પ્રેમ. ઝારા... મારી દુનિયા હતી. હું તેનું ખૂન શું કામ કરું?'

'કારણ કે એ તારી ના થઈ એટલે.'

'ના, સર, એવું નથી. તેણે જ મને જાતે મેસેજ કર્યા હતા.'

મેં મારો મોબાઈલ તેને જોવા માટે આપ્યો. તેણે મારી ઝારા સાથે થયેલી છેલ્લી વ્હોટ્સએપ વાતો વાંચી.

'મારી સાથે ભણનારા કોઈને પણ તમે પૂછો તો તેઓ જણાવશે કે ઝારા ખુદ મારી પાસે આવવા માંગતી હતી તે વાતનું મારે મન શું મહત્ત્વ હોય.' મેં કહ્યું.

ઈન્સ્પેક્ટરે મેસેજમાં થયેલી વાતચીત વારંવાર ઉપર-નીચે ફેરવીને જોઈ. મારું બોલવાનું ચાલુ હતું.

'સર, મેં પોલીસને જાણ કરી, તેના ફાધરને જાણ કરી, અરે મેં તો તેના બોયફ્રેન્ડને પણ જાણ કરવાનો પ્રયત્ન કર્યો હતો.'

'એક મિનિટ, બોયફ્રેન્ડ?' તેણે મને અટકાવતાં કહ્યું.

'હા, રઘુ. પણ તેણે મારો ફોન ના ઉપાડ્યો. બહુ મોડું થઈ ગયું હતું. તે હૈદરાબાદ છે.'

'મને તેનો નંબર આપ.'

'મારા મોબાઈલમાં જ છે, રઘુ વેંકટેશ.'

ઈન્સ્પેક્ટરે રઘુનો નંબર નોંધી લીધો. ત્યાં જ બારણા પર એક કોન્સ્ટેબલ દેખાયો.

'તેના બાપા ઝારા લોનની બોડી ઘરે લઈ ગયા.' કોન્સ્ટેબલે કહ્યું.

'આ શું છે બધું? આટલી જલદી કેવી રીતે?' રાણા બેબાકળો થઈ ગયો.

'છોકરીના બાપા મોટી તોપ છે. છેડા અડાડ્યા હશે.' કોન્સ્ટેબલે કહ્યું.

'એનાં માં-બાપ ક્યાં રહે છે?'

'વેસ્ટેન્ડ ગ્રીન્સ. દિલ્હી બોર્ડર પર શિવપ્રતિમા છે તેની બાજુમાં.' કોન્સ્ટેબલે કહ્યું.

'માલદાર છોકરી,' ઇન્સ્પેક્ટરે હાંસી ઉડાવતાં કહ્યું, 'તેમને પોસ્ટમોર્ટમ માટે વિનંતી કરો.'

'મેં કહ્યું હતું, પણ વાત ના માની. છોકરીના બાપા બહુ ઉદાસ લાગતા હતા,' કોન્સ્ટેબલે કહ્યું, 'સર, તમે મુસ્લિમ લોકોને ઓળખો તો છો. તેઓના ધર્મમાં મૃતદેહ પર વાઢકાપની પરવાનગી નથી હોતી. આપણે વધારે જોર કરીશું, તો એ ખોટાં નાટક કરશે.'

'જો એ શબપરીક્ષણ કરવાની મંજૂરી નહિ આપે તો આપણે આ કેસ કેવી રીતે ઉકેલીશું?' ઇન્સ્પેક્ટર રાણા તાડૂક્યો.

સામેથી કોઈ પ્રતિભાવ મળ્યો નહિ. કોન્સ્ટેબલને ખબર પડી ગઈ કે હવે અહીંથી છટકવામાં જ ભલાઈ છે.

'તો તું એ છોકરીને ચાહતો હતો, તો પછી દુઃખી કેમ નથી?' રાણાએ કહ્યું.

'મને નથી ખબર, સર,' મેં કહ્યું, 'મને ખબર છે કે એ હવે નથી, પણ હજી માનવામાં જ નથી આવતું. મારું મગજ આ હકીકત સ્વીકારવા જાણે તૈયાર જ નથી. એવું લાગે છે જાણે હું જલદી જાગી ગયો અને...'

'તેવું થયું છે. ઝારા લોન હવે નથી. અને તેં જ એને મોતને ઘાટ ઉતારી છે. આખો ઘટનાક્રમ જોતાં એવું જ લાગે છે. નશાની હાલતમાં આચરેલ ગુન્હો.'

'ના, સર, એવું બિલકુલ નથી.'

'જૂનો પ્રેમી પ્રેમિકાને પામી શકે તેમ નહોતો. એમાં પ્રેમિકાએ બોલાવ્યો. તેં એના પર બળજબરી કરી. તે તાબે ના થઈ. એટલે પછી તેં ખેલ ખતમ કરી દીધો.'

'મેં એવું કંઈ નથી કર્યું.' મેં મોટેથી બૂમ પાડી. પછી તરત જ નરમ અવાજમાં કહ્યું, 'મારો કહેવાનો મતલબ છે, મેં ખરેખર એવું નથી કર્યું. હું તો ખાલી તેને જન્મદિનની શુભેચ્છા આપવા માટે ગયો હતો.'

અંતે હું ભાંગી પડ્યો. મારી આંખોમાંથી આંસુ ટપકવાં લાગ્યાં. હું રડવા લાગ્યો. ઝારા મૃત્યુ પામી હતી. હવે હું તેને ફરી ક્યારેય જોઈ નહિ શકું, તેનો અવાજ ક્યારેય સાંભળવા નહિ મળે, હવે મારાથી તેને

મેસેજ પણ નહિ થાય કે પછી તેનું સ્ટેટસ પણ નહિ જોવા મળે... એના પર તો છેલ્લાં કેટલાંક વર્ષોથી જીવતો હતો. કેવી ટ્રેજેડી છે, પોલીસને એવું લાગે છે કે મેં એનું ખૂન કર્યું છે. તેઓ મારી બાકીની જિંદગી, કે જે સાવ કંગાળ જ છે, તેને જેલમાં ખતમ કરવા માંગે છે. મેં મારા હાથ જોડ્યા.

'રાણા સર, મેં કંઈ નથી કર્યું. હું આવું ક્યારેય કરી જ ના શકું.'

'તો પછી કોણે કર્યું?' અને નાના છોકરાની જેમ આમ રડવાનું બંધ કર.'

'હું નથી જાણતો.' મેં શાંતિથી કહ્યું.

ઈન્સ્પેક્ટરે ઈન્ટરકોમથી બીજા એક કોન્સ્ટેબલને અંદર બોલાવ્યો.

'છોકરીનો ફોન લોક છે?'

'તે લોક થયેલો આઈફોન છે, સર. આપણને પાસકોડ ખબર નથી.'

'તેમાં ટચ આઈડી છે, રાઈટ? અંગૂઠો?'

'હા, સર.'

'તો પછી એને ખોલવા માટે એ મૃત છોકરીના હાથનો ઉપયોગ કરો.'

કોન્સ્ટેબલે તેનું માથું ખંજવાળ્યું. 'જ્યારે ફોનને પહેલી વાર સ્વીચ ઓન કરવામાં આવે છે ત્યારે તમારે ન્યુમેરિક પાસકોડ નાખવાનો આવે છે, સર.'

'સ્ટેશનમાંથી કોઈ મૂરખે ફોન સ્વીચ ઑફ કરી નાંખ્યો.'

'ના, ના, સર. એવું લાગે છે કે ફોન સ્વીચ ઑફ થઈ ગયો હશે, એટલે પછી ચાર્જિંગમાં મૂક્યો અને ફરી સ્વીચ ઓન કર્યો.'

'તો આપણાથી ફોન અનલોક કરવો શક્ય નથી?'

'ના, સર. એ માટે છ આંકડાનો કોડ જોઈએ. જો દસ વખત ખોટા પાસકોડ નાંખવામાં આવે તો પછી ફોન કાયમ માટે લોક થઈ જાય.'

'આ કંપની પણ બુદ્ધિ વગરની છે. સર્વિસ પ્રોવાઇડરને પૂછો. એની કોલ હિસ્ટ્રી મંગાવો.'

'એ કામ તો થઈ ગયું છે, સર.'

'આજે કોઈએ છોકરીના ફોનમાં કોલ કર્યા છે?'

'રઘુ ક્યુટી પાઈ તરફથી બે મિસ કોલ આવ્યા હતા.'

'હું હમણાં એને કોલ કરું છું. તું રઘુ ક્યુટી પાઈ ગઈ રાતે ક્યાં હતો, તે મોબાઈલ ટાવર પરથી તપાસ કરાવ.'

'ચોક્કસ, સર.' કોન્સ્ટેબલે કહ્યું.

ઇન્સ્પેક્ટર મારી તરફ ફર્યો.

'કેશવ, બહાર રાહ જો,' તેણે કહ્યું, 'હું હમણાં એફઆરઆઈ નથી લખતો, પણ તારે હમણાં આ પોલીસ સ્ટેશન છોડીને ક્યાંય જવાનું નથી.'

'હું નહિ જાઉં, સર. વચન આપું છું.'

'કોઈ સારો ખૂણો શોધીને બહાર ઊંઘી જા.'

'મને ખુરશી પર આરામ કરવાનું ફાવે છે. પણ સર, એક વાત કહેવાની છે.'

'શું?'

'તમે જ્યારે રઘુને કોલ કરો ત્યારે, હું અહીં હાજર હોઉં અને તમારી વાતચીત સાંભળું તો વાંધો નહિ ને?'

'કેમ?'

'ખબર નહિ, પણ જાણવાની ઉત્સુકતા ખાતર.'

'ઓહ, તો તારે હવે જાસૂસ બનવું છે?'

'મને મૃતદેહ મળ્યો હતો. હું તેને ઓળખું છું. એટલે, મને ઉત્સુકતા હોવાની જ. ઉપરાંત કદાચ હું તમને મદદ પણ કરી શકું.'

ઇન્સ્પેક્ટરે ખભા ઉલાળ્યા, એને કોઈ વાંધો નહોતો. એમણે રઘુનો નંબર ડાયલ કર્યો અને કોલ સ્પીકર પર મૂક્યો.

'હેલ્લો, ગુડ મોર્નિંગ.' કોઈ સ્ત્રીનો અવાજ સંભળાયો. તેના અવાજમાં તેલુગુ લહેકો હતો.

'હેલ્લો, મિ. રઘુ વેંકટેશ છે ત્યાં?' રાણાએ કહ્યું.

'થોડી રાહ જુઓ, ડૉક્ટર તેમને તપાસી રહ્યા છે. હું તેમને ફોન આપું છું. તમે કોણ બોલો છો, કહેશો?'

'હું ઇન્સ્પેક્ટર વિકાસ રાણા બોલું છું, તમે કોણ?'

'નર્સ જેની, સર. હું અહીં રઘુ સરની સાર-સંભાળ કરું છું.'

'કઈ જગ્યાએ?'

'એપોલો હૉસ્પિટલ, સર. હું તેમને ફોન આપું છું.'

અમે નર્સને કોઈ સાથે તેલુગુમાં વાત કરતાં સાંભળી. રઘુએ તરત જ વાત શરૂ કરી.

'હેલ્લો !' રઘુએ કહ્યું.

'હેલ્લો, મિ. રઘુ. હૌઝ ખાસ પોલીસ સ્ટેશનથી ઇન્સ્પેક્ટર વિકાસ રાણા વાત કરી રહ્યો છું. તમારી સાથે વાત થાય એમ છે?'

'હા, સર.'

'તમે સમાચાર સાંભળ્યા?'

'કયા સમાચાર, સર?'

'ઝારા લોનની ખબર પડી? તમારી મિત્ર.'

'મારી મંગેતર, સર.' રઘુએ કહ્યું.

'ઓહ. આઈ એમ સૉરી, મિ. રઘુ. અમને ઝારાનો મૃતદેહ તેના રૂમમાંથી મળ્યો છે. અમને લાગે છે કે એનું ખૂન થયું છે.'

'આર યુ સિરિયસ? કોણ છો તમે? તમે ત્યાં પણ તમારા માણસો મોકલી દીધા?' રઘુએ કહ્યું, તેના અવાજમાં ભય હતો.

'કયા માણસો? અમે તો પોલીસ છીએ. અમારી પાસે તેનો ફોન છે. તમે એને આજે બે મિસ કોલ કર્યા હતા. એક સવારમાં ૮:૧૪ અને બીજો ૮:૩૨.'

રઘુનો ફોન પડી ગયો હોય તેવો અવાજ સંભળાયો. તેણે ફરી ફોન હાથમાં લેતાં વાત શરૂ કરી.

'એવું શક્ય નથી... સૉરી. મને આ વાત માનવામાં નથી આવતી.'

'તેનાં માતપિતા તેનો મૃતદેહ લઈ ગયાં છે. તમે તેઓને કોલ કરી શકો છો.'

'હા, હું હમણાં જ વાત કરું છું,' રઘુએ કહ્યું, 'આ કેમ... ના હોય...સૉરી, મારાથી વાત નહિ થાય.'

'હું સમજું છું કે તમારા માટે આ ખૂબ જ આંચકાજનક સમાચાર છે.'

'આજે ઝારાનો બર્થડે છે.' તેણે કહ્યું. તેના વધી ગયેલા શ્વાસનો અવાજ સ્પષ્ટ સંભળાતો હતો. 'અમારાં બે મહિનામાં તો લગ્ન થવાનાં હતાં.'

'લગ્ન' શબ્દ મને વજ્રઘાત જેવો લાગ્યો. હું ઇન્સ્પેક્ટરથી થોડો દૂર ખસી ગયો.

'સૉરી, મિ. રઘુ. અમે તેને પાછી લાવવા માટે તો સમર્થ નથી, પણ તેના કાતિલને શોધવામાં અમે કોઈ કસર બાકી નહિ રાખીએ.'

'ઝારા સાથે કોઈ આવું શું કામ કરે?' રઘુએ કહ્યું.

'તમને કોઈ પર શંકા છે?'

'ત્રણ દિવસ પહેલાં અમુક માણસોએ મારા પર હુમલો કર્યો હતો. એ ખંડણી ઉઘરાવનાર લોકલ ગેંગના હોય એવું મારું માનવું છે.'

'ખરેખર? કોણ? ક્યારે?' ઈન્સ્પેક્ટરે કહ્યું. તેણે બધી માહિતી નોંધવા માટે નોટબૂક બહાર કાઢી.

'ત્રણ ભાડૂતી ગુંડાઓ હતા. મોડી રાત્રે. સાયબર સિટીમાં બરોબર મારી ઑફિસની બહાર. તેઓ બાઈક લઈને આવ્યા હતા અને મને હોકીથી ફટકારવા લાગ્યા. મારી કારના વિન્ડો ગ્લાસ પણ ફોડી નાખ્યા. હું બૂમાબૂમ કરવા લાગ્યો એટલે એ બધા ભાગી ગયા, બાકી મારી હાલત તો હજી વધારે ખરાબ હોત.'

'તમને વાગ્યું છે?'

'માથામાં વાગ્યું છે અને હાથમાં ફ્રેક્ચર થયું છે.'

ઈન્સ્પેક્ટરે ફટાફટ બધું નોંધી લીધું.

'એટલે તમે હૉસ્પિટલમાં છો?'

'હા, હું એપોલોમાં છું. મેં ઝારાના બર્થડેમાં ત્યાં આવવાનો પ્લાન પણ કર્યો હતો અને...' તે અટક્યો. અમને તેનાં ડૂસકાં ફોનમાં સંભળાયા. રઘુ મારો સૌથી મોટો દુશ્મન, રડી રહ્યો હતો. તેમ છતાં મને તે સારું ના લાગ્યું. ઈન્સ્પેક્ટરે આગળ વાત કરતાં પહેલાં રઘુને રડવાની મોકળાશ આપી.

'મને લાગી રહ્યું છે કે તમે અત્યારે ખૂબ જ અપસેટ છો. અત્યારે હવે હું વધારે વાત નથી કરતો, પછી વાત કરીશું. તમારું ધ્યાન રાખજો.'

ઈન્સ્પેક્ટરે કોલ કટ કર્યો.

અગાઉ જે પોલીસ આવ્યો હતો તે ફરી પ્રગટ થયો.

'સર, ફોનના રેકોર્ડિંગની માહિતી આવતીકાલે મળશે. તેમ છતાં, તેઓને પૂરી ખાતરી છે કે આગલી રાત્રે મિ. રઘુના મોબાઈલનું ટાવર લોકેશન હૈદરાબાદ હતું.'

'હા, તે ત્યાંની હૉસ્પિટલમાં દાખલ છે.' રાણાએ કહ્યું અને મારી બાજુ ફર્યો. 'તું જમાઈ હોય એમ આખો દિવસ મારી ઑફિસમાં જ બેસવાનો છે? નીકળ અહીંથી, બહાર રાહ જો.'

'ચોક્કસ, સર.' મેં કહ્યું અને પછી રૂમ છોડવા માટે ઊભો થયો.

પ્રકરણ-૭

ક્લિક ! ફ્લેશ ! ક્લિક ! ક્લિક ! કૅમેરાની ફ્લેશ અને ક્લિક તથા મોટેથી બૂમો પાડતા પત્રકારો મારું ધ્યાન તેમની તરફ ખેંચવાનો પ્રયત્ન કરી રહ્યા હતા. જે દિવસે ઝારાનું મૃત્યુ થયું એ બપોરથી જ દરેક સમાચારપત્રકો અને ટીવી ચૅનલના પત્રકારોનાં ધાડાં ને ધાડાં હૌઝ ખાસ પોલીસ સ્ટેશને ઊતરી પડ્યાં હતાં. લગભગ ત્રીસ જેટલા પત્રકારોનો મેળાવડો સ્ટેશનના પ્રવેશદ્વાર આગળ જમા થઈ ગયો હતો. તેઓ જે સનસનીખેજ બનાવ બની ગયો એની રજેરજની માહિતી નાના ટુકડાઓમાં ભેગી કરવાનો પૂરતો પ્રયાસ કરી રહ્યા હતા. ઇન્સ્પેક્ટર રાણાએ કોઈની પણ સાથે વાત કરવાની મનાઈ ફરમાવી દીધી હતી. તેમની પરવાનગી વગર કોઈ પણ કોન્સ્ટેબલની હિંમત નહોતી કે તેઓ મીડિયા સાથે વાત કરે. બપોર પછી, ભૂખ લાગતાં થોડી પેટપૂજા માટે મેં જેવો પોલીસ સ્ટેશનની બહાર પગ મૂક્યો એવા બધા જ પત્રકારો મારા પર તૂટી પડ્યા.

'તમે જ કેશવ રાજપુરોહિત છો ?' એક બોલ્યો.

મેં હકારમાં માથું ધુણાવ્યું. પત્રકારોમાં ચડસાચડસી થઈ ગઈ. મારા ચહેરાની નજીક તેઓના માઈક રાખવા માટે તેઓ ધક્કામુક્કી કરવા લાગ્યા.

'મૃતદેહ તમને મળ્યો હતો ?' બીજાએ કહ્યું.

'તમે ગર્લ્સ હૉસ્ટેલમાં ઘૂસ્યા હતા ?' બીજા એકને આમાં રસ હતો.

'તમે એના ભૂતપૂર્વ પ્રેમી છો ?' બીજો એક પ્રશ્ન ઊડતો આવ્યો.

અરે, હું તો ગૂંચવાઈ ગયો કે શું બોલવું અને કોના સવાલનો જવાબ પહેલાં આપવો.

'મહેરબાની કરીને મને છોડો,' મેં કહ્યું, 'મેં કંઈ જ કર્યું નથી. મને કોઈ જ વાતની ખબર નથી.'

મને ખબર ના પડી કે મારે આવી સ્પષ્ટતા કરવાની શું જરૂર હતી. આ બળતામાં ઘી હોમવા જેવું હતું. સવાલોનો મારો અને ખણખોદ વધવા લાગ્યાં.

'તમારો કહેવાનો મતલબ એમ છે કે તમને એક શંકાસ્પદ તરીકે

અહીં લાવવામાં આવ્યા છે?'

'ના,' મેં કહ્યું, 'એવું બિલકુલ નથી. મેં એવું ક્યારે કહ્યું?'

'તમારા હજી સુધી ઝારા લોન સાથે શારીરિક સંબંધ હતા?' એક બિલોરી કાચ જેવાં ચશ્માં પહેરેલ પત્રકારે કહ્યું. મને એ ચસમીસનું થોબડું ભાંગી નાંખવાનું મન થઈ ગયું, પણ મેં મહામહેનતે સંયમ જાળવ્યો. જો પોલીસ સ્ટેશનમાં હું એક પત્રકારને ફટકારું તો એ મારા કેસ માટે હાનિકારક હતું. મેં મારા દાંત ભીંસ્યા.

'મહેરબાની કરીને મને બહાર જવા માટે રસ્તો આપો.'

'મિ. કેશવ, તમે ઝારા લોનની હત્યા કરી છે?' ચશ્માવાળા પત્રકારે બીજો સવાલ કર્યો.

'ના.' મારો અવાજ એકદમથી ઊંચો થઈ ગયો. બહાર નીકળવાનું શક્ય ના લાગતાં, હું પાછો ફર્યો અને ફરી પોલીસ સ્ટેશનમાં ઘૂસી ગયો. હું ભૂખ્યો રહેવા તૈયાર હતો, પણ જીવતો કોળિયો બની જવા નહોતો માંગતો.

હું સૌરભથી દૂર રહેવાની ઈન્સ્પેક્ટરની સૂચનાને અવગણીને તેની પાસે પહોંચી ગયો. તેને લાકડાના બાંકડા પર ઝોલું આવી ગયું હતું. મારું મગજ સંપૂર્ણતઃ કામ કરતું બંધ થઈ ગયું હતું. હું દુઃખ, ભય કે થાક એવી કોઈ પણ પ્રકારની લાગણી અનુભવી રહ્યો નહોતો. મને સૌરભની જેમ ઊંઘ પણ નહોતી આવતી. મારી નજર સામેની દીવાલના ધૂળિયા પાટિયા પર પડેલા ટીવી પર ગઈ, એમાં એક સમાચારની ચૅનલ ચાલુ હતી. થોડી જાહેરાત બાદ, ચૅનલે 'બ્રેકીંગ ન્યુઝ' પ્રસારિત કર્યા.

'કાશ્મીરી મુસ્લિમ કન્યાની આઈઆઈટી દિલ્હીની હૉસ્ટેલમાં હત્યા.'

એક રિપોર્ટર આઈઆઈટી પ્રવેશદ્વારની સામે, સિક્યોરિટી ચેકપોસ્ટની જમણી બાજુ, જ્યાં મેં મારું જૂનું આઈકાર્ડ દેખાડ્યું હતું, ત્યાં ઊભો હતો.

દરવાજાની બહાર તો બીજા ઘણા પત્રકારો મને દેખાતા હતા; ડાયરેક્ટરે મીડિયાના પ્રવેશ પર રોક લગાવી હશે. ખાલી મુખ્ય પ્રવેશદ્વાર પરના આઈઆઈટી દિલ્હીના બોર્ડનું દૃશ્ય જ દેખાડવામાં આવી રહ્યું હતું.

અવાજ ઘણો ધીમો હતો, એટલે સરખું સાંભળવા માટે હું ટીવીની નજીક ગયો. રિપોર્ટર તેના કાનમાં એક આંગળી નાંખીને, સ્ટુડિયોમાં

હાજર એન્કર અરિજિત સાથે વાત કરી રહ્યો હતો.

'અરિજિત, અત્યાર સુધીમાં અમને જે માહિતી પ્રાપ્ત થઈ છે તે મુજબ પીડિતાનું નામ ઝારા લોન છે અને તે આઈઆઈટી દિલ્હીની પીએચ.ડી. સ્ટુડન્ટ છે. લગભગ સવારે ત્રણ વાગ્યાની આસપાસ તેનું હિમાદ્રી હૉસ્ટેલના રૂમ નંબર ૧૦૫માં મર્ડર થયેલું જણાય છે. શંકાસ્પદ તરીકે એક નામ તેના ભૂતપૂર્વ બોયફ્રેન્ડનું છે, તે પણ આઈઆઈટીનો ભૂતપૂર્વ વિદ્યાર્થી જ છે. તે ઝારાને તેના જન્મદિવસની, કે જે આજે હતો, તેની શુભેચ્છા પાઠવવા માટે તેના રૂમમાં ઘૂસ્યો હતો, ત્યાં તેને મૃત હાલતમાં ઝારા મળી હતી.'

'એક મિનિટ.' એન્કરે કહ્યું, તેના હાથમાં પેન હતી. 'તમે હમણાં એમ કહ્યું કે ઝારા લોનનો ભૂતપૂર્વ બોયફ્રેન્ડ તેના રૂમમાં ઘૂસ્યો હતો?'

'હા, અરિજિત. તેનું નામ કેશવ રાજપુરોહિત છે. તેમણે પાંચ વરસ પહેલાં અહીંથી સ્નાતકની પદવી પ્રાપ્ત કરેલી છે. ઝારા લોન અને તેની વચ્ચે સંબંધ હતા. અકસ્માતે, ઝારાએ તેનું ગ્રેજ્યુએશન દિલ્હી કૉલેજ ઑફ એન્જિનિયરિંગમાંથી પૂર્ણ કરેલ હતું અને ત્યારબાદ આઈઆઈટી દિલ્હીમાં પીએચ.ડી. પ્રોગ્રામમાં જોડાઈ હતી, એટલે કેમ્પસમાં જ રહેતી હતી. જો કે સ્રોત પાસેથી મળેલી માહિતી મુજબ કેશવ અને ઝારા વચ્ચેના સંબંધ તો તે પહેલાંના હતા.'

હું પ્રખ્યાત થઈ ગયો. મારા નામની ચર્ચાઓ ટીવીમાં થવા લાગી. પણ ઘણા આઈઆઈટી પાસ આઉટ વિદ્યાર્થીઓ, કે જેમણે લાખો ડૉલરનું સ્ટાર્ટ અપ શરૂ કર્યું હોય કે રાજકીય પક્ષની શરૂઆત કરી હોય, તેમને બિલકુલ ગમ્યું નહિ હોય. મારું ગર્લ્સ હૉસ્ટેલમાં ઘૂસણખોરીને લીધે નામ પ્રખ્યાત થયું હતું.

'તમે વિસ્તારથી જણાવશો કે તે હૉસ્ટેલમાં આવ્યો કઈ રીતે?' અરિજિતે કહ્યું, 'છોકરાઓને તો ગર્લ્સ હૉસ્ટેલમાં પ્રવેશબંધી હોય છે.'

'હા, સાચી વાત છે. આઈઆઈટી દિલ્હીની કડક નીતિ છે, છોકરાઓને ગર્લ્સ હૉસ્ટેલમાં પ્રવેશબંધી અંગે. એટલે જ કેશવ આંબાના ઝાડ પર ચડીને બારીમાંથી આવ્યો હતો. કમનસીબે, અમને કેમ્પસમાં પ્રવેશ કરવાની મનાઈ છે, આથી આંબાનું ઝાડ દેખાડી નહિ શકાય.'

'સાચી જ વાત છે, કમનસીબી જ કહેવાય. દેશ આંબાનું ઝાડ અને તેના પર પાકેલી કેરીઓ જોવાથી વંચિત રહેશે.'

'આગળ વાત ચાલુ રાખો.' અરિજિતે ઈશારો કરતાં કહ્યું.

'એટલે એ ઝાડ પર ચડીને ઝારાના રૂમમાં તેને બર્થડે વિશ કરવા માટે ગયો, જ્યાં તે મૃત હાલતમાં મળી આવી. પછી તેણે પોલીસ અને ઝારાનાં માતાપિતાને જાણ કરી. આવું કેશવનું કહેવું છે.'

'સાચી વાત છે, આ કેશવે જણાવેલી વાત છે. હવે પોલીસ શું કાર્યવાહી કરે છે?'

'મને લાગે છે કે કંઈક પણ કહેવું થોડું જલદી કહેવાશે. પણ કેશવ હૌઝ ખાસ પોલીશ સ્ટેશને છે. એ મૂંઝાઈ ગયો છે કે ગુસ્સામાં છે, અમારી પાસે તેનાં થોડાં દૃશ્યો છે.'

એકાએક, હું સ્ક્રીન પર દેખાયો, જાણે માનસિક રોગી હોય એવો લાગતો હતો.

'ના.' હું ચિલ્લાઈને બોલતો હતો એ વાત તેઓએ ટીવી સિરિયલની જેમ પાંચ વાર એકધારી દર્શાવી.

'મારે આમાં થોડું ઉમેરવાનું છે,' પત્રકારે કહ્યું, 'અમને સાંભળવામાં આવ્યું છે કે કેશવ રાજપુરોહિત રાજસ્થાનથી છે, અને તેના પિતાશ્રી નમન રાજપુરોહિત ત્યાં આરએસએસના વરિષ્ઠ સભ્ય છે. તેનું કુટુંબ રાજકારણ સાથે ગાઢ જોડાણ ધરાવે છે.'

શું? આ વાત ઉમેરવાની કેમ જરૂર લાગી? મેં મારા કાનમાં પહેરેલી બુટ્ટીને સ્પર્શ કર્યો. મારાં માતાપિતાને આમાં વચ્ચે લાવવાની શું જરૂર હતી? મેં મારુ ખિસ્સું તપાસ્યું. મારો એમાં મોબાઈલ નહોતો. હું જ્યારે પોલીસ સ્ટેશનમાં અંદર બેઠો હતો ત્યારે મેં ખુરશી પર મૂક્યો હતો. સારું થયું કે મોબાઈલ ત્યાં જ હતો. હું ભૂલી ગયો હતો. મેં વિચાર્યું કે પોલીસ સ્ટેશનમાંથી કોણ લઈ જાય. મારા ઘરેથી દસ મિસ કોલ આવી ગયા હતા. ચાર ચંદન અરોરાના હતા. બે સેક્સી શીલાના હતા, એણે તો મને ચંદન અરોરા તરફથી કર્યા હોય. હું કોલ કરું એ પહેલાં તો મારું નામ ટીવી પર ફરી સંભળાયું.

'શું પોલીસે કેશવ રાજપુરોહિતની ધરપકડ કરી? કે પછી તેને રાજકીય સંબંધનો ફાયદો મળી રહ્યો છે?' અરિજિતે કહ્યું.

આ શું બકવાસ છે, મેં વિચાર્યું. મારી ધરપકડ શું કામ કરવામાં આવે? અને મેં ક્યાં કોઈ રાજકીય વગનો ઉપયોગ કર્યો છે? આ વાતની જાણ મારા પિતાજીને થાય એવું હું બિલકુલ નહોતો ઇચ્છતો. પત્રકારે વાત આગળ વધારતાં કહ્યું.

'ના, અરિજિત, હજી સુધી તેની ધરપકડ કરવામાં આવી નથી. કેશવ પોલીસને સહકાર આપે છે કે તેની અટકાયત કરવામાં આવી, અમારી પાસે આ અંગેની કોઈ જાણકારી નથી. પોલીસના કહેવા પ્રમાણે તેઓ ઘટનાને અલગ અલગ દૃષ્ટિકોણથી વિચારી રહ્યા છે. તેઓ હૉસ્ટેલમાં રહેતી અન્ય છોકરીઓની પણ પૂછપરછ કરશે.'

'પણ તેઓએ એક્સ-બોયફ્રેન્ડની કે અન્ય કોઈની હજી સુધી ધરપકડ કેમ નથી કરી?' અરિજિતે નારાજગી વ્યક્ત કરતાં કહ્યું.

કારણ કે મેં ખરેખર કોઈ જ ગુન્હો નથી કર્યો! છેલ્લી દસ મિનિટથી આ વ્યક્તિ કોઈની ધરપકડની વાત પાછળ પડ્યો છે. રિપોર્ટરનો આભાર કે એ જે રીતે વાત રજૂ કરી રહ્યો હતો તે અરિજિતની એક્સ-બોયફ્રેન્ડ થીયરી કરતાં ઘણું વધારે મસાલેદાર હતું.

'જો, અરિજિત, બિનસત્તાવાર માહિતી મુજબ, અમને જાણવા મળ્યું છે કે આતંકવાદીનો પણ આમાં હાથ હોવાની આશંકા સેવાઈ રહી છે. ઝારા લોન કાશ્મીરી હતી અને એક મુસ્લિમ.'

કાશ્મીરી મુસ્લિમ હોવાને નાતે આવી શંકા ના ઉદ્ભવે તો જ નવાઈ. મારા પરથી રડાર આતંકવાદ પર કેન્દ્રિત થઈ ગયું. મને શાંતિ થઈ ગઈ. અરિજિત મને ભૂલી જ ગયો.

'એક કાશ્મીરી મુસ્લિમ છોકરી. રહસ્યમય સંજોગોમાં તે મૃત્યુ પામી. આ કોઈ ગૂઢ ષડયંત્રનો ભાગ તો નથી ને?' અરિજિતે સવાલ ઉઠાવ્યો.

'અમને હજી સુધી કોઈ માહિતી મળી નથી, અરિજિત.' પત્રકારે નમ્રતાથી કહ્યું.

અરિજિત આવા બેજવાબદાર નિવેદનને પ્રોત્સાહિત કરતો નહોતો. તેનો ચહેરો સ્ક્રીન પર વધારે નજીકથી દેખાયો. 'ભાઈઓ અને બહેનો, અમારી પાસે એક મોટી ખબર છે, અને અમારી આ ચૅનલ તે દેખાડનાર સૌપ્રથમ છે.'

તે તદ્દન ખોટી વાત હતી. મેં ખુદ ત્રીસ રિપોર્ટરને પોલીસ સ્ટેશન પાસે જોયા હતા.

'અમે બ્રેક લઈએ એ પહેલાં એક પેચીદો સવાલ છે, અને તે છે,' અરિજિતે જાણે તેની ખુદની જિંદગી દાવ પર લાગી હોય તેમ ચર્ચા કરતાં કહ્યું, 'શું આતંકવાદ ભારતની પ્રતિષ્ઠિત સંસ્થા સુધી પહોંચી ગયો?'

બે હજાર વરસો પહેલાં જે જડીબુટ્ટીનો ઋષિ-મુનિઓ વપરાશ કરતા હતા તેમાંથી બનાવેલી પતંજલિ ટૂથપેસ્ટની જાહેરાતે મર્ડર સ્ટોરીની જગ્યા લીધી. આ જાહેરાતમાં ઋષિ શાંતિથી ધ્યાન ધરીને બેઠા હોય છે, કદાચ તેઓ ટૂથપેસ્ટની બનાવટ વિશે જ વિચારતા હશે. જે ન્યુઝ શો માટે તેઓ પ્રાયોજક હતા તેના એન્કર કરતાં પતંજલિ ટૂથપેસ્ટની જાહેરાતનાં મૉડલ વધારે શાંત દેખાતાં હતાં. જાહેરાતના અંતે ખુદ બાબા રામદેવ દેખાયા. બાબા રામદેવને હસતા જોઈને મને આની પહેલાં આટલી બધી ખુશી કયારેય અનુભવાઈ નહોતી. હું બિલકુલ નહોતો ઈચ્છતો કે ચૅનલવાળા ફરી પાછા ઝારાના સમાચાર પ્રસારિત કરે.

જો કે મારી ઈચ્છાની કોઈને દરકાર ના જ હોય. થોડી જ મિનિટમાં અરિજિત પાછો આવી ગયો, આ વખતે તે સન્માનનીય પેનલની સાથે હતો. છ વ્યક્તિ - સામાજિક કાર્યકર, નિવૃત્ત પોલીસ અધિકારી, બીજા કોઈ કે જે કાશ્મીરની સમસ્યા અંગે થીંક ટેંક ચલાવતા હતા તે અને નિવૃત્ત આઈઆઈટી અધ્યાપક - ટીવીના પડદા પર નાની છ બારી રોકીને બેઠા હતા. ન્યુઝ ચૅનલ આવું કેવી રીતે કરી શકે? આટલું ઝડપથી આટલા બધા જુદા-જુદા ક્ષેત્રના બેકાર લોકોને કેવી રીતે ભેગા કરી લેતા હશે?

પડદા પર અરિજિતે બીજા બધાની સાપેક્ષમાં બમણી જગ્યા રોકી હતી. એમણે ચર્ચાનો આરંભ કરાવ્યો. માનનીય પેનલને મારો સવાલ છે કે, તેઓનો ઉગ્રવાદ આપણી પ્રતિષ્ઠિત સંસ્થા સુધી પહોંચી ગયો? આમાં આતંકવાદની સંડોવણી હોય એવું તમને લાગે છે? અને શું આ કેસ એવું પણ દર્શાવે છે કે દિલ્હીમાં કોઈ પણ વ્યક્તિ સુરક્ષિત નથી?'

'મને આતંકવાદ વિશે ખબર નથી.' કાશ્મીરી થીંક ટેંક ચલાવતા વ્યક્તિ વાત ચાલુ કરે એ પહેલાં સામાજિક કાર્યકર મહિલા કે જેમણે દસ રૂપિયાના સિક્કા જેવડો ચાંદલો કર્યો હતો એમણે બૂમબરાડા પાડતાં કહ્યું.

'આતંકવાદને ભૂલી જાઓ. મારો સવાલ એ છે અરિજિત, સંસ્થાની સુરક્ષા ટુકડી શું કરતી હતી? દિલ્હી પોલીસ શું કરતી હતી? હૌઝ ખાસ એક ધનાઢ્ય વિસ્તાર છે. જો એ જ સુરક્ષિત ના હોય તો, બીજાનું શું? આ દેશની રાજધાની છે કે ગુન્હાની રાજધાની?'

'બિલકુલ સત્ય. જો શ્રીમંત લોકો પણ સુરક્ષિત ના હોય તો પોલીસ કરે છે શું?' અરિજિતે કહ્યું.

નિવૃત્ત પોલીસ અધિકારીએ પોલીસને તપાસ કરવા માટે થોડો સમય આપવાની વાત કરી. સામાજિક કાર્યકર મહિલાએ તેમને ચૂપ કરી દીધા. નિવૃત્ત આઈઆઈટી પ્રોફેસરે એક શબ્દ પણ ના ઉચ્ચાર્યો.

'અંદર આવ, રાણા સાહેબ તને બોલાવે છે.' એક કોન્સ્ટેબલ આવ્યો અને મારા ખભાને હચમચાવ્યો.

❖

'તારાં પેરેન્ટ્સે કોલ કર્યા હતા. તારી સાથે વાત કરવા માંગતાં હતાં.' રાણાએ પહેલાં કરતાં શાંતિથી વાત કરતાં કહ્યું.

'સૉરી, હું મારો મોબાઈલ ભૂલી ગયો હતો.' મેં કહ્યું. હું તેને શક્ય હોય ત્યાં સુધી અવગણવા માંગતો હતો.

'તેઓ અલવરથી અહીં આવવા માટે નીકળી ગયાં છે. થોડા જ કલાકમાં આવી જશે.'

'અરે.' મેં કહ્યું.

'શું?'

'કંઈ નહિ.'

'તારા મિત્રને પણ અહીં બોલાવી લે. આપણે વાત કરીએ.'

હું બહાર ગયો અને સૌરભને ઉઠાડ્યો. અમે બંને ઇન્સ્પેક્ટર રાણાની ઑફિસમાં પાછા ફર્યા.

'આ કેસ ચર્ચાસ્પદ છે. નેશનલ ન્યૂઝ.' રાણાએ કહ્યું.

'મને ખબર છે, સર.' મેં કહ્યું.

'શું? કેવી રીતે?'

'મેં ટીવીમાં પત્રકારોનો કાફલો જોયો.' મેં કહ્યું.

'તારા ખુદના લાભાર્થે એ પત્રકારોથી દૂર રહેજે.'

'મેં એ લોકો સાથે વાત નથી કરી, સર. હું જ્યારે બહાર નાસ્તો કરવા નીકળ્યો હતો ત્યારે તેઓએ મને ઘેરી લીધો હતો. હું ભાગીને ફરી અંદર આવી ગયો.'

'સવારથી તે કંઈ ખાધું છે?'

સૌરભે જોરથી નકારમાં માથું ધુણાવ્યું. ઇન્સ્પેક્ટર રાણાએ પટ્ટાવાળાને નાસ્તો લાવવાનું કહ્યું. તે બે કપ ચા અને બટેટાનાં ભજિયાં લઈને આવ્યો. ઇન્સ્પેક્ટરે અમને ખાવા માટે આદેશ કર્યો. ફરી એમણે

જેવી વાત કરવાની શરૂઆત કરી એવી તરત જ મારી ખાવાની ઝડપ ધીમી થઈ ગઈ.

'તારા પિતાજીએ મારી સાથે વાત કરી. તેઓ શું છે, રાજસ્થાનમાં આરએસએસના પ્રધાન સેવક?'

'તેઓ રાજ્યના પ્રાંત પ્રચારક છે.'

'હા, તેઓએ સાઉથ દિલ્હીના એમપી સાથે પણ વાત કરી હતી. હૌઝ ખાસ સાઉથ દિલ્હી ક્ષેત્રમાં આવે છે.'

હવે મને ખબર પડી રાણાના બદલાયેલા અવાજ અને ચા-નાસ્તા પાછળનું કારણ. ભારતમાં શક્તિશાળી બનવાનો એકમાત્ર રસ્તો છે વધુ પાવર.

'હું તારી સાથે નરમાઈશપૂર્વકનું વર્તન એટલે નથી કરતો કે તારા રાજકીય સંપર્ક છે. એવું હોવા છતાં હું તારી સાથે કડકાઈ દાખવી શકું એમ છું.' જાણે મારું મન વાંચી લીધું હોય તેમ સ્પષ્ટતા કરતાં કહ્યું.

'અફકોર્સ સર. પણ અમે ખરેખર નિર્દોષ છીએ.' સૌરભે કહ્યું, સવારથી તેની જીભ પર આ શબ્દો ચોંટી ગયા હતા.

'ફક્ત તમારી નિર્દોષતા જ તમને મુક્ત કરી શકે એમ છે,' ઇન્સ્પેક્ટરે કહ્યું, 'કેસ હવે ટીવી પર આવી ગયો છે. જો મીડિયા એવું બોલે કે પોલીસે આરોપીની વગને કારણે નરમ વલણ અપનાવ્યું છે તો હું મુશ્કેલીમાં આવી જાઉં.'

હું શું આરોપી છું? ના, હું બિલકુલ નથી, સાચું ને?

'સર? આરોપી?' મેં દુઃખી થઈને પૂછ્યું.

'મારો કહેવાનો મતલબ છે કે જો તમે આરોપી હોવ તો. ઘટનાસ્થળ પર હાજર પુરાવાઓ એવું કહે છે. પણ તમારાં સદ્નસીબ કે હાલમાં અમારી પાસે થોડી એવી માહિતી છે કે જે તમને મદદરૂપ સાબિત થશે.'

'શું?' મેં અને સૌરભે એકસાથે કહ્યું. પાછળથી યાદ આવતાં 'સર' ઉમેર્યું.

'કેમ્પસ રજિસ્ટર પ્રમાણે તેં એનફિલ્ડ બાઇક પર ૩:૧૪ ના ફાઇવસમાં પ્રવેશ કર્યો હતો. એનો મતલબ કે વહેલામાં વહેલી તકે ઝારાના રૂમમાં તારો ૩:૨૦ પહેલાં પ્રવેશ શક્ય નથી.'

'હા, સર. હું ત્યારે જ પહોંચ્યો હતો. તે બાઇક હજી પણ કેમ્પસમાં જ છે.'

'અને તેં એના પેરેન્ટ્સને ૩:૩૮ ના કોલ કર્યો હતો અને પોલીસને ૩:૪૦ એ. પોલીસનો આવવાનો સમય હતો ૩:૫૨ અને અમે લાશને જોઈ હતી ત્યારે સમય હતો ૩:૫૪.'

'રાઈટ, સર.' મેં કહ્યું. મને એ ખબર ના પડી કે તે કેમ આ બધા અલગ અલગ સમયની વાતો કરે છે.

'તો ચાલો માની લઈએ કે તું આવ્યો ત્યારે ૩:૨૦ થયા હતા અને છોકરીને ૩:૩૫ કલાકે મારી નાખી.'

'મેં એવું નથી કર્યું, સર.'

'મોં બંધ અને કાન ખુલ્લા.'

'યસ સર.'

'તો તેં એને ૩:૩૫ ના મોતને ઘાટ ઉતારી. મેં લાશ જોઈ ત્યારે થયા હતા ૩:૫૪. હું પોસ્ટમોર્ટમનો નિષ્ણાત તો નથી, પણ મેં મારી જિંદગીમાં ખૂબ મૃતદેહ જોયા છે. પણ મને ત્યારે ૨૦ મિનિટ પહેલાં મૃત્યુ થયું હોય એવું શરીર નહોતું લાગ્યું. તે ખૂબ જ સખત અને ઠંડું હતું.

મેં રાહતનો શ્વાસ લીધો.

'હું જાણું છું, સર. હું જ્યારે પહોંચ્યો ત્યારે તે જીવિત નહોતી. મેં એને સ્પર્શ કર્યો તો એનું શરીર એકદમ ઠંડુ થઈ ગયું હતું.'

'ઠીક છે, શબપરીક્ષણ આપણને વધારે મદદરૂપ થઈ શકે તેમ હતું, પણ તેનાં માતાપિતાએ પરવાનગી ના આપી.' રાણાએ કહ્યું.

'કેમ?' મેં કહ્યું.

'ધાર્મિક માન્યતા. કોને ખબર એવું શું કામ? તેઓનું કહેવાનું એમ છે કે તેઓ ઝારાના પાર્થિવ દેહને વ્યવસ્થિત રીતે દફનાવવા માંગે છે. શબપરીક્ષણમાં મૃતદેહને કાપવામાં આવે છે, તે પછી ટાંકા લેવામાં આવે છે. તેઓ આ વાત સાંભળવા જ તૈયાર નથી.'

સૌરભ અને હું ચૂપ હતા. ઈન્સ્પેક્ટરે વાત ચાલુ રાખી.

'એની વે, મેં અપમૃત્યુ-શબપરીક્ષકને મોકલ્યા હતા. તેઓએ બાહ્ય પરીક્ષણ માટે કોઈ આનાકાની કરી નહોતી, એટલું સારું થયું. પરીક્ષકે રિપોર્ટ જમા કરાવ્યો છે.'

તેણે રિપોર્ટ બહાર કાઢ્યો.

'ગળું દબાવ્યાનાં નિશાન સિવાય બીજી કોઈ ઈજા ધ્યાનમાં આવી નથી. જાતીય હુમલો કે બળાત્કારની ઘટના જણાતી નથી.'

અમે ત્રિકોણમિતિ અને બીજગણિતની વાત કરતા હોઈએ એ રીતે તે મૃતશરીર અને જાતીય હુમલાની વાત કરતા હતા. ‘અમે તેની સાથે રહેતી હૉસ્ટેલની બીજી છોકરીઓનાં પણ નિવેદન લીધેલાં છે. ત્યારે કેમ્પસમાં રજાનો માહોલ હતો?’

‘બની શકે, વન વીક મીડ ટર્મ બ્રેક. સામાન્ય રીતે ફેબ્રુઆરીમાં હોય છે.’ મેં કહ્યું.

‘હા, હૉસ્ટેલમાં વધારે સંખ્યા નહોતી. તેની લોબીમાં તો ફક્ત બીજી ત્રણ છોકરીઓ જ હાજર હતી. બાકીની બધી ઘરે ગઈ હતી.’

‘રાઈટ, સર.’ સૌરભે કહ્યું.

‘હૉસ્ટેલના પ્રવેશદ્વારના સીસીટીવી ફૂટેજ છે. તેમાંથી થોડી માહિતી મળશે. અમે ઝારાના ફોન રેકોર્ડિંગ પણ મંગાવ્યાં છે. તેના મંગેતરના મોબાઈલ ટાવરનું લોકેશન તો આવી જ ગયું છે. તેની સાથે વાતચીત પણ થઈ ગઈ છે. હું આખી રાત ઊંઘી નથી શક્યો. અમે અમારા પૂરતા પ્રયત્નો નથી કરતા?’ ઈન્સ્પેક્ટરે કહ્યું. એક મિનિટ પહેલાં હું આરોપી હતો અને બીજી જ મિનિટે મારે સમજુ જીવનસાથીની જેમ વર્તન કરવાનું થયું.

‘એવું નથી, સર’ મેં કહ્યું, ‘તમે તમારાથી બનતા પૂરતા પ્રયત્નો કરી રહ્યા છો.’

‘તો પછી તેઓ ટીવી પર એવું કેમ દેખાડે છે “અસ્પષ્ટ દિલ્હી પોલીસ”?’ તેણે બંને મુઠ્ઠીથી ટેબલને મુક્કો માર્યો. ‘અમે આનાથી વધારે બીજું શું કરીએ? દરેક રાત્રે દરેકના ઘરમાં જઈને ધ્યાન રાખીએ કે જેથી કોઈ અજુગતી ઘટના ના બને? ગુન્હાને અટકાવવો કેવી રીતે? ગુન્હાનો ઉકેલ લાવવો એ અમારું કામ છે.’

‘સાચી વાત છે, સર.’ મેં કહ્યું. ઈન્સ્પેક્ટરને આ જ સાંભળવું હશે એવું મેં વિચાર્યું.

‘પણ એ માટે સમય જોઈએ. ગુન્હેગાર શોધવા માટે કોઈ એપ નથી, છે કોઈ?’

‘ના, હજી સુધી નથી.’ સૌરભે કહ્યું. સાલા સૌરભને ચોખવટ કરવાની શું જરૂર હતી, મેં મનમાં ગાળો આપતાં કહ્યું. ઈન્સ્પેક્ટરે સૌરભ સામે જોયું, પણ સૌરભનું ધ્યાન નીચે જમીન તરફ હતું.

‘ના, સર.’ મેં કહ્યું.

‘હાલ કોઈ એકની ધરપકડ કરવામાં આવે તો અમે કામ કરીએ

છીએ, જો કોઈની ધરપકડ ના થાય તો એનો મતલબ અમે આળસુ, આવી માનસિકતા છે. મને જેટલા લોકો પર શંકા છે એ બધાની જો ધરપકડ કરવામાં આવે તો હું ગૂંચવાયેલો અને ક્રૂર સાબિત થઈશ. મારે આ પરિસ્થિતિમાં શું કરવું જોઈએ, જેથી બધાંને શાંતિ થાય?'

ખોટા બૂમ-બરાડા સિવાય એ બીજું શું કરી શકે એ માટે મેં ખરેખર વિચારવાનો પ્રયત્ન કર્યો. 'સર, આ વિશે હું વધારે તો નથી જાણતો,' મેં કહ્યું, 'પણ તમારે સમાચારને અવગણવા જોઈએ.'

'હું તો એમને અવગણું, પણ નેતાઓ એવું ના કરે. અને મારા ઉપરીઓએ નેતાને અહેવાલ આપવાનો હોય છે. અને તે સિનિયર્સ મારી પાસે જ આવે.'

ઈન્સ્પેક્ટર રાણાના ફોનની ઘંટડી વાગી, તેના બળાપામાં વિક્ષેપ આવ્યો. પોલીસ ઑફિસર બનવું લોઢાના ચણા ચાવવા જેવું કામ છે, મને સમજાયું.

'ઠીક છે, ઓકે,' રાણાએ ફોનમાં વાત કરતાં કહ્યું અને પછી અટક્યો, 'સરસ, તને પૂરો વિશ્વાસ છે? તેં આખો ફૂટેજ ધ્યાનથી જોયો છે ને? કયો સમય? ૨:૦૨ થી ૨:૪૧ વહેલી સવાર. સરસ.'

ઈન્સ્પેક્ટર અમારાથી થોડો દૂર ગયો. તેણે હાથમાં થોડા કાગળ ઉપાડ્યા, ફોન ચાલુ જ હતો. કોલ પૂરો થયા બાદ અમારી પાસે આવ્યો.

'મેં તને તારા પિતાજી સાથે વાત થઈ એ વિશે કહ્યું હતું. હું તેમની કદર કરું છું. સારા માણસ છે. તેમણે ક્યારેય ધાક-ધમકી કે લાગવગનો ઉપયોગ નથી કર્યો.'

'તમે સાચા છો, સર. એ ક્યારેય પણ એવું નથી કરતા.' ખાસ કરીને મારા જેવા નઠારા છોકરા માટે, મને કહેવાનું મન થયું, પણ એવું ના કહ્યું.

'અને જ્યારે તેઓ અહીં આવશે ત્યારે મારી પાસે તેમને સંભળાવવા માટે એક ખુશખબર છે.'

'શું છે એ?'

'એ જ કે તું હવે મુખ્ય શંકાસ્પદ નથી.'

મુખ્ય શંકાસ્પદ? અરે, હું તો ગૌણ શંકાસ્પદ બનવા પણ રાજી નથી.

'રાઈટ, સર.' મેં કહ્યું.

'ચોકીદાર તેની જગ્યા પરથી ગાયબ હતો, વહેલી સવારના

૨:૦૨ થી ૨:૪૧ સુધી. સીસીટીવીના ફૂટેજ પરથી જાણવા મળ્યું.'

'ઓહ,' મેં કહ્યું, 'તો કોઈ ત્યારે હૉસ્ટેલમાં દાખલ થયું હશે?'

'કદાચ, હજી બીજી વાત પણ છે.' ઇન્સ્પેક્ટર રાણાએ કહ્યું, તેની આંખોમાં ચમક હતી.

'શું?' સૌરભે કહ્યું.

'ઝારાનો આ જ ચોકીદાર સાથે એક મહિના પહેલાં ઝઘડો થયો હતો, લક્ષ્મણ રેડ્ડી. ઝારાએ તેને લોબીમાં ઘણી બધી છોકરીઓની હાજરીમાં એક તમાચો માર્યો હતો.'

'ખરેખર? પણ કેમ?' મેં કહ્યું.

'એ મને ખબર નથી. પણ અમે ભાળ મેળવી લઈશું. જો, મેં તને કહ્યું હતું ને કે અમે કાર્યક્ષમ છીએ.'

'યસ, સર. આ ઝઘડાની વાત તમને કોણે કરી, એમ જ જાણવા ખાતર.' મેં કહ્યું.

ઇન્સ્પેક્ટરે કાગળ ઉપાડ્યો.

'રુચિકા ગિલ, ચોથા વર્ષની સ્ટુડન્ટ, હિમાદ્રી હૉસ્ટેલ. રૂમ ૧૦૯. બીજી એક છોકરી, સુભદ્રા પાંડે, રૂમ ૨૦૩, તેનું પણ આવું જ કહેવાનું હતું. મારા સબ-ઇન્સ્પેક્ટરે હમણાં જ તેઓની સાથે વાતચીત કરી. મારી ટીમ આ કેસ માટે ખૂબ મહેનત કરે છે. અને જલદી એનો ઉકેલ પણ આવી જશે. મૂરખ મીડિયાવાળા આ વિશે ક્યારેય વાત નહિ કરે.'

હું ચૂપ જ રહ્યો. ઇન્સ્પેક્ટર ઊભો થયો.

'બિરેન.' તેણે બૂમ પાડી. એક કોન્સ્ટેબલ દોડતો અંદર હાજર થયો.

'હુઝૂર.' તેણે કહ્યું.

'લક્ષ્મણ રેડ્ડી અહીં આવી ગયો છે?'

'જી, હુઝૂર. તે બહાર ખુરશી પર ઊંઘી રહ્યો છે.'

'તેને બે થપ્પડ લગાવીને ઉઠાડ. પછી અંદર મોકલ.'

'જી, હુઝૂર.' તેણે કહ્યું અને ઝડપથી બહાર નીકળી ગયો. કોઈ ઉપર રુઆબ દેખાડવા માટે સત્તાવાર પરવાનગી મળતાં તે કોન્સ્ટેબલની ખુશી સમાતી નહોતી.

ઇન્સ્પેક્ટર અમારી બાજુ ફર્યો.

'બહાર, રાહ જુઓ. સૉરી, પણ તમારાથી હજી અહીંથી જવાશે

નહિ.'

સૌરભ અને હું ઊભા થયા. અમે જેવા રૂમની બહાર નીકળ્યા ત્યાં સામે જ વાંકો વળી ગયેલો હાથ જોડેલ લક્ષ્મણ રૂમમાં દાખલ થતો દેખાયો.

રાણાએ લક્ષ્મણનું તેની ઑફિસમાં સ્વાગત કર્યું, થપ્પડના અવાજ ગુંજી ઊઠ્યા.

પ્રકરણ-૮

'કેશવ. કેશવ બેટા.' મારી આંખ ખૂલતાં જ મને મારી માનો અવાજ સંભળાયો. મેં આજુબાજુ નજર દોડાવી. પોલીસ સ્ટેશનમાં આટલા ઘોંઘાટની વચ્ચે પણ મને બાંકડા પર અંતે ઊંઘ આવી ગઈ હતી. મારી સામેની ઘડિયાળમાં ચાર વાગ્યા હતા.

'મા,' મેં આંખો ચોળતાં કહ્યું, 'તમે ક્યારે આવ્યાં?'

'બસ જો હમણાં જ. શું થયું? તું અહીં કેમ છો?' તેમણે કહ્યું.

'પાપા ક્યાં છે?' મેં કહ્યું.

'ત્યાં.' તેમણે ઈન્સ્પેક્ટર રાણાની ઑફિસ તરફ આંગળી ચીંધતાં કહ્યું. ત્યાં જ મારા પાપા ઈન્સ્પેક્ટર રાણાની ઑફિસમાંથી બહાર નીકળીને મારી તરફ આવ્યા.

'અમે તને દસ વખત કોલ કર્યા. તેં એક વાર પણ અમને સામેથી કોલ ના કર્યો.' તેમણે કહ્યું.

'સૉરી, પાપા,' મેં કહ્યું, 'હું...'

હું વાક્ય ખતમ કરું એ પહેલાં જ ભાંગી પડ્યો. મારા પિતાશ્રીએ વિચલિત થયા વગર તેમનો ચહેરો રૂમાલથી લૂછ્યો. મારી મા મને ભેટી પડી. મારી અત્યાર સુધીની જિંદગીમાં આટલું સારું પહેલાં મને ક્યારેય નથી લાગ્યું. મને મારો બાળપણનો રૂમ યાદ આવી ગયો અને થયું કે મા મને ત્યાં મૂકી જાય.

'પોલીસ સ્ટેશનમાં નકામું નાટક શું કામ કરે છે?' મારા પાપાએ કહ્યું.

'સૉરી, પાપા.' મેં માના હાથમાંથી અળગા થતાં કહ્યું. મેં મારાં આંસુ લૂછ્યાં. પોલીસ સ્ટેશનમાં હાજર બીજા બધાએ મારી સામે સહાનુભૂતિથી જોયું, એમને એવું લાગ્યું હશે કે હું લાંબા સમય માટે જેલમાં જઈ રહ્યો છું.

'અત્યાર સુધી તું ક્યાં હતો? અમને એમ હતું કે જ્યાં સુધી નોકરી ના મળે ત્યાં સુધી તું ટ્યુશન કરાવે છે.'

મારા પિતાજીના શબ્દોને સુધારવાનો આ યોગ્ય સમય નહોતો કે મારી પાસે નોકરી છે જ. હું કોચિંગ ઈન્સ્ટિટ્યૂટમાં ફેકલ્ટી તરીકે નોકરી કરતો હતો, તે ટ્યૂશન કરાવું છું એના કરતાં સાંભળવામાં ઘણું

સારું લાગે.

'મેં કોઈ પણ પ્રકારનું ખોટું કામ નથી કર્યું, પાપા, હું તમારા અને માના સમ ખાઈને કહું છું.'

'તું ગર્લ્સ હૉસ્ટેલમાં ઘૂસ્યો હતો. નશાની હાલતમાં. આપણા બધા જ મિત્રો અને સંબંધીઓ આ જાણે છે. આખો દેશ આ જાણે છે.'

'પાપા, મેં કોઈનું ખૂન નથી કર્યું. કોઈને કોઈ પણ પ્રકારનું નુકસાન નથી કર્યું.'

'તેં અમારા ઉપર મોટો ઉપકાર કર્યો. તારો આભાર, બેટા. ખૂની નથી એ બદલ તારો ખૂબ ખૂબ આભાર.'

'પાપા, મારો કહેવાનો મતલબ એવો નથી.' મેં ફરી રડવાનું ચાલુ કર્યું, 'હું કસમ ખાઈને કહું છું કે મને નહોતી ખબર કે આનો અંજામ આટલો બધો ખરાબ આવશે.'

'એ મુસ્લિમ છોકરી,' મારા પાપાએ નિર્દય અવાજમાં કહ્યું, 'તેણે પહેલા દિવસથી જ મુશ્કેલી ઊભી કરી હતી. મેં તને થોડાં વરસો પહેલાં કહ્યું હતું. મને એમ હતું કે તું ભૂલી ગયો.'

'હા, ખરેખર એવું જ હતું.'

'તો પછી? તું ફરી ભાન ભૂલી ગયો? પાછો એનામાં ભટકી ગયો! તેં અગાઉ પણ મને શરમમાં મૂકયો હતો તે પૂરતું નહોતું?'

'તમે વધુ મોટેથી બોલો છો, રાજપુરોહિતજી,' માએ કહ્યું, 'મહેરબાની કરીને આ ચર્ચા પછી કરજો. આપણે જઈએ? ચાલ, બેટા, ઘરે જઈએ.'

'મારાથી નહિ અવાય,' મેં કહ્યું, 'ઇન્સ્પેક્ટરે કયાંય પણ જવાની મનાઈ કરી છે.'

'તે માની ગયા છે. મેં તેમને આજીજી કરી હતી.' મારા પિતાજીએ કહ્યું.

'તમે શું કામ એવું કર્યું?' મેં કહ્યું, 'તેઓને ખબર જ હતી કે મેં કંઈ નથી કર્યું.'

'તેઓ તને હજી રોકી શકે એમ છે. તારે અને તારા મિત્રએ અહીંથી જતા પહેલાં એમનો આભાર માનવો જોઈએ.' મારા પાપાએ ઇન્સ્પેક્ટરની રૂમ તરફ આંગળી ચીંધતાં કહ્યું.

❖

'તો,' ઈન્સ્પેક્ટરે ટેબલ પર તેનો મોબાઈલ ફેરવતાં કહ્યું, 'તું ભાગ્યશાળી છો.'

સૌરભ અને મેં માથું હલાવ્યું. અમે અમારું મોં બંધ રાખવાનું નક્કી કર્યું હતું.

'ચોકીદારની ધરપકડ કરવા માટે અમારી પાસે પૂરતા પુરાવા છે.'

સૌરભે ફરી માથું ધુણાવ્યું. ઈન્સ્પેક્ટરે વાત આગળ ચલાવી.

'આશા રાખીએ કે મીડિયાવાળાને હવે નિરાંત થઈ હશે. ચોવીસ કલાકની અંદર ધરપકડ. સારું કહેવાય, નહિ?'

મેં હકારમાં માથું હલાવ્યું.

'તું અત્યારે જઈ શકે છે. પણ એ માટે થોડી શરતો છે. મંજૂર છે?'

અમે તદ્દન ચૂપ હતા.

'મંજૂર છે કે નહિ?' તેણે મોટેથી રાડ પાડતાં કહ્યું.

મને એ બધી વેબસાઈટ યાદ આવી કે જે શરતો વાંચ્યા વગર આપણને 'agree' બટન પર ક્લિક કરવાનું કહેતી હોય છે. અમારે અહીં એ જ કરવાનું હતું.

'અફકોર્સ સર. અમને તમારી બધી શરતો મંજૂર છે.' મેં કહ્યું. મારે ગમે તે રીતે અહીંથી છૂટવું હતું.

'તો સાંભળ. એક, તું દિલ્હી છોડીશ નહિ. કેશવ, તારે અહીં દરરોજ આવીને હાજરી પુરાવવાની રહેશે. બે, નો મીડિયા. મને એનાથી કોઈ ફરક નથી પડતો કે એ તને કેટલા પરેશાન કરે છે. તારે મીડિયા સાથે વાત કરવાની નથી.'

'યસ, સર.' મેં કહ્યું.

'ત્રણ, મને જો કોઈ જગ્યાએ તારી જરૂર પડશે તો તારે મદદ કરવી ફરજિયાત છે. મને આઈઆઈટી કેવી રીતે કામ કરે છે એ ખબર નથી, એટલે જરૂર પડશે તો તારી પાસે આવીશ.'

'યસ, સર.' મેં કહ્યું.

'સરસ. મને લાગે છે કે આ કેસ જલદી બંધ થઈ જશે. હત્યારો ટૂંક સમયમાં સળિયા પાછળ હશે.' ઈન્સ્પેક્ટર રાણા ઊભો થયો. અમને સંકેત મળી ગયો કે અમારે પણ ઊભા થવાનું છે.

'અત્યારે અમે જઈએ, સર?' સૌરભને માનવામાં નહોતું આવતું.

'જો તને જેલમાં રહેવું ગમતું હોય તો...' ઈન્સ્પેક્ટર રાણા હસવા લાગ્યો. કદાચ આખા દિવસમાં પ્રથમ વાર, કે પછી આખા અઠવાડિયામાં કે આખા વર્ષમાં કે પછી આખી જિંદગીમાં.

સૌરભ ઝડપથી ઈન્સ્પેક્ટરની રૂમમાંથી બહાર નીકળી ગયો. બહાર નીકળતા પહેલાં, મેં પૂરતી હિંમત ભેગી કરીને ઈન્સ્પેક્ટરને એક સવાલ કર્યો.

'એક્સક્યુઝ મી, સર, તમને ચોકીદાર વિશે વધુ માહિતી મળી? ઝારાએ એને તમાચો કેમ માર્યો હતો? તમને કેવી રીતે ખબર પડી કે તેણે જ ઝારાને મારી છે?'

'ઘરે જા. તને સમાચાર દ્વારા ખબર મળી જશે.' તેણે મારી સામે આંખ મીંચકારી.

પ્રકરણ-૯

'હાય, કેશવ.' રઘુએ પાછળથી મારી પીઠ થાબડતાં કહ્યું. તે ઝારાની દફનવિધિનો દિવસ હતો.

પોલીસ સ્ટેશન છોડ્યા બાદ, મેં મારાં માતા-પિતાને બધી જ વાત માંડીને કરી હતી. મારે ચંદન અરોરાને પણ બધી જ વાત કરવી પડી, એ મને સતત કોલ કરતો હતો. 'હું તારી સાથે છું.' તેણે કહ્યું, તે જ્યારે મારી સાથે ફોન પર વાત કરતો હતો ત્યારે તેનું મોં ગુટકાથી ભર્યું હતું. 'તું મીડિયાને જણાવી શકે છે કે તું પ્રતિષ્ઠિત કોચિંગ ક્લાસ કંપનીમાં કામ કરે છે. ચંદન ક્લાસિસ. આપણે નેશનલ લેવલે ચમકી જઈશું, ખબર છે તને.' મારે તેને કહેવું હતું કે હું મીડિયામાં આવી કોઈ વાત નથી કરવાનો. તેને આ તકનો ઉપયોગ તેના ક્લાસિસની જાહેરાત માટે કરવો હોય તો એકલો કરે.

સૌરભ અને હું, ઝારાના ઘરની નજીક આવેલા ચત્તરપુર મુસ્લિમ કબ્રસ્તાનમાં આવ્યા હતા.

'હાય, રઘુ. તું ક્યારે આવ્યો?' મેં તેની તરફ ફરતાં કહ્યું.

તેના ડાબા હાથ પર પ્લાસ્ટર હતું. તેના કપાળ અને ગરદનના પાછળના ભાગ પર ઉઝરડા હતા. તેણે સફેદ કુર્તો અને પાયજામો પહેર્યાં હતાં. તેણે બ્લેક ફ્રેમનાં ચશ્માં ઉતારીને તેની આંખો ચોળી.

'ગઈકાલે સાંજે. તો, તેં ઝારાને જોઈ હતી?' તેણે ધીમા અવાજે કહ્યું. મેં હા કહ્યું.

'મને તું બધી વાત કર, પ્લીઝ,' રઘુએ કહ્યું, 'હું અંધારામાં રહેવા નથી માંગતો.'

કોઈ કારણસર, ઝારાના મૃત્યુ બાદ, હું રઘુ પ્રત્યે એટલી બધી દુશ્મનાવટ નહોતો અનુભવતો. ઝારાએ તેના મૃત્યુ પહેલાં મને કરેલા મેસેજ વિશે રઘુને ખબર હોત તો મને ચોક્કસથી નવાઈ લાગી હોત. કદાચ મારે તેને આ વાત કરવી જોઈએ તેવો મને વિચાર આવ્યો. મેં આ વાત પોલીસને તો જણાવી જ હતી અને તેના દ્વારા રઘુ સુધી આ વાત પહોંચી શકે એવી શક્યતા હતી. મારે તેના મોં પર ચોપડવું હતું કે ઝારા મારી પાસે પાછી આવવા માંગતી હતી. આવા હલકા વિચારો માટે મેં ખુદને ઠપકો આપ્યો, મેં જે રાત્રે ઝારાનું મૃત્યુ થયું હતું તે ઘટના

રઘુને વિગતવાર સંભળાવી. જો કે મેં મેસેજવાળી વાત ઉપરછલ્લી જ જણાવી.

'અમે ફરીથી જોડાયાં હતાં, હું તેને વિશ કરવા માટે ગયો હતો. બસ આ જ છે હકીકત.' મેં વાત સમાપ્ત કરતાં કહ્યું.

તેણે નીચે જોઈને જ માથું હલાવ્યું.

'ભયાનક કહેવાય.' મેં કહ્યું, એક પ્રકારની વિચિત્ર શાંતિ હતી. તેના હોઠ ચૂપ હતા અને તે નિઃશબ્દ મારી આંખોમાં જોઈ રહ્યો. તેને એવું લાગ્યું હશે કે મેં આ બધું કર્યું છે?

'હું ઝારાનાં રૂમમાં ગયો હતો કારણ કે...' મેં ફરી વાત આગળ ધપાવતાં કહ્યું.

'મને ખબર છે. હું ગઈકાલ રાત્રે પોલીસ સ્ટેશન ગયો હતો. મને તારી અને ઝારાની મેસેજમાં થયેલી વાતચીત વિશે જાણવા મળ્યું.'

'ઝારાએ પહેલાં મને મેસેજ કર્યો હતો.' મેં સ્વબચાવ કરતાં કહ્યું.

'હવે તેનું અત્યારે શું છે?' તેણે કહ્યું, 'આપણે તેને ગુમાવી ચૂક્યા છીએ. કાયમ માટે. આ ભેંકાર શહેરને લીધે. મેં તેને ઘણા સમય પહેલાં કહ્યું હતું કે અહીંથી આપણે બહાર નીકળી જઈએ.'

મેં દૂર જોયું. ઝારાના પિતાજી અમારી નજીક આવ્યા અને રઘુ સાથે એકાંતમાં વાત કરવા માંગતા હતા. તે અને રઘુ મારાથી દૂર ચાલતા થયા.

સૌરભ અને હું ઝારાની કબર પાસે ગયા. તેનું શરીર સફેદ કફનમાં વીંટાળેલું હતું. મને વિચિત્ર અનુભવ થયો, જાણે ઝારા મારી નજીક આવવાની અને તેની સાથે વાત કરવાની રાહ જોઈ રહી હોય અને મેં જ્યારે એવું કર્યું તો તે ઊભી થઈ અને મારી સામે સુમધુર સ્મિત કર્યું, એક સ્મિત કે જે ફરી પાછું બધું પહેલાં જેવું કરવા માટે પૂરતું હતું.

થોડા મુસ્લિમ વડીલ પુરુષો નજીકમાં મોટેથી અરેબિકમાં પ્રાર્થના કરતા હતા. સફદર નજીક આવીને ઊભો રહ્યો, એનો ચહેરો ગંભીર હતો, હાથ કસીને પકડેલા હતા. સામાન્ય રીતે મુસ્લિમોની અંતિમક્રિયામાં સ્ત્રીઓની હાજરી હોતી નથી, પરંતુ ઝારાની સાવકી મા - ઝૈનબ, સફદરની પાછળ થોડે દૂર, તેના સંબંધીઓની સાથે ઊભી હતી.

ઝારાના પિતાજીએ મુઠ્ઠી ભરીને માટી લીધી અને ઝારાના માથા

નીચે મૂકી. મેં ઝારાના સાવકભાઈ સિકંદરને જોયો, તે વીસીમાં પ્રવેશવાની તૈયારીમાં હતો, પણ તેના બાળક જેવા ચહેરાને કારણે વધારે નાનો લાગતો હતો. મેં સિકંદરને ફક્ત જૂના ફેમિલી ફોટામાં જ જોયો હતો. ઝારાના પિતાજી મૂળ શ્રીનગરના વતની હતા, જ્યારે ઝારા ત્રણ વર્ષની હતી ત્યારે તેઓ વિધુર થયા હતા. ઝારા જ્યારે પાંચ વર્ષની થઈ ત્યારે તેના પિતાજીએ શ્રીનગરમાં એક વિધવા સાથે લગ્ન કર્યાં હતાં, જેનું નામ હતું ફરઝાના. ફરઝાનાએ તેના પહેલા પતિને આતંકવાદમાં ગુમાવ્યો હતો. સિકંદર તેનો જ પુત્ર હતો. એટલે ઝારા અને સિકંદર સાવકાં ભાઈ-બહેન તરીકે કાશ્મીરમાં સાથે જ ઊછર્યાં હતાં.

ફરઝાનાના કુટુંબની આતંકવાદીઓ સાથે સાંઠગાંઠની જાણ થતાં, આઠ વર્ષ બાદ, સફદર અને ફરઝાનાના તલાક થઈ ગયા. સફદરને કટ્ટરવાદીઓથી નફરત હતી. તેઓ અલગ થઈ ગયા અને તેઓના જૈવિક સંતાનને લઈને ખુદનો રસ્તો શોધી લીધો. સફદર તેનો બિઝનેસ દિલ્હીમાં લઈ ગયો અને ઝારા તેની સાથે ત્યાં આવી ગઈ. દિલ્હીમાં ઝારાના પિતાજીએ તેની એકાઉન્ટન્ટ - ઝૈનબ જોડે લગ્ન કરી લીધાં. સિકંદર તેની માતા ફરઝાના સાથે શ્રીનગરમાં જ રહ્યો અને ત્યાં જ મોટો થયો હતો.

સિકંદર ઝારાના પાર્થિવ દેહ પાસે આંગળીઓ પરોવીને ઊભો હતો. તેણે માટીનું ઢેફું ઉપાડ્યું અને ઝારાની હડપચી નીચે મૂક્યું. આ ધાર્મિક વિધિ વખતે તેનાંથી ડૂસકું ભરાઈ ગયું.

ઝારા અને સિકંદર એકબીજાની ખૂબ જ નજીક હતાં, તેમનાં માતાપિતા એકબીજાથી અલગ થઈ ગયાં હતાં પછી પણ અને સફદરને ગમતું નહિ તો પણ. ઝારાએ મને કહ્યું હતું એ મુજબ સિકંદર ઠોઠ વિદ્યાર્થી હતો. તે સિકંદરને લેસનમાં મદદ કરતી અને પરીક્ષામાં પાસ થાય એટલી તૈયારી કરાવતી. ઝારાના કાશ્મીર છોડવાને લીધે તેનું પરિણામ કથળ્યું અને તે ક્યારેય પાંચમું ધોરણ પાસ ના કરી શક્યો.

'હું આશા રાખું કે સિકંદર ઠીક હોય. તે નાના બાળક જેવો છે.' ઝારા મને ઘણી વાર આવું કહેતી.

મારું ધ્યાન ઝારાના આઈઆઈટી દિલ્હીના પીએચ.ડી. ગાઇડ પ્રોફેસર સક્સેના પર ગયું. તે તેની પત્ની સાથે અંતિમવિધિમાં આવ્યાં હતાં. પ્રોફેસર સક્સેના આઈઆઈટીમાં સ્ટુડન્ટ ડીન હતા. તે સફદર પાસે ગયા અને તેઓએ અંદરોઅંદર થોડી મિનિટ વાતો કરી.

પ્રોફેસર સક્સેના જેવા ગયા કે તરત જ ઝારાના પિતાજીએ માટીની મુઠ્ઠી ભરેલા હાથથી રઘુને ઈશારો કરીને બોલાવ્યો. હકીકતમાં ફક્ત નજીકના પુરુષ સંબંધીઓ જ આ ધાર્મિકવિધિ કરી શકે અને મારા માનવા મુજબ સફદર રઘુને તેના કુટુંબનો હિસ્સો જ માનતા હતા. રઘુએ જ્યારે તેનો માટી ભરેલો હાથ ઝારાના ખભા નીચે રાખ્યો ત્યારે, મૌલવી અરેબિક પવિત્ર શબ્દોનું ઉચ્ચારણ કરતા હતા. મારો રઘુ પ્રત્યેનો રોષ ફરી ભભૂકી ઊઠ્યો. તે કેમ ઝારાની અંતિમ વિધિના સમયે તેની સાથે હાજર છે? હું કેમ આટલે દૂરથી જોઈ રહ્યો છું, કોઈ ઢોંગીની જેમ? મને કેમ કોઈ બોલાવીને માન નથી આપતું?

ઝારાના પુરુષસંબંધીઓએ તેનો મૃતદેહ કબરમાં નીચે ઉતાર્યો ત્યારે મૌલવીની પ્રાર્થનાથી વાતાવરણ ગુંજી ઊઠ્યું. મારી આગળ ઊભેલા લોકોને કારણે દૃશ્ય દેખાતું બંધ થઈ ગયું, તેથી મારે આગળ જવાનો રસ્તો કરવો પડ્યો. હું તેના કાનમાં ધીમેથી ગણગણ્યો.

'ઝારા, આપણા માટે લડત ના આપી એ બદલ મને માફ કરી દે.'

'શું કહ્યું, ભાઈ?' સૌરભે મને ગણગણતાં સાંભળીને કહ્યું.

'કંઈ નહિ.' મેં કહ્યું, મારી ભીની આંખોને તેનાથી છુપાવવાં મેં મારું માથું ઉલટાવી લીધું.

'આપણે જઈએ હવે?' સૌરભે કહ્યું, 'મને નથી લાગતું કે તેઓને આપણે અહીં હાજર છીએ તે ગમ્યું હોય.'

'તેના પિતાજીને સાંત્વના આપીને પછી આપણે જઈએ.'

ઝારાના પાર્થિવ શરીરને માટીથી વધારે ઢાંક્યા બાદ, સફદરે એક ઊંચા ત્રીસીની આસપાસ પહોંચેલા પુરુષ સાથે વાત કરી. તે વ્યક્તિ તેની પીઠ ટટ્ટાર રાખીને ઊભો હતો, અને તેનો રંગ મૂળભૂત કાશ્મીરી સફરજન જેવો લાલાશ પડતો ગોરો હતો. હું તેઓની પાસે ગયો અને તેમની વાત પૂરી થાય તેની નમ્રતાથી રાહ જોવા લાગ્યો.

'ફરી એક વાર તારો આભાર, ફૈઝ. તું તારી ફરજ પરથી સમય કાઢીને અહીં આવ્યો.' સફદરે કહ્યું.

'તમે આવું કેમ બોલો છો, અંકલ? આપણે એક જ છીએ. જે થયું એ ખૂબ જ દુ:ખદ થયું.' ફૈઝે કહ્યું.

ફૈઝના ગયા પછી સફદરનું ધ્યાન મારા તરફ ગયું.

'તારે મારું કામ છે?'

'હું ફક્ત તમને સાંત્વના આપવા માંગુ છું.' મેં કહ્યું.

'તું ત્યાં એના રૂમમાં હતો, અને અત્યારે તારામાં મને સહાનુભૂતિ દર્શાવવાની હિંમત આવી ગઈ?' તેણે ગુસ્સામાં કહ્યું.

'અંકલ, હું તમારી પુત્રીને પ્રેમ કરતો હતો. તમે આવું કેવી રીતે વિચારી પણ...'

તેણે મને ચૂપ રહેવાનો ઈશારો કર્યો.

'મેં તને એની નજરોથી દૂર થઈ જવાનું કહ્યું હતું. તેં મારી વાત માની કેમ નહિ?'

'હું ઝારાને પ્રેમ કરતો હતો.'

'એટલે જ તો તારાં કુટુંબીજનોએ ઝારાને અપમાનિત કરી હતી ને?'

'એ મારા હાથની વાત નહોતી. તમે પણ અમને ક્યાં સપોર્ટ કર્યો હતો, અંકલ?'

'મેં તને એક વિકલ્પ સૂચવ્યો હતો,' તેણે કહ્યું, 'અને અત્યારે એક સૂચવું છું.'

'શું?'

'તું જા અહીંથી. ખુદા હાફિઝ.'

❖

હું બપોરે અલવર પહોંચી ગયો. મેં એક દિવસ ઘરે જવા માટે ઈન્સ્પેક્ટર રાણાની મંજૂરી લીધી હતી. મારે મારાં માતાપિતાની સાથે રહેવું હતું, કદાચ માનસિક રીતે હું થોડો ભાંગી ગયો હતો. મારી મા મારું દર્દ જાણતી હતી, એટલે જ એણે મારી ભાવતી બધી રાજસ્થાની વાનગીઓ બનાવી હતી. ગટ્ટાનાં શાક અને ગરમાગરમ દેશી ઘી ચોપડેલાં ફુલકાંની સાથે હું ટીવીમાં સમાચાર જોતો હતો.

'બ્રેકીંગ ન્યૂઝ : આઈઆઈટી દિલ્હી ગર્લ મર્ડર કેસમાં ચોકીદારની ધરપકડ.'

એન્કર અરિજિતે માહિતી આપી.

'આઈઆઈટી દિલ્હીની કાશ્મીરી પીએચ.ડી. છાત્રા ઝારા લોનના હત્યાના આરોપમાં હિમાદ્રી હૉસ્ટેલના ચોકીદાર લક્ષ્મણ રેડ્ડીની ધરપકડ કરવામાં આવી છે.'

ઝંખવાયેલો લક્ષ્મણ પોલીસ વાનમાં બેસતો હોય એવું દૃશ્ય ટીવીમાં દેખાડવામાં આવ્યું. અરિજિતે આગળ કહ્યું, 'સૂત્રોના જણાવ્યા અનુસાર લક્ષ્મણ રેડ્ડી હિમાદ્રી હૉસ્ટેલના બગીચાની બહારની બાજુ બેસીને ઘણી વાર છોકરીઓને અશોભનીય રીતે તાકતો જોવા મળ્યો છે. હકીકતમાં, એક મહિના અગાઉ, તેણે સ્કૂટરમાં બેસવા જતી એક છાત્રાનો અપમાનજનક અપસ્કર્ટ વીડિયો ઉતારવાનો પ્રયત્ન કર્યો હતો. ઝારા લોનને આ બનાવની જાણ થતાં તેની લક્ષ્મણ સાથે ઉગ્ર બોલાચાલી થઈ હતી. એ જ સમયે બધાની હાજરીમાં ઝારા લોને લક્ષ્મણને થપ્પડ મારી હતી.'

મારી મા થોડાં વધારે ફૂલકાં લઈને ડ્રોઇંગ રૂમમાં આવી. તેણે રિમોટ ઉપાડ્યું અને ટીવી બંધ કર્યું.

'તારે હવે આ કેસમાંથી બહાર આવી જવાની જરૂર છે.' માએ કહ્યું.

'મા, આ તું શું કરે છે?' મેં તેના હાથમાંથી રિમોટ ઝૂંટવતાં કહ્યું, 'તેઓ નવી માહિતી આપી રહ્યા છે.'

'તે હવે જીવતી નથી. તેઓ ભલે ગમે તે માહિતી આપે, પણ તે મુસ્લિમ છોકરી પાછી નથી આવવાની. ભગવાન, તારો મોટો ઉપકાર.'

'મા,' મેં ચિલ્લાઈને કહ્યું, 'બંધ કર તારી આવી વાતો. તેના મૃત્યુને હજી અઠવાડિયું પણ નથી થયું.'

'તે જીવતી હતી ત્યારે કંઈ ઓછી મુશ્કેલીઓ ઊભી નહોતી કરી. હવે તે નથી, મહેરબાની કરીને તેના લીધે હવે તારે હેરાન થવાની કોઈ જરૂર નથી.'

'મા, બસ કર હવે.' તેના હાથમાંથી ફૂલકાં લેતાં મેં કહ્યું.

'તારી નોકરીની તલાશ ક્યાં સુધી પહોંચી?'

'પ્રયત્ન ચાલુ જ છે. ઇન્ટરવ્યૂ આપ્યાં છે. જોઈએ આગળ શું થાય છે.'

મારે કંઈ જોવાનું નહોતું, તેઓએ તો મને ગેરલાયક જાહેર કરી જ દીધો હતો.

મારી મમ્મી જેવી આવેશમાં રૂમ છોડીને ગઈ કે મેં તરત જ ટીવી ફરી ચાલુ કર્યું. અરિજિત પત્રકાર સાથે વાત કરતો હતો.

'તો બીજું શું સાંભળવા મળી રહ્યું છે?' અરિજિતે કહ્યું. પત્રકાર તેના માઇકમાં બોલવા લાગ્યો.

'અમે અત્યારે હૌઝ ખાસ પોલીસ સ્ટેશન છીએ. લક્ષ્મણ રેડ્ડી હવે પોલીસ કસ્ટડીમાં છે. દિલ્હી પોલીસનો દાવો છે કે તેઓએ આ કેસ ખૂબ જ ઓછા સમયમાં ઉકેલી નાખ્યો છે. તેઓની પાસે ગુનેગાર ચોકીદાર વિરુદ્ધ પૂરતા પુરાવાઓ છે. આસિસ્ટન્ટ કમિશનરે કહ્યું હતું કે મીડિયા માટે હવે સ્વીકાર કરવાનો સમય આવી ગયો છે કે તેઓ દિલ્હી પોલીસને અયોગ્ય ચીતરી રહ્યાં હતાં, જે ખોટું હતું. ખરેખર તો દિલ્હી પોલીસની આ કેસમાં વખાણવાલાયક કામગીરી છે.'

'ઠીક છે, ખુદનાં જ વખાણ કરતી દિલ્હી પોલીસને આટલો બધો ભરોસો કેમ છે કે લક્ષ્મણ જ આરોપી છે?' અરિજિતે કહ્યું.

'સીસીટીવી ફૂટેજ પરથી જાણકારી મળી છે કે ચોકીદાર તેની જગ્યાએથી ચાલીસ મિનિટ માટે ગાયબ હતો. તેની દાનત સારી નહોતી. ઝારા લોને તેને તમાચો તો માર્યો જ હતો, ઉપરાંત તેની વિરુદ્ધ પોલીસ ફરિયાદ પણ લખાવી હતી. પોલીસના કહેવા મુજબ, લક્ષ્મણ રેડ્ડી તેલંગાણાના હૈદરાબાદથી બે કલાક દૂર, ગામડામાંથી આવે છે. થોડા દિવસ અગાઉ, ઝારા લોનનો મંગેતર અને ઈન્ટરનેટ ઉદ્યોગ સાહસિક રઘુ વેંકટેશ, જે હૈદરાબાદમાં રહે છે, તેના ઉપર સ્થાનિક ભાડૂતી ગુંડાઓ દ્વારા હિંસક હુમલો કરાવવામાં આવ્યો હતો. આ બનાવ પણ કદાચ લક્ષ્મણ સાથે જોડાયેલો હોય એવું બની શકે. મિસ્ટર રઘુએ મોતને તો હાથતાળી આપી, પણ ખરાબ રીતે ઘાયલ થતાં એપોલો હૉસ્પિટલમાં દાખલ થવું પડ્યું હતું. બેક ટુ યુ, અરિજિત.'

કૅમેરો અરિજિત અને બીજા સાત પેનલિસ્ટ તરફ ફર્યો.

અરિજિતે ચર્ચા શરૂ કરવા માટે પ્રારંભિક ટિપ્પણી કરી.

'તો આપણે અહીં હાજર છીએ ચર્ચા માટે. મુદ્દો છે કામુક અને છોકરીઓને બદઈરાદાથી તાકનાર વ્યક્તિનો કે જેને આઈઆઈટી જેવી પ્રતિષ્ઠિત સંસ્થામાં ચોકીદાર તરીકે કામ કરવાની પરવાનગી મળેલી છે. આજે આપણી ચર્ચા કરીશું: અઠવાડિયાંઓ સુધી ચોકીદાર વિરુદ્ધ ફરિયાદને અવગણવાની જવાબદારી આઈઆઈટી સત્તાવાળાઓ ખુદના માથે લેશે? આઈઆઈટી ઝારા લોનની હત્યા માટે જવાબદાર છે?'

થોડા પેનલિસ્ટોએ તરત જ બોલવાનું અને એકબીજાને કાપવાનું ચાલુ કરી દીધું. મને એક પણ વાક્ય સમજાતું નહોતું, અને ખોટો ઘોંઘાટ મારા કાન ફાડી રહ્યો હતો. મેં રિમોટ હાથમાં લીધું અને ટીવી બંધ કર્યું, રૂમમાં ફરી નીરવતા છવાઈ ગઈ.

'હાશ, સારું થયું તેં આ શાક માર્કેટ જેવી ચર્ચા બંધ કરી.' મારી મા રસોડામાંથી બોલી.

❖

'હું એક કલાકથી પથારીમાં આડો પડ્યો હતો અને પડખાં ફેરવતો હતો. પણ મને ઊંઘ ના આવી. પરંતુ દરેક રાતની જેમ ઝારાને યાદ કરીને રડતો પણ નહોતો; આજે રાત્રે મારું મગજ બીજું અલગ વિચારી રહ્યું હતું. લક્ષ્મણ રેડ્ડીએ ખરેખર ઝારાની હત્યા કરી હશે? આ સવાલ મારા માથામાં હથોડાની જેમ વાગી રહ્યો હતો. હા, તેની પાસે આવું કરવા માટે કારણ તો હતું. ઝારાએ જાહેરમાં તેને થપ્પડ મારી હતી. આ અંગેના પુરાવાઓ પણ છે. તે રાત્રે તેણે તેની જગ્યા પણ છોડી હતી. તેણે આરામથી કામ તમામ કર્યું હશે.

આમાં હવે કંઈ ઉમેરવા જેવું નહોતું. તેમ છતાં ખબર નહિ પણ મારા મનમાં ના સમજાવી શકાય એવું ચાલી રહ્યું હતું. દિલ્હી પોલીસે તેમની જીત જાહેર કરી, મીડિયાવાળાએ જોરશોરથી સુરક્ષાની ચર્ચા કરી, પણ કંઈક તો ગરબડ હોય એવું મને લાગતું હતું.

મેં સૌરભને કોલ કર્યો.

'ઊંઘે છે?' તેણે જેવો ફોન ઉપાડ્યો એવો મેં સવાલ કર્યો.

'ના, ભાઈ. વીડિયો જોતો હતો.'

'કેવા પ્રકારનો વીડિયો?' મેં મલકાતાં કહ્યું.

'ચૂપ કર, ભાઈ. યુટ્યૂબ.'

'ઠીક છે. ચંદન ક્લાસિસના શું ખબર?'

'એ જ બધું જૂનું પુરાણું. ગુટકા મેન તારા વિશે પૂછતો હતો.'

'હું આવતીકાલે આવું છું. તારા દુ:ખમાં ભાગીદાર બનવા માટે.'

'તું નિરાંતે આવજે. અહીં હું બધું સંભાળી લઈશ. હવે તને સારું લાગે છે?'

'સારું લાગવાને હજી વાર છે. આજે ત્રણ કલાક કરતાં ઓછું રડ્યો હતો. એટલો સુધારો છે.'

'હજી વધુ સુધારો થશે.'

'આશા રાખીએ. પણ મારા મગજમાં બીજું ચાલી રહ્યું છે.'

'શું?'

'તેં સમાચાર જોયા હતા?'

'પોલીસે લક્ષ્મણ રેડ્ડીની ધરપકડ કરી છે. આઈઆઈટી છાત્રાઓના અશ્લીલ અપસ્કર્ટ વીડિયો બનાવવા માટે. આ અપસ્કર્ટ શું હોય છે, ભાઈ?'

'જો કોઈ છોકરીએ સ્કર્ટ પહેર્યું હોય, અને તેના સ્કર્ટના નીચેના ભાગનો વીડિયો ઉતારવાનો પ્રયત્ન કરવો તે.'

'કેવો માનસિક બીમાર અને મૂરખ કહેવાય?'

'સાચી વાત છે.'

'સારું થયું એ પકડાઈ ગયો.'

'હા, એ બીમાર જ કહેવાય, ગોલુ. પણ તેણે ખરેખર ઝારાને મારી હશે?'

'શું? તેં સમાચાર જોયા હતા, બરોબર? તેની જગ્યા પરથી ગાયબ હતો. ઝારાએ તેને તમાચો માર્યો હતો. પછી પોલીસ ફરિયાદ.'

'હા, પણ...' હું ખચકાયો, 'મને ખબર નથી. પણ કંઈક અયોગ્ય થઈ રહ્યું હોય એવું લાગે છે.'

'તું હજી સ્વસ્થ નથી, ભાઈ. આઘાત લાગ્યો છે. મારી સલાહ માન અને હજી થોડો સમય ઘરે રોકાઈ જા અને મહેરબાની કરીને ટીવી જોવાનું બંધ કર.'

પ્રકરણ-૧૦

'તારું શું માનવું છે? દિલ્હી પોલીસ એટલી બધી ખરાબ છે?' રાણાએ અમારી સામે આંખ મીંચકારી, ચાનો કપ ટેબલ પર મૂક્યો. હવે એ અમારા માટે ફક્ત પોલીસ ઑફિસર કરતાં વિશેષ હતો. મેં તેના માટે 'ઇન્સ્પેક્ટર રાણા' ને બદલે 'રાણા' વિચારવાનું ચાલુ કરી દીધું હતું. સૌરભ અને હું તેની ઑફિસમાં હતા; અમારે દરરોજ એક વાર મોઢું દેખાડવા માટે આવવાનું ફરજિયાત હતું.

'જોરદાર, સર, હત્યારાને બે દિવસમાં જ શોધી કાઢ્યો.' સૌરભે કોઈ જ કારણ વગર ખુશામત કરતાં કહ્યું.

મેં મારા ચાના કપને હજી હાથ પણ નહોતો અડાડયો. 'ચા ઠંડી થઈ જશે.' રાણાએ મારા તરફ ફરતાં કહ્યું.

'સર, તમને પાક્કો વિશ્વાસ છે કે વોચમેન જ ખૂની છે?' મેં કહ્યું.

રાણાએ ભમર ઉલાળી. તે સૌરભ તરફ ફર્યો અને હસવા લાગ્યો.

'હેતુ છે, સીસીટીવી ફૂટેજ છે, તે તેલંગાણાથી છે, ભાડૂતી ગુંડાઓ ઝારાના મંગેતરને મારવા માટે મોકલ્યા હતા. આ સ્પષ્ટ અને બંધ થઈ ગયેલો કેસ છે.'

'ખરેખર?'

સૌરભે મારા પગ પર લાત મારી અને મને ચૂપ રહેવાં કહ્યું. તે દરરોજ પોલીસ સ્ટેશન આવવાની પળોજણમાંથી છૂટવા માંગતો હતો, એટલે રાણા જે પણ કંઈ બોલે એમાં હા કહેતો હતો.

પણ મારાથી ચૂપ ના રહેવાયું. 'લક્ષ્મણ રઘુને શું કામ હેરાન કરે?'

'કારણ કે રઘુએ પણ લક્ષ્મણ સામે બાંયો ચડાવી હતી. એણે જ તો ઝારાને ફરિયાદ નોંધાવવા માટે પ્રોત્સાહિત કરી હતી.'

'તમે રઘુની વાત કરો છો?' મેં કહ્યું.

'તને એમ લાગે છે કે અમે મૂરખ છીએ? એની જ તો વાત થાય છે, ઝારાનો મંગેતર રઘુ.'

'ઓહ, ઓકે,' મેં કહ્યું, 'આઈ એમ સૉરી.'

'મિ. રઘુ પોલીસ સ્ટેશન આવ્યા હતા અને તેમણે પણ ચોકીદાર સાથેના ઝઘડાની ખરાઈ કરી,' ઇન્સ્પેક્ટરે અકળાઈને કહ્યું, 'ઠીક છે, તમે હવે અહીંથી નીકળો.'

'સર?' સૌરભે ઊભાં થતાં કહ્યું.

'શું?' રાણાએ કહ્યું.

'અમારે હજી પણ દરરોજ પોલીસ સ્ટેશન આવવું પડશે? હવે તો હત્યારો પકડાઈ ગયો છે.'

'હમ્...' રાણા તેની જગ્યા પર પાછો ફર્યો. 'તારી વાત સાચી છે. તેમ છતાં મને જ્યારે તારા મિત્રની જરૂર પડશે ત્યારે હું તેને જણાવીશ.'

'ચોક્કસ સર, હું અહીં જ છું. મારુ રહેણાંક પાંચ કિલોમીટર જ દૂર છે. હું ચંદન ક્લાસિસમાં દરરોજ ભણાવવા માટે આવું જ છું.' મેં કહ્યું.

'ઠીક છે. મારે ફક્ત કેશવને જ મળવાની જરૂર પડશે. અઠવાડિયામાં એક વાર. અથવા હું જ્યારે બોલાવું ત્યારે. સૌરભ, તારે હવે અહીં આવવાની જરૂર નથી. ખુશ?'

સૌરભનો ચહેરો આનંદથી ચમકી ગયો, જાણે કોઈ કેદીને ત્રણ દસકા બાદ જેલમાંથી મુક્તિ મળી હોય તેમ.

'હું ગમે ત્યારે હાજર થઈ જઈશ, સર. મારી ફક્ત એક વિનંતી છે.' મેં કહ્યું.

'શું?' રાણાએ કહ્યું.

'હું ચોકીદાર સાથે એક વાર વાત કરી શકું? જો એમાં તમને કોઈ વાંધો ના હોય તો જ.'

'શું?' સૌરભે મારી સામે તિરસ્કારથી જોયું. અમને જેલમાં જવાથી મુક્તિ મળી ગઈ હતી, તો પછી મારે શું કામ પારકી પંચાત કરવી જોઈએ?

રાણા હસ્યો અને મારી પાસે આવીને મારી પીઠ થપથપાવી.

'તને પેટમાં શેનું દુઃખે છે? તું છો કોણ? ડિટેક્ટિવ? જાસૂસ?' રાણાએ કહ્યું.

'હું ફક્ત ટ્યૂશન ટીચર છું, સર. મને એક વાર તેની સાથે વાતચીત કરવાની પરવાનગી આપશો, સર...'

ઈન્સ્પેક્ટર તેની જગ્યા પર ફરી બેસી ગયો.

'આવતીકાલે આવજે, મોડી રાત્રે. બીજા કોઈને આ ખબર પડવી ના જોઈએ.'

'થેન્ક યુ, સર.' મેં કહ્યું.

'તું જે પણ કંઈ કર, એમાં ધ્યાન રાખજે. મારો કેસ બગડવો ના જોઈએ.' ચાની ચૂસકી ભરતાં રાણાએ કહ્યું.

❖

આની પહેલાં જેલની અંદર હું ક્યારેય નહોતો ગયો. હૌઝ ખાસ પોલીસ સ્ટેશન એ ચારમાંથી એક હતું જ્યાંની નાની ઓરડીમાં કેદીઓને, તેનો ગુન્હો સાબિત થયા બાદ યોગ્ય જેલમાં મોકલવામાં આવે કે જમાનત થાય એ પહેલાં, ત્યાં રાખવામાં આવે છે. એક કોન્સ્ટેબલે લક્ષ્મણની ઓરડી મારા માટે ખોલી અને બહાર ઊભો રહ્યો.

લોક-અપમાં અંદર વિચિત્ર લાગતું હતું. હું અંદર હોઉં અને કોઈ બહારથી તાળું લગાવી દે તો શું થાય?

લક્ષ્મણ જમીન પર બેઠો હતો. તેની નજીક જતાં જ મને તેની આંખોમાં ભય દેખાયો. તેનું શરીર કાંપતું હતું. તે મોં ફેરવીને ઊભો રહ્યો, જાણે જ્યારે પણ કોઈ તેને પોલીસ સ્ટેશનમાં મળવા આવે ત્યારે એ તમાચો મારીને જવાના હોય તેમ.

મેં જીન્સ અને બ્લ્યુ-સફેદ ચોકડીવાળો શર્ટ પહેર્યો હતો. હું નવા કેદી કે પોલીસ બેમાંથી એક પણ જેવો દેખાતો નહોતો. હું તેની સામે ઊભો રહ્યો, તેણે ગભરાતાં મારી સામે જોયું. બહાર ઊભેલા કોન્સ્ટેબલે અમારી સામે એકાદ મિનિટ જોયું, પછી તેને રસ ના પડ્યો. તેણે તેનો

મોબાઈલ 'ટાઇગર જિંદા હૈ'નું પાયરેટેડ વર્ઝન જોવા માટે બહાર કાઢ્યો.

'હું કેશવ છું.' મેં કહ્યું. તેણે આશ્ચર્યથી મારી સામે જોયું. 'તેં મને પેલા દિવસે જોયો હતો.'

હું પણ તેની સાથે જમીન પર બેસી ગયો.

'હું ઝારાનો મિત્ર છું,' મેં કહ્યું, 'મારો મતલબ, મિત્ર હતો.'

તેના ચહેરા પરથી રંગ ઊડી ગયો. હું ઝારાને ઓળખતો હતો, એટલે તેને હમણાં ફટકારીશ. તે આવું વિચારી રહ્યો હશે. તેણે તેના જોડેલા હાથ ઊંચા કર્યા.

'સાહેબ, મેં કંઈ નથી કર્યું. હું સાચું બોલું છું, મેં ઝારા મેડમને નથી માર્યાં.' તેનો અવાજ રૂંધાઈ ગયો અને તેણે મોટેથી રડવાનું ચાલુ કરી દીધું. કોન્સ્ટેબલે તેની વાંસની લાકડીથી લોખંડના સળિયા ઠપકાર્યા.

'અવાજ બંધ.' કોન્સ્ટેબલે તેના મોબાઈલમાં ગીત ગાતી કેટરિનાને નીરખતાં કહ્યું.

'શાંત થઈ જા, લક્ષ્મણ,' મેં ધીમેથી કહ્યું, 'હું તારી મદદ કરવા જ આવ્યો છું.'

લક્ષ્મણે મારી સામે અવિશ્વાસથી જોયું.

'તારે મને કહેવું પડશે કે ખરેખર થયું છે શું?' મેં કહ્યું.

'મને નથી ખબર સાહેબ. હું તો હૉસ્ટેલના મુખ્ય પ્રવેશદ્વાર પાસે બેઠો હતો. દરેક રૂમમાં અંદર શું થાય છે એનું ધ્યાન રાખવું મારા માટે શક્ય નથી. હું મારાં બાળકોનાં સમ ખાઈને કહું છું કે હું નિર્દોષ છું.'

મેં મારા હોઠ પર આંગળી રાખી, કોન્સ્ટેબલ તરફ ઈશારો કર્યો.

'ઝારા મેડમે મને થપ્પડ મારી હતી. પણ તેમાં મારી જ ભૂલ હતી.'

'તું સ્ટુડન્ટના વીડિયો બનાવતો હતો?'

'હા, એ જ મારી મોટી ભૂલ હતી.' તેણે તેનું માથું જોરથી ધુણાવ્યું.

'તેં ઝારા સાથે ઝઘડો કર્યો હતો?'

'હું ગુસ્સે થયો હતો. મેં ધમકી પણ આપી હતી. પણ હકીકતમાં

હું શું કરી શકું ? હું એક ગરીબ ચોકીદાર છું. હું તેને થોડો મારી શકું ?'

'તો કોણે એવું કર્યું ?' મેં કહ્યું.

'એ તો મને ખબર નથી, સાહેબ.'

'તું તારી જગ્યાએ કેમ હાજર નહોતો ?'

તેણે મારી સામેથી નજર હટાવતાં કહ્યું. 'હું બાથરૂમમાં ગયો હતો.'

'ચાલીસ મિનિટ માટે ?'

તે નીચું જોઈને બેસી રહ્યો.

'તું યોગ્ય જવાબ આપ. જો નહિ આપે તો આખી જિંદગી અહીં સડતો રહેજે.'

મેં તેનો ચહેરો મારા હાથથી ઊંચો કર્યો.

'જો ઝારાને મારવામાં તારો હાથ હશે તો તને સજા મળે એ પહેલાં જ હું તારું ખૂન કરી નાખીશ.'

'મેં નથી કર્યું, સાહેબ. મેં ઝારા મેડમને નથી માર્યાં.'

'૨:૦૨ થી ૨:૪૧, તું હતો ક્યાં ?'

એણે મને ઈશારાથી નજીક આવવાનું કહ્યું અને પછી કાનમાં વાત કરી.

'શું ?' હું તેનાથી દૂર ભાગ્યો.

'હા, સાહેબ. આ જ કારણ છે.'

'કેવી રીતે ?'

'મારા સ્માર્ટફોનમાં સાહેબ.'

'તારો ફોન ક્યાં છે ?' મેં કહ્યું.

'ઘરે છે. મારી પત્ની જ્યારે મને અહીં મળવા આવી હતી ત્યારે એને આપી દીધો હતો. સાહેબ, મેં કંઈ નથી કર્યું, સાહેબ. હત્યારો બારીમાંથી આવ્યો હતો...'

'શું ?'

'હત્યારો બારીમાંથી આવ્યો હતો, સાહેબ. કારણ કે તમે જ્યારે અંદર ગયા ત્યારે બારી ખુલ્લી હતી.'

'હા.'

'જો મેં જ તેનું ખૂન કર્યું હોય તો મારે બારીમાંથી જવાની શું જરૂર હોય? હું તો તેના રૂમ સુધી ચાલીને પણ જઈ શકું. પાર્સલ આપવાનું છે એવો ડોળ કરીને.'

'સાચી વાત છે, તું તો બારણેથી પણ પ્રવેશ કરી શકે. પણ તેં જ એને મારી છે, અંદરથી બારણું બંધ કરીને, બારીએથી ભાગી ગયો, જેથી તારા ઉપર કોઈને શંકા ના જાય.'

તે મારા પગે પડી ગયો.

'મેં નથી કર્યું, સાહેબ. હું મારી નાની દીકરીના સમ ખાઈને કહું છું.'

❖

અમે શાહપુર જાટની ગલીઓમાંથી ચાલતાં પસાર થઈને મેઈન રોડ પર આવ્યા. અમે લક્ષ્મણના ઘરેથી તેનો ફોન લઈ આવ્યા હતા.

'સૉરી, મારે આ ફોનનું શું કરવાનું છે?' સૌરભે કહ્યું.

'તેં મને કહ્યું હતું કે તું એનઆઈટી હેકાથોનમાં વિજેતા થયો હતો. સાચી વાત છે?''

'બિલકુલ સાચી વાત છે, ભાઈ. મફતમાં પ્રીમિયમ એકાઉન્ટ મળે એ માટે મેં તો ટિન્ડર પણ હેક કર્યું હતું.'

'ગ્રેટ. તો હવે તારે લક્ષ્મણનો ફોન હેક કરવાનો છે.'

મેં એક ઓટો રિક્ષા કરી. માલવિયા નગર નજીક હતું એટલે ત્યાં આવવા માટે ડ્રાઈવરે પહેલાં તો થોડાં નખરાં કર્યાં. સૌરભે એક લાબું ભાષણ આપ્યું કે જો રિક્ષા ડ્રાઈવરની વર્તણૂક આવી જ રહેશે તો એપ બેઝડ ટેક્ષી, ઓટો રિક્ષાનાં ધંધાને ભાંગી નાંખશે. અણધાર્યા પ્રવચનને કારણે ઓટો ડ્રાઈવર માની ગયો.

'ફોન હેક કેમ કરવાનો છે?' ઓટો રિક્ષામાં સરખા બેસી ગયા બાદ સૌરભે કહ્યું.

'લક્ષ્મણે મને કહ્યું હતું કે બનાવની રાત્રે તે જગ્યા છોડીને હિમાદ્રી હૉસ્ટેલનાં ગેસ્ટ ટોઈલેટમાં ચોરીછૂપીથી ગયો હતો. વાઈ-ફાઈ મેળવવા માટે.'

'એને ટોઈલેટમાં વાઈ-ફાઈની શું જરૂર હતી?'

'મને ખબર છે ત્યાં સુધી,' મેં કહ્યું, 'તું એન્જિનિયરિંગ કૉલેજમાં ભણ્યો છો, રાઈટ?'

'હા, બેશક.' સૌરભે કહ્યું.

'મારે લક્ષ્મણ સાચું બોલે છે કે ખોટું એ જાણવા માટે તારી મદદની જરૂર છે.'

'એ ચોક્કસ સમયમાં ખરેખર પોર્ન સાઈટ જોવા ગયો હતો એની તપાસ કરવાની છે?'

'હા, અને એ લોકેશન પણ. તારાથી શક્ય છે?'

'સરળ છે. હેક કરવાની જરૂર નથી. મારે તેના ફોનની ખાલી બ્રાઉઝ હિસ્ટ્રીની જ જરૂર છે. એમાં બધી જ સાઈટ અને સમયની માહિતી મળશે. અને જો આપણે હિમાદ્રી હૉસ્ટેલમાં જઈને ત્યાંના વાઈ-ફાઈ નેટવર્ક સાથે કનેક્ટ કરીશું તો, મને ડબલ ખાતરી થઈ જશે કે આ જ ફોનનું આઈપી એડ્રેસ વાઈ-ફાઈ સાથે કનેક્ટ...' મેં જ્યારે સૌરભને અટકાવ્યો ત્યારે એનું બોલવાનું ચાલુ હતું.

'જો ભાઈ, મને આવી બધી ખબર પડતી હોત તો હું સાચો એન્જિનિયર હોત અને સાચી જગ્યાએ નોકરી હોત. સમજાય એવી સાદી ભાષામાં વાત કર ને.'

સૌરભ મારી સામે આશ્ચર્યથી જોઈ રહ્યો.

'મને હિમાદ્રી લઈ જા. મારે ત્યાંના વાઈ-ફાઈની જરૂર છે.' તેણે કહ્યું.

❖

'એક્સક્યુઝ મી,' મેં કહ્યું, 'મારે કેબ બોલાવી છે અને મારા મોબાઈલમાં નેટ બંધ છે. મને અહીંના વાઈ-ફાઈનો પાસવર્ડ મળશે?'

હું હિમાદ્રી હૉસ્ટેલના ગાર્ડન પાસે હાથમાં છ જાડી ચોપડીઓ લઈને ઊભો હતો - ફિઝીક્સ, કેમેસ્ટ્રી અને મેથ્સ. મેં જાડા કાચનાં

ચશ્માં પહેર્યાં હતાં અને છેલ્લા ત્રણ દિવસથી દાઢી પણ નહોતી કરી. મેં કોથળા જેવો શર્ટ, જૂનાં રબ્બરનાં સેન્ડલ અને પોલીસ્ટરનું પેન્ટ પહેર્યું હતું. બીજા શબ્દોમાં, હું આબેહૂબ આઈઆઈટી રિસર્ચ સ્કોલર જેવો જ લાગતો હતો.

સૌરભ રોડની બીજી બાજુ ઊભો હતો, હૉસ્ટેલની સામે, વાઈ-ફાઈની હદમાં.

એક છોકરી તેનું એક્ટિવા લઈને હજી હૉસ્ટેલ પર આવી જ હતી અને મારી નજીક પાર્ક કર્યું. મેં તેને વાઈ-ફાઈનો પાસવર્ડ પૂછ્યો, એટલે તે મને ઉપરથી નીચે સુધી જોવા લાગી.

'સ્ટુડન્ટ?' તેણીએ કહ્યું.

'હા. પીએચ.ડી.. વિંધ્યાચલ હૉસ્ટેલ.'

'Himadri2018G,' તેણે કહ્યું, 'એચ અને જી કેપિટલ લેટર્સમાં.'

'થેન્ક યુ.' મેં કહ્યું. તેનાથી દૂર ચાલતાં મેં સૌરભને વ્હોટ્સએપ મેસેજ ટાઇપ કર્યો.

'મળી ગયો. Himadri2018G.'

તેનો એક મિનિટ બાદ જવાબ આવ્યો.

'કનેક્ટેડ. આઈપી એડ્રેસ અને ડીએનએસ સાઈટ્સ ડાઉનલોડ થાય છે.'

'સમજાય એવી ભાષા.' મેં કહ્યું.

'કંઈ નહિ. મને જેની જરૂર હતી તે બધું જ ડાઉનલોડ થઈ ગયું. ચાલો, હવે ઘરે જઈએ. મને ભૂખ લાગી છે. આજની રાત તું જ મારા માટે સારો રસોઇયો છો.' સૌરભે સામે મેસેજ કર્યો.

❖

'યુપોર્ન ડોટ કોમ,' સૌરભે કહ્યું, 'હોટ દેશી ભાભી હેઝ ફન વિથ સ્ટડ દેવર. આ હતું ૨:૧૦ થી ૨:૧૪.'

'શું?' મેં કહ્યું. અમે અમારાં ડાઇનિંગ ટેબલ પર બેસીને ફ્રેંચ

ફ્રાઈસ આરોગી રહ્યા હતા, ફક્ત આ જ ડિશ એવી હતી કે જે હું ટૂંકી મુદતની સૂચના મળ્યા બાદ કાયમી ભૂખ્યા ભગવાન સૌરભ માટે બનાવી શકું. સૌરભનું લેપટોપ ખુલ્લું હતું, લક્ષ્મણનો ફોન તેની સાથે જોડ્યો હતો.

'આ તેના ફોનની બ્રાઉઝ-હિસ્ટ્રી બોલે છે. તારી ઇચ્છા છે કે હું તારો ફોન પણ મારા લેપટોપ સાથે જોડું?' સૌરભે કહ્યું.

'કોઈ જરૂર નથી. આગળ શું છે?' મેં કહ્યું.

'નેબર ડઝ બિગ-બસ્ટેડ ઈગર મલ્લુ આંટી. આપણે પણ આ આતુર આંટીને જોવી જોઈએ એવું નથી લાગતું?'

'તો એનો મતલબ એમ કે તે ખરેખર પોર્ન જોઈ રહ્યો હતો.'

'હા, એ પાક્કું છે. આ જોઃ સરદાર હનિમૂન કપલ લિક્ડ વીડિયો. એ સાચા હનિમૂનના વીડિયો છે એની ખાતરી કોણ આપે?'

લક્ષ્મણ ખોટું નહોતો બોલતો. એ તેની જગ્યા પર નહોતો ત્યારે ખરેખર હસ્તમૈથુન કરવામાં વ્યસ્ત હતો.

'જયપુર કૉલેજ-ગર્લ શો...' સૌરભ હજી સાઈટની યાદી જોઈ રહ્યો હતો. 'ભાઈ, એક વાત તો નક્કી છે, તેને ફક્ત દેશી પોર્ન જ ગમે છે. તેણે ઇન્ટરનેશનલ વીડિયો છોડી દીધા છે. દેશભક્ત ટાઇપનો છે, નહિ?'

'ચૂપ કર. તેની પાર્ટી ક્યારે ખતમ થઈ હતી?'

'લગભગ ૨:૨૯ ની આસપાસ.' સૌરભે કહ્યું.

'તે પાછો ચાલીને ૨:૪૦ એ તેની જગ્યા પર પહોંચી ગયો હશે, તેની પાસે પૂરતો સમય હતો.'

'અને એ પહેલાં બધું સાફ પણ કર્યું હશે.' સૌરભે કહ્યું.

'બકવાસ બંધ કર. હિમાદ્રી નેટવર્કમાં લોગ ઈન થયેલા આઈપી એડ્રેસ ખોલ.'

'ઓપન કરું છું. પણ એ પહેલાં તારે હોટ તામિલ કપલ એન્જોય ઈન ટ્રેન નથી જોવું? મને તો જોવાની તાલાવેલી થાય છે. કદાચ આ આઈઆરસીટીસીવાળાએ પ્રાયોજિત કરી હોય તેવું બને.'

'ગોલુ, આ મજાકનો સમય નથી. આ કોઈની જિંદગીનો

સવાલ છે.'

'ઠીક છે. સારું.' તેણે કહ્યું. તે બ્રાઉઝર હિસ્ટ્રીમાંથી આઈપી એડ્રેસની ફાઇલ પર પહોંચ્યો.

'આ રહ્યાં બધાં આઈપી એડ્રેસ કે જે હિમાદ્રી વાઈ-ફાઈ નેટવર્કમાં લોગ ઈન થયાં હતાં.' સૌરભે કહ્યું. તેણે એક્સેલ ફાઈલને થોડી વાર તપાસી.

'યસ. લક્ષ્મણનો ફોન આ નેટવર્ક સાથે કનેક્ટ થયો હતો. પાક્કું.' સૌરભે કહ્યું.

'દેખાડ મને.' મેં કહ્યું.

તેણે મને તેની લેપટોપ સ્ક્રીન પર આઈપી એડ્રેસવાળો કોઠો દેખાડ્યો.

'આ સાચો પુરાવો છે. લક્ષ્મણ નિર્દોષ છે.' મેં કહ્યું.

'તેનો વાંક તો છે, પણ તેણે કોઈનું ખૂન નથી કર્યું.'

'થેન્ક યુ, ગોલુ,' મેં તેના માથાના વાળ વિખેરતાં કહ્યું, 'હું આ રાણાને આપીશ.'

'વેલકમ, ભાઈ. પણ હું તને એક વાત પૂછું?'

'પૂછવાનું હોય?'

'આ બધામાં તું શું કામ સામેલ થાય છે? હવે આપણે મુક્ત છીએ. શું કામ ચિંતા કરે છે? પોલીસ તેનું કામ કરશે.'

'પણ જો, લક્ષ્મણ નિર્દોષ છે છતાં તેની ધરપકડ કરી છે.'

'લક્ષ્મણ ફોડી લેશે. અથવા તો પોલીસ શોધખોળ કરશે. ઝારા હવે નથી, ભાઈ. તેને પણ તારા મગજમાંથી બહાર કાઢ હવે.'

'હું જાણું છું, જો હું કરી શકું તો કરીશ.' મેં નિઃસાસો નાખતાં કહ્યું. સૌરભે મારો નિરાશ ચહેરો જોયો. તેણે ધીમેથી મારા ખભા પર હાથ મૂક્યો.

'મને ખબર છે છતાં હું તેની સાથે કોઈ રીતે જોડાયેલો રહેવા માંગું છું,' મેં કહ્યું, 'મારે શોધવું છે કે આવું કરનાર કોણ છે? કોણ એને મારાથી દૂર લઈ ગયું, જ્યારે એ મારી પાસે પરત આવવા માંગતી હતી?'

'હું આની પ્રિન્ટ કાઢી લઈશ. આવતીકાલે રાણાની પાસે લઈને જઈશું.'

'આભાર.'

'તેની જરૂર નથી, ભાઈ. મહેરબાની કરીને તું દેવદાસ જેવો દેખાવ ના કર. ફ્રેંચ ફ્રાઈસ ખાતી વખતે આવા દુ:ખી ચહેરાને નો એન્ટ્રી હોય છે.'

'હમ્...' રાણાએ તેના નાક પર આંગળી ફેરવતાં, અમે જે પ્રિન્ટઆઉટ આપી હતી, તે તપાસતાં કહ્યું.

'બ્રાઉસ હિસ્ટ્રી ?' તેણે કહ્યું. કાગળ પરનું મેટ્રિક્સ તપાસવા તેણે આંખો ઝીણી કરીને જોયું.

સૌરભ ઊભો થયો અને ઇન્સ્પેક્ટરની બાજુમાં ગયો.

'જુઓ, સર, આ બધાં આઈપી એડ્રેસ છે. અને પછીના પેઈજ પર લક્ષ્મણે તેના ફોન પર જે સાઈટ જોઈ હતી તેની સમય સાથે વિગત છે.'

રાણાએ તેની ત્રણ દિવસથી વધેલી દાઢી ખંજવાળતાં કહ્યું.

તેણે શાંતિથી કહ્યું, 'બેસી જા.'

સૌરભ પાછો તેની જગ્યાએ બેસી ગયો. ઇન્સ્પેક્ટરે કાગળ ટેબલ પર મૂકી દીધા. મને એમ હતું કે તે ખુશ થઈને ચીસો પાડશે 'સુપર્બ' કે 'ગુડ જોબ' અથવા એવું કંઈક. એને બદલે તેણે એક જ સાથે બધી આંગળીઓના ટચાકિયા ફોડ્યા.

'સર, આનો મતલબ એમ થાય છે કે લક્ષ્મણ નિર્દોષ છે.' મેં કહ્યું, રાણાને આ મતલબ ના સમજાયો હોય તો નવાઈની વાત કહેવાય. 'તે બાથરૂમમાં હતો, પોર્ન જોતાં હસ્તમૈથુન કરવામાં મશગૂલ હતો.'

'તો પછી ઝારાને કોણે મારી ?' રાણાએ કહ્યું.

એ શોધવાનું કામ તમારું છે, મને કહેવાનું મન થઈ ગયું. પણ તેના બદલે મેં ખભા ઉલાળ્યા.

'જો લક્ષ્મણે આવું નથી કર્યું, તો પછી ફરી તારા પર શંકા નહિ આવે?' રાણાએ કહ્યું.

'શું?' મેં કહ્યું.

ઈન્સ્પેક્ટર મૂછમાં હસ્યો અને તેનું માથું ઘુમાવ્યું. તેણે કાગળ પાછા મારી તરફ સરકાવ્યા.

'આ પાછા લઈ લે. તેં મને આ ક્યારેય દેખાડ્યા જ નથી.' તેણે કહ્યું.

'તમારો કહેવાનો મતલબ શું છે?' મેં કહ્યું.

'તને કૉફી પસંદ છે?'

'એક્સક્યુઝ મી?'

'ખાતિરદારીમાં હું તને મોંઘી કૉફી પીવડાવું છું, ચાલ.' રાણાએ ઊભા થતાં કહ્યું.

❖

'મને સારી કૉફી આપજો. પણ વધારે કડવી નહિ.' રાણાએ હૌઝ ખાસ વિલેજમાં આવેલા સ્ટારબક્સના બારીસ્ટાને કહ્યું.

'લેટ્ટે, સર?' બારીસ્ટાએ રાણાના યુનિફોર્મથી ગભરાતાં કહ્યું.

'સાદું ગરમ દૂધ.' મેં કહ્યું. સૌરભે બે ચોકલેટ મફિન મંગાવ્યા.

ઈન્સ્પેક્ટરે તેનું પાકીટ બહાર કાઢ્યું. કાફેનો કેશિયર પોલીસને પૈસા કાઢતાં જોઈને આશ્ચર્યચકિત થઈ ગયો, પણ તે પૈસા લેવા તૈયાર ના થયો. ઈન્સ્પેક્ટરે સ્મિત સાથે તેનું પાકીટ પાછું ખિસ્સામાં મૂકી દીધું.

અમે અમારાં પીણાં લઈને બારી પાસેની જગ્યાએ બેસી ગયા.

'તો આ એ જગ્યા છે જ્યાં જુવાનિયાઓ, શું બોલે છે, હેંગ આઉટ માટે આવે છે?' રાણાએ તેની કૉફીમાં ખાંડનાં ત્રણ પડીકાં નાખતાં કહ્યું. 'કૉફીના બસ્સો રૂપિયા. આ તો ધોળે દિવસે ઉઘાડી લૂંટ જ કહેવાય.'

મારા માટે તો કૉફીનું બિલ ના ચૂકવ્યું એ પણ ધોળે દિવસે ઉઘાડી લૂંટ જ હતી.

'હું સહમત છું, સર.' સૌરભે હંમેશની જેમ ચાપલૂસી કરતાં કહ્યું.

'જો કે, હું તમને બંનેને અહીં લઈને આવ્યો કારણ કે મારે ખૂલીને વાત કરવી હતી. હું આશા રાખું કે તમે વિશ્વાસપાત્ર છો.' રાણાએ અમને ધીરગંભીર રીતે જોતાં કહ્યું.

'ચોક્કસ સર.' મેં કહ્યું.

'તું ક્યાં નોકરી કરે છે, કેશવ ?'

'મેં તમને કહ્યું હતું, ચંદન ક્લાસિસ.'

'તારા હાથમાં કેટલા આવે છે ?'

મેં અચરજથી તેની સામે જોયું. સૌરભ નમ્રતાપૂર્વક બીજી દિશામાં જોવા લાગ્યો.

'દર મહિને અંદાજે ૪૫,૦૦૦ રૂપિયા.' મેં કહ્યું.

'લે, તું તો મારાથી પણ વધારે કમાય છે. બધી કપાત બાદ મારા હાથમાં આવે છે દર મહિને ૪૨,૦૦૦ રૂપિયા.'

મને વિચાર આવ્યો કે તેણે તેના પેકેજમાં અમર્યાદિત મફત સ્ટારબક્સ લેટ્ટેને ગણ્યાં નથી લાગતાં. શું પ્રતિભાવ આપવો તેની મને સમજ ના પડી. જાણે, તેને નોકરીએ લાગતાં પહેલાં કેટલો પગાર મળવાનો છે તે ખબર નહીં હોય ? મેં ચૂપ રહેવાનું પસંદ કર્યું.

'મને પંદર વર્ષનો અનુભવ છે,' રાણાએ વાત ચાલુ રાખતાં કહ્યું, 'તેં ક્યારે શરૂઆત કરી ? ચાર-પાંચ વર્ષ પહેલાં ? આ યોગ્ય છે ?'

મેં માથું નકારમાં હલાવ્યું, મેં દોષિત હોવાની લાગણી અનુભવી. મને લાગ્યું કે જાણે કેન્દ્ર સરકારની વળતર પોલિસી માટે હું જવાબદાર હોઉં. મને કહેવાનું મન થઈ ગયું કે મારે આખો દિવસ ગુટકા ચાવતા, ત્રાસદાયક બોસને સાંભળવા પડે છે. જો રાણા તૈયાર થાય તો હું રાજીખુશીથી અમારી જગ્યા અદલાબદલી કરવા તૈયાર થઈ જાઉં. થોડો ઓછો પગાર મળે, પણ બદલામાં તમારી આસપાસના લોકોને થપ્પડ મારવાનો પાવર મળે અને મફત કૉફી પણ માંગી શકાય. હું આ માટે તૈયાર હતો.

સૌરભે તેની ટચલી આંગળી દેખાડીને બાથરૂમ જવા માટે કહ્યું. રાણાએ વાત આગળ ચલાવી.

'મેં મારી નોકરી એકદમ ઈમાનદારીથી કરી છે. ઉત્તમ વાર્ષિક અહેવાલ, તેમ છતાં મારી બઢતી છેલ્લાં પાંચ વર્ષથી અટકી છે. તેઓ મને આસિસ્ટન્ટ કમિશનર ઑફ પોલીસ નથી બનાવતા.'

મેં હોંકારો આપતાં દૂધનો ઘૂંટ ભર્યો. આને લક્ષ્મણની બ્રાઉઝર હિસ્ટ્રી સાથે શું લાગેવળગે છે?

'આ જ દરમિયાન, કોઈ આઈઆઈટીનો મૂર્ખ, ગોખીપટ્ટી કરીને આઈપીએસની પરીક્ષા પાસ કરશે. મારો બોસ બની જશે અને તેને મારા કરતાં આગળની રેંક આપવામાં આવશે.'

હું પણ આઈઆઈટીનો મૂર્ખ જ હતો, તેના કહેવા પ્રમાણે, મને નવાઈ લાગી. ખરેખર હું તેમાં ના આવું. હું આઈઆઈટીનો ખરો પણ મેં ક્યાં આઈપીએસની પરીક્ષા પાસ કરી છે, એટલે તો પછી મારી ગણતરી મહામૂર્ખમાં થાય.

'આ ન્યાયસંગત પ્રણાલી ના કહેવાય. આમાં બદલાવ આવવો જોઈએ.' મેં કહ્યું.

'શું?'

'બ્રિટિશ સમયથી આ ચાલતું આવે છે. તેઓએ સિવિલ સર્વિસ બનાવી હતી.'

'સાચી વાત છે, અક્કલમઠા ગોરા. હું બહુ ઓછામાંનો એક છું, જે પ્રામાણિક ઇન્સ્પેક્ટર હોય, અને તેઓ મારી સાથે આવો વ્યવહાર કરે છે.'

મારું માનવું છે કે દિલ્હી પોલીસમાં ભ્રષ્ટ ઇન્સ્પેક્ટરને જે તક મળે છે એની સરખામણીમાં મફત પીણાં એ અપ્રમાણિકતાની ગણતરીમાં ના આવે. કૉફી તો એકદમ તુચ્છ લાભ કહેવાય.

રાણાને સારું લાગે એ માટે શું કરવું જોઈએ તેનો મેં વિચાર કરી લીધો. મારું માનવું છે કે જ્યારે કોઈને એવું લાગતું હોય કે એની જિંદગી વ્યર્થ છે, ત્યારે એને આપણું જીવન તો એનાથી પણ વધુ નિરર્થક છે, એવું જણાવવાથી તેને મજા આવતી હોય છે.

'હું આઈઆઈટીમાં ભણ્યો છું, સર. મને કેમ્પસ ઇન્ટરવ્યૂમાં ક્યારેય સફળતા ના મળી. બહુ થોડા એવા આઈઆઈટી સ્ટુડન્ટ જોવા મળશે કે જેને ભણવાનું પૂરું થાય ત્યાં સુધીમાં જોબ ઓફર ના મળી હોય, હું તેમાંનો એક છું.'

'કેમ ?'

'ખરાબ માર્ક્સ, ઇન્ટરવ્યૂમાં ગરબડ, પ્રેમસંબંધનું તૂટવું, આ બધાંને કારણે ગાડી પાટા પરથી ઊતરી ગઈ.'

'ઓહ, એટલે ચંદન ક્લાસિસ ?'

મેં હા કહ્યું. મેં એને એ વાત ના કરી કે મારે દિલ્હીમાં જ રહેવું હતું અને એ પણ શક્ય એટલું આઈઆઈટી કેમ્પસની નજીક. ઝારા હજી ત્યાં જ રહેતી હતી અને તેની સાથે પુનઃજોડાણની તક મળે એ માટે તેની નજીક રહેવું એ જ એકમાત્ર ઉપાય હતો.

ઇન્સ્પેક્ટર મલકાયો.

'તને તારી જોબ ગમે છે ?'

'નફરત છે.' મેં કહ્યું.

'ખરેખર ?'

'ક્યારેક તો મને એવું થાય છે કે મારી હાલની નોકરી કરતાં જેલમાં જવું વધારે સારું છે.'

ઇન્સ્પેક્ટર હસવા લાગ્યો.

'તો એનો મતલબ કે આપણા બંનેની હાલત સરખી જ છે.' પહેલાં કરતાં મારી સાથે વધારે ઘનિષ્ઠતા અનુભવતાં તેણે કહ્યું. કારણ હતું અમારા બંનેની બંધિયાર કારકિર્દી. સૌરભ હળવો થઈને આવી ગયો. તેણે છાપું ઉપાડ્યું અને જોબ માટેનું પેઈજ ખોલ્યું. ઇન્સ્પેક્ટરના ફોનમાં રિંગ વાગી. તેણે ફોન ઉપાડ્યો.

'યસ, શર્મા સર.' રાણાએ કહ્યું અને ઊભો થઈ ગયો, જાણે શર્મા સર તેની સામે હોય. 'જી, શર્મા સર. ચોક્કસ, સર. ના, સર. ચોકીદારની ધરપકડ થઈ ગઈ છે અને તેની વિરુદ્ધમાં મજબૂત પુરાવાઓ પણ છે. હા, સર, અમે જલદીથી ચાર્જશીટ ફાઇલ કરીશું, સર. ના, સર, ફરીથી કોલ કરવાની જરૂર નહિ પડે, સર. ઠીક છે, સર.'

એણે જ્યારે વાત પૂરી કરી ત્યાર પછી મેં કહ્યું, 'તમે લક્ષ્મણને પણ મુક્ત કરશો ને? એ છીછરો ખરો, પણ એણે ઝારાનું ખૂન નથી કર્યું.'

'એટલે જ તો હું તારી સાથે અહીં વાત કરવા આવ્યો છું. પોલીસ સ્ટેશનમાં તો દીવાલોને પણ કાન હોય છે.'

'શું?' મેં કહ્યું.

સૌરભે અમારી વાતો સાંભળવા માટે ન્યૂઝ પેપરમાંથી નજર હટાવી.

'આ હાઈ-પ્રોફાઈલ, મીડિયામાં ચર્ચિત કેસ મારી બઢતી માટે ખૂબ જ અગત્યનો છે. આપણો વારો ના હોય તોપણ બઢતી માટે અવકાશ ખરો. મારા સિનિયર્સ આ કેસને કારણે મારી ભલામણ કરે તે શક્ય છે.'

'સારી વાત છે, સર.' મેં કહ્યું.

'હા, પણ જો હું આ કેસ સોલ્વ કરું તો જ. અત્યારે હું તેઓની નજરમાં છું જ.'

'લક્ષ્મણની હત્યારા તરીકે ધરપકડ કરી છે એ માટે?'

'હા, હવે તો મીડિયામાં પણ આ કેસની ચર્ચા અટકી ગઈ છે.' તેણે કહ્યું. તેણે મુખ્ય છાપું હાથમાં લીધું અને શહેરી સમાચાર ખોલ્યા.

'જો, આજે કંઈ જ નથી છપાયું. મારા સિનિયર્સ, મીડિયાકર્મી અને મોટા ભાગના લોકોનું એવું જ માનવું છે કે લક્ષ્મણ જ ગુન્હેગાર છે. તેઓના મનમાં હવે કોઈ શંકા નથી.'

'લક્ષ્મણે એવું નથી કર્યું છતાં પણ...' મેં રાણાની નિરાંત સામે મક્કમ અવાજે કહ્યું.

'એ તારો ભાઈ છે?' રાણાએ મોટેથી કહ્યું.

'ના, સર,' મેં કહ્યું, 'પણ એ નિર્દોષ છે.'

'તો એને હું છોડી દઉં? એટલે મીડિયાવાળાને ફરી મસાલો મળી જાય.'

'મસાલો?'

'હા, પોલીસે એક નિર્દોષની ધરપકડ કરી કારણ કે એ ગરીબ

હતો. પોલીસ હજી હત્યારાને પકડી શકી નથી. દિલ્હી પોલીસ નકામી છે. વધુ અને વધુ આવાં ગતકડાં આવતાં જાય. અને આ બેદરકારી માટે જવાબદાર કોને ઠેરવવામાં આવે? ઇન્સ્પેક્ટર રાણાને. તને લાગે છે કે પછી કોઈ મને બઢતી આપે?'

મને કહેવાનું મન થઈ ગયું કે કોઈ નિર્દોષ વ્યક્તિ તમને પ્રમોશન મળે એના માટે આખી જિંદગી જેલમાં વિતાવે એ યોગ્ય કહેવાય? હું તો આવું ના જ કરું.

'સર, કોર્ટમાં લક્ષ્મણને દોષિત સાબિત કરવો પડે ને?'

'હા.'

'તો પછી એ છૂટી જાય એમ છે. જે કર્યું છે એ સ્વીકાર કરી લે. તેના વકીલ પણ અમે મેળવ્યા એ ડેટા મેળવી જ શકે.'

ઇન્સ્પેક્ટર હસવા લાગ્યો. તેણે ટિસ્યુ ઉપાડ્યું અને તેની કૉફીવાળી મૂછ સાફ કરી. સૌરભ મને ઘૂરી રહ્યો હતો. તે હવે પોલીસ સાથે કોઈ પણ પ્રકારના ઘર્ષણમાં ઊતરવા માટે રાજી નહોતો.

'તમને હાસ્યાસ્પદ લાગે છે?' મેં ઇન્સ્પેક્ટરને કહ્યું.

'આ કોઈ ફિલ્મ નથી. વાસ્તવિક જિંદગી છે. કેવા પ્રકારના વકીલ લક્ષ્મણને મળે એ વિચાર્યું છે?'

'ગરીબ વ્યક્તિને સરકાર એવી સહાય નથી કરતી?'

'હવે તું સમજ્યો. ચોકીદારની શું કાળજી લેવાની હોય? કોર્ટમાં સુનવણી વખતે જો લક્ષ્મણનો વકીલ દેખાય તો સારી વાત છે.'

'તો પણ, તેણે એવું કર્યું નથી. અને એની સાબિતી પણ છે. સત્ય ક્યારેય છુપાઈને રહેતું નથી. આજે નહિ તો કાલે ખબર પડશે જ.'

'કોઈ વાંધો નહિ. ત્રણ વરસે એવું થશે. ત્યારે તો ઇન્સ્પેક્ટર રાણા એસીપી રાણા બની ગયા હશે. આ પોલીસ ચોકીથી દૂર. પછી ભલે ને લક્ષ્મણ છૂટી જાય.'

'સર, પણ...'

'આ જાસૂસીના નકામા ધંધા બંધ કર. મેં તને બચાવ્યો છે. હવે મારી જિંદગી મુશ્કેલ કરવાનું બંધ કર તું.'

મને બચાવ્યો ? મેં કોઈનું ખૂન નથી કર્યું એ હકીકતે મને આઝાદી અપાવી છે. મને તેને સંભળાવી દેવાનું મન થયું.

'સર, મને તમારી જિંદગીમાં અડચણરૂપ બનવાનો કોઈ શોખ નથી. મારે તો ફક્ત એ જ શોધવું છે કે ખરેખર ઝારાનો હત્યારો કોણ છે. અને તે માટે આપણે વ્યવસ્થિત શોધખોળ કરવાની જરૂર છે. કોઈ નિર્દોષ વ્યક્તિને પકડીને જેલમાં ધકેલી દેવાની જરૂર નથી.'

ઈન્સ્પેક્ટરે તરત જ સૌરભ અને મારી સામે જોયું, પછી ખભા ઉલાળ્યા અને તેની ઠંડી કૉફી ખતમ કરી.

'જો મીડિયાને ચોકીદારની નિર્દોષતાનો પુરાવો મળી જાય તો શું થાય ?' મેં કહ્યું.

ઈન્સ્પેક્ટરે તેનો કપ નીચે મૂક્યો.

'તું મને ધમકી આપી રહ્યો છે ?'

'ના,' મેં કહ્યું, 'પણ એવું થવાની શક્યતા ખરી.'

'હરામી સાલા. એક અઠવાડિયા પહેલાં તમે બંને છૂટવા માટે ભીખ માંગતા હતા અને હવે મને સલાહ આપી રહ્યો છો ? મને સમજાવી રહ્યો છે કે હું યોગ્ય રીતે તપાસ નથી કરતો ?'

'એવું નથી, સર,' મેં કહ્યું, 'મારો કહેવાનો મતલબ એવો છે કે આપણે આવું કોણે કર્યું છે તે શોધીએ. હું તમારી મદદ કરવા તૈયાર છું.'

'તું મને કેવી રીતે મદદ કરીશ ? તું ચંદન ક્લાસિસમાં ભણાવે છે.' રાણાએ કહ્યું.

સૌરભે મારો હાથ દબાવ્યો, કહ્યું કે જવાબ ના આપું.

'સર, હું બોલું ?' સૌરભે કહ્યું.

'હવે તારે શું કહેવું છે ?' ઈન્સ્પેક્ટરે કહ્યું, તેના અવાજમાં નારાજગી હતી. 'તે મને તપાસ કરવાનું શીખવાડે છે ? તારા મૂર્ખ મિત્રને ખબર પડે છે, આપણે કેવી મુસીબતોનો સામનો કરવાનો આવે ? પેલા સ્ટુડન્ટ ડીને એક દિવસ પહેલાં મારું કેવું અપમાન કર્યું હતું.'

'કોણ ?' સૌરભે કહ્યું.

'પેલો પ્રોફેસર સક્સેના. કહે છે કે મારા કેમ્પસની આજુબાજુ

કોઈ ના જોઈએ. તે મને આવું કહે છે, પોલીસને. હું એ માટે બધી પરવાનગી લઈને આવું એવું તેમનું કહેવું છે. બાકી એચઆરડી મિનિસ્ટ્રીમાં કોલ કરવાની ધમકી આપી છે. તું મને તપાસ કરવાની વાત કરે છે? ગધેડા, ડીનને સમજાવી દેજે કે મારું અપમાન ના કરે.'

'તમે પ્રોફેસર સક્સેનાને મળ્યા હતા?' મેં કહ્યું.

'હા. જો કૉલેજને જ રસ ના હોય તો, પડતો મૂકો કેસ.'

'પ્રોફેસર સક્સેના ઝારાના પીએચ.ડી. ગાઈડ હતા.' મેં કહ્યું.

'તો પછી એ અમને શું કામ અટકાવે છે? એવું નકામું કહેવાની શું જરૂર હતી કે નો મીડિયા, નો પોલીસ ઓન કેમ્પસ.' તેણે કહ્યું.

'એ તો ખબર નહિ, સર.' મેં કહ્યું.

'માસ્તર, સાંભળ,' રાણાએ મારી સામે તીક્ષ્ણ નજરે જોતાં કહ્યું, 'તને એમ છે કે હું નથી જાણતો કે ચોકીદાર નિર્દોષ છે?'

'તમને ખબર છે?' મને આંચકો લાગ્યો.

'હું પંદર વર્ષથી ગુન્હાઓની તપાસ કરું છું. આંખો જોઈને મને ખબર પડી જાય. એ લોલુપ છે, ખૂની નહિ. તારા ડેટા મારી ધારણાને સાચી સાબિત કરે છે.'

હું મૂંઝવણમાં મુકાઈ ગયો. 'તો તમે એની ધરપકડ શું કામ કરી?'

'કારણ કે મારી પાસે ધરપકડ કરવા સાચો હત્યારો નથી! અને દરેકને પરિણામ જોઈએ છે. ટીવી એન્કર, લોકો, સોશિયલ મીડિયા, કાર્યકર્તા અને મારા ઉપરીઓ દરેકને.'

ઈન્સ્પેક્ટર રાણા ઓચિંતાનો ઊભો થઈ ગયો.

'સાંભળ, કૉફી ફ્રી હતી અને હવે એ વસૂલ થઈ ગઈ છે. મારે પ્રમોશન પણ જોઈએ છે, કારણ કે હું તે માટે હકદાર છું. પણ હું દુષ્ટ પાપી નથી. હું મારી તપાસ ચાલુ જ રાખીશ. પણ જ્યાં સુધી સાચો ગુન્હેગાર ના મળે ત્યાં સુધી લક્ષ્મણને જેલમાં રહેવું પડશે.'

'સમજાઈ ગયું, સર.' સૌરભે ઈન્સ્પેક્ટરના પ્રકોપથી બચવા માટે કહ્યું.

'ખૂની શોધીને આપ. હું વચન આપું છું, લક્ષ્મણને એ જ દિવસે

છોડી દઈશ. મારે મારું વલણ બદલવું પડશે તો પણ.'

'સર,' હું પણ ઊભો થઈ ગયો, 'અમે તમને શું મદદ કરીએ?'

'સાચું કહું તો દૂર રહો.' રાણાએ કહ્યું.

'અમે દૂર જ રહીશું, સર.' સૌરભે મને કોણી મારતાં કહ્યું. તે પણ હવે ઊભો થઈ ગયો.

'બીજું કંઈ, સર?' મેં કહ્યું.

'આઈઆઈટી સુધી પહોંચવામાં મારી મદદ કર. કેમ્પસમાં પ્રવેશ માટે તારી પાસે કોઈ તરકીબ છે?'

'હા, હું ભૂતપૂર્વ વિદ્યાર્થીમંડળનો સભ્ય છું.' મેં કહ્યું.

સૌરભ મારી તરફ ફર્યો.

'ભાઈ, ઇન્સ્પેક્ટર સરે આપણને દૂર રહેવાનું કહ્યું છે.'

'તે સાચો આશિક છે,' રાણાએ હસીને કહ્યું, 'તે દૂર કેવી રીતે રહી શકે?'

પ્રકરણ-૧૧

'મેથ્સની મોક-ટેસ્ટ, આ રવિવારે સવારે દસ વાગે.' સેશનના અંતે મેં મારા ક્લાસમાં જાહેરાત કરી. લગભગ બધા જ વિદ્યાર્થીઓ નિરાશ થઈ ગયા. હું તેમની નિષ્ક્રિય પ્રતિક્રિયા અવગણીને ક્લાસરૂમની બહાર નીકળી ગયો.

લોબીમાં આવીને મેં મારો ફોન તપાસ્યો. રઘુના બે મિસ કોલ હતા. તેણે મને મેસેજ પણ કર્યો હતો.

'હું ટૂંક સમયમાં દિલ્હી છોડવાનો છું. આપણે ફરી એક વાર મળી શકીએ?'

હું કોઈ પ્રકારનો પ્રતિભાવ આપું એ પહેલા ચંદન અરોરાના ગુટકા મારા સુધી પહોંચી ગયા.

'કામના કલાકો દરમિયાન, નો ફોન. તને મેં આની પહેલાં પણ કહ્યું છે.' ચંદને મારી પાછળથી કહ્યું.

'સૉરી, સર.' મેં કહ્યું, મનમાં તો મારો ફોન એના ટકલા માથામાં મારવાનું વિચાર્યુ.

❖

'અહીં આવવા બદલ, થેન્ક યુ.' રઘુએ કહ્યું.

'ઠીક છે. પણ મળવાનું કારણ?'

અમે હૌઝ ખાસના સોશિયલમાં આવ્યા હતા. ત્યાં હૌઝ ખાસ તળાવ તરફના ટેબલ પર બેઠા હતા. તેણે બ્લેક સ્વેટર પહેર્યું હતું, જે તેનાં ચશ્માની જાડી ફ્રેમ સાથે મૅચ થતું હતું. તેના ડાબા હાથમાં પ્લાસ્ટર હતું. તેના જમણા હાથમાં આઈફોન એક્સ હતો. તે ત્રણ મહિના પહેલાં માર્કેટમાં આવ્યો હતો અને તેની કિંમત એક લાખ રૂપિયા કરતાં પણ વધારે હતી.

'મારે એ જાણવું છે કે થયું છે શું?' રઘુએ કહ્યું.

'અંતિમવિધિ વખતે તો મેં તને આખો ઘટનાક્રમ કહ્યો હતો.'

રઘુ મારી સામે તાકીને જોઈ રહ્યો.

'શું? મારી સામે આવી રીતે કેમ જુએ છે?'

'તું જાણે છે, કેશવ, તેં મને ભૂતકાળમાં ઘણો હેરાન અને અપમાનિત કર્યો છે.'

'તારી શું ઇચ્છા છે? માફી માંગું એમ?' મેં કહ્યું.

વેઇટર બે મસાલા ચાના કપ લઈને આવ્યો. તેના ગયા પછી રઘુએ પ્રતિભાવ આપ્યો.

'ના, હવે માફીનો શું મતલબ?' તેણે કહ્યું. તેણે ચાની ચૂસકી લગાવીને આગળ કહ્યું, 'હું અપમાનને ગણકારતો નથી. મને ખોટું ઘર્ષણ ગમતું પણ નથી. હું તો તારી પાસેથી ખાલી એટલું જ ઇચ્છતો હતો કે તું ઝારાને એકલી છોડી દે.'

હું ખુરશી પરથી ફટાક કરીને ઊભો થઈ ગયો.

'અને મેં એવું ના કર્યું. સૉરી. હવે હું જઈ શકું?'

'પ્લીઝ, કેશવ. તું થોડી વાર બેસ. મેં તને કહ્યું તો ખરું કે મારો તને માફી મંગાવવાનો કોઈ ઇરાદો નથી.' રઘુએ કહ્યું.

'તો તારે શું જોઈએ છે, રઘુ?' મેં ફરી બેસતાં કહ્યું, 'ઝારાને આ વખતે મારી પાસે પાછું આવવું હતું.'

'મહેરબાની કરીને શાંત થઈ જા. તું આવી રીતે ગુસ્સે થઈને વાત કરે છે એ મને બિલકુલ પસંદ નથી.' રઘુએ કહ્યું.

કારણ કે તું એક બીકણ વ્યક્તિ છો, મને કહેવાનું મન થયું પણ ચૂપ જ રહ્યો.

'પહેલી વાત,' રઘુએ તેના પ્લાસ્ટર તરફ ઇશારો કરતાં કહ્યું, 'આ બંધ થવું જોઈએ. મને આવી હિંસા નથી ગમતી. મારે તો ઝારા સાથે સાદગીપૂર્ણ જિંદગી જીવવી હતી.'

'એક મિનિટ,' મેં કહ્યું, 'તને એવું લાગે છે કે આની પાછળ મારો હાથ છે? મેં તને મારવા માટે માણસો મોકલ્યા હતા?'

'મને આક્ષેપબાજીમાં કોઈ રસ નથી. હું તો જાણવા માંગું છું કે હકીકતમાં થયું છે શું, મારાં પેરેન્ટ્સ તો મને આ બધાંથી દૂર રાખવા માંગે છે. મહેરબાની કરીને મને અને મારા ફેમિલીને બક્ષી દે, હું હાથ જોડું છું. મારાં મમ્મી અને પપ્પા ખરેખર ખૂબ જ ડરી ગયાં છે.'

'મેં કંઈ જ નથી કર્યું, રઘુ,' મેં કહ્યું, 'હું શું કામ આવું કરું?'

'હું એમ નથી કહેતો કે તેં કર્યું છે. પણ જો તેં આ માટે કોઈ પ્લાન કર્યો હોય તો મહેરબાની કરીને અટકી જા. મારે શાંતિ જોઈએ છે.'

'રઘુ, હું તારી મજાક કરતો અને તને ચીડવતો પણ હતો. પણ

શારીરિક નુકસાન શું કામ કરું? તારા અને ઝારા વચ્ચે છેલ્લાં ત્રણ વર્ષથી સંબંધ હતા. મેં ક્યારેય એવું કંઈ કર્યું હતું?'

'હું આ હરામીને મારી નાંખીશ, તેં એક વાર ઝારાને આવું કહ્યું હતું.'

'એ તો મેં ગુસ્સામાં કહ્યું હતું. નશામાં હતો. રઘુ, મારો ભરોસો કર, મેં એવું કંઈ જ નથી કર્યું. એની વે, પોલીસે ચોકીદારની ધરપકડ કરી લીધી છે.'

તે એકદમ ચૂપ થઈ ગયો. તે હજી વિચિત્ર નજરે જોઈ રહ્યો હતો.

'રઘુ, તને મારા પર વિશ્વાસ નથી. પણ હું કસમ ખાઈને કહું છું, મેં કોઈને ઈજા પહોંચાડી નથી. નોટ ઝારા, નોટ યુ, ઓલરાઈટ?' મેં કહ્યું.

તે નીચું જોઈને વિચારમાં ખોવાઈ ગયો. પછી એકદમ ધીમેથી બોલ્યો, એટલું ધીમે કે મારે કાન સરવા કરવા પડ્યા એને સાંભળવા માટે.

'તે મારી દુનિયા હતી. મારા જીવનનો ચમત્કાર હતી.'

મેં એને કહેવાનું વિચાર્યું કે એ મને લાગુ પડે છે, પણ એનું તો ધીમા અવાજે બોલવાનું ચાલુ જ હતું.

'મારી સાથે સિલિકોન વેલીના રોકાણકાર જોડાયા હતા. મારી હંમેશાથી ત્યાં જવાની ઈચ્છા હતી, પણ ઝારાને તે પસંદ નહોતું. તે એનું પીએચ.ડી. અધવચ્ચેથી છોડવા નહોતી માંગતી.'

'એને તો કાશ્મીર પાછું જઈને ત્યાં ભણવું હતું, સાચું ને?' મેં કહ્યું. તે જ્યારે અમે સાથે હતાં ત્યારે મને કહેતી હતી.

'હા, પણ પછી મેં એને મનાવી લીધી હતી અને અમે થોડાં વરસો યુએસમાં પસાર કરવાનું નક્કી કર્યું હતું અને પછી કાશ્મીર માટે કંઈક કરવાનું વિચાર્યું હતું. તેને થોડા જ મહિનામાં પીએચ.ડી.ની પદવી મળી જવાની હતી અને પછી અમે સાન ફ્રાન્સિસ્કો જવાનાં હતાં. મેં સામે પહાડો દેખાય એવો એપાર્ટમેન્ટ પણ જોઈ રાખ્યો હતો. પણ હવે...'

તેનો અવાજ રૂંધાઈ ગયો અને તેણે તેનો ચહેરો હથેળીમાં છુપાવી દીધો. ડૂસકાં સ્પષ્ટ સંભળાતાં હતાં. રેસ્ટોરન્ટમાં હાજર બીજાં લોકો અમારી સામે નવાઈથી જોવા લાગ્યા. તે મન મૂકીને રડયો. ભૂલથી

મને કોઈ અપહરણકર્તા સમજી ના બેસે એ ડરથી મેં તેના હાથમાં ટીસ્યુ થમાવી દીધું.

'થેન્ક યુ.' તેણે પેપર નેપકિનથી તેનો ચહેરો લૂછતાં કહ્યું.

'તું માનીશ, મેં કંઈ જ નથી કર્યું? મારી આંખોમાં જો અને બોલ, રઘુ.'

'હું માનું છું.' અંતે તેણે નજર મેળવતાં કહ્યું.

'સરસ,' મેં કહ્યું, 'મને હવે કોઈ દ્વેષ નથી. જરા પણ નહિ.'

'સૉરી, મારાં પેરેન્ટ્સ બહુ જ ગભરાયેલાં છે. તેઓએ તો ચોવીસ કલાકની સિક્યોરિટી ગોઠવી દીધી છે. તેઓ હું ઑફિસ જવા માટે ઘરેથી બહાર નીકળું છું તોપણ ચિંતિત થઈ જાય છે. અમે બધાં ખૂબ જ ડરી ગયાં છીએ.'

'હું સમજી શકું છું. પણ મને તારામાં કોઈ જ રસ નથી... સિવાય...' હું અટકી ગયો.

'સિવાય શું?'

'મને તારી મદદ જોઈએ છે.'

'કેવી મદદ?'

'ઝારાને મારનાર કોણ છે એમાં તારી મદદની જરૂર છે. હું પોલીસને મદદ કરી રહ્યો છું.'

'તું? પોલીસે તો કહ્યું હતું કે ચોકીદાર દોષિત છે.'

'તે નથી.'

'જ્યારે મને કહેવામાં આવ્યું કે લક્ષ્મણનો હાથ છે, ત્યારે ખરેખર મને માનવામાં નહોતું આવ્યું.'

'તને પણ?'

'હા, હું ચોકીદારને મળ્યો હતો. તે જરા પણ ખૂની જેવો નથી લાગતો. પણ પોલીસને લાગે છે એટલે ટીવીમાં આવી ગયું.'

'ક્યારેક પોલીસ જે પણ કરતી કે કહેતી હોય છે એ મીડિયાનું મોં બંધ રહે એટલા પૂરતું હોય છે.'

'તો ઝારાની હત્યા કોણે કરી? એ જાણવું મારા માટે પણ જરૂરી છે.'

'એ શોધવામાં જ મને તારી જરૂર છે.'

'મારે તારી સાથે એ શોધવામાં કામ કરવું છે. મારાં પેરેન્ટ્સ આ બધાંથી હું સંપૂર્ણપણે દૂર રહું એવું ઇચ્છે છે. છતાં હું તારી સાથે

જોડાઈશ.'

'ના, રઘુ, તારે મારી સાથે કામ કરવાની કોઈ જરૂર નથી,' મેં તેને અટકાવતાં કહ્યુ, 'મારે ફક્ત તારી મદદની જ જરૂર છે. તું ઝારાને અને તેની દુનિયાને સારી રીતે ઓળખે છે.'

રઘુ મારી સામે જોઈ રહ્યો. હું મક્કમ રહ્યો. એ માની ગયો.

'જેવી તારી મરજી.' તેણે કહ્યું.

'ઓકે.' મેં કહ્યું. મારી નોટબૂક બહાર કાઢી. 'મારા થોડા પ્રશ્નો છે.'

'ચોક્કસ.'

'સૌ પ્રથમ મને એ જણાવ કે તેં જ્યારે સાંભળ્યું કે ચોકીદારે આ બધું કર્યું છે તો તને નવાઈ કેમ લાગી?'

'થોડું અજુગતું લાગ્યું. ઝારાએ લક્ષ્મણની ફરિયાદ કરી જ હતી. પછી તો તેણે કેટલી વાર ઝારાની માફી માંગી હતી. એક વાર તો મારી સામે જ કરગરતો હતો, જ્યારે હું ઝારાને કેમ્પસમાં મળવા ગયો હતો.'

'તો પછી ઝારાએ શું કર્યું?'

'તે પીગળી ગઈ હતી. તેણે ફરિયાદ પાછી ના ખેંચી, પણ તેની પાછળ પડવાનું ટાળ્યું હતું. તેણે ઝારાને તેની નાની પુત્રી અને તે ઘરમાં એકમાત્ર કમાનાર છે એવું કહ્યું હતું.'

'બીજું એવું કંઈ ખરું કે જેને કારણે તને લાગતું હોય કે એ દોષિત નથી?'

'જે લોકો મને મારવા આવ્યા હતા તે.'

'તેનું શું છે?'

'તેઓ લક્ષ્મણના ગામના હોય તેવા બિલકુલ નહોતા લાગતા. તેઓનાં કપડાં અને બોલી પરથી, તેઓ શહેરવાસી હોય એવું લાગતું હતું. આ વાત મેં પોલીસને પણ કરી હતી. પણ મને નથી લાગતું કે તેઓએ ધ્યાનથી સાંભળ્યું હોય.'

મેં મારી નોટબુકમાંથી ઉપર નજર કરી.

'તે દિવસે ખરેખર થયું શું હતું?'

'હું મોડી રાત્રે કામમાંથી નવરો થયો હતો. મારી ઑફિસની બિલ્ડિંગમાંથી બહાર નીકળ્યો. જ્યારે હું મારા ડ્રાઈવરની રાહ જોઈ રહ્યો હતો ત્યારે ચાર જણા આવીને મને મારવા લાગ્યા. મને થયું કે એ લોકોને મારો મોબાઈલ અથવા પાકીટ જોઈતું હશે. પણ એવું નહોતું.

એ તો બસ મને ઈજા પહોંચાડવા જ માંગતા હતા.'

'ક્યાં સુધી?'

'જ્યાં સુધી મારો ડ્રાઈવર ગોપાલ ના આવ્યો ત્યાં સુધી. તેઓએ કાર પર પથ્થરો ફેંક્યા, બારીના કાચ તોડી નાંખ્યા. પછી તેઓ ભાગી ગયા. ગોપાલ મારી નજીક આવ્યો, હું જમીન પર લોહીલુહાણ હાલતમાં પડ્યો હતો.'

'અને તે તને હૉસ્પિટલ લઈ ગયો?'

'તે પહેલાં મને ઘરે લઈને ગયો. મારા પેરેન્ટ્સ મને એપોલો હૉસ્પિટલમાં લઈ ગયાં. ત્યાં ડૉક્ટરે કહ્યું કે મારા ડાબા હાથમાં ફ્રેક્ચર છે અને માથામાં પણ વાગ્યું છે. પછી મને ત્યાં દાખલ કરવામાં આવ્યો.'

'તેં ઝારાને આ વાત કરી હતી?'

'અફકોર્સ, મેં તેને કારમાં બેસીને તરત જ મેસેજ કર્યો હતો. તે હૈદરાબાદ આવવા માંગતી હતી. પણ ભયાનક સક્સેનાએ પરવાનગી ના આપી.'

'પ્રોફેસર સક્સેના? ઝારાના ગાઈડ?'

'હા, તેણે કહ્યું કે તેને પેપર જમા કરાવવાનું છે અને તેની છેલ્લી તારીખ નજીકમાં જ છે. એટલે ઝારાની મદદની જરૂર હોઈ, તેનાથી ના અવાયું.'

'તેણે વિરોધ ના કર્યો? ઝારાને ઓળખું છું ત્યાં સુધી તે કોઈનું સાંભળે તેવી નહોતી.'

'સાચી વાત છે, તેને તો કોઈ પણ હિસાબે આવવું જ હતું. પણ મેં જ ના કહી. તેના ફાઈનલ થિસીસને ત્રણ મહિનાની જ વાર હતી. આવા સમયે સક્સેના સાથે શું કામ બગાડવાનું?'

વેઈટર અમારી પાસે આંટા મારતો હતો, તેને એમ હતું કે અમે ચા સિવાય પણ બીજું કંઈક ઑર્ડર કરીશું.

'એક ઈંડા ભુર્જી અને પાંઉ,' મેં કહ્યું, 'અને રઘુ તારા માટે?'

'શાકહારીમાં બીજું શું છે? કંઈ પણ હળવું?' તેણે વેઈટરને કહ્યું.

અંતે તેણે વેજિટેરિયન ક્લબ સેન્ડવીચ મંગાવી, સૌથી બોરિંગ ડીશ.

'તું હૉસ્પિટલમાં હતો ત્યારે ઝારા સાથે સંપર્કમાં હતો?'

'આખો દિવસ એ જ તો કામ હતું.'

'એ શું વાતો કરતી, જો તને વાંધો ના હોય તો?'

'સામાન્ય વાતચીત. તે મારી તબિયતના સમાચાર પૂછતી. હું તેને કહેતો કે મને તારી ખૂબ જ યાદ આવે છે. અમે અમારાં લગ્નની વાતો કરતાં હતાં. વિદેશ જવાની વાતો, એવું બધું.'

'આ બધી વાતો મેસેજમાં થતી?'

'થોડા વ્હોટ્સએપ મેસેજ, થોડા કોલ. તારે મારો ફોન જોવો છે?'

તેણે તેનો આઈફોન મારી તરફ લંબાવ્યો.

'ના, મને એ યોગ્ય નથી લાગતું. એ કોઈ મુશ્કેલીમાં છે એવી વાત કરી હતી?'

'ના.'

'કોઈથી નારાજ હોય?'

'ફક્ત સક્સેના. ઝારાએ એના વિશે શું કહ્યું હતું એ બધું જ હું તને જણાવું છું.' તેણે કહ્યું અને વ્હોટ્સએપ ચેટ ખોલી.

'આઈ હેટ હિમ. હું તેને નફરત કરું છું.' રઘુએ ફોનમાંથી વાંચ્યું અને મારી સામે જોયું.

'બીજું કંઈ?'

'તું તારી રીતે જ જોઈ લે.' તેણે મને ફોન આપતાં કહ્યું. ફોન લેતાં પહેલાં મને થોડો સંકોચ થયો. મેં તેની અને ઝારા વચ્ચે મેસેજમાં થયેલી વાતચીત વાંચી.

રઘુ પર જ્યારે હુમલો થયો હતો એ દિવસથી મેં શરૂઆત કરી. તેણે લોહીવાળા હાથનો ફોટો ઝારાને મોકલ્યો હતો. તેને આઘાત લાગતાં કોલ કર્યો હતો. મેં મેસેજ જોયા જેમાં ચર્ચા કરી હતી કે કોણે આ કર્યું હશે, પણ કોઈ જવાબ નહોતો મળ્યો. પછીના દિવસમાં 'હાઉ ઈઝ માય બેબી' અને 'બેબી મીસિંગ યુ' જેવા મેસેજ હતા. રઘુએ તેની સેલ્ફી હૉસ્પિટલની પથારીમાંથી મોકલી હતી. ઝારાએ જવાબમાં કિસ અને લવ મોકલ્યાં હતાં અને જલદીથી હૈદરાબાદ આવવાનું જણાવ્યું હતું.

પછીના દિવસે, ઝારાએ મેસેજ કર્યો હતો એમાં પ્રોફેસર સક્સેનાને હરામી ગધેડો કહ્યો હતો. રઘુએ રીપ્લાય કર્યો હતો, 'તેની સાથે ખોટી મગજમારી નહિ કરતી. હવે ફક્ત બાર અઠવાડિયાં જ છે અને પછી ફરી તારે એનું મોં પણ જોવાનું નથી.'

ઝારાના જન્મદિવસની આગલી રાત્રે, રઘુએ તેના હાથના પ્લાસ્ટર ઉપર મેસેજ લખીને સેલ્ફી મોકલી હતીઃ 'તારા જન્મદિવસના સમયે તારાથી દૂર રહેવું એ કોઈ પણ શારીરિક દર્દ કરતાં વધારે દર્દ આપે છે.'

'મને તારી સાથે ત્યાં આવવાનું મન થાય છે.' ઝારાનો રીપ્લાય હતો.

જ્યારે તમને કોઈ માટે લાગણી હોય છે ત્યારે તમે સહન ના કરી શકો કે એ બીજા માટે તીવ્ર લાગણી અનુભવે છે. મને થયું કે મેં આ ના જોયું હોત તો સારું હતું. મેં શાંત રહેવા માટે ઊંડો શ્વાસ લીધો. પછી મેં આગળ જોયું.

રઘુએ એકદમ મધ્યરાત્રીએ મેસેજ કર્યો હતો.

'મીડનાઈટ થઈ છે. હૉસ્પિટલમાં આટલા મોડે સુધી જાગવાની પરવાનગી નથી, પણ હેપી બર્થડે, બેબી ! તું મારી જિંદગીનો પ્રેમ છો ! મારે તારી સાથે ત્યાં હોવું જોઈએ. પણ... આઈ લવ યુ.'

'થેન્ક યુ. આઈ લવ યુ ટુ, સો મચ.' ઝારાનો રીપ્લાય હતો.

રઘુએ હગ અને કિસનાં ઈમોજી સાથે રીપ્લાય કર્યો હતો.

થોડી કલાકો બાદ, રઘુએ બીજો મેસેજ કર્યો હતોઃ

'હેય, બર્થડે બેબી, ગુડ મોર્નિંગ.' અડધી કલાક બાદ, તેનો ફરી એક મેસેજ હતો.

'મારી બર્થડે ગર્લ શું કરે છે? હજી ઊંઘે છે? તને બે વાર કોલ કર્યો હતો.'

જો કે, રઘુના ફોનમાં છેલ્લા બે મેસેજમાં બ્લ્યુ ટિક નહોતી થઈ. અફકોર્સ, તે વાંચ્યા વગરના જ રહ્યા.

મેં તેનો ફોન તેને પરત કર્યો.

'આઈ એમ સૉરી.' મેં કહ્યું.

તેણે માથું હલાવ્યું.

'હું ઝારાને અનહદ પ્રેમ કરતો હતો.'

મને હજી વધારે રઘુ અને ઝારાની લવસ્ટોરી સાંભળવામાં કોઈ રસ નહોતો. મેં વિષય બદલવાની કોશિશ કરી.

'કોઈ એવું હતું કે જેને ઝારા એકદમ નફરત કરતી હોય કે જેનાથી સખત અણગમો હોય? સક્સેના સિવાય?' મેં કહ્યું.

'તું તો ઝારાને ઓળખતો હતો. એકદમ હકારાત્મક વલણવાળી હતી. બધામાં સારું જ જોતી હતી.'

એટલે જ તો હું તેની સાથે હતો, દોસ્ત, મને તેને કહેવાનું મન થઈ ગયું.

'બીજું કોઈ નહિ?'

'ખાલી સક્સેના. ઝારા તેને નફરત કરતી હતી. હું પણ.'

'કેમ?' કારણ કે તે એને રજા નહોતો આપતો એટલે?'

'ના, એ સિવાય બીજું ઘણું છે. સક્સેના એક વર્ષથી ઈરાદાપૂર્વક તેના થિસીસમાં મોડું કરતો હતો. અને મને લાગે છે કે હવે હું તને જણાવી શકીશ કે તેના મનમાં ઝારા માટે ખોટ હતી.'

'શું? ખોટ?'

'તેણે ઝારા સામે પ્રસ્તાવ મૂક્યો હતો. થિસીસ તરત જ મંજૂર કરાવવા માટે.'

'ડીન સક્સેના? ખરેખર?' મેં કહ્યું, 'તે લગભગ પિસ્તાલીસ વર્ષનો હશે.'

'અડતાલીસનો છે. ઝારા ઘણાં વર્ષોથી તેને સહન કરતી હતી. તે ચૂપ હતી, કારણ કે પીએચ.ડી.ના ફાઈનલ થિસીસની મંજૂરી સક્સેનાના હાથમાં હતી.'

'મને તો હજી માનવામાં નથી આવતું. આપણે જ્યારે કૉલેજમાં હતા ત્યારે પ્રોફેસર સક્સેના આપણને ભણાવતા હતા, યાદ છે? આખો દિવસ તેના કામમાં જ ડૂબ્યા રહેતા.'

'વ્યક્તિ પાસે જ્યારે પાવર આવે છે, ત્યારે જ એનું બીજું સ્વરૂપ લોકોને જોવા મળતું હોય છે.'

'આંચકાજનક છે. ઝારાએ ક્યારેય આ અંગે ફરિયાદ ના કરી?'

'આ એટલું આસાન નથી. વર્ષોની મહેનત પર પાણી ફરી વળે. કારકિર્દી દાવ પર મૂકવાનો વારો આવી જાય. એક વાર ઝારા જ્યારે ખૂબ હતાશ હતી, ત્યારે મને મેઈલ કર્યો હતો.'

'ઈમેઈલ?'

'હા, વરસ પહેલાં. એક મિનિટ.'

તે તેનો ફોન થોડી સેકન્ડ માટે ફંફોળવા લાગ્યો.

'તું તારો ઈમેઈલ જો.' રઘુએ કહ્યું.

ઝારાએ રઘુને મેઈલ કર્યો હતો તે મેં વાંચ્યો. જેમ જેમ હું મેઈલની વિગતો વાંચતો ગયો, તેમ મારું મોં ખુલ્લું જ રહી ગયું.

'કેવો હરામી કહેવાય, હલકો સાલો.' મેં કહ્યું.

'મેં પણ ત્યારે આવું જ અનુભવ્યું હતું,' રઘુએ કહ્યું, 'જો ઝારાની કારકિર્દી જોખમમાં ના હોત તો મેં જ ફરિયાદ કરી દીધી હોત.'

'બીજું કંઈ જે મને જણાવવા જેવું હોય તારી પાસે?' મેં કહ્યું.

'હા, તને સિકંદરની તો ખબર છે ને?'

'ઝારાનો સાવકો ભાઈ? તેને અંતિમવિધિમાં જોયો હતો.'

'હા, એ કાશ્મીરમાં સંદિગ્ધ લોકો સાથે રખડતો હોય છે. ઝારા તેને હંમેશા યોગ્ય કામ કરવા માટે ટોકતી હતી.'

'કેવા સંદિગ્ધ લોકો?'

'એની વાત ઝારાએ મને નથી કરી. એ કેવી હતી એ તો તને ખબર છે, તેની પાસેથી વાત કઢાવવી અઘરું કામ હતું. ખાસ કરીને તેના કુટુંબની વાત માટે; તે "હદ-બહાર" એવો શબ્દપ્રયોગ કરતી.'

'તો પછી તને કેવી રીતે જાણકારી મળી?'

'મેં ઝારાને ઘણી વાર ફોનમાં સિકંદરને ધમકાવતાં સાંભળી હતી. સીધા રસ્તે ચાલવાની વાત કરતી. આમ તો એ મારી હાજરીમાં તેની સાથે વાત કરવાનું કે મળવાનું ટાળતી જ.'

'ઠીક છે. થેન્ક યુ.' મેં કહ્યું.

'બીજું કંઈ?'

મેં ના કહ્યું. રઘુ જવા માટે ઊભો થયો.

'તારી પાસે મારો નંબર છે. નવી જાણકારી મળે તો મને જાણ કરજે.'

'હું પ્રયત્ન કરીશ.'

'આભાર. અને જ્યાં મારી જરૂર હોય ત્યાં નિઃસંકોચ જણાવજે.' રઘુએ કહ્યું. વેઇટર બિલ લઈને આવી ગયો. રઘુએ તેના બ્લેક અમેરિકન એક્સપ્રેસ કાર્ડથી ચુકવણી કરી.

'તમારે શું જોઈશે, સર?' રઘુ ગયા પછી વેઇટરે મને પૂછ્યું.

'થ્રી લાર્જ વ્હિસ્કી, નીટ.' મેં કહ્યું. હું એકલો બેઠો, પીવા લાગ્યો, ઝારાની યાદોના સથવારે.

પ્રકરણ-૧૨

ચાર વરસ પહેલાં...

'મિલ્ક કેક?' ઝારાએ કહ્યું.

'હા. જેના માટે અલવર પ્રખ્યાત છે. તારે તે ચાખવી જોઈએ.'

ત્રણ કલાકની મુસાફરી બાદ, અમે ૧૫૦ કિલોમીટર જેટલું અંતર કાપીને દિલ્હીથી અલવર પહોંચ્યાં. ઝારા મારી બાજુમાં કેબની પાછળની સીટમાં બેઠી હતી, બારીની બહાર રસપૂર્વક બધું નિહાળતી હતી.

'પેલું શું છે? મોટો કિલ્લો?' તેણીએ આગળ આંગળી ચીંધતાં કહ્યું.

'એ મારું ઘર છે.' મેં કહ્યું.

'ખરેખર?'

'કાશ, એવું હોત,' મેં કહ્યું, 'તે બાલા કિલા અથવા અલવર ફોર્ટ છે, પંદરમી સદીમાં તે સમયના રાજા દ્વારા બંધાવવામાં આવ્યો હતો.'

'ખૂબ જ સુંદર છે! હું આશા રાખું કે તું મને આખું શહેર ફેરવીશ.'

'આપણે અહીં ફરવા માટે નથી આવ્યાં. જો તારાં સાસુ-સસરા અહીં જ રહેતાં હોય તો પછી તને ગમે ત્યારે મુલાકાતનું સૌભાગ્ય પ્રાપ્ત થશે.'

'સાસુ-સસરા?' તેણે ખુશ થઈને ખીખી હસતાં કહ્યું, 'કેશવ, મને ખબર છે હું તને આ માટે ખીજવું છું, પણ તું જે કરી રહ્યો છો એ ખૂબ જ મીઠડું છે.'

'શું?'

'પ્રયત્ન. તારા પરિવારનો એક હિસ્સો બનાવવાનો.'

'તને ખબર જ છે. છતાં તું યાદ કરી લે મેં તને શું કહ્યું હતું? મારાં પેરેન્ટ્સ સાથે કેવી રીતે વર્તવાનું?'

'ના.'

'શું?' મેં ગુસ્સામાં કહ્યું.

'મજાક કરું છું. મને બધું જ યાદ છે. પણ હું તો જેવી છું તેવી

જ રહેવાની. જો તેમણે મને પસંદ કરવાની હોય તો જે હું છું તેને પસંદ કરે એ જરૂરી છે, નહિ કે મારા બનાવટી સ્વરૂપને.'

'ઝારા, કમ ઓન. તેઓ માતાપિતા છે. થોડું નાટક આપણે કરવું જ પડશે.'

'ઓહ, તો મારે રાત્રે સૂતી વખતે ટૂંકી ચડ્ડી નહિ પહેરાય ?'

'ઝારા, પાગલ થઈ ગઈ છે કે શું ?' હું ગભરાઈ ગયો.

'હા હા, રિલેક્ષ. ખોટી ચિંતા કરવાની જરૂર નથી. હું તારાં પેરેન્ટ્સ સાથે સારું જ વર્તન કરીશ. તેઓ મને પસંદ કરશે જ, વેઈટ એન્ડ સી.'

'એનો પુત્ર પણ ખૂબ જ પ્રેમ કરે છે.' હું તેની નજીક ખસ્યો.

'કોઈ ચાલાકી નહિ ચાલે.' ઝારાએ ડ્રાઇવર તરફ ઈશારો કરતાં કહ્યું.

❖

ઝારાએ મારા બંગલાની બહાર નામની તકતી વાંચીને તેનો બ્લ્યુ અને સફેદ દુપટ્ટો સરખો કર્યો.

શ્રી નમન રાજપુરોહિત, એડ્વોકેટ
મહાનગર કાર્યવાહ, આરએસએસ

'તે તારાં પેરેન્ટ્સને મારા આવવાની જાણ કરી છે ને ?' ઝારાએ કહ્યું, તેના અવાજમાં થોડી ગભરાહટ અનુભવાતી હતી.

'અફકોર્સ.' મેં બેલ વગાડતાં અર્ધસત્ય કહ્યું.

મેં મારાં પેરેન્ટ્સને કહ્યું હતું કે શનિ-રવિ હું ફ્રેન્ડ સાથે ઘરે આવવાનો છું. જો કે, ખાલી મારી માને જ ખબર હતી કે તે છોકરી છે. એને પણ મેં ઝારાનું નામ નહોતું કહ્યું. હું નહોતો ઈચ્છતો કે મળ્યા પહેલાં જ પૂર્વગ્રહ બંધાઈ જાય. એ પણ નહોતું કહ્યું કે અમે બંને ફ્રેન્ડ કરતાં વધારે છીએ. 'એક ફ્રેન્ડને અલવર જોવાની ઈચ્છા છે.' આવું જ મેં તેને ફોનમાં કહ્યું હતું. મારી માને મારી ફ્રેન્ડ છોકરી છે એ જાણીને નવાઈ લાગી. 'હા, તે આઈઆઈટીમાં તેનું પીએચ.ડી. કરે છે.' મેં એકદમ નોર્મલ અવાજ રાખવાનો પ્રયત્ન કરીને કહ્યું હતું. ભારતીય માતાપિતા માટે છોકરા-છોકરીની મિત્રતા સ્વીકારવાનું સહેલું બની જાય છે, જ્યારે એ ભણતર સાથે જોડાયેલ હોય ત્યારે.

મને ખાતરી હતી કે એક વાર મારાં માતાપિતા ઝારાને મળશે પછી ઝારા તેઓને ગમી જશે. પછી તેઓને હું અમારો નિર્ણય જણાવીશ કે અમે બંને આજીવન સાથે રહેવા માંગીએ છીએ.

'સૉરી, હું રસોડામાં હતી.' મારાં માતુશ્રીએ બારણું ખોલીને કહ્યું.

'નમસ્તે, આંટી.' ઝારાએ બે હાથ જોડીને કહ્યું. તેણે હાથમાં પહેરેલી બંગડીઓનો રણકાર સંભળાયો.

'તું ખૂબ જ સુંદર છો.' મારાં માતુશ્રીએ કહ્યું.

ઝારાએ શરમાઈને સ્મિત કર્યું.

'મા, આ ઝારા છે.' મેં કહ્યું, પણ મારી માએ સાંભળ્યું હોય એવું લાગતું નહોતું.

'અંદર આવ. બહાર બહુ જ ગરમી છે.' તેણે ઝારાને કહ્યું.

❖

'જમવાનું હમણાં તૈયાર થઈ જશે.' મને અને ઝારાને હોલમાં છોડીને, મારાં મમ્મીએ ફટાફટ રસોડા તરફ દોડતાં કહ્યું.

ઝારા સોફા પર બેઠી, તેની આંખો દીવાલ પર લટકતા રાજસ્થાની પેઈન્ટિંગ અને ફોટો ફ્રેમ તરફ મંડરાયેલી હતી. તેણે મારા પિતાજીના રાજકીય મોટા નેતાઓ સાથેના થોડા ફોટા જોયા.

'આ પીએમ છે?' ઝારાએ કહ્યું.

'હા, ત્યારે એ સીએમ હતા.'

'વાઉ, તારા ફાધરની તો ઊંચી પહોંચ લાગે છે.'

'આરએસએસના સિનિયર મેમ્બર છે, પરણેલા છે તો પણ.'

'મતલબ?' ઝારાને નવાઈ લાગી.

'આરએસએસમાં મહત્ત્વના ઉચ્ચ હોદ્દા સામાન્યપણે અપરિણીતને આપવામાં આવે છે.'

'એવું કેમ? કદાચ બુદ્ધિશાળીને પસંદ કરવાનો એક માર્ગ હશે. જો તમે હોશિયાર હોવ, તો તમે અપરિણીત જ રહેવાના.' ઝારાએ હસીને કહ્યું.

તે ચિત્રોને વ્યવસ્થિત રીતે નિહાળવા માટે દીવાલની નજીક ગઈ. અમારાં લગ્ન પછી તેની આ ઘરમાં મેં કલ્પના કરી. અમે ઘાસમાં બેઠાં

છીએ. તે મારાં મમ્મી-પપ્પા સાથે વાતો કરે છે. એક કે બે બાળકો પણ દેખાયાં. તેનું નામ શું રાખવાનું એ વિચારવાં જેવું હતું. બંને બાજુ સચવાઈ જાય એવું નામ, જેમ કે કબીર?

મેં ઝારા સામે જોયું, તે નાની છોકરીની જેમ બે હાથ પાછળ જોડીને આવડા મોટા રૂમમાં ઊભી હતી. અને મને એ વાતની ખુશી હતી કે તે અત્યારે અહીં મારા ઘરે હતી.

'તું નાનો હતો ત્યારે એકદમ ક્યૂટ બાળક હતો.' તેણે બાગમાં રમતો મારો બ્લેક એન્ડ વ્હાઇટ ફોટો દેખાડતાં કહ્યું.

'થેન્ક યુ.'

'પછી પાછળથી શું થયું?'

'ચૂપ કર.' મેં કહ્યું. તે ફરી હસવા લાગી.

'સૉરી, સૉરી.' મારાં માતુશ્રીએ ફરી હૉલમાં પ્રવેશતાં કહ્યું. તેણે તેની સાડીના પાલવથી તેનો પરસેવાવાળો ચહેરો લૂછતાં કહ્યું, 'તને ભૂખ લાગી છે?'

'ના, મા. આરામથી બેસ અને મને તમારા બંનેની સરખી ઓળખાણ કરાવવાનો મોકો આપ.' મેં કહ્યું.

'હા, બેટા.' મારાં મમ્મીએ મારી સામે મમતાભરી દૃષ્ટિથી જોઈને કહ્યું. તે સોફા પર બેસી ગઈ અને ઝારાને તેની બાજુમાં બેસવાનો ઈશારો કર્યો. ઝારા તેની બાજુમાં જઈને બેઠી.

'મા, આ ઝારા, મારી ફ્રેન્ડ, દિલ્હીથી છે. ઝારા, આ મારાં મમ્મી છે. હું તેનો એકમાત્ર પુત્ર, તે મારી એકમાત્ર મમ્મી.'

ઝારાએ ફરી હાથ જોડ્યા અને મલકાઈ.

'ઝારા...?' મારા મમ્મીએ કહ્યું, 'તારું આખું નામ શું છે?'

'ઝારા લોન, આંટી.'

'ઓહ.' મારાં મમ્મી એટલું બોલીને ચૂપ થઈ ગયાં. પછી તેણે વાત બદલતાં કહ્યું.

'તું ખૂબ જ સુંદર છો, બેટા, મૉડલ છો?'

ઝારાને હસવું આવતાં તેનાં નેણ થોડાં વધારે ઊંચાં થઈ ગયાં.

'મા, શું તું પણ,' મેં કૂદી પડતાં કહ્યું, 'તેને આઈઆઈટીમાં પીએચ.ડી. માટે એડ્‌મિશન મળ્યું છે, બી.ટેક. કર્યા બાદ ડાયરેક્ટ. ખૂબ જ ઓછા લોકોને આવી રીતે પ્રવેશ મળતો હોય છે.'

'સૉરી, હું તો તેનાં વખાણ કરતી હતી.'

ઝારાએ કહ્યું, 'તમારું ઘર સુંદર છે. મને દીવાલ પરના બધા જ ફોટા ખૂબ જ ગમ્યા.'

'આભાર, બેટા. જો, કેવી નમ્ર અને વિવેકી છે.' માએ મને કહ્યું.

'શું? અને હું નથી?' મેં કહ્યું.

'છોકરાઓને વાત કરતાં જ નથી આવડતું હોતું. મને પહેલેથી દીકરીની ખૂબ જ હોંશ હતી.' મારાં મમ્મીએ કહ્યું. પછી તે ઝારા તરફ ફરી. 'તમારું વતન ક્યાં છે?' ભારતમાં લોકોને તમારું વતન ક્યાં છે એ જાણવું જરૂરી હોય છે. પછી જ તેઓને વાત કરવાનું સરખું ફાવે.

'હું કાશ્મીરથી છું, આંટી. શ્રીનગર. લગભગ દસેક વરસ અગાઉ અમે દિલ્હી આવી ગયાં છીએ.'

'કાશ્મીરી? ઓહ.' માએ કહ્યું. તેણે 'ઓહ' લંબાણપૂર્વક ખેંચ્યું, જાણે કોઈ પરગ્રહવાસીને હું ઘરે લઈને આવ્યો હોઉં.

'તે ભારતમાં જ આવેલું છે, મા.' મેં કટાક્ષમાં કહ્યું.

'મને ખબર છે. જો, છોકરાઓને વાત કરતાં જ નથી આવડતી.' તેણે ઝારા સામે શંકાની નજરે જોયું.

પછી મારી સામે જોઈને કહ્યું, 'તેં તારી મહેમાનને એનો રૂમ દેખાડ્યો?'

માએ ઝારાને 'તારી મહેમાન' કહ્યું, 'તારી ફ્રેન્ડ' કે ખાલી 'ઝારા' ના કહ્યું. સારી શરૂઆત ના કહેવાય.

'હું દેખાડું છું.' મેં કહ્યું.

'સરસ,' માએ એટલું બોલીને ઝારા તરફ જોયું, 'તારે અલવર આજે જોવાનું છે કે આવતીકાલે?'

'જ્યારે કેશવ કહેશે, ત્યારે અમે જઈશું.'

માએ મારી સામે જોયું, 'અમે જઈશું'માં 'અમે' સાંભળીને નવાઈ લાગી.

'અલવરમાં જોવાલાયક થોડાં જ સ્થળ છે. ઠીક છે, જમી લઈએ. ઝારા, આશા રાખું કે તને વાંધો નહિ આવે, શુદ્ધ શાકાહારી ભોજન છે.'

'અરે, બિલકુલ નહિ, આંટી. મને તો શાકાહારી ભોજન ખૂબ જ પસંદ છે.'

'મને લાગ્યું કે તમને લોકોને માંસાહારી ખોરાક વધારે ભાવતો હોય છે.'

જ્યારે પેરેન્ટ્સ તમારી ગર્લફ્રેન્ડને 'તમને લોકોને' એવું સંબોધન કરે, એ ખરેખર જરાય સારી નિશાની ના કહેવાય.

'રાજસ્થાનના મુખ્યમંત્રી આવતા અઠવાડિયે અલવરની મુલાકાતે આવે છે. મેં તેમને આપણા ઘર પર આવવાનું આમંત્રણ આપ્યું છે.' મારા પિતાજીએ કહ્યું. તેમણે તેમના મોજાં કાઢીને બૂટની અંદર મૂક્યાં. એ ઘરે આવ્યા ત્યારે રાતના આઠ વાગ્યા હતા. ઝારા ગેસ્ટરૂમમાં સ્નાન કરતી હતી, રાત્રીભોજન પહેલાં. મારી મમ્મી પૂજારૂમમાં સાંજની આરતીમાં વ્યસ્ત હતી. મને લાગ્યું કે તે આજે આરતી ખૂબ મોટા અવાજે ગાય છે, કદાચ ઝારાને સંભળાય અને ખાસ તો સમજાય એટલા માટે. પુત્રની ગર્લફ્રેન્ડ સાથે માતાઓ જે રીતે આ શીત-આક્રમણ કરે છે, તે ખરેખર ગંભીર અને ઘાતક કલા હોય છે.

મારા પિતાશ્રી અને હું હોલમાં બેઠા હતા. મને એમ હતું કે એ ઘરમાં આવેલા મહેમાન વિશે પૂછપરછ કરશે. જો કે, તેમના મગજમાં તો ફક્ત એક વાત દોડતી હતી.

'આવતા અઠવાડિયા સુધી રોકાવાય એમ છે ને ? સીએમ આવે છે. એમની સાથેની મુલાકાત ઉપયોગી થશે.'

'હું દિલ્હીમાં કામ કરું છું, પાપા.' મેં કહ્યું.

'કેવું કામ ? એ તારી સાચી જોબ થોડી છે ?'

મને કહેવાનું મન થયું કે સાચી જોબના બોસ કરતાં અત્યારે જે મારો બોસ છે તે દસ ગણો ખરાબ છે.

'મારે ક્લાસ હોય છે, પાપા. વિદ્યાર્થીઓ રાહ જોતાં હોય છે.'

'રાજસ્થાનના મુખ્યમંત્રી તારા ઘરે આવવાના છે. તને ટ્યૂશનની ચિંતા છે ?'

'જે છે એ આ છે.'

'તું કોઈ ઢંગની જોબ માટે અરજી કરવાનો છે કે નહિ ? કંપનીમાં ?'

'હા, પાપા. અત્યારે તો જે જોબ મળી છે એ સ્વીકારી લીધી છે.'

'કૉલેજ દરમિયાન તારે ભણવામાં સરખું ધ્યાન રાખવાની જરૂર હતી. મિત્રોને ચોખવટ કરવાનું અઘરું થાય છે કે કેમ મારા પુત્રને આઈઆઈટી કર્યા બાદ પણ સરખી નોકરી નથી મળતી.'

મેં મારી નજર નીચી ઢાળી દીધી. અમે આ ચર્ચા અગાઉ અનેક વાર કરી હતી. 'અગ્રસેન જી, રાજસ્થાનના પ્રાંત પ્રચારક. તેને ખુદની માર્બલ ફેક્ટરી છે. જો હું તેને વાત કરું તો એ તેને નોકરી આપવાં માટે તૈયાર થઈ જાય.'

'મારે રાજસ્થાનમાં એવી માર્બલની નાની ફેક્ટરીમાં નોકરી નથી કરવી, પાપા.'

'કેમ? એન્જિનિયર છો એવું તો લાગશે. ટ્યૂશન કરતાં તો સારું.'

'બહુરાષ્ટ્રીય કંપની હોવી જોઈએ. એ ના હોય તો, ભારતની ટોચની કંપનીમાંથી એક હોવી જોઈએ. બાકી, શું ફર્ક પડે?'

પાપાએ દુ:ખી થઈને માથું હલાવ્યું. તેઓએ ઊભા થઈને તેમના શરીરના ઉપરના ભાગને વારાફરતી બંને બાજુ ફેરવીને આરામ મેળવવાનો પ્રયત્ન કર્યો. મેં કહ્યું, 'સીએમ કેટલા વાગે આવવાના છે, એનો પાક્કો સમય ખરો? જો મારાથી આવી શકાશે તો હું થોડા કલાકો માટે આવવાનો પ્રયત્ન કરીશ.'

'ઓહ, તો તું હવે સીએમ કરતાં પણ મોટો થઈ ગયો છે? સીએમના આવવાનો ચોક્કસ સમય જાણ્યા બાદ તું આવવાનો પ્રયત્ન કરીશ, એમ?' પાપા ફરી સોફા પર બેસી ગયા.

'આખું અઠવાડિયું રોકાવાને બદલે, હું એ સમયે આવી જઈશ.'

ઝારાએ તેના રૂમનું બારણું ખોલ્યું. મારા પપ્પાને તે અવાજ સંભળાયો.

'ઉપર કોઈ લાગે છે?' તેમણે કહ્યું.

'હા, પાપા. મેં કહ્યું હતું ને કે હું આ અઠવાડિયે ફ્રેન્ડ સાથે આવું છું.'

'તેં કહ્યું હતું? રોકાણ અહીં છે?'

'હા, ફક્ત શનિ-રવિ. અલવર જોવાની ઇચ્છા છે એટલે.'

ઝારા રૂમમાંથી બહાર નીકળી અને હોલમાં આવવા માટે પગથિયાં ઊતરવા લાગી. તેણે લાંબા-પીળા રંગનાં સલવાર-કમીઝ પહેર્યાં હતાં. ભીના વાળ અને ખુલ્લા ચહેરે, તે પહેલાં ક્યારેય ના લાગી હોય એટલી સુંદર દેખાતી હતી. જ્યારે મારા પિતાજીની નજર ઝારા પર પડી, ત્યારે એમનું તો મોં બંધ થઈ ગયું. તેમણે મારા કાનમાં ગણગણતાં કહ્યું, 'આ તારી ફ્રેન્ડ છે?'

'હા, તે આઈઆઈટીમાં પીએચ.ડી. કરે છે.'

પણ...' પાપા આગળ વાત કરે એ પહેલાં ઝારા આવી ગઈ.

'નમસ્તે, અંકલ.' ઝારાએ કહ્યું. પાપા ઊભા થઈ ગયા, માનને બદલે આંચકો લાગવાથી.

મારા પિતાજીએ તેમના હાથ જોડ્યા. તેમની બોલતી બંધ થઈ ગઈ. કેમ ઘણા બધા ભારતીય પુરુષોની જીભ સ્ત્રીઓની સામે સિવાઈ જતી હોય છે?

ઝારાએ મારી વાત સાંભળી ખરી. તેણે આખી બાંયનું કમીઝ પહેર્યું હતું, જે તેનું કાંડુ અને લગભગ આખી ગરદન ઢાંકી દેતું હતું. મેં એને સ્પષ્ટ શબ્દોમાં સૂચના આપી હતી કે શરીર બિલકુલ દેખાવું ના જોઈએ. તેણે મને કહ્યું હતું કે હું તો મારા પેરેન્ટ્સ જાણે તાલિબાનનાં હોય એમ વાત કરું છું. તેના માટે એ સમજવું અઘરું હતું કે પેરેન્ટ્સને એક એવા બહાનાની જ જરૂર હોય છે, જેથી સંતાનની પસંદગી વખોડી શકાય. ખાસ તો, સરખાં કપડાં પહેર્યાં ના હોય તો ખેલ ખતમ.

'પાપા, આ ઝારા છે. ઝારા, મારા પિતાજી.' મેં કહ્યું.

મારા પિતાજીએ ટૂંકમાં પતાવ્યું. તે ફરી બેસી ગયા. અમે ત્રણ વ્યક્તિ હોલમાં હાજર હતાં, પણ એટલી બધી શાંતિ હતી કે ઘડિયાળનો ટક ટક અવાજ જાણે દીવાલમાં હથોડા પડતા હોય એવો લાગતો હતો. મારા પિતાજી, થોડી વાર પહેલાં મને ભાષણ આપવાના પૂરા મૂડમાં હતા, પણ હાલ એમની પાસે બોલવા માટે કોઈ શબ્દો નહોતા.

'ઝારા તેનું પીએચ.ડી. આઈઆઈટી દિલ્હીમાં કરે છે,' મેં કહ્યું, 'બિગ ડેટા નેટવર્કિંગમાં, કમ્પ્યુટર સાયન્સ.'

મારા પાપાએ માથું ધુણાવ્યું અને કંજૂસ સ્મિત કર્યું, પણ તેમનો અવાજ હજી હડતાળ પર જ હતો. ઝારાએ વાતચીતની કમાન સંભાળી.

'તમે વકીલ છો, અંકલ?'

'હમ્...' મારા પિતાજીએ ફિક્કો પ્રતિભાવ આપ્યો.

'તમારે તમારી ખુદની પ્રેક્ટિસ છે?' ઝારાએ કહ્યું.

'હતી. હવે ખાલી સંઘ.' મારા પિતાજીએ કહ્યું. હાશ, અંતે એ બોલ્યા ખરા.

'સંઘ?' ઝારાએ કહ્યું.

'આરએસએસ. તને આરએસએસ ખબર છે?'

'હા, રાષ્ટ્રીય સ્વયંસેવક સંઘ.'

'તું ક્યાંથી છો?' મારા પિતાએ કહ્યું. ભારતીય દરેક વડીલો માટે ફરજિયાત પૂછવાનો સવાલ. મને લાગે છે કે પેરેન્ટ્સ જ્યારે તેના સંતાનના મિત્રને પ્રથમ વાર મળે ત્યારે એડ્રેસ પ્રૂફ અથવા આધાર કાર્ડનો આગ્રહ રાખવો જોઈએ.

'હું દિલ્હીમાં રહું છું, પણ મૂળ કાશ્મીરી.'

'ઓહ,' મારા પિતાજીએ કહ્યું, 'તારું આખું નામ શું છે?'

મારા પાપાને આવી રીતે વાતચીત કરવાનું ખૂબ જ સામાન્ય લાગતું હતું, ભલેને એ ઊલટ-તપાસ જેવી લાગે તો પણ.

'ઝારા લૉન, અંકલ.' ઝારાએ કહ્યું.

મારા પિતાશ્રી ઝારાનું છેલ્લું નામ લાંબા અને ઊંડા શ્વાસની મદદથી ગળી ગયા. હા, પાપા તે મુસ્લિમ છે, રિલેક્ષ. તેઓ આપણને કરડશે નહિ, મને કહેવાનું મન થયું.

'મારે કેશવની મા સાથે વાત કરવાની છે.' મારા પપ્પાએ ઊભા થતાં કહ્યું. તે પૂજારૂમમાં ગયા. ભજન બંધ થઈ ગયાં. જે પ્રમાણે અવાજ બહાર સંભળાઈ રહ્યો હતો, એ પરથી તો લાગ્યું કે ગંભીર ચર્ચા ચાલતી હશે.

'બધું બરોબર છે ને?' ઝારાએ મને કહ્યું.

'હા, કેમ?' મેં વધારે પડતું મોટું સ્માઇલ કરતાં કહ્યું, 'સલવાર-કમીઝ સરસ છે.'

❖

બીજા દિવસે સાંજે હું મારાં પેરેન્ટ્સ સાથે ડાઇનિંગ ટેબલ પર ચા પીવા માટે બેઠો હતો. ઝારા તેની રીતે એકલી, અલવરની બજારમાં ખરીદી માટે ગઈ હતી.

'તારા પિતાજીને જાણવું છે કે તું આ છોકરીને ઘરમાં લઈને શું કામ આવ્યો છે?' મારાં મમ્મી બોલ્યાં. મેં મારા પાપા સામે જોયું. મારે એ જાણવું હતું કે એમને જે કહેવું છે એ, મારી મા દ્વારા શું કામ કહેવડાવે છે.

'પાપા, એને અલવર જોવાની ઇચ્છા હતી. અને મેં વિચાર્યું કે એ બહાને તમારા બંને સાથે એની મુલાકાત પણ થઈ જાય.'

'અમારે એને મળવાની શું જરૂર છે?' મારા પિતાજીએ કહ્યું.

'ગરબડ જેવું કંઈ નથી,' મારી માએ કહ્યું, 'મેં તારા પાપાને વાત કરી કે એ તેની ખાલી ફ્રેન્ડ જ છે, જેને અલવર જોવું છે, બસ એટલું જ. સલામતીની દૃષ્ટિથી તેં એને અહીં રોકાવાનું કહ્યું હતું. સ્ત્રીઓ માટે અત્યારે વાતાવરણ બહુ જ ખરાબ છે, ગુન્હા વધતા જાય છે.'

'હા, પણ...'

'પણ શું?' મારા પપ્પાએ કહ્યું.

'તે મારી સારી દોસ્ત છે, પાપા.'

'સારી દોસ્ત? છોકરીઓ કોના માટે સારી દોસ્ત હોય છે?' મારા પાપાએ કહ્યું. સામાન્ય વ્યક્તિ માટે, મારે જવાબ આપવો હતો, પણ ના બોલ્યો.

'તું એક કાશ્મીરી મુસ્લિમ છોકરીને ઘરમાં લઈને આવે અને અમે તને કોઈ સવાલ પણ ના કરીએ?'

'તમે આટલા બધા ગુસ્સે શું કામ થાઓ છો?' મારાં મમ્મીએ તેના પતિદેવને શાંત પાડતાં કહ્યું, 'આઈઆઈટીમાં તો દરેક રાજ્યના વિદ્યાર્થીઓ આવતા હોય છે. તે સીધી છોકરી દેખાય છે. તે અલવર જોઈને જતી રહેશે. તમે શું કામ તમારું બીપી વધારો છો, રાજપુરોહિતજી?'

'તારો દીકરો એક મુસ્લિમ છોકરીને લઈને ઘરમાં આવ્યો છે અને તને કોઈ ફરક નથી પડતો?' મારા પાપાએ કહ્યું. ખરેખર મારો ગુન્હો શું હતો, એ હું કહી શકું એમ નથી. હું એ છોકરીને ઘરે લઈને આવ્યો એ કે પછી એક મુસ્લિમને ઘરે લઈને આવ્યો એ? કદાચ બંને.

'કેમ, બેટા? ચિંતા જેવું છે કંઈ?' મારી માએ એકદમ વહાલથી કહ્યું.

ચિંતા? ઝારા અને હું સાથે છીએ એની ગણતરી 'ચિંતા' તરીકે કરવામાં આવી હતી, મને સમજાયું.

'મા, તેં નહોતું કહ્યું કે એ ખૂબ જ સુંદર છે?' મેં કહ્યું.

'હા, તો?' મારી મમ્મીએ કહ્યું. મારા પાપાએ અકળાઈને જોયું, તેણીની હિંમત કેમ થઈ, એક બિન-હિન્દુ છોકરીને સુંદર કહેવાની.

'તે બુદ્ધિશાળી પણ છે. આઈઆઈટીમાંથી પીએચ.ડી. કરે છે. બિગ ડેટા નેટવર્કિંગ પર. એકદમ નવો વિષય છે.'

'બિગ ડેટા, એ શું છે? ડેટા પેકેજ જેવું?' મારી મમ્મીએ ગૂંચવાઈને કહ્યું. મારે ઝારાનો ટોપીક કહેવાની જરૂર નહોતી, એવું મને લાગ્યું.

'તેને સામાજિક મુદ્દાઓમાં ખૂબ જ રસ છે. તે ભૌતિકવાદી નથી. એક વાર તેનો અભ્યાસ પૂરો થઈ જાય, પછી કાશ્મીર માટે કંઈક નક્કર કરવા માંગે છે. તે સારી બાબત છે...' મારી મમ્મીએ મને અટકાવ્યો એ પહેલાં મેં કહ્યું.

'તે સારી બાબત છે. પણ આ બધું તું અમને શું કામ જણાવી રહ્યો છે?'

મારાં માતાપિતા મારી સામે ડરામણી નજરે જોઈ રહ્યાં હતાં. મેં એક ઊંડો શ્વાસ લીધો.

'મને તે ગમે છે, મા.' મેં કહ્યું.

'શું?' મારી મમ્મીએ કહ્યું, મેં જાણે શબ સાથે સંભોગ કે એવા કોઈ અધમ કૃત્યનો સ્વીકાર કર્યો હોય એટલો આંચકો લાગ્યો.

'મને ઝારા ગમે છે. તેને પણ હું ગમું છું. અમારે કાયમ માટે સાથે રહેવું છે.'

'જો.' મારા પપ્પાએ ગુસ્સામાં કહ્યું. તે ડાઈનિંગ ટેબલ પરથી ઊભા થઈ ગયા. 'હું તારો બાપ છું. મૂરખ નથી. મેં એને જોઈ ત્યારે જ મને દાળમાં કાળું લાગ્યું હતું.'

'કાયમ માટે સાથે? તારે એ મુસ્લિમ છોકરી સાથે લગ્ન કરવાં છે?' મારી મમ્મીએ કહ્યું, ફરી એમનો અવાજ સંભળાયો.

'મારે ઝારા સાથે આજીવન રહેવું છે, મા, તે મુસ્લિમ છે તો શું થયું. અને પાંચ ફૂટ ત્રણ ઇંચ ઊંચાઈ છે. અને પરીની વાર્તામાં સફેદ બરફ હોય એવી ગોરી છે. આ બધાં ગૌણ પરિબળો શું અસર કરે છે?'

'મુસ્લિમ છે એનાંથી તને કોઈ ફરક નથી પડતો?' મારાં માતુશ્રીએ કહ્યું. તેનું મોં અને બંને આંખો મળીને કુલ ત્રણ મોટાં ગોળ O તેના ચહેરા પર દેખાતાં હતાં.

મારા પિતાશ્રીએ આરોપ મૂકતાં એ જ ઘસાઈ ગયેલા વાક્યનો પ્રયોગ કર્યો, જે લાખો ભારતીય પતિદેવો જવાબદારીમાંથી છટકવા માટે ઉપયોગ કરતા હોય છે. 'હજી તારા લાડલાને માથે ચડાવ. પહેલાં તો એ વર્ગમાં છેલ્લા ક્રમે સ્નાતક થયો. પછી કોઈ નોકરી ના મળી. અને હવે તેને મુસ્લિમ છોકરી જોઈએ છે. આ તારાં જ લાડ-પ્યારનું પરિણામ છે, ખોટું હોય તો બોલ.'

મારી મા ઊડતી મારી પાસે પહોંચી ગઈ અને મારા મસ્તકની પાછળના ભાગે માર્યું. પંદર વર્ષથી તેણે આવું નહોતું કર્યું.

'આઉચ.' હું મારા માથાના પાછળના ભાગને ઘસવા લાગ્યો. રાજપૂત માતાનો હાથ ખૂબ જ ભારે હોય છે.

'તારું મગજ તો છટકી નથી ગયું ને? તારે મુસ્લિમ છોકરીને પરણવું છે?' માએ કહ્યું, જાણે મેં ઓનલાઇન કોકેઈન શોપ માટે નાણાં રોકવાનું કહ્યું હોય એમ.

'કાશ્મીરી મુસ્લિમ.' મારા પિતાજીએ ઉમેરો કર્યો, જાણે એ તો પ્લેઈન વેનિલા મુસ્લિમ કરતાં પણ ઝારા માટે વધારે ખરાબ હોય એમ.

'પાપા, ઝારા દિલ્હીના સારા કુટુંબમાંથી આવતી એક ભણેલી છોકરી છે.'

'તેના જેવા લોકોએ જ હિન્દુઓને કાશ્મીરની બહાર ફેંકી દીધા છે.' મારા પપ્પાએ કહ્યું.

'શું? ઝારાનો બ્લોગ પણ છે, કાશ્મીરમાં શાંતિ અને એકતાને પ્રોત્સાહિત કરવા માટે,' મેં કહ્યું, 'તમારે આના વિશે શું કહેવું છે, પાપા?'

'બ્લો... શું?' મારા પિતાજીએ કહ્યું.

'બ્લોગ. ઝારા ઇન્ટરનેટ પર કાશ્મીર અને ત્યાં શાંતિની જરૂરિયાત માટે લખે છે. તેની સાથે વાતચીત કરો અને તેના વિચાર સાંભળો તો ખબર પડશે.'

'મારે આ કાશ્મીરી મુસ્લિમ સાથે કાશ્મીર અંગેની કોઈ પણ પ્રકારની વાતચીત કરવી નથી. એ ક્યારે ઘર છોડીને જાય છે, એ ખાલી જણાવ મને.' મારા પપ્પાએ કહ્યું. તે સોફા તરફ ગયા અને ચિડાઈને બેસી ગયા. જેવું ટીવી ચાલુ કર્યું, એવા ગુસ્સે થઈ ગયા. ન્યૂઝ ચૅનલ આવતી હતી. પરિસ્થિતિ વધારે વિકટ બની, પ્રાઇમ ટાઇમ ચર્ચા કાશ્મીરમાં ભારતીય લશ્કર પર થતા પથ્થરમારા પર હતી.

'જો આ બધાને, કૃતઘ્ન લોકો. આપણી આર્મી એમને સુરક્ષિત રાખે છે. તેઓ આપણા જવાનો પર પથ્થર ફેંકે છે અને આતંકવાદીઓને આશ્રય આપે છે.

હું પગની આંટી મારીને ટીવી સામે ઊભો રહ્યો. 'મને કાશ્મીરની બાબતમાં વધારે જાણકારી નથી. પણ મને ખાતરી છે કે આ મુદ્દો જેટલો સરળ અને સ્પષ્ટ દેખાય છે એટલો છે નહિ.' મેં કહ્યું.

'તું સચ્ચાઈથી દૂર ભાગી રહ્યો છે.'

'પાપા, ઝારા અને હું એકબીજાને પ્રેમ કરીએ છીએ. આ કોઈ

વાહિયાત રાજકારણની વાત નથી.'

'પ્રેમ ?' મારી માએ મોટેથી બૂમ પાડતાં કહ્યું, 'તારા પાપા સાચા છે. તારે તારા મગજની તપાસ કરાવવાની જરૂર છે.'

'ટીવી સામેથી દૂર ખસ.' મારા પિતાજીએ ગુસ્સામાં કહ્યું.

'ના, પાપા, મારી સાથે વાત કરો. ઝારામાં શું વાંધો છે એ જણાવો, એના ધર્મ સિવાય ?'

'મારે આ વિષયમાં કોઈ વાત કરવી નથી. મહેરબાની કરીને તેને પાછી જવા દે.'

'જો ઝારા રાજસ્થાની રાજપૂત હોત તો તમને વાંધો નહોતો ને ?'

'તારા પાપા સામે હવે એક શબ્દ બોલતો નહિ, બાકી હજી એક થપ્પડ પડશે.' મારાં મમ્મીએ દાંત ભીસ્યા.

મેં મારા મમ્મીને વિનંતી કરી.

'મા, મહેરબાની કરીને તેના ધર્મને બાજુ પર રાખીને વિચારો.'

'કેવી રીતે ? આપણા ખાનદાનમાં કોઈએ એવું કર્યું છે ? મને સાચું કહેજે, લગ્નમાં પછી બધાં વાતો કરશે ત્યારે ?'

'આ તકલીફ છે ? લગ્નમાં લોકો શું વાતો કરશે ?'

મારા પાપાએ ટચ ટચ અવાજ કર્યો.

'ખાલી આ જ વાત નથી,' મારાં મમ્મીએ કહ્યું, 'તકલીફ એ છે કે તું તારા પાપાનું સન્માન નથી જાળવતો. અને એ જ મને ખૂંચે છે.'

મને મારા પાપાનો રડવાનો અવાજ સંભળાયો. જ્યારે તમારાં માતાપિતા ઈમોશનલ અત્યાચાર કરવાનું નક્કી કરી લે છે, પછી તમે નિઃસહાય થઈ જાઓ છો. રડતો બાપ અને મારતી મા, ભારતીય સંતાનો પાસે પોતાનું ધાર્યું કરાવવા માટેનો આ સફળ પ્રયોગ છે.

'એમાં પાપાનું સન્માન ક્યાં વચ્ચે આવ્યું ?' મેં કહ્યું.

'તેઓ આરએસએસમાં છે,' મારી મમ્મીએ કહ્યું, 'તે પરિણીત છે એટલે આમ પણ તેમની પ્રગતિની શક્યતાઓ ઓછી છે. છતાં પણ તેમને ઉચ્ચ જગ્યા માટે ગણતરીમાં લેવામાં આવ્યા છે.'

'તો ?' મને સરખું સમજાયું નહિ.

'હવે તું આ મુસ્લિમ છોકરીને ઘરે લઈ આવ્યો છો, લોકો શું કહેશે ?'

'આ બંને વાતનું શું જોડાણ છે ? આરએસએસ ફક્ત એક સામાજિક વ્યવસ્થાતંત્ર જ છે ને ? ભારતીયતાને આગળ ધપાવવા માટે ?

આવું જ તે કાયમ કહેતા હોય છે.'

'જો, મેં કહ્યું હતું ને. તેને કોઈની ફિકર નથી,' મારા પિતાજીએ કહ્યું, 'તે એક આતંકવાદીને પરણી જવાનો છે, યાદ રાખજે મારી આ વાત.'

'આતંકવાદી?' મેં મોટેથી બૂમ પાડી, 'ઝારા આઈઆઈટીની સ્ટુડન્ટ છે.'

'મોં બંધ કર તારું,' મારાં મમ્મીએ કહ્યું, 'હવે બસ કરજે. મારી ભૂલ હતી. તું એને આજે રાત્રે જ અહીંથી જવાનું જણાવી દે.'

'આજે રાત્રે?'

'હા.' મારી માએ કહ્યું.

'રાત્રે અહીંથી દિલ્હીની મુસાફરી બિલકુલ સુરક્ષિત નથી.' મેં કહ્યું.

'તારા પિતાજી આરએસએસના કાર્યકર્તા સાથે તેના જવાની વ્યવયસ્થા કરી આપશે. બરોબરને, રાજપુરોહિતજી?.'

મારા પિતાજીએ હા કહ્યું.

'અને તું એનાથી દૂર જ રહેજે.'

'પણ મા...'

'અથવા અમારાથી દૂર થઈ જા.' મારા પાપાએ કહ્યું.

'મા, આ યોગ્ય ના કહેવાય.' હું મારા મમ્મી તરફ ફર્યો.

'હું અગ્નિસ્નાન કરી લઈશ, જો તું એની સાથે લગ્ન કરીશ તો,' મારાં માતુશ્રીએ કહ્યું, 'કાર્યકર્તાને કોલ કરો, રાજપુરોહિતજી.'

ડોરબેલને કારણે અમારી વાતચીતમાં વિક્ષેપ આવ્યો. મારા પાપાએ ઊભા થઈને બારણું ખોલ્યું.

'મિલ્ક કેક, કોને ખાવાની છે?' ઝારાનો ખુશખુશાલ અવાજ રૂમમાં ગુંજી ઊઠ્યો.

❖

'હજી એક કલાક,' મેં મારા ફોનમાં ગૂગલ મેપ પર જોઈને કહ્યું, 'અને પછી તું હિમાદ્રીમાં હોઈશ.'

સુકેતુ, અલવરનો એક આરએસએસ કાર્યકર્તા, તે રાત્રે અમને તેની હોન્ડા સીટી જાતે ચલાવીને દિલ્હી સુધી મૂકવા માટે આવ્યો હતો.

રાજપાલ, એક તરુણ કાર્યકર્તા, સુકેતુની સાથે આગળ બેઠો હતો. ઝારા અને હું પાછળ બેઠાં હતાં.

'આ શું છે, ઓચિંતાનું જોબ ઈન્ટરવ્યૂ ક્યાંથી આવ્યું?' ઝારાએ કહ્યું, ઉતાવળને કારણે થોડી હાંફી રહી હતી.

'ઓએલએક્સ, જૂનો માલસામાન લે-વેચ કરવા માટેની વેબસાઈટ, ખબર છે તને?' તાત્કાલિક વિચારીને મેં કહ્યું. મેં થોડા કિલોમીટર પાછળ ઓએલએક્સની જાહેરાતનું બોર્ડ જોયું હતું.

'જોબ શું છે?'

'કોડિંગ, બીજું શું હોય?'

'ઓહ, અને તેઓને તારો ઈન્ટરવ્યૂ રવિવારે લેવો છે?'

'હા, આવતીકાલે સવારે. તેઓના સીઈઓ શહેરમાં હાજર છે કે એવું કંઈક છે.'

'ભૈયા, મેં જૂનો મોબાઈલ ઓએલએક્સમાંથી જ ખરીદ્યો હતો,' રાજપાલ ચાલુ ગાડીએ ચડી ગયો, 'સરસ ચાલે છે.'

ઓકે, તો આ મૂર્ખ આગળ બેસીને અમારા દરેક શબ્દો સાંભળી રહ્યો હતો.

'કઈ બ્રાન્ડ?' સુકેતુએ કહ્યું.

'રેડમી,' રાજપાલે કહ્યું, 'કેશવ ભૈયા, જો તમને ઓએલએક્સમાં નોકરી મળી જાય તો, બેસ્ટ ડીલની જાણ અમને પહેલાં કરજો.'

'ચોક્કસ.' મેં કહ્યું.

'રવિવાર? સીઈઓ સાથે તારી મુલાકાત?' ઝારાએ કહ્યું, 'કોડરની જોબ.'

'ઝારા, મને એ ખબર નથી પડતી કે તું આમ મારી પૂછતાછ શું કામ કરે છે?'

'મને આ થોડું વિચિત્ર લાગે છે. આ શનિ-રવિ ફક્ત તારાં પેરેન્ટ્સને તારી ગર્લફ્રેન્ડ તરીકે મળવા માટે રાખ્યા હતા.'

'તેં એમને મળી તો લીધું.'

'તેં આપણા વિશે વાત તો ના કરી?'

'એ વાત આપણે પછી કરીશું?' મેં આગળ બેઠેલા રાજપાલ તરફ આંગળી ચીંધતાં કહ્યું. તેણે મારો ઈશારો અવગણ્યો.

'તેઓને હું પસંદ ના આવી?'

'તું પાગલ છે? તેં મારી મમ્મીએ કહ્યું એ સાંભળ્યું નહોતું?

તેણે તને સુંદર છો એવું તો કહ્યું હતું.'

'તેનો મતલબ પસંદ કે એવું જરૂરી નથી?'

'અફકોર્સ, તેઓને તું પસંદ આવી છો. બોર્ડર પરના ઢાબા પર ડિનર માટે રોકાવું છે. સુકેતુ ભૈયા, ફટાફટ અહીં ગાડી ઊભી રાખો.'

'તેનો મતલબ પસંદ છે એવું જરૂરી નથી.'

'તું વિચિત્ર વર્તન કરી રહ્યો છો.' અમે ઢાબાના શણના ખાટલા તરફ ચાલતાં જતાં હતાં ત્યારે ઝારાએ કહ્યું.

અમે રંગીન ઢાબાએ ઊભાં રહ્યાં, સૌથી છેલ્લું ખુલ્લામાં બેસીને જમવાનું સ્થળ, પછી તો દિલ્હી શહેરની ગીચતા શરૂ થઈ જતી હતી. સુકેતુ અને રાજપાલ શૌચાલયનો ઉપયોગ કરવા માટે ગયાં, એટલે અમને એકાંત મળ્યું.

'ઝારા, હું વિચારી રહ્યો હતો કે આપણે પહેલાં તારાં પેરેન્ટ્સથી શરૂઆત કરીએ તો?'

'પણ આપણે નક્કી કર્યું હતું કે તારાથી શરૂઆત કરીશું.'

'હા, પણ આપણે એને બીજી રીતે કરી શકીએ ને,' લેમિનેટેડ મેનુ તરફ જોતાં મેં કહ્યું, 'ગોબી પરાઠા ભાવશે તને?'

'તું ગભરાઈને પીછેહઠ નથી કરતો ને?' તેણે ધીમા અવાજે કહ્યું.

'ના, હું ગભરાઈને પીછેહઠ નથી કરી રહ્યો, ઓકે?' મેં મોટા અવાજે કહ્યું.

'ભૈયા, અહીં ચીકન નહિ ખાતાં. સારું ના હોય.' રાજપાલ હળવો થઈને આવી ગયો.

પ્રકરણ-૧૩

'આટલું બધું ખુદ માટે સભાન થવાની જરૂર નથી.' ઝારાએ જેવા અમે વેસ્ટેન્ડ ગ્રીન્સ પહોંચ્યાં એવું તરત કહ્યું. વેસ્ટેન્ડ ગ્રીન્સ, દિલ્હી-ગુરગાંવ બોર્ડરની નજીક આવેલું સુંદર અને મોંઘુ ફાર્મહાઉસ. અમે ઓલા બોલાવી હતી, મોબાઈલ એપને કારણે ગમે ત્યાંથી ટેક્ષી મેળવવાનું એકદમ સરળ થઈ ગયું છે. આઈઆઈટી પાસ આઉટે સ્થાપેલી આ ભારતીય કંપનીનું મૂલ્ય અબજોમાં તો થઈ જ ગયું છે. મને આના એક હજારમા ભાગના નવા આઈડિયાનો વિચાર કેમ નહિ આવતો હોય? મને કોઈ યોગ્ય નોકરી કેમ નથી મળતી? અથવા ટાઈની સરખી ગાંઠ કેમ નથી લગાવી શકતો?

'આ ટાઈને પણ તેની ખુદની જિંદગી છે.' મેં ગુસ્સામાં કહ્યું.

'તેં સૂટ ખોટું પહેર્યું છે. તારે ફક્ત મારા પરિવારને જ મળવાનું છે. આ કોઈ તારો ઈન્ટરવ્યૂ નથી.'

'તેઓ મને સૂટમાં જુએ તો લાગે કે હું વ્યાવસાયિક છું. બાકી જે ક્ષણે હું સ્પષ્ટતા કરું કે આઈઆઈટી ટયુશન, એટલે બધું ખતમ.'

'એ ટયુશન ના કહેવાય. તું આધુનિક ટેસ્ટ પ્રિપરેશન સેન્ટરમાં ફેકલ્ટી છો.' ઝારાએ કહ્યું.

જ્યારે ઝારા આ રીતે રજૂ કરે છે, ત્યારે મારી કારકિર્દી બિલકુલ ભયાનક નથી લાગતી. એટલે જ તો હું તેને પ્રેમ કરું છું. તે બધામાં ઉત્તમ જ જુએ છે, એમાં મારા જેવો સામાન્ય માણસ પણ આવી ગયો.

જેવી અમારી વેગન આર આવી કે તરત જ ઝારાની હવેલીના ચોકીદારે દરવાજો ખોલ્યો.

'આ તારું મકાન છે? અને તેમ છતાં તું હૉસ્ટેલના એટલા નાના રૂમમાં રહે છે?' મેં કહ્યું. મારું ધ્યાન તેના અડધા એકરના બંગલાની સામે આવેલા વોલીબોલ કોર્ટ જેવડા બગીચા તરફ ગયું.

'મને મારા રૂમ પ્રત્યે ખૂબ જ લગાવ છે. ૧૦૫ મારી જિંદગી છે.'

'તારી જિંદગી અહીં પણ સુંદર જ હોય એવું દેખાય તો છે.'

'કેમ્પસમાં વધારે મજા આવે છે. આવ-જા કરવું એ મોટો ત્રાસ છે. ઓકે, મિસ્ટર, છેલ્લીવાર બધું તપાસી જુઓ. ટાઈ, બેલ્ટ, બૂટની દોરી અને ધબકારા? બધું બરાબર છે?' ઝારાએ નાક પર ચીટિયો

ભર્યો. મેં આ વાત કરી છે? તે મને નાક પર કાયમ ચીટિયો ભરતી. સૌથી કષ્ટદાયી.

❖

'તારે વધારે માંસ જોઈએ છે?' સફદરે તેના ભરાવદાર અવાજમાં કહ્યું. અમે પૌરાણિક ટીવી સીરિયલમાં સિંહાસન હોય એવી ખુરશીમાં જમવા માટે બેઠાં હતાં. સફદર અઢાર બેઠકના જમવાના ટેબલ પર મુખ્ય જગ્યાએ બેઠો હતો.

તેણે બ્લેક કલરનું બંધગળા, બે સોનાનાં કડાં અને તેના ડાબા હાથના કાંડા પર રોલેક્ષની ઘડિયાળ પહેરી હતી. તેની ફ્રેંચ દાઢી કાળી રંગેલી હતી. તેની પત્ની, મારી ડાબી બાજુ બેઠી હતી, અત્યાર સુધીમાં ઓછી વાત કરી હતી. તેના ગુલાબી સિલ્કના સલવાર-કમીઝ, માથાને અડધું ઢાંકતો દુપટ્ટો, અને તેનો હિરા તથા જેડનો ગળાનો હાર, જેની અંદાજિત કિંમત - નાના એપાર્ટમેન્ટના ભાવ જેટલી હશે, જેની જાહેરાત દ્વારકા-ગુરગાંવ એક્સપ્રેસ પર હતી. તેના વાળ કુદરતી કાળા દેખાતા હતા. તે ઝારા કરતાં માંડ દસેક વર્ષ મોટી હશે.

'ના, સર, પેટ ભરાઈ ગયું.' મેં કહ્યું. આમ તો મેં વધારે વાર માંસ નથી ખાધું, છતાં આજે મેં તે સરખું ખાવાનો પ્રયાસ કર્યો. મારે ઝારાના પરિવારમાં ભળવાનું હતું.

'તો, ઝારાએ મને કહ્યું હતું કે તારી અને ઝારા વચ્ચે ગાઢ દોસ્તી છે.' સફદરે અલંકૃત કાંટા અને છરીથી બિરિયાની ખાતાં કહ્યું.

ઝારાએ મારી જેમ મૂર્ખતા નહોતી કરી, તેણે તેનાં પેરેન્ટ્સને વાત કરીને અગાઉથી તૈયાર કરી દીધાં હતાં. એટલે, મેં જેવો મારાં માતાપિતાને વીજ-આઘાત આપ્યો હતો તેવું ના થતાં, ઝારાનાં માતાપિતા શાંત દેખાતાં હતાં. હજી સુધી તેઓએ આપઘાતની ધમકી નહોતી આપી. 'અમે ઘણુંખરું એકબીજાને પસંદ જેવું કરીએ છીએ.' આવું ઝારાએ તેનાં માતાપિતાને કહ્યું હતું. મારી પાસે 'ઘણુંખરું' કે 'જેવું' એવા શબ્દો મારાં માતાપિતાને કહેવા માટે નહોતા.

'સર.' મેં ગળું ખંખેરીને કહ્યું.

'તારે મને સર કહેવાની જરૂર નથી.'

'હું તમને અંકલ કહીને બોલાવું કે મિ. લોન?'

'અંકલ બરોબર છે. તો મને તું તમારી દોસ્તી વિશે વાત કર.'

'અમે એકબીજાને લગભગ ત્રણ વર્ષથી ઓળખીએ છીએ. અમે કેમ્પસમાં મળ્યાં હતાં.'

'અને અમારી પુત્રીએ ક્યારેય કહ્યું નથી. તારું શું કહેવું છે, ઝૈનબ? ઝારાએ આઈઆઈટી પીએચ.ડી.માં તેના દોસ્ત માટે પ્રવેશ લીધો હતો?' મિ. લોને કહ્યું અને હસવા લાગ્યા. ઝૈનબે ફક્ત થોડું હસીને પ્રતિભાવ આપ્યો.

'અંકલ, ઝારા આવી પછીના એક વર્ષની અંદર તો હું આઈઆઈટીમાંથી ગ્રેજ્યુએટ થઈ ગયો હતો.'

'હું તો મજાક કરી રહ્યો છું. અત્યારે તું શું કરે છે?'

મને ડૂબવાની લાગણી અનુભવાઈ. ધીમા અવાજે મેં કહ્યું, 'હું ટેસ્ટ પ્રેપ કંપનીમાં ફેકલ્ટી છું.'

'ટેસ્ટ પ્રેપ, મતલબ?'

'તે હાઈ-ટેક છે, ડેડ. એકદમ લેટેસ્ટ ટેક્નૉલૉજી.' તેઓ ટેસ્ટની તૈયારી એપ દ્વારા કરાવે છે. કેશવ તેનો જ એક હિસ્સો છે.' ઝારાએ કહ્યું.

ઝારાએ બધું સરખું કરી દીધું. ચંદન અરોરાએ ક્યારેય જો કોઈ હાઈ-ટેક કામ કર્યું હોય તો, તે કદાચ ગુટકા ઓનલાઇન મંગાવવાનું હોઈ શકે.

'એજ્યુકેશન સ્ટાર્ટ-અપ જેવું?' સફદરે કહ્યું.

'હા, અંકલ,' મેં કહ્યું, 'અત્યારે પ્રાથમિક તબક્કા પર છે, પણ અમે જલદી ઓનલાઇન સુધી પહોંચી જઈશું.'

'ગુડ. મને લાગે છે કે ક્યારેક ઈન્ટરનેટ કંપનીમાં પણ રોકાણ કરવું જોઈએ,' સફદરે કહ્યું, 'લોકો એપલ ફોનની એપલના ગાર્ડન કરતાં વધારે કાળજી લેતા હોય છે.'

બધાં હસવાં લાગ્યાં. મને ઝારાના ડેડ ગમ્યા. એમણે વ્યવસ્થિત વાતચીત કરવાનો પ્રયત્ન તો કર્યો હતો.

'મેં સાંભળ્યું છે કે તમારું ફળોના નિકાસકર્તા તરીકે કાશ્મીરમાં મોટું નામ છે?' મેં કહ્યું.

'અલ્લાની રહેમત છે બધી.'

ઝારા અમને મુખ્ય વાત પર ફરી લઈ આવી.

'ડેડ, મેં તમને કહ્યું એ મુજબ, કેશવ અને હું એકબીજાને પસંદ કરીએ છીએ.'

'મને દેખાય છે.' સફદરે કહ્યું.

'અમને તમારા આશીર્વાદની જરૂર છે.' ઝારાએ કહ્યું.

'ઓહ,' સફદરે ચોંકીને કહ્યું, 'ઝૈનબ, જો આ એપ બનાવનારી પેઢીનાં આજનાં બાળકોને. તેઓ તેનાં પેરેન્ટ્સને કેવી સીધી વાત કરે છે.'

'તમને ખબર તો છે, ડેડ, મેં કાયમ તમારી સાથે નિખાલસતાથી જ વાત કરી છે.'

સફદર હસવા લાગ્યો.

'અફકોર્સ. તો તારી ઇચ્છા શું છે, હું શું કરું? તેનાં માતાપિતાને મળું?'

'ના.' મેં ઉતાવળે મોટેથી કહ્યું.

'શું?' ઝારાએ મારી સામે નવાઈથી જોયું.

'સૉરી, ઝારા, મારે તને કહેવું જોઈતું હતું. પણ, અંકલ, મારાં પેરેન્ટ્સ આ માટે રાજી નથી. મને ખાતરી છે કે તમને ખબર પડી ગઈ હશે કે કેમ.'

'આ ક્યારે બન્યું?' ઝારાએ કહ્યું. મેં તેના પિતાજી સામે જ જોવાનું ચાલુ રાખ્યું.

'અંકલ, હું તમારી પુત્રીને અનહદ પ્રેમ કરું છું. હું તેને ખુશ રાખવા માટે ગમે તે કરીશ. મહેરબાની કરીને અમને આશીર્વાદ આપો. મારાં માતાપિતા તો નહિ આપે. પણ અમારા માટે બેમાંથી એકનાં માતાપિતાનો સાથ જરૂરી છે.'

'પણ, કેશવ... ' ઝારા આટલું બોલીને ચૂપ થઈ ગઈ.

સફદરે એક મોટો ઉચ્છ્વાસ બહાર કાઢ્યો.

'પેરેન્ટ્સ તો મહત્ત્વનાં છે જ. મારે કહેવું જોઈએ કે હું પણ નાખુશ હતો, જ્યારે ઝારાએ તારી વાત કરી હતી.'

'કારણ કે હું હિન્દુ છું?'

'હા, પણ હું એવી જૂની વિચારસરણી ધરાવતો નથી.'

નિરાંત થવાને લીધે હું થોથરાઈ ગયો. 'થે... થેન્ક યુ અંકલ.'

તેણે માથું હલાવીને પ્રતિભાવ આપ્યો. 'ઠીક છે, આપણે એ વાતની કાળજી રાખીશું.' તેણે કહ્યું.

બપોરે જમ્યા બાદ, અમે બગીચામાં ગયાં. ઝારાના ડેડ અને હું હિંચકા પર બેઠા હતા. ઝારા તેના જર્મન શેફર્ડ કૂતરા રુબી સાથે રમતી

હતી, પણ રુબીને ઝારા પાછળ દોડવા કરતાં દિવસે ઊંઘવામાં વધારે રસ હતો. ઝૈનબ ઝપકી લેવા માટે અંદર હતી.

ઝારા હાંફતી અમારી પાસે આવી અને હિંચકા પર બેસી ગઈ.

'તો મને જણાવીશ, તારાં માતાપિતાની શું પરિસ્થિતિ છે?'

'હા, મારે પણ આ જાણવું છે, કેશવ.' ઝારાએ કહ્યું.

મેં તેઓને કહ્યું, મુસ્લિમ વિરુદ્ધની દરેક ટિપ્પણી કાપીને, અલવરમાં મારાં માતાપિતા સાથે જે પણ કંઈ વાતચીત થઈ હતી તે.

'ઓહ, એટલે આપણે અલવર વહેલું છોડવું પડ્યું.' ઝારાએ કહ્યું.

'તું અલવર ગઈ હતી?' સફદરે કહ્યું.

'અનૌપચારિક મુલાકાત. જ્યાં સુધી મને કાઢી મૂકવામાં ના આવી ત્યાં સુધી.'

'કોઈએ તને કાઢી નહોતી મૂકી.' મેં કહ્યું. તમારાં માતાપિતા તમારી વિરુદ્ધમાં હોય છતાં તેમના માટે કોઈ ઘસાતું બોલે તે સાંભળવું મુશ્કેલ થઈ જાય છે.

'તો તેઓ મુસ્લિમને ધિક્કારે છે?' સફદર હસવા લાગ્યો.

મેં અચરજથી તેમની સામે જોયું.

'ના, તેમને થોડા મુસ્લિમ મિત્રો પણ છે. પરંતુ તેનો એકમાત્ર પુત્ર મુસ્લિમ જોડે લગ્ન કરે એ તેમના માટે થોડું વધારે પડતું છે.'

'તમારે જો વ્યક્તિનો ખરો પૂર્વગ્રહ જોવાની ઇચ્છા હોય તો તેઓને તેમનાં સંતાનનાં લગ્ન બીજા સમુદાયમાં કરવા માટે કહો.' સફદરે સ્મિત કર્યું.

'તેઓ સારા માણસો જ છે. વિશ્વાસ કરો, તેઓ ફક્ત ડરેલાં છે. તેઓ મને ખૂબ ચાહે છે. તેઓ માની જશે. પણ, હાલ તે થોડું અઘરું છે.'

'તું શું સૂચવે છે?' ઝારાએ કહ્યું.

'આપણે લગ્ન કરી લઈએ, પછી હું તેમને મનાવી લઈશ. પછી તેમની પાસે કોઈ વિકલ્પ નહિ હોય.' મેં કહ્યું.

'તારી ઈચ્છા એવી છે કે હું તારાં માતાપિતાને મળ્યા વગર જ તારા અને ઝારાનાં લગ્ન માટે રાજી થઈ જાઉં?' સફદરે કહ્યું.

'તમારે મળવું હોય તો મને વાંધો નથી, પણ પછી ખોટી પરિસ્થિતિ વધારે ખરાબ થઈ જશે.'

સફદર ફરી આરામથી બેસી ગયો.

'જો તમે મારું માનો તો તમારે અહીં જ અટકી જવું જોઈએ.' સફદરે કહ્યું.

'એ શક્ય નથી.' ઝારા અને મેં એકસાથે કહ્યું.

સફદરે ઝારા અને મારી સામે જોયું.

'પ્લીઝ, અંકલ. અમારી મદદ કરો.' મેં કહ્યું.

તે ઊભા થયા.

'ડેડ, આમ ચૂપ ના રહો.' ઝારાએ કહ્યું.

'બધું આપણા રિવાજ પ્રમાણે થશે. તારે નિકાહ કરવા પડશે.'

'ચાલશે.' મેં કહ્યું.

'તો પછી સમારંભ પહેલાં અથવા તો નિકાહ દરમિયાન શહાદાની વાત.'

'શહાદા?' મેં કહ્યું, પહેલી જ વાર આવો શબ્દ સાંભળ્યો.

સફદર ઝારા તરફ ફર્યો.

'તારાં દોસ્તને ખબર નથી? મુસ્લિમ છોકરીને પ્રેમ કરે છે.'

'ડેડ, શહાદાનું શું કામ છે? મને એની જરૂર નથી લાગતી.'

'જરૂર છે જ,' તેના પિતા ઊકળી ગયા, 'તેનાં માતાપિતાને તો મંજૂર નથી. પણ આપણા તરફથી તો યોગ્ય રીતે થવું જોઈએ.'

'પણ શહાદા છે શું?'

'એક વચન.' સફદરે કહ્યું.

'ડેડ, પ્લીઝ. આ બધી જુનવાણી વાતો છે.'

'જુનવાણી?' સફદરના નાકનું ટેરવું ચડી ગયું, 'તારી હિંમત કેવી રીતે થઈ એને જુનવાણી કહેવાની? તારામાં તમીઝ જેવું છે કે નહિ?'

ઝારા અકળાઈને રુબી સાથે ઘાસ પર બેસી ગઈ.

'સૉરી, અંકલ, મને કોઈ પણ પ્રકારના રિવાજ સામે વાંધો નથી. મને આ વિશે કોઈ માહિતી નથી.' મેં કહ્યું.

'આ છોકરી પાગલ થઈ ગઈ છે,' સફદરે કહ્યું, 'વધારે આધુનિક બનવા જાય છે, કારણ વગર.'

'પણ વચન શું આપવાનું છે, અંકલ?' શ.. શું હતું?'

'શહાદા. એકદમ સરળ છે. ફક્ત થોડી લીટીઓ છે.' તેણે તેની હથેળીઓ ઊંચી કરી અને અરેબિકમાં કંઈક ગણગણાટ કર્યો. લા ઈલાહા

ઈલ્લલ્લાહ મુહમ્મદર રસુલ્લાહ. અલ્લાહ સિવાય બીજા કોઈ ભગવાન નથી. મોહંમદ અલ્લાહના દૂત છે. તને અને અમને એક જેવાં બનાવવા માટે.'

'મતલબ?'

'જ્યાં સુધી દુલ્હા અને દુલ્હન બંને મુસ્લિમ ના હોય ત્યાં સુધી નિકાહ શક્ય નથી. તારે ધર્મ-પરિવર્તન કરવું પડશે.'

કદાચ મને હિંચકાને કારણે ચક્કર આવતા હશે, પણ કસમથી મને એવો અનુભવ થયો કે જાણે મારી નીચેથી જમીન ખસી ગઈ.

'તારે ચા પીવી છે? કાશ્મીરી કાવો સરસ હોય છે.' સફદરે કહ્યું, જાણે ધર્મ-પરિવર્તનની સાથે કાવો મફત હોય તેમ.

❖

'મારો વિશ્વાસ કર, આવો બનાવ બનશે એવું મેં સપનામાં પણ નહોતું વિચાર્યું.' ઝારાએ મારા ચહેરાને વાંચતાં કહ્યું.

મેં તેનો હાથ મારા હાથમાં લીધો અને તેના કાંડા નીચે કિસ કરી.

'મારાથી ધર્મ-પરિવર્તન નહિ થાય, ઝારા. સમજવાની કોશિશ કર. મને તારા ધર્મ પ્રત્યે માન છે, પણ હું મારા ધર્મને છોડી ના શકું. મારાં માતાપિતાને ખબર પડે તો તે ત્યાં જ એમનો જીવ આપી દે.'

'તો, તારી ના છે.'

'હવે આપણાં લગ્ન કેવી રીતે થશે?' મેં કહ્યું.

'સ્પેશિયલ મેરેજ એક્ટ મુજબ શક્ય છે. ભારતીય બંધારણ માન્યતા આપે છે. બે અલગ અલગ ધર્મનાં વ્યક્તિ કોર્ટમાં જઈને લગ્ન કરી શકે છે. ધર્મ, જાતિના કોઈ નાટક વગર. જેમ છે એમ જ લગ્ન શક્ય છે.'

'આપણે કોર્ટ મેરેજ કરવાનાં?'

'હા, જો ધર્મ-પરિવર્તન ના કરાવવું હોય તો.'

'અને તારાં પેરેન્ટ્સ પણ નહિ આવે?'

'આવશે એવું ભૂલી જા. મને પણ મંજૂરી નહિ જ મળે. અને મારા ડેડ તેના ગોદામમાંથી થોડા માથાભારે માણસોને પણ મોકલશે, આપણને ફટકારવા માટે. એકદમ ફિલ્મી, બરોબર?' ઝારાએ તેનાં

નેણ મજાકમાં ઉલાળ્યાં.

‘હું મજાક નથી કરતો, ઝારા. આપણે બંને બાજુથી માતાપિતા વગરનાં થઈ જવાનું? આ સારી શરૂઆત ના કહેવાય.’

‘તો પછી તારાં મમ્મી-પપ્પાને મનાવ.’

‘શક્ય નથી.’

‘ધર્મ-પરિવર્તન.’

‘શક્ય નથી.’

‘તો પછી આપણે આપણા પ્રેમ માટે તેઓને છોડવાં પડશે.’

‘ઝારા, આ તું કેવી વાત કરે છે?’

‘કંઈ નહિ.’

ઝારા મારાથી અળગી થઈ ગઈ.

‘ઝારા, મેં તો મારાથી બનતા પૂરતા પ્રયત્ન કર્યા.’

‘આ તને પૂરતા પ્રયત્ન લાગે છે? મને નથી લાગતું. મેં તો તને તારાં માતાપિતા સાથે આપણા સંબંધની વાતચીત કરતાં પણ નથી જોયો, “આ છોકરી મને પસંદ છે અને એવું બધું...”

‘તેઓ મારાં માતાપિતા છે, ઝારા.’

‘તેઓ હંમેશા રહેવાનાં જ છે. પણ આપણે જે રીતે આગળ વધી રહ્યાં છીએ...’ તેણે અધવચ્ચેથી જ વાત પડતી મૂકી.

‘શું?’

‘કંઈ નહિ. ગુડ નાઇટ.’

❖

સ્ટાફરૂમમાં મારો ફોન રણક્યો. મેં તે ઉપાડ્યો.

‘સફદર બોલું છું. વાત થશે?’

‘કેશવ!’ ચંદનનો મોટો અવાજ કાને પડ્યો. ‘મારી ઑફિસમાં આવ.’ તેનું મોટું પેટ તે પહોંચે એ પહેલાં તેની ઑફિસમાં પહોંચી ગયું. મેં ફોન આડો હાથ રાખી દીધો.

‘ચંદન સર, મારે એક અગત્યનો કોલ છે. મને પાંચ મિનિટ આપશો?’

‘અગત્યનો કોલ? શું? બીજાં કોચીંગ સેન્ટરમાંથી ઇન્ટરવ્યૂ માટે કોલ છે?’ તેણે કહ્યું, તેનું એક નેણ ઊંચું થઈ ગયું.

'સર, ફેમિલી,' મેં ચંદનથી દૂર જતાં કહ્યું, 'હા, અંકલ, કેમ છો તમે?'

સફદર સીધો વાત પર જ આવી ગયો. 'ઝારા કહેતી હતી કે તું ઈસ્લામ અંગિકાર કરવા માટે તૈયાર નથી.'

'ના, સર, મારો મતલબ, મને તો વાંધો નથી, પણ મારાં પેરેન્ટ્સ આ વાત સ્વીકારવા તૈયાર ના જ થાય.'

'તો પછી ઝારાને ભૂલી જા. તેને મળવાનું બંધ હવેથી.'

'પણ, અંકલ...'

'બંધ એટલે બંધ. મેં તારી સમક્ષ દિલ ખોલીને વાત કરી. તેં અમારી સાથે વિશ્વાસઘાત કર્યો.'

'વિશ્વાસઘાત?'

'તારાં માતાપિતાએ મારી પુત્રીને કાઢી મૂકી, એ તો મહેમાન બનીને આવી હતી. મેં તારું ઉમળકાથી સ્વાગત કર્યું હતું. પણ તું અમારી ઈચ્છાને માન નથી આપી શકતો.'

'અંકલ, આ વાત કોઈના ધર્મ માટે...'

'બસ હવે,' તેમણે મને અટકાવતાં કહ્યું, 'તું ગઈકાલે ઝારા સાથે પીવીઆરમાં ગયો હતો?'

'હા, સર.' મને નવાઈ લાગી, એમને કેવી રીતે જાણ થઈ?

'અને પછી ઝારા તારી સાથે તારા એપાર્ટમેન્ટમાં આવી હતી?'

'ઝારાએ તમને કહ્યું?' મેં કહ્યું.

'ના. મારા માણસો તમારી દરેક હિલચાલ પર નજર રાખે છે અને જરૂર પડશે તો તારા ટાંટિયા પણ ભાંગી નાંખશે.'

'ભાંગી નાંખશે મતલબ?'

'તું એક નંબરનો કાફીર છો. તેં મારી વહાલી દીકરીનો ફાયદો ઉઠાવ્યો છે. તેને એકલી છોડી દે, બાકી તારા માટે સારું નહિ થાય.'

'તમે મને ધમકી આપો છો, અંકલ?' મેં ચોખવટ કરતાં કહ્યું.

'હું ધમકાવતો નથી. હું દયાળુ જ છું, પણ જો કોઈ વિશ્વાસઘાત કરે તો પછી એને છોડતો નથી. મારા પરિવારનાં માન-સન્માન માટે, જરૂર પડે તો હું કોઈનું લોહી વહેવડાવામાં પણ અચકાતો નથી.'

'લોહી' શબ્દ સાંભળીને મારા શરીરમાંથી ધ્રુજારી પસાર થઈ ગઈ. ચંદન અરોરા ફરી સ્ટાફરૂમમાં આવ્યો અને મારો ખભો હચમચાવ્યો.

'જો તારી ફેમિલી વાતચીત ખતમ થઈ ગઈ હોય તો, કામની

વાત કરીએ.'

❖

'કેશવ, જે થયું તે યોગ્ય ના કહેવાય.' ઝારાએ કહ્યું.

'હું જાણું છું.' મેં તેની ફ્રેન્ડ સનમના રસોડામાંથી ફલાફેલ કબાબનો એક ટુકડો ખાતાં કહ્યું.

અમે સનમની આંટીના મકાનમાં ન્યુ યર પાર્ટી માટે ભેગાં થયાં હતાં.

ઝારા અને મારી વચ્ચે હજી બ્રેક-અપ નહોતું થયું, પણ અમારા સંબંધમાં લડાઈ-ઝઘડાની શરૂઆત થઈ ચૂકી હતી. અમે ભાગ્યે જ મળતાં હતાં. અમે જ્યારે પણ મળતાં ત્યારે વાતો ઓછી અને દલીલ વધારે કરતાં. અમે એક જ વાત પર આવીને અટકતાં કે આપણા સંબંધનું કોઈ ભવિષ્ય નથી. મને ધર્મ-પરિવર્તન કે પેરેન્ટ્સની નામંજૂરી, એક પણ મંજૂર નહોતું. ઝારાને માનવામાં નહોતું આવતું કે હું અમારાં સંબંધ માટે લડવા તૈયાર નથી.

પાર્ટીમાં મેં ઝારાને કહ્યું કે મારે તારી સાથે એકલાં વાત કરવી છે. સનમનું રસોડું જ આખા મકાનમાં અમને શાંત જગ્યા હોય એવું લાગ્યું.

'તું નશામાં મને દર અઠવાડિયે કોલ કરે છે એ પૂરતું હતું, પણ તેં મારા ડેડને કોલ શું કામ કર્યો?' ઝારાએ કહ્યું.

'એ અજાણતાં જ થયું હતું. મેં મારા ફોનમાં લોન એવું સર્ચ કર્યું અને જોયા વગર તેમને ડાયલ કરી નાખ્યું.'

'અને એમણે ઉપાડ્યો પછી તેં ખરાબ શબ્દો કહ્યા અને ગાળો આપી એ યોગ્ય હતું?'

મેં તેની સામે નજર મેળવવાનું ટાળ્યું. મેં સ્ટવની નજીક એલ્યુમિનિયમ ફોઈલ ટ્રેમાં મૂકેલી વાનગીઓ સામે જોયું. ત્રણ દિવસ પહેલાં, ભરપૂર શરાબ પીધા બાદ, સફદરને અકસ્માતે કોલ લાગી જતાં, તેને તેના લગભગ ભૂતપૂર્વ રાજસ્થાની જમાઈની થોડી અદ્દ્ભુત ગાળો સાંભળવી મળી હતી. મારી જ ભૂલ હતી અને કોઈ બહાનું પણ નહોતું. છતાં, હું મૂરખની જેમ મારો બચાવ કરતો હતો.

તે મને એકધારી ઘૂરતી હતી. હું મનમાં હસ્યો. હા, હું ઝારા સામે હસવા લાગ્યો. હું જાણતો નહોતો કે આ છોકરી મારા માટે શું

છે. અથવા મને તે વાત વરસો પછી સમજાવાની હતી.

તેમ છતાં, એ સમયે, હું ગાંડાની માફક બેદરકાર બની ગયો.

'તારા ડેડ એ જ માગતા હતા.' મેં કહ્યું.

'શું ?'

'તેમણે મને ધમકાવીને નહોતું કહ્યું કે તને મળવાનું બંધ કરું ? મેં તને વાત કરી હતી કે તેમણે મને નોકરીના સમયમાં આ કહ્યું હતું.'

'મેં તને મળવાનું બંધ કર્યું ? મેં એવું કર્યું, કેશવ ?'

'ના.' મેં સંકોચપૂર્વક કહ્યું.

'મેં તને વિચારવાની પૂરતી તકો નહોતી આપી કે આગળ શું કરવું છે ?'

'હા, પણ હવે તેં મને અવગણવાનું શરૂ કર્યું છે.'

'કારણ કે તારી પાસે કોઈ જવાબ નથી. તો પછી આપણા માટે એકબીજાથી દૂર થવાનો રસ્તો જ યોગ્ય છે.'

'એ આસાન છે ?'

'ના, આ એટલું સહેલું નથી. મુશ્કેલ છે. ખૂબ જ મુશ્કેલ. કેશવ રાજપુરોહિત, મેં એમઆઈટીની શિષ્યવૃત્તિ તારા માટે છોડી હતી. આઈઆઈટીમાં પ્રવેશનું કારણ તારી નજીક રહેવાય એ હતું. તને એવું લાગે છે કે આ મારા માટે આસાન છે ?'

'ઓહ, તો હવે મારે એના માટે પસ્તાવો કરવો પડશે ? મારાં માતાપિતા અને ભગવાનને છોડી દેવાનાં, કારણ કે તેં સ્કોલરશિપ છોડી હતી.'

'કેશવ, મને તારી આ બોલવાની રીત બિલકુલ ગમતી નથી.'

'મને કોઈ ફરક નથી પડતો.'

'ઠીક છે, તો પછી. હું મારા ફ્રેન્ડ્સ સાથે મસ્તી કરવા જાઉં છું. તું મને અહીં ખેંચીને લાવ્યો હતો.'

'તારે જ્યાં જવું હોય ત્યાં જા.'

'હું જાઉં છું. કેશવ, મને ખબર છે કે આ છોકરમત જેવું લાગશે. પણ હવેથી આપણે ખરેખર એકબીજાથી આઝાદ છીએ, ઓફિશિયલી બ્રેક અપ ?'

'શું ?'

'આમ તો એવું જ છે. પણ તેમ છતાં હું ચોખવટ કરું છું, હવેથી મારો સંપર્ક કરવાનો પ્રયત્ન ન કરતો.'

'ઝારા ! તું પાગલ છે ?' મેં કહ્યું.

'હું પાગલ હતી. હવે જ મને ભાન થયું છે.'

'હું નશામાં હતો અને તારા ડેડને કોલ કર્યો હતો. તું શું ઇચ્છે છે, હું શું કરું ? સૉરી બોલું ? હું તૈયાર છું માફી માંગવા માટે.'

ઝારાએ નકારમાં માથું હલાવ્યું.

'આ વાત ખાલી આટલી જ નથી. વધારે છે. હવે આ અંગે આગળ ચર્ચા કરવાનો કોઈ મતલબ નથી. બધું ખતમ. બાય.'

'ઝારા,' મેં તેની પાછળ કહ્યું, પણ તે રસોડું છોડીને તેના મિત્રો પાસે પહોંચી ગઈ હતી. કમ-સે-કમ, એ દિવસે તેની પાછળ જવામાં મને મારું માન અને અભિમાન નડી ગયાં. અને, હા, તે સાચી જ હતી. મારી પાસે કોઈ જવાબ નહોતો. જેવી રીતે હું ઝારા સાથે રહેવા માટે કેટલો તત્પર છું એનું માપ નહોતું એમ.

❖

કોઈએ મારા ખભા હલાવ્યા.

'હવે પછી ક્યારેય હું તને આવી રીતે તેડવા નહિ આવું.' સૌરભે સતત મારા ખભાને હલાવતાં કહ્યું. મારા મગજમાં ચાલતા ભૂતકાળના વીડિયો બંધ થઈ ગયા.

'અરે, ગોલુ. તું અહીં ? તું તો મારી જાન છે, ગોલુ.' જેવો હું ભાનમાં આવ્યો અને વર્તમાનમાં પરત ફર્યો કે તરત જ તેના વાળ વિખેરવા લાગ્યો.

આગલી રાત્રે સોશિયલમાં દસ વ્હિસ્કીનું બિલ સૌરભે ચૂકવ્યું હતું. હું જ્યારે મારા ટેબલ પરથી ઊભો થયો ત્યારે એક વેઇટરે મારા ફોનમાંથી તેનો નંબર લગાડ્યો હતો.

'મેં તેમની વાતચીત જોઈ હતી. ઝારા અને રઘુની. રોમાન્સથી ભરપૂર.' મેં વધારે શું કામ નશો કર્યો એનો બચાવ કરવાનો હોય એમ કહ્યું.

'તેઓ વચ્ચે એવા સંબંધ હતા. તો પછી એવી વાતચીત તો હોય જ ને ! આ ઝારાનું ભૂત ક્યારે ઊતરવાનું છે ?'

'મારા હાથમાં છે આ વાત ? આને તો ભગવાન જ અટકાવશે. મેં ધર્મ-પરિવર્તન ના કર્યું એટલે જ તેણે મને સજા આપી. ઝારાને દૂર

લઈ ગયા. જ્યારે તે મારી પાસે આવવા માંગતી હતી ત્યારે જ.'

મને ફરી રડવાનું મન થઈ ગયું. સૌરભે જોયું અને ફરી કહ્યું.

'ચૂપ કર. ટેક એ શાવર. ક્લાસમાં ભણાવવામાં ધ્યાન આપ. આગળ વધી જા.' ભાગ્યે જોવા મળતી કડકાઈ તેના અવાજમાં હતી.

'તને ખબર છે પ્રોફેસર સક્સેનાએ ઝારા પાસે અશોભનીય માંગણી કરી હતી?'

'તારા આઈઆઈટી ડીન?'

'હા, ઝારાના ગાઈડ. મારી પાસે ઈમેઈલ છે, જેમાં ઝારાએ સક્સેનાએ શું કર્યું હતું એ બધું જ કહ્યું છે. મારે તે હરામીને મળવું છે.' મેં કહ્યું.

હું ઊભો થઈને બાથરૂમ તરફ ચાલવા લાગ્યો.

'કોઈને મળવાની જરૂર નથી,' સૌરભે પાછળથી ગુસ્સામાં કહ્યું, 'કામમાં ધ્યાન આપ.'

'પહેલાં હું મારા ક્લાસ ખતમ કરીશ, ગોલુ. રિલેક્ષ.' મારા ચહેરા પર નળમાંથી પાણી લઈને છાલક મારતાં કહ્યું.

પ્રકરણ-૧૪

'લક્ષ્મણ, તારી અહીંથી જલદી બહાર નીકળવાની શક્યતા ઓછી છે.' મેં કહ્યું.

હું લક્ષ્મણને મળવા માટે પશ્ચિમ દિલ્હીની તિહાર જેલમાં આવ્યો હતો. કોર્ટમાં ગુન્હો સાબિત ના થયો હોય એવા કેદીઓને નિયત સમયમાં મુલાકાતીઓને મળવાની પરવાનગી હોય છે.

'સાહેબ, મારી પત્ની એકલી છે. બીજી કોઈ આવક નથી.' લક્ષ્મણ બોલ્યો.

'આઈ એમ સૉરી, લક્ષ્મણ,' મેં કહ્યું, 'મદદ કર તો મદદ મળશે.'

અમે મુલાકાતીઓ માટેની જગ્યાએ બેઠા હતા. એ ગંદા રૂમમાં થોડી ભાંગેલી-તૂટેલી ખુરશીઓ રખડતી હતી.

'હું તમને શું મદદ કરું ?' લક્ષ્મણે કહ્યું.

'ઝારાને હૉસ્ટેલમાં વારંવાર મળવા માટે કોણ આવતું હતું મારે એ જાણવું છે.'

'તેનાં માતાપિતા, વધારે ના આવતાં. બે મહિને એક વાર.'

'અને ?'

'રઘુ સાહેબ. મહિને એક વાર તે દિલ્હી આવતાં. તે ઝારા મેડમને લઈ જવા માટે આવતાં અને મેડમ પછી થોડા દિવસ દેખાતાં નહિ.'

મેં એક ઊંડો શ્વાસ લીધો.

'અને ?'

'પ્રોફેસર સક્સેના, ક્યારેક.'

'ક્યારે ?'

'એ બધું વિઝિટર બુકમાં જોવા મળે. મને યાદ છે ત્યાં સુધી તે છેલ્લા મહિનામાં ત્રણ વાર આવ્યા હતા.'

'તેં ક્યારેય એમને વાતો કરતાં સાંભળ્યાં હતાં ?

ચોકીદાર તેનું માથું ખંજવાળવા લાગ્યો.

'તે કોમનરૂમમાં જતા. ઝારા મેડમ પણ ત્યાં આવતાં. સાહેબ,

મારું ઘરે જવાનું ક્યારે થશે?'

❖

'બોલો, હું તમારા માટે શું કરી શકું?' પ્રોફેસર સક્સેનાએ કહ્યું. તે તેના ટેબલ પર બેઠા હતા. તેનો અડધો ચહેરો ફાઈલોના ઢગલાથી, પુસ્તકો અને સુપર કોમ્પ્યૂટર દ્વારા છુપાઈ ગયો હતો. કોમ્પ્યૂટરનું સીપીયુ એકદમ કદાવર હતું, સંભવતઃ બિગ ડેટા મોડેલ્સ બનાવવા માટે.

'હું કેશવ રાજપુરોહિત છું, સર. અહીંનો જ ભૂતપૂર્વ વિદ્યાર્થી છું. ગ્રૅજ્યુએટ પાંચ વર્ષ પહેલાં.'

પ્રોફેસર સક્સેનાના માથા પરના પાતળા સફેદ વાળ જોઈને એવું લાગતું હતું કે જાણે એની દાંતિયા સાથે એ ગ્રૅજ્યુએટ થયા પછી ક્યારેય મુલાકાત થઈ જ નહિ હોય. એની ફાંદ તેના ટેબલ નીચે છુપાઈ ગઈ હતી. તેની નજર કોમ્પ્યૂટર સામે જ હતી.

'મારે હમણાં કોઈ આસિસ્ટન્ટની જરૂર નથી.'

વિદ્યાર્થીઓ પ્રોફેસર સક્સેના સાથે કામ કરવા માટે લાઇન લગાડતા, એ આશાએ કે જ્યારે તેઓ યુએસ યુનિવર્સિટીમાં અરજી કરશે ત્યારે સક્સેના સરનો ભલામણપત્ર મળશે. તેમની પાસેથી મળતો ભલામણપત્ર રિસર્ચ સ્ટુડન્ટસને સ્ટેનફોર્ડ કે એમઆઈટીમાં ફુલ ફેલોશિપ મેળવવામાં મદદરૂપ થતો.

'મારે તમારો આસિસ્ટન્ટ બનવું પણ નથી.' મેં કહ્યું.

'તો પછી, તું અહીં શું કામ આવ્યો છો?' તેમણે કહ્યું, આંખો હજી મોનીટરમાં જ ચોંટેલી હતી.

'મારે ઝારા લોન વિશે વાત કરવી છે.'

'શું?' એણે મારી સામે પ્રથમ વાર જોતાં કહ્યું.

'એ તમારા હાથ નીચે પીએચ.ડી. કરતી હતી, સાચું છે ને?'

એ મને તાકી રહ્યા.

'આઈ એમ સૉરી. તું કોણ છો, ફરી જણાવીશ?' તેણે કહ્યું.

'કેશવ રાજપુરોહિત, બેચ ૨૦૧૩.'

'અને તું ઝારા લોન સાથે કેવી રીતે જોડાયેલો છે?'

'તે મારી નિકટની દોસ્ત હતી.'

'ખરેખર? ક્લોઝ ફ્રેન્ડ?' પ્રોફેસર સક્સેનાએ કહ્યું, 'તું એનો

એક્સ-બોયફ્રેન્ડ હતો, સાચું છે ને ? મારા બીજા વિદ્યાર્થીઓએ મને કહ્યું હતું કે તારા કારણે જ એણે એમઆઈટીની આટલી સરસ સ્કોલરશિપ છોડી હતી.'

એ તેમની ખુરશીમાં થોડા આગળ આવ્યા અને ટેબલ પર તેમના હાથ ટેકવ્યા.

'હા, સર,' મેં ગળું ખંખેરીને કહ્યું, 'મુદ્દો એ છે કે મને તેનું મૃત શરીર મળ્યું હતું. હું જ્યારે તેને બર્થડે વિશ કરવા ગયો હતો ત્યારે.'

'તું જ એ છોકરો હતો ને જે ગર્લ્સ હૉસ્ટેલમાં ઘૂસ્યો હતો ?'

મેં ઈશારાથી હા કહ્યું.

'તેની તો સગાઈ પણ થયેલી હતી ને ? હું તેના મંગેતરને મળ્યો છું, તેને અહીંથી જ પીજીએમ મળ્યો છે, રઘુ વેંકટેશ.'

પીજીએમ મતલબ પ્રેસિડેન્ટ્સ ગોલ્ડ મેડલ, બેચ ટોપરને આપવામાં આવે છે. મગુ રઘુનો સ્કોર હતો 10 GPAs - ૧૦ ગ્રેડ પોઈન્ટ એવરેજ - બધા જ સેમેસ્ટરમાં, 'બેચનો બબૂચક' મેડલ એને જ મળ્યો, બીજા કોઈને નહિ.

'રઘુ મારી સાથે જ હતો ભણવામાં.'

'એ અત્યારે ઘણું સારું કામ કરી રહ્યો છે. સેકઓઈઆ કેપિટલે તેની આર્ટિફિશિયલ ઈન્ટેલિજન્સ કંપનીમાં રોકાણ કર્યું છે. સિલિકોન વેલીની ઘણી કંપીઓ પણ રોકાણ કરવા તૈયાર છે. એક સાચી આઈઆઈટી દિલ્હીની સફળતાની વાર્તા.'

અને હું એક સાચી આઈઆઈટી દિલ્હીની નિષ્ફળતાની વાર્તા.

'મને જાણ છે. સર, તમારી પાસે એવી કોઈ માહિતી છે જે ઝારા લોનની હત્યાનો મામલો ઉકેલી શકે ?'

'શું ?' જેવા તે સીધા બેઠા કે તરત જ તેની ખુરશીમાંથી અવાજ આવ્યો. 'ચોકીદારનું કૃત્ય હતું. અમે બધું સમાચારમાં જોયું હતું. ભયંકર.'

'ચોકીદારનું કામ નહોતું, સર.'

'ખરેખર ?'

'હા, સર, સો ટકા ખાતરી છે કે તેનું કામ નથી.'

'તું છે કોણ ? પોલીસ ?'

'ના, સર.'

'પહેલાં તો ઈન્સ્પેક્ટર, શું નામ તેનું, રાણાએ હેરાન કર્યા.

આખા કેમ્પસમાં તેની ટીમ મોકલવાની ઈચ્છા હતી. જ્યારથી તેઓએ ચોકીદારને પકડ્યો છે ત્યારથી તે એકદમ શાંત થઈ ગયા છે.'

'તમે પોલીસને કેમ્પસમાં આવવાની અને તપાસ કરવાની પરવાનગી કેમ નહોતી આપી?'

'આ ભણવા માટેની જગ્યા છે, ગુનાહિત પ્રવૃત્તિ માટેની પૂછપરછનો વિસ્તાર નથી. મેં તેમને ભગાડી મૂક્યા. અને આઈ એમ સૉરી, તું પણ મારો સમય જ બગાડી રહ્યો છે.'

'હું પોલીસને મદદ કરું છું, સર. જ્યારથી તેઓને અહીં આવવાની મનાઈ ફરમાવવામાં આવી છે ત્યારથી. મારી પાસે તમારા માટે થોડા સવાલો છે.'

'શું બકવાસ કરે છે. તને ભૂતપૂર્વ વિદ્યાર્થી તરીકે કેમ્પસમાં પરવાનગી આપવામાં આવી છે, પણ તારે આજુબાજુ ફરીને પૂછપરછ કરવાની કોઈ જરૂર નથી. બાકી તારા પ્રવેશ પર પણ પ્રતિબંધ આવી જશે.'

'ના, એવું તું નહિ કર.' મેં શાંત પણ મક્કમ અવાજે કહ્યું.

મારા ઓચિંતા કરેલા સંબોધનથી એ ડઘાઈ ગયા.

'તું તારા ટીચર સાથે કેવી રીતે વાત કરે છે? મહેરબાની કરીને જા તું.'

'તેં ઝારા પાસે માંગણી કરી હતી, એ સાચું છે?'

'શું?' પ્રોફેસરે કહ્યું, એનો ચહેરો ફિક્કો પડી ગયો. તેના હોઠ સુકાઈ ગયા.

'તેં જ એના થિસીસમાં મોડું કર્યું હતું. તેં એની સાથે સૂવાની માંગણી કરી હતી.'

'શું વાહિયાત વાતો કરે છે? હું સિક્યોરિટીને બોલાવીને બહાર ફેંકાવું છું તને.'

તેણે તેના રૂમનો ઈન્ટરકોમ ઉપાડ્યો.

'આવી ભૂલ નહિ કરતો. મેં હમણાં જે કહ્યું, તે હું મીડિયાને પણ જણાવી શકું છું.' મેં કહ્યું.

'જાણે એ તારા પર ભરોસો મૂકશે. એ વ્યક્તિ કે જે ગર્લ્સ હૉસ્ટેલમાં ઘૂસ્યો હોય!' તેણે ટોણો માર્યો, હજી ફોન પકડ્યો જ હતો. 'હેલ્લો, સિક્યોરિટી? થોડા માણસોને મારી ઑફિસમાં મોકલો, પ્લીઝ... હા, અનિચ્છનીય તત્ત્વ.'

જાણે હું વધારે સમય હવે અહીં ટકવાનો ના હોઉં એમ, તેના કોમ્પ્યૂટરમાં કામ કરવા માટે પાછા ફર્યા.

મેં મારા ફોનમાં ઈમેઈલ ખોલ્યું અને થોડી જ વારમાં કહ્યું, 'તારું ઈનબોક્સ જો.'

'કેમ ?' પ્રોફેસર સક્સેનાએ કહ્યું તો ખરું, પણ સાથે કોમ્પ્યૂટરના માઉસથી ક્લિક પણ કરી. તેણે મેં મોકલેલ ઈમેઈલ ખોલ્યો. વાંચીને તેનું મોં ખુલ્લું જ રહી ગયું.

ટુઃ રઘુ

ફ્રોમઃ ઝારા

હેય લવ,

હાવ આર યુ ? મારાથી દૂર હૈદરાબાદમાં. આજે એવો દિવસ છે કે હું ખરેખર ઈચ્છું છું કે તું અહીં હોય. મેં તને કોલ કર્યા. તારી સેક્રેટરીએ કહ્યું તું આજે આખો દિવસ સાન જોસથી આવેલા લોકો સાથે મીટિંગમાં વ્યસ્ત છે. તને એ માટે શુભેચ્છાઓ. આશા રાખું કે બધું સારું થાય. ક્યારે કોલ કરું ? મારે તારી સાથે ખરેખર વાત કરવી છે. મેં તને પ્રોફેસર સક્સેનાના બદઈરાદાની વાત તો કરી જ છે. તને એ પણ ખબર જ છે કે તેણે મને કેટલી બધી વાર કૉફી માટે બહાર જવાનું કહ્યું છે. એ સિવાય એણે જે કર્યું છે એ મેં તને હજી વાત નથી કરી. મને ખબર છે કે આ બધું અજાણતાં કે નિરુપદ્રવી છે, પણ તે બધું હવે વારંવાર બની રહ્યું છે. જેમ કે, હું જ્યારે કોમ્પ્યૂટર પર કામ કરતી હોઉં છું, ત્યારે એ વારંવાર મારી પાછળ આવે છે અને મારા વાળને સ્પર્શ કરે છે. બે દિવસ પહેલાં, હું જ્યારે એને પ્રિન્ટ આઉટ દેખાડતી હતી ત્યારે એણે મારા ખભા પર હાથ મૂકી દીધો. મેં જ્યારે અણગમો દર્શાવ્યો તો કહ્યું, 'આપણે નજીક કેમ ના આવી શકીએ ? નિકટતા હંમેશા વ્યક્તિને જોડવામાં મદદરૂપ થાય છે.'

રઘુ, મને એટલું ખરાબ લાગી રહ્યું છે કે એમ થાય છે કે તેની ઑફિસની બારીમાંથી કૂદી જાઉં. મને એ નથી સમજાતું કે મેં તને ત્યારે જ કેમ ના કહ્યું. મને એમ હતું કે એક વાર ભૂલથી થઈ ગયું હશે. પણ આજે તેણે ફરી એ જ કર્યું ! હું તેને મારા લેપટોપમાં એક્સેલ શીટ દેખાડવા માટે ગઈ હતી, અને તેણે મારા જમણા ગાલ પર કિસ કરી લીધી અને કહ્યું કે હું કાશ્મીરી ગુલાબ જેવી લાગું છું ! ! ! હવે મને ખબર નહિ, પણ લાગે છે કે તે મારો હાથ તેના તરફ ખેંચશે... આવાં

અડપલાં એ વારંવાર કરવા લાગ્યો છે ! મારે આમાંથી બહાર નીકળવું છે, પણ કેવી રીતે ? હું શું કરું ? મને કંઈ જ સૂઝતું નથી. મને જલદી કોલ કરજે.

XOXO

Z

'આ સદંતર ખોટું છે.' પ્રોફેસર સક્સેનાએ કહ્યું, તેનો અવાજ કાંપી રહ્યો હતો.

'આ ઈમેઈલ તારી રિસર્ચ સ્કોલરનો છે, જેની હત્યા કરવામાં આવી છે. પીજીએમ મંગેતર સાક્ષી છે.' મેં કહ્યું.

'મને ખબર નથી, તું શું વાત કરી રહ્યો છે.'

'હૉસ્ટેલ રજિસ્ટરમાં નોંધ છે, છેલ્લા ત્રણ મહિનામાં તું ઝારાને આઠ વાર મળવા ગયો હતો. મને નથી લાગતું કે તું ક્યારેય બીજા કોઈ વિદ્યાર્થીને મળવા તેઓની હૉસ્ટેલમાં ગયો હોય.'

કોઈએ પ્રોફેસર સક્સેનાના બારણા પર ટકોરા કર્યા.

'સર, તમે અમને બોલાવ્યા ?' સંસ્થાના સુરક્ષા અધિકારીએ અંદર આવતાં કહ્યું.

બે બીજા સુરક્ષાકર્મી તેની પાછળ ઊભા હતા.

'ખરેખર,' પ્રોફેસર સક્સેનાએ કહ્યું, 'કોઈ વાંધો નથી. તમે જઈ શકો છો.'

સિક્યોરિટી ઑફિસરે અમારી સામે અકળાઈને જોયું અને બહાર નીકળી ગયા.

'તારે શું જોઈએ છે ?' પ્રોફેસર સક્સેનાએ મને કહ્યું.

'અને તારે શું જોઈએ છે એ બધાંને ખબર છે.'

'શું ?'

'પદ્મવિભૂષણ. કદાચ તને ટૂંક સમયમાં મળી પણ જશે.'

'કારણ કે હું મારા ક્ષેત્રમાં ઉત્તમ છું. હું વિશ્વની કોઈ પણ યુનિવર્સિટીમાં જઈ શકું એમ છું. પણ મેં ભારત પર પસંદગી ઉતારી છે.'

'કેટલો ઉમદા ઈન્સાન છે તું,' મેં કહ્યું, 'પણ સમાચારની કલ્પના કરઃ પ્રોફેસર સક્સેનાએ તેમની પીએચ.ડી. છાત્રાની કરી જાતીય સતામણી. પછી તેઓ તને વિશેષ પદ્મ એનાયત કરશે ?'

તેણે તેનું માથું તેના હાથમાં મૂક્યું. કેવી મજા આવે જ્યારે આવી

વ્યક્તિ ગરીબડી ગાય જેવી થઈ જાય ત્યારે.

'તું ખરેખર શું ઈચ્છે છે?' પ્રોફેસર સક્સેનાએ કહ્યું.

'મને ફક્ત ઝારાની હત્યાનો મામલો ઉકેલવામાં રસ છે.'

'ઓકે. તો શું? તને એમ છે કે એ મેં કર્યું છે?'

'મેં એવું નથી કહ્યું. પણ બની શકે કે તેં કર્યું હોય હરામી.'

ફેકલ્ટી મેમ્બર સાથે આવી રીતે વાત કરવાનું વિચિત્ર લાગે, છતાં પણ સંતોષ થયો.

'શું? મેં કોઈનું ખૂન નથી કર્યું. તું આ શું બોલે છે?'

હું ઊભો થયો. તેની નજીક ગયો અને તેના શર્ટનો કોલર પકડ્યો.

મેં જે કહ્યું એ વધારે સુસંગત નહોતું, 'સાલા, ઝારા મારી પાસે પાછી આવવા માંગતી હતી. તેં એને હેરાન કરી. સતામણી કરી. અને બીજું તેં શું કર્યું હતું એની તો મને ખબર નથી. અત્યારે તો તું નિર્દોષ ડાહ્યા પ્રોફેસરની જેમ બેઠો છે.'

મારી આવી આડીઅવળી વાતોને સરભર કરવા, મેં સક્સેનાના ચહેરા પર એક જોરદાર થપ્પડ લગાવી. મને થપ્પડ ઉપર થપ્પડ મારવાનું મન હતું. જો કે, તે કરગરવા લાગ્યો.

'મને છોડી દે,' પ્રોફેસર સક્સેનાએ કહ્યું, 'મને મારીશ નહિ.'

'તેં એને મારી છે?'

'ના. મહેરબાની કરીને મને છોડ તું.'

મેં મારી પકડ હળવી કરી અને ફરી બેસી ગયો. તેણે તેના હૃદય પર હાથ મૂક્યો.

'મેં મારા જીવનમાં ક્યારેય માખી પણ નથી મારી. હું શું કામ તેની હત્યા કરું?'

'કદાચ તને એવો વિચાર આવ્યો હોય કે એક વાર તેનું પીએચ.ડી. ખતમ થઈ જશે પછી એ તારી પોલ ખોલી નાખે તો. કદાચ તું ગભરાઈ ગયો હોય એટલે એના રૂમમાં જઈને એને કાયમ માટે ચૂપ કરી દીધી.'

'ના, હું મારા સંતાનના સમ ખાઈને કહું છું, ના.' તેણે કહ્યું. તેણે આઠ વર્ષના બાળકની જેમ ગળે હાથ રાખ્યો.

હું ઊભો થયો.

'જો તેં કર્યું હોય તો સ્વીકારમાં જ તારી ભલાઈ છે. બાકી પછી હું ફરી પોલીસ સાથે આવીશ.'

તેણે તેનું માથું ધુણાવ્યું, એણે હજી ગળે હાથ રાખ્યો હતો. તેણે કહ્યું, 'હું કસમ ખાઈને બોલું છું કે મેં એ કામ નથી કર્યું.'

'ગધેડા, આપણે જલદીથી ફરી મળીશું.' મેં કહ્યું. હું ઑફિસનું બારણું પછાડીને બહાર નીકળી ગયો.

❖

'ડીન?' સૌરભે ટ્રેડમીલ પર સૌથી ધીમી ઝડપે ચાલતાં કહ્યું. ગમે તેમ કરીને મેં એને જિમમાં આવવા માટે મનાવી લીધો હતો.

'તને માનવામાં આવે છે?' મેં કહ્યું, 'હરામી ડીન. તેં ઈમેલ વાંચ્યો છે ને?'

'હા, મારે તને બે વાત કહેવાની છે.' સૌરભે કહ્યું.

'શું?' મેં કહ્યું, અને તેના ટ્રેડમીલની ઝડપ વધારીને ચાર કિલોમીટર પ્રતિ કલાક કરી.

'ધીમે, ભાઈ.'

'બરોબર છે. તારા હૃદયના ધબકારા વધવા જોઈએ. તેં તારું વજન કરાવ્યું હતું? કેટલું થયું હતું?'

'પંચાણું પોઈન્ટ પાંચ.'

'એ તો ઘણું વધારે કહેવાય, સૌરભ.'

'હું પ્રયત્ન તો કરું છું. એક દિવસ મારે પણ તારી જેમ સિક્સ પેક્સ હશે. આમ તો, એક છે જ. તે માંસપેશીની પાછળ છુપાયેલ છે.'

'એ માંસપેશીને ચરબી કહેવાય. અને એ પેશીઓ થોડા પ્રમાણમાં નથી, ઘણી વધારે છે. ચાલ, હવે તું જે બે વાત કહેવાનો હતો તે બોલ.'

'ઠીક છે. એક, મારું મગજ જે કહે છે, અને બીજું મારું હૃદય જે કહે છે.'

'શું?'

'મગજનું કહેવું એમ છે કે હું ખરેખર એવી ઇચ્છા રાખું છું કે તું આ બધી પ્રવૃત્તિ બંધ કર. રાણાએ પણ કહ્યું હતું, "આ બધાંથી દૂર રહેજે".'

'મગજને માર ગોળી. હૃદય શું કહે છે?'

'હૃદયનું કહેવું એમ છે,' સૌરભે ટ્રેડમીલ ઊભું રાખ્યું અને કહ્યું, 'રાહ જો, મારું હૃદય ખરેખર ખૂબ જ ઝડપથી ભાગી રહ્યું છે.'

'તું વાત કર.'

'ભાઈ, મારા હૃદયનું કહેવું એમ છે કે આ ખરેખર રસપ્રદ અને ઓતપ્રોત કરે એવું કામ છે. આઈઆઈટી દિલ્હીના સ્ટુડન્ટ ડીન, વિશ્વભરમાં નામાંકિત પ્રોફેસર, વિદ્યાર્થિનીના હત્યારા ?'

'તેણે તેનાં બાળકોની કસમ ખાધી હતી, પણ તે સાલો લુચ્ચો છે. તે નાટક કરતો હોય એવું પણ બને.'

મેં દસ કિલોનાં ડમ્બેલ્સ ઊંચક્યા અને સૌરભને આપ્યાં. સૌરભને તો એ ખૂબ જ ભારે લાગ્યાં, તેણે બદલીને બે કિલોનાં લીધાં.

મેં માથું હલાવ્યું.

'ભાઈ, મારું શરીર કુમળું છે. તું એને આટલું બધું, આટલું ઝડપથી દબાણ નહિ કર. એ તો ઠીક છે, તેં હવે પછી ડીન માટે શું વિચાર્યું છે ?' સૌરભે કહ્યું.

'હું તેની પત્નીને મળવાનો છું. એ શોધવાનું છે કે તે ઘટનાની રાત્રે ઘરે હતો કે નહિ.'

'તેની પત્ની તને જણાવશે એમ ?'

'ખબર નહિ. મારી પાસે એ જાણવાનો બીજો કોઈ રસ્તો નથી.'

'હમ્...' સૌરભે બાયસેપ્સ બનાવવાની શરૂઆત કરતાં નાનું બાળક ઉપાડે એટલું વજન ઉપાડ્યું. અમે બંનેએ એકબીજાની સામે જિમના અરીસામાંથી જોયું.

'તું મારી સાથે આવ, એવી મારી ઇચ્છા છે.' મેં કહ્યું.

'હું ?' સૌરભને નવાઈ લાગી.

'હા, બધું સરખું અવલોકન કરજે. તને એવું લાગે તો સવાલ પણ કરજે, અને પછી મને તારો અભિપ્રાય જણાવજે.'

'તારી ઇચ્છા છે કે હું આવું ? પણ કોઈ કારણસર મારું મગજ કહે છે કે તું આ બધાંથી દૂર જ રહેજે.' સૌરભ હસવા લાગ્યો.

'હા.' હું પણ હસ્યો.

'તને કેમ એવું લાગે છે કે હું તે કરી શકીશ ?'

'કારણ કે તારી અને મારી વચ્ચે, જે પણ કંઈ છે તે હૃદય છે. આઈ લવ યુ.' મેં કહ્યું. મેં અરીસામાં જોઈને જ ફ્લાઇંગ કિસ મોકલી અને તેની સામે આંખ મીંચકારી.

'ઓહ, વહાલા. પ્રોફેસર કે વિદ્યાર્થી, તમે બધાં આઈઆઈટીવાળા

આવા જ લાગો છો.' તેણે તેનો સેટ પૂરો કરતાં કહ્યું.

❖

'પ્રોફેસર સક્સેના ઘરમાં નથી.' જે સ્ત્રીએ બારણું ખોલ્યું તેણે કહ્યું.

'મિસિસ પરમિન્દર સકસેના?' મેં કહ્યું.

'હા.' મિસિસ પરમિન્દરે કહ્યું. તેણે તેની નાઈટી ઉપરનો દુપટ્ટો વ્યવસ્થિત ગોઠવ્યો, દિલ્હીની ગૃહિણીનો સત્તાવાર પોશાક.

મેં મારું ભૂતપૂર્વ વિદ્યાર્થી સંગઠનનું કાર્ડ કાઢ્યું.

'હું કેશવ રાજપુરોહિત છું. અહીંનો એક્સ-સ્ટુડન્ટ. આ મારો મિત્ર સૌરભ. અમે અંદર આવીએ? અમારે તમારી સાથે જ વાત કરવાની છે.'

'મારી સાથે?'

'વાત ઝારા લોનને લગતી છે. પ્રોફેસર સકસેનાની સ્ટુડન્ટ કે જેનું મૃત્યુ થયું છે.'

પ્રોફેસર સક્સેનાની પત્નીએ ડાબી અને જમણી તરફ નજર ફેરવી, અને પછી અમને હાવભાવથી અંદર આવવાનું કહ્યું.

પ્રકરણ-૧૫

ચાના એક કપ પછી, મેં મિસિસ સક્સેનાને ઝારાના કેસ વિશે અત્યાર સુધીનું હું જે પણ કંઈ જાણતો હતો તે કહ્યું, પરંતુ જાણી જોઈને સક્સેનાની ઝારા સાથેની હરકતો છોડી દીધી.

'અને એટલે અમે અહીં આવ્યાં છીએ. જે લોકો ઝારાને જાણતા હતા તે દરેક લોકો સાથે અમે વાત કરીએ છીએ. જ્યાં સુધી અમે સાચા હત્યારાને શોધીશું નહિ, ત્યાં સુધી પોલીસ નિર્દોષ ચોકીદારને મુક્ત કરશે નહિ.' મેં કહ્યું.

'પણ મારી સાથે વાત કેમ કરવાની છે?' મિસિસ સક્સેનાએ ગમગીન થઈને કહ્યું, 'હું તો તેને ભાગ્યે જ મળી છું. કદાચ એક કે બે વાર, પ્રોફેસર સક્સેનાની ઑફિસમાં. તે સારી છોકરી હોય એવું લાગતું હતું.'

'પ્રોફેસર સક્સેના તેના વિદ્યાર્થીઓ સાથે મિત્રતાભર્યું વર્તન દાખવતા હોય છે?' સૌરભે કહ્યું.

મિસિસ સક્સેનાને આશ્ચર્ય થયું હોય એવું તેને જોઈને લાગ્યું.

'ખાસ નહિ. તે તેમના કામમાં જ ડૂબેલા હોય છે. તે સામાન્ય રીતે હળેમળે તેવા વ્યક્તિ નથી. જો તમે મને પૂછો તો એ થોડા ચિડાયેલા હોય છે, હંમેશા.' મિસિસ સક્સેનાએ કહ્યું.

'એ ક્યારેય તેના પીએચ.ડી. સ્ટુડન્ટને હૉસ્ટેલમાં મળવા ગયા હોય એવું તમને યાદ છે?'

'ક્યારેય નહિ. તે ડીન છે અને તેઓના ગાઇડ, પછી તે શું કામ જાય?' મિસિસ સક્સેનાએ કહ્યું, મારા સવાલથી થોડાં નારાજ હતાં.

'મિસિસ સક્સેના, સર છેલ્લા ત્રણ મહિનામાં આઠ વાર ઝારાને હૉસ્ટેલમાં મળવા માટે ગયા હતા.' સૌરભે કહ્યું.

'શું?'

'હૉસ્ટેલના રજિસ્ટરમાં આ વિગતો છે,' મેં કહ્યું, 'મને આ કહેતાં દુઃખ થાય છે, મિસિસ સક્સેના, પણ મારું માનવું છે કે સરને ઝારા પ્રત્યે વિશેષ લગાવ હતો.'

'વિશેષ?' તેમણે કહ્યું. તેઓ થોડાં ગૂંચવાઈ ગયાં હતાં.

ચાલીસ વર્ષનાં મિસિસ સક્સેના માટે વિવાદ કે કૌભાંડનો

વિચારનો મતલબ કામવાળી બાઈ બે દિવસ કામ કરવા માટે ના આવે તે હતો.

'તેમને ઝારા સાથે સંબંધ બાંધવાની ઈચ્છા હતી,' મેં શાંતિથી કહ્યું, 'તેમણે ઝારાને આ અંગે કેટલી બધી વાર પ્રસ્તાવ પણ મૂકેલો હતો.'

'શું ?' મિસિસ સક્સેના હાંફવા લાગ્યાં. રસોડામાં પ્રેસર કૂકરની સિટીએ અમારી વાતચીતમાં ખલેલ પહોંચાડી.

'કાળી દાળ છે પ્રેશર કૂકરમાં ?' સૌરભે રસોડાની દિશામાં સૂંઘતાં કહ્યું. મેં તેની સામે આંખો કાઢી.

મિસિસ સક્સેનાનો પારો છટક્યો, 'તમે પાગલ છો ? મારા પતિ ? તેનાં ક્ષેત્રમાં વિશ્વના ઉત્તમ સંશોધનકારોમાંથી એક છે તે ?'

ફરી પાછી કૂકરની સિટી વાગી.

સૌરભે સોફામાંથી કૂદકો માર્યો.

'હું ગૅસ બંધ કરવા જાઉં છું, મિસિસ સક્સેના,' તેણે કહ્યું, 'કાળી દાળ માટે તો બે સિટી પૂરતી છે, બરોબરને ?'

તેણે ગંભીરતાથી ડોક હલાવી.

'મિસિસ સક્સેના, આ બધી વાત તમને કહેવા બદલ હું દિલગીર છું.' મેં ધીમેથી કહ્યું.

'આ સો ટકા નકામી વાતો છે. એકસો ને એક ટકા. આનો કોઈ પુરાવો છે ?' તેણે કહ્યું.

'આ સમાચારને લીધે તમે આટલાં બધાં અસ્વસ્થ થઈ ગયાં છો, તો પછી પુરાવાને કારણે તો વધારે અસર થશે.'

'પુરાવો શું છે ?'

મેં મારો ફોન કાઢીને તેને આપ્યો. તેણે ફટાફટ ઈમેઈલ વાંચીને મને ફોન પરત કર્યો. સૌરભ રસોડામાંથી પાછો આવ્યો. એકાએક થોડી સેકન્ડ માટે વિચિત્ર શાંતિ છવાઈ ગઈ.

'અહીં હું તમારાં લગ્નમાં ભંગાણ પાડવા નથી આવ્યો.' મેં કહ્યું.

'એ માટે ઘણું મોડું થઈ ગયું છે.' મિસિસ સક્સેનાએ કહ્યું. તેણે ફોન ઉપાડ્યો અને તેના પતિ સાથે વાત કરી.

'ઘરે આવો,' સામેથી જવાબ આવતાં મિસિસ સક્સેનાએ કહ્યું, 'ના, અત્યારે જ. મેં કહ્યું ને કે અત્યારે જ આવો. મને સેનેટ મીટિંગની કોઈ પરવા નથી. અત્યારે જ ઘરે આવો, વિનીત.'

તે મારી તરફ ફરી.

'તું શું ઇચ્છે છે?' તેણે કહ્યું.

'તમારી મદદ. સત્ય શોધવામાં.' મેં કહ્યું.

'કેવું સત્ય? તારી પાસે પુરાવો તો છે. તેં મારી જિંદગી બરબાદ તો કરી નાંખી.'

મારે એમને કહેવું હતું કે મેં નહિ, પણ પ્રોફેસરે બધું બરબાદ કર્યું છે. તેમ છતાં હું મૂળ મુદ્દાને વળગી રહ્યો.

'તમારા પતિએ જ કદાચ ઝારા લોનનું ખૂન કર્યું છે.'

'શું? વિનીત? તમને તકલીફ શું છે? મારા પતિ લફરું કરવાનો પ્રયાસ કરતા હતા? તે ખૂની છે?'

'પ્લીઝ, શાંત થઈ જાઓ, મિસિસ સક્સેના,' સૌરભે કહ્યું, 'અને કેશવની વાત સાંભળો.'

'મેડમ, તેમની પાસે સ્પષ્ટ ઉદ્દેશ હતો. ઝારાને એક વાર પીએચ.ડી.ની પદવી મળી જાય, પછી એ તેને ખુલ્લા કરી નાંખત. સર પાસે તક હતી. તે કેમ્પસમાં જ રહે છે. તે રાત્રે ઘરની બહાર નીકળ્યા હશે અને ચાલતાં હિમાદ્રી પહોંચી ગયા હોય. તે ઝારાના રૂમની બારીમાંથી અંદર પ્રવેશ્યા હોવા જોઈએ, પછી તેને મારીને બહાર નીકળી ગયા હોય તેવું બને. બીજા કોઈ એને જુએ એ પહેલાં તેઓ જાતે પાછા આવીને પથારીમાં ઊંઘી ગયા હશે.' મેં કહ્યું.

'તારો મતલબ છે કે અમારી પથારી?'

'હા, મેડમ.'

'આપણે વિનીતની જ વાત કરી રહ્યાં છીએ ને. તે આઈઆઈટી અને સ્ટેનફોર્ડ ગયેલા છે. તને ખરેખર એવું લાગે છે કે તે આવું કરી શકે?' મિસિસ સક્સેનાએ કહ્યું.

'તમને ખરેખર એવું લાગે છે કે તમારા પતિ પીએચ.ડી. સ્ટુડન્ટની જાતીય સતામણી કરી શકે?' સૌરભે કહ્યું. મિસિસ સક્સેના ચૂપ થઈ ગયાં.

'મેડમ, તમારા માટે આ વધુ પડતું છે. પણ અમારા માટે સત્ય જાણવું જરૂરી છે.' મેં કહ્યું.

'શું?'

'તમારા પતિ ઘટનાની રાત્રે ઘર છોડીને બહાર ગયા હતા?' મેં કહ્યું.

એ કોઈ જવાબ આપે, એ પહેલાં બારણાની ઘંટડી રણકી. મિસિસ સક્સેના ઊભાં થયાં અને બારણું ખોલ્યું. પ્રોફેસર સક્સેના સ્લો મોશનમાં ચાલતા અંદર આવ્યા, તેનો ડાબો પગ થોડો લંગડાતો હોય તેવું લાગતું હતું.

'આ શું...' એણે સૌરભ અને મને એના ઘરમાં જોઈને મોટેથી બૂમ પાડી, 'તમે લોકો અહીં શું કરી રહ્યા છો? તમારી હિંમત કેવી રીતે થઈ મારા ઘરમાં પગ મૂકવાની?'

મિસિસ સક્સેના પ્રોફેસર સકસેનાની નજીક આવ્યાં. પ્રોફેસર કોઈ પ્રતિક્રિયા આપે તે પહેલાં તેના કાન નીચે એક જોરદાર થપ્પડ પડી.

'પમ્મી !' પ્રોફેસર સકસેનાએ કાન પર હાથ રાખતાં કહ્યું.

જવાબમાં મિસિસ સક્સેનાએ બીજા બે તમાચા લગાવી દીધા. જો એક પંજાબી સ્ત્રી વીફરે તો નર્ક કરતાં પણ હાલત ખરાબ કરી નાંખે.

'તેઓ ખોટું બોલી રહ્યાં છે, પમ્મી.' પ્રોફેસર સક્સેનાએ ભીની આંખોએ કહ્યું.

'મને ખબર છે, તેવું નથી.' મિસિસ સકસેનાએ કહ્યું.

સૌરભ અને હું બહાર નીકળવા માટે ઊભા થયા.

'અમારી પાસે હજી થોડા પ્રશ્નો મિસિસ સક્સેના માટે બાકી છે. અમે ફરી પાછા આવીશું.' મેં નમ્રતાપૂર્વક કહ્યું.

'ના, મારે રાહ નથી જોવી,' મિસિસ સક્સેનાએ કહ્યું, 'મારી સાથે અત્યારે જ વાત કરો. વિનીત પણ અહીં હાજર જ રહેશે.'

અમે ફરી બેસી ગયા. પ્રોફેસર સક્સેના ક્યારના ઊભા જ હતા, કાન પર હાથ રાખીને.

'મિસિસ સક્સેના, આઠમી ફેબ્રુઆરીની રાત્રે તમારા પતિ ક્યાં હતા?'

'મારા જેવી મૂર્ખ પત્નીને શું ખબર હોય? હું ઊંઘી ગઈ હોઉં ત્યારે તેઓ એક કલાક માટે છોડીને ગયા હોય એવું બને.'

'ના, પમ્મી. હું નહોતો ગયો.'

'મેં મારી કેલિફોર્નિયામાં કારકિર્દી તારા લીધે જતી કરી હતી, વિનીત, નીચ સાલા. હું સિનિયર સલાહકાર હતી. તારી દેશભક્તિ અને સંશોધનના ગાંડપણને કારણે મેં બધું જ જતું કર્યું હતું. અને તેં મારી સાથે આવું કર્યું?'

'પમ્મી, તું સમજે છે એવું કંઈ નથી થયું !'

'કારણ કે તે છોકરીએ કશું જ કરવા ના દીધું એટલે !' મિસિસ સક્સેનાએ ચતુરાઈપૂર્વક કહ્યું, તેની નજીક આવીને હાથ ઉગામ્યો.

પ્રોફેસર સક્સેના એક ડગલું પાછળ ખસી ગયા. 'મહેરબાની કરીને મને મારતી નહિ.'

'હું તને બરબાદ કરી નાંખીશ. નફ્ફટ માણસ.' તે મારી તરફ ફરી, 'મારે શું કરવાનું છે ? મારે કોઈ દસ્તાવેજ પર હસ્તાક્ષર કરવાના છે કે મારો પતિ એ રાત્રે ઘરમાંથી ગાયબ હતો ?'

'ના.' પ્રોફેસર સક્સેનાએ ચીસ પાડી અને તેની પત્નીના પગે પડી ગયો.

'આવું તો કરવું જ પડશે, બરોબર ને ? તેને જેલ ભેગા કરવા માટે આ પુરાવો પૂરતો રહેશે ?' મિસિસ સક્સેનાએ કહ્યું.

મેં ખભા ઉલાળ્યા. મને ખબર નહોતી.

'તમે જે કંઈ પણ આપશો તે અમે પોલીસને જમા કરાવી દઈશું.' મેં કહ્યું.

પ્રોફેસર સક્સેના હજી પણ જમીન ઉપર ઘૂંટણિયે પડ્યા હતા.

'હું તારી પાસે ભીખ માંગું છું. મને તે ગમતી હતી. તે સુંદર અને બુદ્ધિશાળી હતી. હું કમજોર થઈ ગયો હતો. પણ અમારી વચ્ચે એવું કંઈ જ થયું નહોતું. અને હું તારી કસમ ખાઈને કહું છું કે મેં એનું ખૂન નથી કર્યું.'

'તો કોણે કર્યું છે ?' મેં કહ્યું. એની પત્નીએ પણ મોટેથી કહ્યું, 'મારા સમ નહિ. મારી કસમ શું કામ, હલકટ માણસ ?'

'મને નથી ખબર.'

'છોકરાઓ, પોલીસને બોલાવો.' મિસિસ સક્સેનાએ ઉગ્રતાથી કહ્યું.

'કોઈએ પણ મને તે રાત્રે હૉસ્ટેલમાં જતાં જોયો છે ? કે પછી ઘર છોડીને બહાર નીકળતાં ?'

'હું બયાન આપીશ કે મેં તને બહાર જતાં જોયો હતો.'

'મેડમ, તમે અત્યારે ગુસ્સમાં છો. આપણે બીજી બધી વાતો કરતાં સત્ય શું છે તે જાણવું છે,' મેં કહ્યું, 'મહેરબાની કરીને તમે ઠંડા મગજે વિચારો અને આપણે...'

મિસિસ સક્સેનાએ મને અટકાવ્યો.

'હું શાંત કેવી રીતે રહું? મેં બસો હજાર ડૉલર પ્રતિ વર્ષની નોકરી આ મૂર્ખ માટે છોડી હતી. તેના સિદ્ધાંતોને ખાતર.'

હું જવા માટે ઊભો થયો.

'અમે તમને થોડું એકાંત આપીએ છીએ. સૌરભ, ચાલ જઈએ.'

'ચોક્કસ, અને મેડમ, એક બીજી વાત.' સૌરભે દરવાજે આવીને કહ્યું.

'શું?' મિસિસ સક્સેનાએ કહ્યું.

'પ્રેશર કૂકરને બંધ નહિ રાખતાં. કાળી દાળ વધારે રંધાઈ જશે.'

❖

'ડીન સક્સેના?' રાણાએ કહ્યું. ગરમાગરમ, મલાઈથી ભરપૂર આઠ ટકા ફેટવાળું દૂધ અને સો ટકા મફત લેટ્ટે, હૌઝ ખાસ સ્ટારબક્સમાં રાણાના ગળામાં અટકી ગઈ. સૌરભ અને હું તેમની સામે બેઠા હતા.

ઇન્સ્પેક્ટર રાણાએ તેનો કપ નીચે મૂક્યો. તે રાવણની જેમ અટ્ટહાસ્ય કરતો હોય તેમ મોટેથી હસવા લાગ્યો.

'હા,' મેં સ્થિર અવાજે કહ્યું, 'અને તમે સહમત પણ થશો, પૂરતા પુરાવા છે.'

'હા.' રાણાએ કહ્યું અને ફરી હસવા લાગ્યો.

'તો પછી તમે આટલું બધું હસી કેમ રહ્યા છો, સર?' સૌરભે કહ્યું, તે જ્યારે પણ રાણા સાથે વાત કરતો ત્યારે હજી પણ થોડો ડરીને જ વાત કરતો.

'હું તમારા પર નથી હસતો. આખી પરિસ્થિતિ જ રમૂજી થઈ ગઈ છે. તે ગધેડો તો ઊંચી ફેંકતો હતો. મને કેમ્પસમાં આવવાની ના કહેતો હતો. પણ એ ખુદ જ હલકો નીકળ્યો.' રાણાએ કહ્યું અને ફરી હસવા લાગ્યો.

ઇન્સ્પેક્ટર તેનું હસવાનું ખતમ કરે તેની રાહ જોતો, હું મારા દૂધના કપ સામે જોઈને બેસી રહ્યો. તે ફરી બોલ્યો.

'ચોકીદારથી આઈઆઈટીના ડીન. વાઉ, જોયું કેટલી મોટી છલાંગ. મીડિયાને તો આ બધામાં જલસો પડી જશે.'

'તો, આપણે હવે તેની ધરપકડ કરવી જોઈએ?' મેં કહ્યું, 'એ કેવી રીતે શક્ય બનશે?'

'એટલું આસાન નથી. આપણને તેની પત્નીની જુબાનીની જરૂર પડશે જ કે તેનો પતિ બનાવની રાત્રે ઘરની બહાર જ હતો. બાકી, અઘરું છે.'

'કેમ એવું ?'

'ચોક્કસ, આ મસાલા મીડિયા સ્ટોરી છે. પણ ચોકીદારને મુક્ત કરીને ડીનની ધરપકડ ? પણ જો આપણે એમાં ખોટા સાબિત થયા, તો દિલ્હી પોલીસ પર માછલાં ધોવાશે.'

'તો તમે એની ધરપકડ કરવાના નથી ?'

'મને એની પત્નીની જુબાની લાવી આપ,' રાણાએ તેની ઘડિયાળમાં જોતાં કહ્યું, 'મારે જવું પડશે, વાળ કપાવવાના છે.'

ઇન્સ્પેક્ટર રાણા તેની જીપ્સીમાં બેસી ગયો.

'ઝારાના ઈ-મેઈલનું શું ?' મેં કહ્યું.

'તે ફક્ત એટલું દર્શાવે છે કે પ્રોફેસર વિકૃત હતો. એના આધારે હું તેની હત્યાના આરોપસર ધરપકડ ના કરી શકું.'

મેં માથું હલાવ્યું. ઇન્સ્પેક્ટરે મારી પીઠ થાબડી.

'તેમ છતાં, કામ સારું છે તારું.'

❖

'મેગી ? પાછી ? રસોયણે કોબી-બટાકા અને રોટલી બનાવી છે.'

'હું તો રસોયણના હાથનું ખાઈને થાકી ગયો છું.' મેં કહ્યું.

અમે અમારા એપાર્ટમેન્ટના નાનકડા રસોડામાં ઊભા હતા. મેં કડાઈમાં વટાણા, ગાજર અને કેપ્સીકમ સાંતળ્યાં. મેં શાકભાજીમાં ગરમ મસાલો નાંખ્યો અને સાણસીથી કડાઈ પકડીને બધું સરખું ભેગું કર્યું. બીજા ચૂલા પર, મેં ત્રણ પેકેટ મેગી નૂડલ્સનાં બાફવા મૂક્યાં. સૌરભે વાસણમાં જથ્થો જોઈને બીજાં બે પેકેટ ઉમેર્યાં.

મેં મારી રીતે બનાવેલી મેગીને બે વાટકામાં પીરસી.

અમે અમારા ડાઇનિંગ ટેબલ પર બેઠા અને એક વાનગીવાળા રાત્રિભોજનની શરૂઆત કરી.

'મિસિસ સક્સેના ફરી ગઈ, જુબાની ના આપી ?' સૌરભે લાંબી નૂડલ અવાજ સાથે મોંમાં ખેંચતાં કહ્યું.

'હા, તેમણે ગુસ્સે થઈને ના કહ્યું. મોડેથી એમને ભાન થયું હશે. એમનો પતિ તો નઠારો છે જ, પણ કદાચ એને જેલમાં જોવા નહિ માંગતી હોય.'

'તો મતલબ કે પત્નીની જુબાની નહિ મળે.'

'સાચી વાત,' મેં મારું બાઉલ ફરી ભરતાં કહ્યું, 'આપણે જો પ્રોફેસરની ધરપકડ કરાવવી હોય તો હજી વધારે મજબૂત પુરાવાની જરૂર છે.'

'નૂડલ્સ સુપર્બ છે.' સૌરભે કહ્યું.

'થેન્ક યુ,' મેં કહ્યું, 'તને લાગે છે કે સક્સેનાએ આ કર્યું હશે ?'

'હા.' સૌરભે કહ્યું.

'તે હૉસ્ટેલના પ્રવેશ પાસેના સીસીટીવી ફૂટેજમાં જોવા નથી મળ્યો. ઝારાના રૂમમાં આવવાનો બીજો રસ્તો છે, કેરીનું ઝાડ.' મેં કહ્યું.

'હા,' સૌરભે કહ્યું, 'અને ત્યારે બારી ખુલ્લી હતી, મતલબ કે ઝારાએ બારી ખોલી હશે.'

'હા, એવું જ કર્યું હશે. તેણે વિચાર્યું હોય કે આ મૂરખ વિકૃત મને બર્થડે વિશ કરવા ઝાડ પરથી આવ્યો હશે. ઠીક છે, થોડાં વધુ અઠવાડિયાં, પછી તો આનાથી છુટકારો મળી જશે. પછી તેણે બારી ખોલી હશે.'

'પછી ?'

સૌરભે કહ્યું.

'તે અંદર દાખલ થયો હશે અને ઝારાને મારીને ત્યાંથી ભાગતો આવી, બેડ પર ઊંઘી ગયો હશે, તેની પમ્મીને ભેટીને. વાર્તા ખતમ. તને શું લાગે છે ?' મેં કહ્યું.

સૌરભે થોડી વાર વિચાર્યું અને પછી નકારમાં ડોક હલાવી.

'શું ?'

'ના, એ શક્ય નથી.' સૌરભે કહ્યું.

'શું શક્ય નથી ?'

'તે એક પગે લંગડાતો હતો.' સૌરભે કહ્યું.

'શું ?'

'તેં જોયું હતું, એ એકદમ ધીમેથી ચાલીને એના ઘરમાં અંદર આવ્યો હતો. તને થોડો લંગડાતો હોય એવું નહોતું લાગ્યું ?'

'તેને તાજેતરમાં ઈજા થઈ હોય એવું બને ?'

'પાક્કું ના કહેવાય. તારું લેપટોપ ખોલ.' સૌરભે કહ્યું.

અમે પ્રોફેસર સક્સેનાના યુ-ટ્યુબ વીડિયો સર્ચ કર્યા. મોટા ભાગના વીડિયો એન્જિનિયરિંગ કૉન્ફરન્સમાં મહા-કંટાળાજનક ભાષણનાં હતાં, અનિદ્રાના ઉપચાર માટેના વીડિયો કરતાં બમણા હતા. એકમાં, થોડા મહિના અગાઉનો, અમે તેને સ્ટેજ પર ચાલીને જતાં જોયો.

'એ દિવસે જ નહિ, પણ એ લંગડાતો જ ચાલે છે.' મેં કહ્યું.

સૌરભ ચૂપ હતો, તે બીજા વીડિયો શોધી રહ્યો હતો.

'તે આંબાનું ઝાડ ચડી શકે એ શક્ય નથી.' મેં થોડી મિનિટ બાદ કહ્યું.

'હા,' સૌરભે કહ્યું, 'મારા માટે પણ બહુ જ કઠિન હતું અને એમાં પણ જો તમારો એક પગ બરાબર કામ ના કરતો હોય તો, અશક્ય જ છે.'

'એનો મતલબ કે સક્સેના દોષિત નથી,' મેં જોરથી લેપટોપ બંધ કરતાં કહ્યું, 'મારે રાણાને વાત કરવી જોઈએ.'

હું રાણાને કોલ કરવા માટે ઊભો થયો. સૌરભ જ્યાં સુધી હું વાત કરીને પાછો ડાઈનિંગ ટેબલ પર ના આવ્યો, ત્યાં સુધી બેસી રહ્યો.

'શું કહ્યું તેણે?'

'એમ કે આપણે મૂર્ખા છીએ. જો તેણે આપણી વાત માનીને ડીનની ધરપકડ કરી હોત તો શું હાલત થઈ હોત એવું કહેતો હતો.'

'સાચી વાત છે. બીજું કંઈ?'

'એવું જ. અને બીજી થોડી દિલ્હીની પ્રેમાળ ગાળો.' મેં કહ્યું.

પ્રકરણ-૧૬

મેં પ્રોફેસર સક્સેનાને કેમ્પસની બહાર આવેલા ડિઅર પાર્કમાં મળવાનું કહ્યું હતું. આ વખતે તેઓ તરત જ માની ગયા. તેણે આઈઆઈટી દિલ્હીનું વ્હાઈટ સ્ટ્રીપ્સવાળું બ્લ્યુ ટ્રેકસૂટ પહેર્યું હતું. તે એક સમયે એક ડગલું આગળ ચાલ્યા બાદ, તેનો ડાબો પગ મુશ્કેલીથી ઉપાડતા હતા.

'પ્રોફેસર સક્સેના, હું જાણું છું કે તમે ઝારાનું ખૂન નથી કર્યું.'

તેણે મારી સામે અચરજથી જોયું.

'શું ?' તેણે કહ્યું.

'તમારો પગ લંગડાય છે એને લીધે બચી ગયા. તમારાથી વૃક્ષ ચડવાનું શક્ય નથી.'

'મેં કહ્યું હતું કે મેં નથી કર્યું.'

'પ્રોફેસર સક્સેના, ચોકીદારે પણ નથી કર્યું.'

'તેણે પણ ?'

મેં તેને લક્ષ્મણની બ્રાઉઝર હિસ્ટ્રીની વાત કરી.

'આપણો દેશ વિચિત્ર છે. એક નિર્દોષ માણસને જેલમાં બંધ કર્યો છે.' સક્સેનાએ કહ્યું.

હું સહમત હતો. 'સર, પણ વાત તો હજી ત્યાં જ અટકી છે, કોણે કર્યું ?'

'એ તો મને કેમ ખબર ?'

'તમે એને ચાર વર્ષથી ઓળખો છો. તમારી પાસે કંઈક તો એવી જાણકારી હશે જ.'

'તું ઝારાના ફેમિલીને મળ્યો છે ?' પ્રોફેસર સક્સેનાએ કહ્યું.

'હા, તેના પિતાજી અને સાવકી માને મળ્યો છું.'

'તેના સાવકા ભાઈને ?'

'સિકંદર ? ના. છતાં તેના વિશે ઘણું સાંભળ્યું છે. અને મેં તેને અંતિમવિધિ વખતે જોયો હતો.'

'સાંભળ, હું હવે જે કહેવા જઈ રહ્યો છું, એ મને કદાચ સાંપ્રદાયિકમાં ખપાવશે. પણ મને ઝારાના ફાધર અને તેના સાવકા ભાઈની બાબતમાં કંઈક ગરબડ હોય એવું લાગે છે. ખબર નહિ પણ એ લોકો મને સંદેહયુક્ત લાગે છે.'

'કેમ?'

'કારણ કે તેનું કુટુંબ હિંસક કટ્ટરવાદીઓથી ભરેલું છે. તેઓ માણસોને મારી પણ શકે છે.'

'તમારો મતલબ છે કે આતંકવાદી સંગઠન?'

'એ તો તારું એવું કહેવું છે.'

'ઝારાને આ બધાંથી કોઈ નિસ્બત નહોતી. તમે આ વાત કયા આધાર પર કરો છો?'

'અમે જ્યારે એક વાર બિગ ડેટા સર્વર રૂમમાં હતા ત્યારે મેં ઝારાની તેના સાવકા ભાઈ સાથેની વાતો સાંભળી હતી. તે બંદૂકનો ઉલ્લેખ કરતી હતી.'

'બંદૂક?'

'એવું જ હતું, "બંદૂક એ ઉપાય નથી, સિકંદર".'

'એ તો કોઈ સામાન્ય વાત પણ હોઈ શકે.'

'મારો વિશ્વાસ કર, એ કોઈ સામાન્ય વાતચીત નહોતી લાગતી. તેનો સાવકો ભાઈ કોઈ સંગઠન સાથે સંકળાયેલો હોય એવું લાગે છે. ઝારા તેને એ બધાંથી દૂર કરવાનો પ્રયત્ન કરતી હતી. આનાથી વધારે માહિતી મારી પાસે નથી. મને તો ખૂબ જ ડર લાગતો, એટલે મેં તો ઝારા સાથે આ વાતની ક્યારેય ચર્ચા નહોતી કરી.'

અમે પાર્કમાંથી ચાલતાં બહાર આવ્યા. પ્રોફેસર તેની કાર પાસે ગયા અને ડ્રાઈવર સીટ પર બેઠા.

'બીજું કંઈ વધારે?' મેં કહ્યું.

પ્રોફેસર થોડી વાર વિરામ બાદ બોલ્યા.

'પમ્મી અંતિમક્રિયા બાદ કહેતી હતી.'

'શું?'

'પેરેન્ટ્સ જેવાં દુઃખી દેખાવાં જોઈએ એવાં લાગતાં નહોતાં. ખાલી સાવકી મા જ નહિ, પણ તેના પિતાજી પણ. તેમ છતાં, વ્યક્તિ આઘાતમાં હોય એવું બની શકે.'

'આભાર, સર,' મેં કહ્યું, 'મદદ માટે.'

પ્રોફેસરે તેની કાર ચાલુ કરવા માટે ચાવી ઘુમાવી.

'સારું કહેવાય. તું એના ખૂનીને પકડવા માટે આટલી બધી મહેનત કરે છે, એ તારી સાથે નહોતી તો પણ.'

હું હસ્યો. 'હવે મને લાગી રહ્યું છે કે ઝારાએ તારા માટે

સ્કોલરશિપ કેમ જતી કરી.' તેણે કહ્યું. પછીના શબ્દો કાર એન્જિનના અવાજમાં ગુમ થઈ ગયા. 'આહ, યંગ લવ.'

❖

'તેનો કહેવાનો મતલબ શું હતો તે હું નથી જાણતો,' મેં ઠંડી સોડાનો ઘૂંટડો ભરતાં કહ્યું, 'પણ તેને ઝારાનું ફેમિલી શંકાસ્પદ લાગતું હતું.'

રાણા અને હું હૌઝ ખાસ વિલેજના રાસ્તા બારની અગાસીમાં બેઠા હતા. મારા તરફથી રાણા માટે પીવાની પાર્ટી હતી, સક્સેનાવાળી વાતમાં ગરબડ થઈ એની સરભર કરવા માટે. આમ તો, હૌઝ ખાસના કોઈ પણ બારમાં ઇન્સ્પેક્ટરે રૂપિયા ચૂકવવાના નથી હોતા. તેણે મોટી રમ અને કોક મંગાવી. હું હજી સોડામાં અટવાયેલો હતો.

'સંદિગ્ધ? કઈ રીતે? પિતરાઈ તેના કાકા સાથે પરણી ગયા હોય એવા?' રાણાએ કહ્યું.

'ના, ના,' મેં કહ્યું, 'આ તમે કેવી વાત કરો છો? સક્સેનાનું કહેવું એમ હતું કે તેનું ફેમિલી આતંકવાદી સંગઠન સાથે સાંઠગાંઠ ધરાવતું હોય તેવું લાગે છે.'

'આ સાલા કાશ્મીરી! બધું જ શક્ય છે.'

'ઝારા આતંકવાદી નહોતી,' મેં કહ્યું, 'તે તો મને શાંતિ રેલીઓમાં લઈ જતી હતી.'

'એ બધું હાથીના દાંત જેવું હોય, દેખાડવાના અને ચાવવાના અલગ. અંદરથી તો તેઓ હિંસક જ હોય છે.' તેણે કહ્યું. તે તેની ડાબી બાજુના ટેબલ તરફ જોવા માટે ફર્યો, ત્યાં હમણાં જ ત્રણ છોકરીઓ આવી હતી. એમાંથી એક જે અંદાજે વીસેક વર્ષની હતી, તેણે લાલ ટૂંકાં કપડાં પહેર્યાં હતાં.

'તે જોરદાર નથી લાગતી?' રાણાએ કહ્યું, આવો લહેકો ફક્ત દિલ્હીના પુરુષના અવાજમાં જ સાંભળવા મળે. હું પાછો તેને મુખ્ય વાત પર લઈને આવ્યો.

'ઝારાના પિતાજી એક સફળ વેપારી છે. એમણે ઝઘડાને લીધે જ કાશ્મીર છોડ્યું હતું.'

ઇન્સ્પેક્ટરે મારી વાત અવગણતાં, બાજુના ટેબલવાળી છોકરીઓની વાત ચાલુ રાખી.

'આ છોકરીઓને આવાં કપડાં પહેરીને બહાર નીકળતાં ડર નહિ લાગતો હોય? અને આમાં જો કોઈ છેડતી કરે તો વાંક પોલીસનો જ આવે.' તેણે લાલ ડ્રેસ પહેરેલી છોકરી તરફ ઘૂરતાં કહ્યું.

હું જ્યાં સુધી રાણા પેલી છોકરીને ઘૂરી રહ્યો હતો ત્યાં સુધી ચૂપ જ બેઠો. અંતે, એ મારી તરફ ફર્યો અને મલકાયો.

'સૉરી, તું શું કહેતો હતો?' તેણે કહ્યું.

'મને નથી લાગતું કે ઝારાના ડેડ કોઈ આતંકવાદી સંગઠન સાથે જોડાયેલા હોય.'

'આવું તને કેમ લાગે છે? તેને આતંકવાદીઓ માટે સહાનુભૂતિ હોય એવું બની શકે. રૂપિયા પૂરા પાડતા હોય.'

'તેની અગાઉની પત્ની ફરઝાનાના કુટુંબમાં કટ્ટરવાદીઓ હતા. પણ તે તો એ બધાને ધિક્કારતો જ હતો. એટલે જ તો તે બંનેના છૂટાછેડા થયા હતા.'

'હમ્...' રાણાએ કહ્યું, 'જો આ આતંકવાદી સાથે સંકળાયેલો કેસ હશે, તો વાત આપણા હાથની બહાર છે. એન્ટિ ટેરરિઝમ સ્ક્વોડ આમાં લાગુ પડે. પછી તો વરિષ્ઠ અધિકારીને આ કેસ સોંપવામાં આવે. મારા જેવા મૂર્ખાને નહિ.'

મને શું જવાબ આપવો એ ખબર ના પડી, એનો મતલબ એમ કે એ મૂર્ખો હતો. અથવા તો મારે કહેવું જોઈએ કે બીજાં કોઈ પણ અધિકારી તમારી જેમ સારી રીતે આ કેસ સંભાળી શકે એમ નથી અને મારી જેવાં મૂર્ખા પાસે આવે. આ બધું કહેવાને બદલે મેં સોડા પીવાનું ચાલુ રાખ્યું.

'છોડ આ બધું,' ઇન્સ્પેક્ટરે આંખો બંધ કરતાં કહ્યું, 'જો આમાં આતંકવાદી સંગઠન સંકળાયેલું હોય તો, તેઓ તને જીવતો નહિ છોડે. આ બધાંમાંથી બહાર નીકળી જા.'

'તો આપણને ક્યારેય ખબર નહિ પડે કે ઝારાનો હત્યારો કોણ છે?' મેં મોટેથી કહ્યું. બીજા ટેબલ પર જે ત્રણ છોકરીઓ બેઠી હતી, તેઓએ 'હત્યારો' શબ્દ સાંભળીને અમારી તરફ નજર ફેરવી.

'બની શકે કે ઓનર કીલિંગની ઘટના હોય. આતંકવાદી આમાં સંકળાયેલા ના પણ હોય.' રાણાએ તેના ગ્લાસને હલાવતાં કહ્યું, જેથી બરફના ટુકડા શરાબમાં સરખા ભળી જાય.

'ઓનર કીલિંગ? ઝારાના પિતાજીએ જ તેને મારી નાંખી હોય?'

મેં આઘાતમાં કહ્યું.

'અથવા તો ભાડૂતી હત્યારા મોકલ્યા હોય. એવું બને છે. મેં આવા ઘણા કિસ્સા જોયા છે.'

'કેમ ?'

'ઝારાને હિન્દુ છોકરાઓ સાથે સૂવાનું ગમતું હતું, બરોબર ને ?' રાણાએ કહ્યું.

મારા કાન ગુંજવા લાગ્યા. મને થયું કે સાલાનું માથું ફોડી નાખું. જેમાંથી અપશબ્દો બહાર આવ્યા હતા તે મોઢાને તોડી નાખું. મહામહેનતે ખુદને રોકવાનું શક્ય બન્યું. પોલીસને મારવાનો વિચાર ખરાબ કહેવાય, મેં મારી જાતને કહ્યું.

'તેનાં માતાપિતાને રઘુ પસંદ હતો. તે ધર્મ-પરિવર્તન માટે તૈયાર પણ હતો.'

'તે મદ્રાસી મુસ્લિમ બનવાનો હતો ? તેની સાથે રહેવા માટે ?' રઘુ જાણે લિંગ-પરિવર્તન માટે તૈયાર થયો હોય એમ રાણાએ કહ્યું.

'ઝારાના પિતાજીએ મને પણ આ જ વાત કરી હતી, ધર્મ-પરિવર્તનની.'

'અને તારી ના હતી ?' રાણાએ કહ્યું.

મેં સહમતી દર્શાવી.

તેણે મારી પીઠ પર ઝાપટ મારી. 'તું રાજપૂતનો બહાદુર દીકરો સાચો. તમારા ભગવાન કરતાં કોઈ પણ છોકરી મહત્ત્વની ના હોય. સરસ કર્યું.'

'મેં એવું કંઈ નથી કર્યું. એ તો મારાં માતાપિતાએ આપઘાતની ધમકી આપી હતી એટલે.'

'એ તો બરાબર જ છે ને. કોઈને ધર્મ-પરિવર્તન કરાવવાનું કહેવાની તેની હિંમત કેવી રીતે થઈ ? સંભાળજે, એ લોકો વિચિત્ર છે.'

'એ જ તો વાત છે, રાણા સર. તેઓ રઘુને નફરત નહોતાં કરતાં કે ઝારાનો બોયફ્રેન્ડ હિન્દુ હોય એમાં પણ એમને વાંધો નહોતો. એ લોકો તો રઘુની સફળતાથી ખૂબ ખુશ હતાં.'

'તેઓને એ મદ્રાસી પસંદ હતો કારણ કે તે મુસ્લિમ બનવા તૈયાર હતો.'

'એ પણ સાચું છે. પણ મને ઓનર કીલિંગનો કેસ હોય એવું લાગતું નથી.'

'તને શું ખબર હોય. એ વૃદ્ધ માણસ તેની પુત્રીને બીજે પરણાવવા માંગતો હોય, કોઈ ખાનદાની મુસ્લિમ સાથે. તેં જોયું નહોતું કે એ બુઢ્ઢો સાલો અંતિમક્રિયા વખતે બિલકુલ રડ્યો નહોતો.'

'મિસિસ સક્સેનાનું પણ આવું જ માનવું હતું.'

'પેલા લંપટ ડીનની પત્ની ?' રાણાએ કહ્યું.

'હા, સક્સેનાએ મને કહ્યું હતું,' મેં કહ્યું, 'તમારી વાત પરથી મને યાદ આવ્યું કે સફદરે મને પણ ભૂતકાળમાં ધમકી આપી હતી.'

'ક્યારે ?' ઇન્સ્પેક્ટરની આંખો પહોળી થઈ ગઈ, 'આ વાત તો તેં મને કરી જ નથી.'

'મેં જ્યારે એમ કહ્યું હતું કે હું મારો ધર્મ છોડીશ નહિ ત્યારે. હું ઝારાને છોડી દઉં એવું એમનું કહેવું હતું. તેણે એમ પણ કહ્યું હતું કે તે મને ઈજા પહોંચાડી શકે છે અને જરૂર પડે તો કાયમ માટે હટાવી પણ શકે છે.'

'તે ફાર્મહાઉસમાં રહેતો એક પ્રકારનો ગુંડો જ કહેવાય. વિકૃત ડીન સાચો છે. તેઓ બિલકુલ વિશ્વાસપાત્ર નથી.'

હજી તો હું રાણાના શબ્દો પર પ્રતિક્રિયા આપું એ પહેલાં તેણે પેલી ત્રણ છોકરીઓ તરફ નજર ફેરવી. 'પેલી લાલ ડ્રેસવાળી. તેને આજની રાત ખરેખર ખરાબ જાય એવી ઇચ્છા લાગે છે.'

❖

'તને મારી પુત્રીની હત્યાની તપાસ કરવાનું કોણે કહ્યું ?' સફદરે કહ્યું. તેના મોટા આંગણામાં તેનો અવાજ ગુંજવા લાગ્યો. સૌરભ અને હું રવિવારની સવારે તેને મળવા માટે ગયા હતા. મેં તેમને લક્ષ્મણ અને સક્સેના નિર્દોષ છે, ત્યાં સુધીની બધી વાત કરી હતી.

'આ બધું તેના ગાઇડને કારણે થયું છે. તેની આસપાસ ફરવાની શું જરૂર હતી ?'

'તમને આંચકો નથી લાગ્યો, અંકલ ? કે તેના ગાઇડ તેને હેરાન કરતા હતા. તમને ગુસ્સો નથી આવતો ?' મેં કહ્યું.

'મને તો તારા પર ગુસ્સો આવે છે. મારી પુત્રીના મોત બાદ પણ તું એને એકલી મૂકતો નથી.'

'મારે તો એ શોધવું છે કે એની હત્યા કોણે કરી છે ?'

'તું છે કોણ? પોલીસ? તેની ફેમિલી? કોણ?'

હું એકદમ ચૂપ જ રહ્યો.

'તારો ઝારા સાથે કોઈ સંબંધ હતો જ નહિ.' સફદરે દાંત કચકચાવતાં કહ્યું, 'મારા ઘરમાંથી બહાર નીકળ. અને મારી મૃત પુત્રીની જિંદગીમાંથી પણ.'

સફદર ઊભો થયો, અમારે છટકવું જોઈએ એવી નિશાની હતી.

'અંકલ, આમ ઉત્તેજિત ના થાઓ. વાત વધુ બગડશે.' સૌરભ પહેલી વાર બોલ્યો, તેનો અવાજ મક્કમ હતો.

'હજી બગડશે?' સફદરે કહ્યું, 'આનાથી વધારે ખરાબ હવે શું થાય? હું મારી પુત્રી તો ગુમાવી ચૂક્યો છું.'

'અંકલ, લોકોને એવું લાગે છે કે આ ઓનર કીલિંગનો કેસ છે.' સૌરભે સ્પષ્ટ કહ્યું. એક બાજુ અંકલ કહ્યું અને બીજી બાજુ એમને હત્યા માટે જવાબદાર પણ ગણાવ્યા.

'શું?' સફદરે આંખ પટપટાવતાં કહ્યું, 'તારું દિમાગ તો ઠેકાણે છે ને? આ તારો પાગલ મિત્ર છે કોણ?'

'તે મારો ખાસ મિત્ર છે. અને તે પાગલ નથી. તે એકદમ હોશિયાર છે. શાંતિથી બેસી જાવ.' મેં કહ્યું.

સૌરભ હસ્યો. સફદર ફરી બેસી ગયો.

'અંકલ, તમે ઝારાના પોસ્ટમોર્ટમ માટે કેમ ના કહ્યું હતું?' મેં કહ્યું.

'શું? એ બધા હરામી કાપા મારી ફૂલ જેવી દીકરી પર કરવા માટે પરવાનગી આપું? તને ખબર પણ છે કે શબપરીક્ષણમાં શું કરવામાં આવે છે? સફદરે કહ્યું.

'તેઓએ શોધી લીધું છે કે શું બન્યું હતું.' મેં કહ્યું.

'શું શોધ્યું છે? ન્યૂઝ ચેનલ્સ માટે થોડા વધારે મસાલા?'

સૌરભ અને મેં કોઈ જ પ્રતિક્રિયા ના આપી. 'તેં જોયું, જ્યારે તે મૃત્યુ પામી હતી ત્યારે કેવા સમાચાર આવતા હતા? કોઈને પણ ઝારા કે તેના પરિવાર પર શું વીતતી હશે તેની પરવા નહોતી. હજી તારે બીજું શું જોઈએ છે? એવી ચર્ચા થાય કે તેના પર બળાત્કાર થયો હતો કે નહિ?'

'તેના પર બળાત્કાર નહોતો થયો,' મેં કહ્યું, 'એવો કોઈ જ બનાવ બન્યો નથી. મેં જ સૌથી પહેલાં તેનો મૃતદેહ જોયો હતો.'

'જો કોઈ પાગલ ટીવી એન્કર એવી વાર્તા ઘડી કાઢે તો શું થાય? પરિવારની હાલત કેવી થાય એની તને ખબર છે?

જો સફદર કોઈ વાત છુપાવી રહ્યો હોય તો તે ખૂબ જ સરસ અભિનય કરી રહ્યો હતો.

'અંકલ, મને તો આવો સવાલ મનમાં થયો એટલે કહ્યું. તમે એ રાત્રે ક્યાં હતા?' મેં કહ્યું.

સફદરે મારી સામે જોયું અને વિરામ બાદ કહ્યું.

'ઘરે હતો. તેની બર્થડે પાર્ટીની તૈયારીમાં વ્યસ્ત હતો.'

'કોઈ સાક્ષી છે?' સૌરભે કહ્યું.

'ફાર્મહાઉસનો બધો સ્ટાફ.'

'એ સ્ટાફ તો તમારો જ કહેવાય. પગારદાર.'

'ગમે તેને પૂછો. બધા જ તમને એક જ વાત કરશે. એક મિનિટ થોભો, તમે બંને મારા પર આરોપ લગાવી રહ્યા છો?'

'થોડા લોકોનું એવું માનવું છે. ઓનર કીલિંગનો મામલો હોય એવું.' મેં કહ્યું.

'શું બકવાસ છે આ?' તેણે અકળાઈને કહ્યું.

'મેં તમને દુઃખી કે આંખમાં આંસુ હોય એવા તો જોયા જ નથી અંતિમવિધિ વખતે. અથવા બીજા ગમે તે સમયે.'

'મને જાહેરમાં લાગણી વ્યક્ત કરવી બિલકુલ પસંદ નથી. મારી નાની પરી... તેનો રૂમ હજી પણ એવો જ છે, જેવો તે છોડીને ગઈ હતી. હું ત્યાં જઈને મન હળવું કરી લઉં છું. મને કોઈ જ અસર નથી, એવું કહેવાની તારી હિંમત કેવી રીતે થઈ?'

'કદાચ તમે સાચા હશો. પણ જો...'

'શું "જો-જો" કરે છે? મેં કંઈ જ કર્યું નથી. ખાલી મારી પુત્રીને મારવાનું ભૂલી જા, હું તો કોઈને પણ ઈજા પહોંચાડું એવો વ્યક્તિ નથી.'

'તમે મને મારવાની ધમકી તો આપી હતી.' મેં કહ્યું.

સફદરે મારી આંખોમાં જોયું. અમે બંને થોડી સેકન્ડ માટે એકબીજાની આંખોમાં જોતા રહ્યા.

'તેં વિચાર પણ કર્યો કે તું મારા પર મારી પુત્રીની હત્યાનો આરોપ લગાવી રહ્યો છે? અને શું લોકો માનશે આવી વાત?'

'તો એમ વાત છે. તમે નથી કર્યું કારણ કે હું સાબિત નથી કરી

શકતો માટે?' મેં કહ્યું.

'તારાથી સાબિત થાય એમ છે?'

'ચાલો જઈએ, સૌરભ.'

હું જવા માટે ઊભો થયો. સૌરભ મારી પાછળ બગીચામાં આવ્યો. અમે હિંચકા પાસેથી પસાર થયા, આ એ જ જગ્યા હતી જ્યાં ઝારાના પિતાજીએ શહાદાની વાત કરી હતી. મને ઝારા ત્યાં જ હોય તેવું દેખાયું, રુબીની પાછળ દોડતી. હું ઝડપથી ચાલવા લાગ્યો, કારણ કે મારે રડવું નહોતું.

'ઊભા રહો.' સફદરનો અમારી પાછળથી અવાજ આવ્યો. હું પાછળ ફર્યો. ફિલ્મી સ્ટાઈલમાં બદમાશો અમને લાકડીથી મારવા માટે તેના માલિકના ઈશારાની રાહ જોઈને ઊભા હોય એવું જોવાની મારી ઈચ્છા હતી. જો કે, સફદર ત્યાં એકલો જ ઊભો હતો.

'અંદર આવો.' તેણે કહ્યું.

સૌરભ અને હું ત્યાં જ અટકી ગયા. મને વિચાર આવ્યો કે તે અમને અંધારકોટડીમાં લઈ જાય અને ત્યાં ગુપ્ત તળાવમાં ભૂખ્યા મગરોની સામે અમને ફેંકી દે તો.

'મારી પાછળ આવો. આપણે મારા સ્ટડી રૂમમાં વાતો કરીએ.'

❖

સફદરનો સ્ટડી રૂમ, તેના બાકીના મકાન જેવો જ હતો, નવાબી ભવ્યતાવાળો. કાશ્મીરના કીમતી રેશમી ગાલીચાથી લાકડાનું ભોંયતળિયું સજાવવામાં આવ્યું હતું.

રૂમમાં એક બાજુ સાગના લાકડામાંથી બનાવેલું ભવ્ય ટેબલ અને મોટી ચામડાની ખુરશીઓ હતી. કાળા ચામડામાંથી તૈયાર થયેલા સોફાએ બીજો ખૂણો રોક્યો હતો. હજાર જેટલાં પુસ્તકોથી ભરચક બુકશેલ્ફથી આખી દીવાલ ઢંકાઈ ગઈ હતી. સફદર, સૌરભ અને હું સોફા પર બેઠા.

'તને સિકંદરની માહિતી કોણે આપી?' સફદરે મને કહ્યું.

'ઝારાને એ ખૂબ જ વહાલો હતો,' મેં કહ્યું, 'સિકંદર શ્રીનગરમાં મોટો થઈ રહ્યો હતો એની ઝારાને હંમેશા ચિંતા રહેતી હતી. તે કહેતી કે સિકંદર સરળ છોકરો છે, નિર્દોષ પણ.'

સફદર મારો છેલ્લો શબ્દ સાંભળીને વ્યંગમાં હસ્યો.

'અને? બીજું શું?' તેણે કહ્યું.

'તમે ઝારાને તેનાથી દૂર રહેવા માટે કહેતા હતા.'

સફદરે ઊંડો શ્વાસ લીધો.

'હા, સાચી વાત છે. કારણ કે સિકંદર T-e-J નો સભ્ય છે.' સફદરે કહ્યું.

'એ શું છે?'

'તેહરીક-એ-જિહાદ. કાશ્મીરમાં અલગતાવાદી સંગઠન છે.'

'અલગતાવાદી એટલે,' સૌરભે કહ્યું, 'સાચા આતંકવાદી જેવા જ હોય છે?'

'તમને કોણ સવાલ કરે છે એના પર આધારિત છે.' સફદરે એના હાથ સાથળ પર ઘસતાં કહ્યું.

'મને સમજણ ના પડી.' સૌરભે કહ્યું.

'ભારતીય સરકાર માને છે કે T-e-J આતંકવાદી સંગઠન છે. T-e-J અને તેના સમર્થકો માને છે કે તેઓ કાશ્મીરની મુક્તિ માટે કામ કરી રહ્યા છે.'

'મુક્તિ કોનાથી?' મેં કહ્યું.

'ભારતથી.' સફદરે કહ્યું.

'અને પછી શું કરશે? પોતાનો અલગ દેશ બનાવશે?'

'એમાં એવું છે કે T-e-J ઇચ્છે છે કે પાકિસ્તાનમાં ભળી જાય. જ્યારે કાશ્મીરમાં બીજાં સંગઠનો એવાં છે કે જેઓ સ્વતંત્રતા ઇચ્છે છે. બીજામાં લગભગ વીસથી વધારે સંગઠનનો સમાવેશ થતો હશે.'

'વીસ? કેમ એટલાં બધાં?' સૌરભે કહ્યું.

'કારણ કે દરેક સંગઠનના નેતાને સત્તા જોઈએ છે. તેઓ એકમાં ભંગાણ કરીને નવું સંગઠન સ્થાપે છે.'

'જેના માટે તેઓ ભેગા થયા છે તે ઉદ્દેશ કરતાં તેઓ માટે સત્તા વધારે મહત્ત્વની છે?' સૌરભે કહ્યું.

'અફકોર્સ, કાશ્મીરીની કોને દરકાર છે? વિચાર કરો, જો વીસ સંગઠન સાચી રીતે કાશ્મીરની ફિકર કરતાં હોય તો આ ખીણ અત્યાર સુધી આ સ્થિતિમાં હોત?'

કાશ્મીરને સમજવાનું રસપ્રદ હતું, છતાં મારે ફરી મૂળ મુદ્દા પર પાછું આવવું પડ્યું.

'અંકલ, સૉરી, પણ આ બધું ઝારા સાથે કઈ રીતે જોડાયેલું છે ?'

'મને એનો જ ડર છે,' સફદરે કહ્યું, 'ઝારા પણ સિકંદરને લીધે T-e-J સાથે જોડાયેલી નહોતી ને ? પછી કંઈક થયું હોય અને તેઓએ...'

સફદર અધવચ્ચેથી અટકી ગયો અને ફરી ઊંડો શ્વાસ લીધો.

'તમારે આ વાત પોલીસને કહેવી જોઈએ, જેથી તેઓ શોધે કે ખરેખર શું બન્યું હતું ?' મેં કહ્યું.

'અને તેઓ મારી દીકરી પર પછી આતંકવાદીનું લેબલ ચીપકાવી દે, એમ ?'

'ઝારા આતંકવાદી ક્યારેય ના હોય. તે હોશિયાર હતી, તર્કસંગત વ્યક્તિ કે જે ચર્ચા અને સક્રિયતામાં માનતી હતી. તેને હિંસાથી નફરત હતી.' મેં કહ્યું.

'તમે કોઈને આ વાત સમજાવો કેવી રીતે ? જ્યારે એનો ખુદનો સાવકો ભાઈ આતંકવાદી સંગઠનનો હિસ્સો હોય. તે ખુદ પાકિસ્તાન ગઈ હોય. જે વાત સોશિયલ મીડિયામાં મોજૂદ હોય. પૂરતું છે મીડિયા ગીધ માટે.'

'પાકિસ્તાન ?' સૌરભે કહ્યું.

મને ઝારાની આગલા વર્ષની ઈન્સ્ટાગ્રામ પોસ્ટ યાદ આવી ગઈ. તે સાહિત્ય ઉત્સવ માટે ગઈ હતી અને તેના ફોટા પણ મૂક્યા હતા.

'તમે કરાચી લિટરેચર ફેસ્ટિવલની મુલાકાતની વાત કરો છો ને ?' મેં કહ્યું.

મેં મારા ફોનમાં ઈન્સ્ટાગ્રામ ખોલ્યું. તેણે એક વર્ષ પહેલાં લિટફેસ્ટના ત્રણ ફોટા પોસ્ટ કર્યા હતા. પહેલો ફોટો તેની સેલ્ફી હતી, જ્યારે તે ફાતિમા ભુટ્ટો સેશન માટે પ્રેક્ષકો વચ્ચે બેઠી હતી. બીજા ફોટોમાં લિટફેસ્ટનું પ્રવેશદ્વાર દેખાતું હતું - 'કરાચી લિટરેચર ફેસ્ટિવલ'. ત્રીજા ફોટામાં તેની ક્લીફટન બીચ ખાતે સૂર્યાસ્ત સમયેની છાયા દેખાતી હતી. તેના લાંબા વાળ પવનમાં લહેરાતા હતા. ઝાંખા પ્રકાશને લીધે તેનો લગભગ આખો ચહેરો છુપાઈ ગયો હતો. મને યાદ હતું કે તેનો આ ફોટો જોયા બાદ મેં તેને કોલ કરીને આજીજી કરી હતી કે મને તેની જિંદગીમાં ફરી પ્રવેશ આપી દે.

હું અનિચ્છાએ ફરી વર્તમાનની ક્ષણમાં પાછો ફર્યો.

'તમે આ જ પ્રવાસની વાત કરો છો ?' મેં કહ્યું.

સફદરે મારો ફોન લીધો અને મેં વાત ચાલુ રાખી. 'ઝારાને

આવા સાહિત્ય ઉત્સવમાં હાજરી આપવાનું ખૂબ જ પસંદ હતું. તે કસૌલી, બેંગ્લોર અને કલકત્તા લિટફેસ્ટમાં પણ ગઈ હતી. હકીકતમાં, પાંચ વર્ષ પહેલાં હું પણ તેની સાથે જયપુરમાં આયોજિત લિટફેસ્ટમાં ગયો હતો.'

'આ મેં નહોતા જોયા.' તેણે નરમ અવાજે કહ્યું. તેણે ફોટાને મોટો કરવા માટે મૃદુતાથી સ્ક્રીન પર સ્પર્શ કર્યો. 'તને આ બધા કેવી રીતે મળ્યા?'

'તેણે ઈન્સ્ટાગ્રામ પર મૂક્યા હતા. બધા જોઈ શકે એ રીતે.' મેં કહ્યું.

સફદરે તેનાં આંસુ લૂછ્યાં.

'મને મારી વહાલી ખૂબ જ યાદ આવે છે.' તેણે કહ્યું.

સફદર અંતિમવિધિ કરતાં અલગ દેખાતો હતો, નિર્બળ અને કમજોર.

'તો, અમારી મદદ કરો. ઝારા સાથે આવું કોણે કર્યું છે એ શોધવામાં.' મેં કહ્યું.

તેણે તેનું માથું હલાવ્યું.

'તું સમજતો નથી. અમે મુસ્લિમ છીએ. લોકોને પહેલાં શંકા જાગે. તમને પણ એવું જ થયું ને? તને લાગ્યું કે મેં મારી દીકરીની હત્યા કરી છે.'

સૌરભ અને મેં એકબીજાની સામે જોયું.

'દરેક લોકો શંકાસ્પદ છે, અંકલ. જ્યાં સુધી અમે તલાશ ના કરીએ કે આની પાછળ કોણ જવાબદાર છે?' મેં કહ્યું.

'જો પોલીસ તેહરીકને ઝારાની હત્યા સાથે જોડે, તો પછી ઝારા આતંકવાદી તરીકે પંકાઈ જાય. અને હું પણ. એક અમીર વેપારીની આતંકવાદી સાથે સાંઠગાંઠ, બરોબર ને?'

'તમે છો?' મારો ચહેરો ભાવશૂન્ય હતો.

તેણે મારી સામે અચરજથી જોયું.

'તારું મગજ ખોવાઈ ગયું છે? મને આ બધા ઉગ્રવાદીઓથી સખત નફરત છે. તેઓએ મારા રાજ્યને બરબાદ કરી નાખ્યું છે. તેઓના નાપાક કામને લીધે દેશના બધા જ પાક મુસ્લિમો પર પણ કલંક લાગે છે. તેઓએ મારી પુત્રીને મારી નાંખી. તેઓને આર્થિક સહાય તો ભૂલી જાઓ, મારું ચાલે તો બધાને મારી નાખું.' તેણે એકદમ

ક્રોધિત થઈને કહ્યું.

સૌરભ અને હું બિલકુલ ચૂપ જ હતા. સફદરે થોડી વાર બાદ વિચારીને કહ્યું.

'હું શું કરું કે જેથી ગમે તે રીતે તું અથવા બીજા કોઈ પણ મારા પર શંકા કરવાનું બંધ કરે? તેઓએ જે કર્યું તે હું જાણું છું, એવું નથી.'

'અંકલ, તમે ઉલ્લેખ કર્યો હતો કે ઝારાનો રૂમ હજી પણ પહેલાં જેવી જ હાલતમાં અકબંધ છે.' મેં કહ્યું.

'હા.'

'અમે જો તેમાં શોધખોળ કરીએ તો તમને કોઈ વાંધો છે?' મેં કહ્યું.

❖

અમારા માલવિયા નગરના એપાર્ટમેન્ટ કરતાં પણ ઝારાનો રૂમ વધારે મોટો હતો. રૂમની મધ્યમાં મોટો સાગનો રજવાડી પલંગ હતો. તેના ઉપર બ્લ્યુ સિલ્કની એમ્બ્રોઇડરીવાળી ચાદર પાથરેલી હતી. પલંગની બાજુઓ ચિત્રોથી ઢંકાયેલી હતી. રૂમનું પ્રાચીન ફર્નિચર તેને રાજસ્થાનની ઉચ્ચ હેરિટેજ હોટલ સમકક્ષ સ્થાપિત કરતું હતું. હું થોડાં વરસો પહેલાં જ્યારે અહીં આવ્યો હતો ત્યારે અને અત્યારે પડદાઓને બાદ કરતાં બીજો કોઈ ફેરફાર જણાતો નહોતો. ફૂલોની ડિઝાઇનવાળો સુંદર ગાલીચો હજી પણ હતો જ.

'અમે તેનો રૂમ દરરોજ સાફ કરીએ છીએ,' સફદરે કહ્યું, 'તે હજી અહીં જીવિત જ છે.'

મેં બધી ફોટોફ્રેમ નીરખીને જોઈ. લગભગ બધા જ ફોટા તેના પરિવારના સભ્યો સાથે રજાના દિવસોના હતા. એકમાં ઝારા અને રઘુ હાથમાં હાથ પરોવીને ઇન્ડિયા ગેટ પાસે ઊભા હતા. ઝારાનો બાળપણનો ફોટો પણ હતો. તે ફોટામાં તેની સાથે તેના પિતા, એક નાનો છોકરો અને પારંપરિક કપડામાં એક સ્ત્રી દેખાતી હતી.

'આ સિકંદર છે?' મેં કહ્યું.

'હા, અને બાજુમાં મારી આગલી પત્ની ફરઝાના છે,' સફદરે કહ્યું, 'આ ભૂતકાળનો એક જ ફોટો છે, જેની મેં આ મકાનમાં રાખવાની પરવાનગી આપી હતી.'

મારું ધ્યાન પ્રાચીન છ કબાટ તરફ ગયું. ઝારા તેનાં કપડાં અને બીજી બધી વસ્તુઓ તેમાં રાખતી હતી.

'અંકલ અમે આ કબાટ ખોલીએ એમાં તમને વાંધો નથી ને?' મેં કહ્યું.

સફદરે સંમતિ આપી. સૌરભ અને મેં ત્રણ કબાટ વહેંચી લીધાં. મેં પહેલો કબાટ ખોલ્યો. તેમાં ઝારાનાં કપડાં હતાં. હું લાલ અને સફેદ રંગનાં ફ્લોરા પ્રિન્ટનાં સલવાર અને કમીઝ ઓળખી ગયો કે જે મેં તેને અમારી કપલ તરીકેની પ્રથમ વર્ષગાંઠ નિમિત્તે ભેટમાં આપ્યો હતો. હું ચોરી કરવા આવ્યો હોઉં એમ થોડો ખચકાયો, જ્યારે ઘરેણાંનું બોક્સ હાથમાં લીધું. તેમાં હાર, કાનનાં ઝૂમખાં અને હેર કલીપ હતી.

'તારે શોધવું છે શું?' સફદરે ઉત્સુકતાથી કહ્યું.

'ખબર નથી,' બીજાં કબાટ તરફ ચાલતાં કહ્યું, 'પહેલાં ક્યારેય આવું કર્યું નથી.'

બીજા કબાટમાં તેનાં અંદર પહેરવાનાં કપડાં હતાં. મેં તે બંધ કર્યો અને ત્રીજા તરફ ખસ્યો., જેમાં હેન્ડબેગ અને પગરખાં હતાં.

'કામનું મળ્યું?' મેં સૌરભને કહ્યું.

'કપડાં, કપડાં અને નકરાં કપડાં જ છે.' સૌરભે કહ્યું. ચાર કબાટ ભરીને ઝારાનાં કપડાં હતાં.

બધાં કબાટને ફંફોળતાં, જેમાં તેનાં અંતઃવસ્ત્રો હતાં તે એક કબાટને બાદ કરતાં, પિસ્તાલીસ મિનિટ જેટલો સમય લાગ્યો.

'તેં પેલો તપાસ્યો?' સૌરભે એક કબાટ તરફ આંગળી ચીંધતાં કહ્યું.

'ના. મને નથી લાગતું કે એ જોઈ શકાય.' મેં કહ્યું.

સૌરભે સફદર તરફ ત્રાંસી નજરે જોયું. સફદર અમારી નકામી શોધખોળથી કંટાળીને તેનો ફોન જોઈ રહ્યો હતો.

'અંકલ, એક્સક્યુઝ મી.' સૌરભે કહ્યું. તેણે બીજા કબાટ તરફ આંગળી ચીંધી. 'અમે આ જોઈ શકીએ?'

'જે કરવું હોય તે કરો. જો હું તમને અટકાવીશ તો તમને મારા પર શંકા જાગશે. તમે લોકો બેશરમ છો, મારી મૃત પુત્રીની વસ્તુઓ ફંફોળો છો.' સફદરે કહ્યું, તે હજી ફોનમાં જ વ્યસ્ત હતો.

'સૉરી, અંકલ, અમે તો ખાલી... ' મેં ઈશારાથી ચૂપ રહેવાનું કહ્યું એ પહેલાં સૌરભ બોલવા જતો હતો.

મેં બીજો કબાટ ફરી ખોલ્યો. અલગ અલગ ખાનામાં કેનવાસનાં બૉક્સ હતાં. બ્રા અને જાળીવાળા અંડરવેરથી બોક્સ ભરેલાં હતાં. સૌરભે બૉક્સમાંથી થોડાં કપડાં ઉપાડ્યાં.

'મને આ કબાટ જોવાની જરૂરિયાત જણાતી નથી.' મેં કહ્યું.

'ઠીક છે.' તેણે વસ્તુઓ બૉક્સમાં પાછી મૂકતાં કહ્યું. મેં એક બોક્સને કબાટમાં અંદરની તરફ ધકેલ્યું, ત્યાં જ ખાનાની પાછળના ભાગમાં કંઈક જોરથી અથડાયું.

'આ શું છે ?' મેં અંદરની તરફ હાથ નાખતાં કહ્યું. કિપેડને મારો હાથ અડક્યો. 'લોકર છે.' મેં કહ્યું.

'બહાર કાઢ.' સૌરભે કહ્યું.

સફદરે જોયું.

'શું થયું ?'

'અંકલ, આમાં આ નાનું ગોદરેજનું લોકર છે.' સૌરભે કહ્યું. તેણે કબાટમાંથી લોખંડનું બૉક્સ બહાર કાઢવાનો પ્રયાસ કર્યો, પણ નિષ્ફળ ગયો. સફદર અમારી પાસે આવ્યો.

'મને આ યાદ છે. ઝારાએ ઓનલાઇન ખરીદ્યું હતું. તેણે કહ્યું હતું કે થોડી જ્વેલરી અને રૂપિયા મૂકવા માટે.'

'પાછળના ભાગે બોલ્ટથી જોડાયેલ છે.' સૌરભે કહ્યું.

'હા, એ સાચી વાત છે.' સફદરે કહ્યું.

'તમને કીપેડ કોડ ખબર છે, અંકલ ?' મેં કહ્યું.

સફદરે માથું ખંજવાળ્યું.

'ચાવી પણ હોવી જોઈએ.' સૌરભે કહ્યું.

'મારી પાસે નથી.' સફદરે કહ્યું.

અમે એક કલાક આખો રૂમ ફેંદી વળ્યા, છતાં ચાવી તો ના જ મળી.

'આપણે તેને ખોલવા માટે તોડવી જ પડશે.' સૌરભે કહ્યું.

'કેવી રીતે ?' સફદરે કહ્યું.

'આ તો નાનું બૉક્સ જ છે. કોઈ પણ હાર્ડવેરવાળા મેટલ કટરથી તોડી શકે.' સૌરભે કહ્યું.

❖

ધડામ ! ફેબ્રિકેટરે તેની વેલ્ડીંગ ટોર્ચ બંધ કરી એવી તરત જ લોકરની આગલી પ્લેટ પડી ગઈ. તે પાંચ મિનિટના કામના પાંચ હજાર રૂપિયા લઈને જતો રહ્યો.

મેં લોકરમાંથી વસ્તુઓ બહાર કાઢી અને તેને ઝારાના પલંગ પર વચ્ચે મૂકી. સફદર, સૌરભ અને હું તેની ફરતે ગોઠવાઈ ગયા હતા.

મેં એક પછી એક વસ્તુ ઉપાડી. પહેલી વસ્તુ હતી, પાસપોર્ટ.

'ઝારાનો પાસપોર્ટ છે.' સફદરે કહ્યું.

'હું આનું લિસ્ટ બનાવું ?' સૌરભે તેનો ફોન બહાર કાઢતાં કહ્યું.

'ચોક્કસ.' મેં કહ્યું.

હું બોલતો ગયો તેમ સૌરભ તેના ફોનમાં લખતો ગયો.

'પૈસા અલગ અલગ ચલણના. ભારતીય રૂપિયા, અંદાજે વીસ હજાર. યુએસ ડૉલર, નવસો. પાકિસ્તાની ચલણ, દસ હજાર રૂપિયા.'

સફદરનો ફોન રણક્યો.

'મારા ગોદામમાંથી છે. મારે વાત કરવી પડશે. તમે જે કરો છો તે ચાલુ રાખો, હું મારા સ્ટડી રૂમમાં છું.' સફદરે રૂમની બહાર નીકળતા પહેલાં કહ્યું.

સફદરના ગયા પછી હું સૌરભ તરફ ફર્યો.

'તે સાચો હોય એવું લાગે છે, બરોબર ને ? કે તને લાગે છે કે એ નાટક કરે છે ?' મેં કહ્યું.

'કંઈ કહેવાય નહિ. પણ તેમણે આપણને શોધખોળમાં કોઈ પણ જગ્યાએ અટકાવ્યા નથી.'

'સારું છે. ચાલો આગળ વધીએ. વેલ્વેટ પાઉચ. મને જોવા દે, અંદર શું છે. લટકણિયાં.' મેં વસ્તુ બહાર કાઢતાં કહ્યું.

'સોનાનાં ઈયરિંગ્સ છે. હીરા અને બીજાં મૂલ્યવાન પથ્થરો જડેલા. જૂનાં, પરંપરાગત પ્રકારનાં.' મેં કહ્યું.

'એકદમ કીમતી લાગે છે.' સૌરભે યાદીમાં લખતાં કહ્યું.

હું લોકરમાંથી બાકીની વસ્તુઓ કાઢતો ગયો.

'એક ખાખી પેપર બૅગ છે.' મેં કહ્યું. મેં બેગને ઉપર-નીચે ખંખેરી. થોડી વસ્તુ તેમાંથી બહાર નીકળી.'

'વાઉ, કોન્ડમ.' સૌરભ અને મેં એકસાથે કહ્યું.

'અને આ શું છે ?' સૌરભે કહ્યું. તેણે ત્રણ, સફેદ, ચોકલેટ બાર જેવડાં, લંબચોરસ પેપર બૉક્સ ઉપાડ્યાં.

'પ્રેગા ન્યૂઝ.' બૉક્સની ઉપર લખેલું હતું.

'આ બધી તો પ્રેગ્નન્સી કીટ્સ છે.' મેં કહ્યું.

'ઓહ, હા, મેં આની કરિના કપૂરવાળી જાહેરાત જોઈ હતી. તે તમને પ્રેગ્નન્ટ થવામાં મદદ કરે છે?'

'ના, મૂરખ. તેનાથી ખબર પડે કે તમે પ્રેગ્નન્ટ છો કે નહિ. ઝારા પાસે આ કેમ હશે?' મેં કહ્યું.

સૌરભે ખભા ઉલાળ્યા.

દરેક બૉક્સ ઉપર એક નાનું સ્ટીકર ચોંટાડેલું હતું. સ્ટીકર પર બારકોડ હતું અને લખેલું વંચાતું હતું, 'પ્રેગકિટ. આઈએનઆર ૫૦'.

'ઠીક છે. તે રઘુ સાથે રિલેશનશિપમાં હતી જ,' મેં કહ્યું અને મારા જ સવાલનો જવાબ આપ્યો, 'સગાઈ પણ થઈ જ ગઈ હતી ને.'

હું કડવો ઘૂંટ ગળી ગયો અને પછીની વસ્તુ ઉપાડી.

'ઓપ્પો ફોન બૉક્સ.' મેં બૉક્સ ખોલતાં કહ્યું. તેની અંદર મોબાઈલ ફોન હતો.

'સ્વીચ ઓન કર.' સૌરભે કહ્યું.

એક મિનિટ જેવું થશે ફોનને ચાલુ થતાં. ફોન નેટવર્ક સાથે જોડાઈ ગયો, તેનો મતલબ કે તેમાં સિમ કાર્ડ હતું જ. ન્યુમેરિક લોક પણ નહોતું.'

'ઝારાનો ફોન?' સૌરભે કહ્યું.

'તેનો મુખ્ય ફોન નહિ હોય, ચોક્કસ. તેની પાસે તો આઈફોન હતો.'

'આનો નંબર શું છે?' સૌરભે કહ્યું.

તે શોધવા મેં મારો જ નંબર ડાયલ કર્યો. મારો ફોન રણક્યો.

'નવાઈ લાગી. નંબર +૯૨ થી શરૂ થતો હતો.' મેં મારા ફોનમાં જોતાં કહ્યું.

'ભાઈ, આ તો પાકિસ્તાનનો નંબર છે. એનો મતલબ કે આ પાકિસ્તાની સિમ છે.'

મેં ફોનનો બાજુમાં ઘા કર્યો. પાકિસ્તાનનું નામ આવે એટલે મનમાં ભય ઉત્પન્ન થઈ જાય.

'તેની પાસે પાકિસ્તાનનું સિમ?' મેં કહ્યું, 'તેનો નંબર નોંધી લઈએ.'

'ફોનમાં બીજું કંઈ છે? કોન્ટેક્ટ્સ? પિક્ચર્સ?' સૌરભે કહ્યું.

મેં ફોન ખોલ્યો. તેમાં ફક્ત ત્રણ જ કોન્ટેક્ટ હતાં. તે હતાં 'S', 'I' અને 'W'.

મેં પિક્ચર લાઈબ્રેરી જોઈ.

'તેમાં કરાચી લિટફેસ્ટના થોડા ફોટા છે,' મેં ઈમેજીસ જોતાં કહ્યું, 'આમાં ઝારા અને સિકંદરની એક સેલ્ફી પણ છે.'

'દેખાડ મને,' સૌરભે કહ્યું, 'તેની પાસે મશીનગન છે!'

તેઓ જ્યાં બેઠાં હતાં એ જોઈને તો કોઈ હોટલનો રૂમ હોય એવું લાગતું હતું; સિકંદરે તેના હાથમાં મશીનગન પકડી હતી.

'ઓહ, નો,' મેં કહ્યું, 'તે તો પૂરેપૂરો આતંકવાદી છે.'

'તેઓ હસી રહ્યાં છે, ઝારા પણ.' સૌરભે કહ્યું. હું થોડો ઝંખવાઈ ગયો. ઝારા પણ આમાં સંડોવાયેલી હશે? તેહરીક-એ-જે હોય તે.

જે રૂમમાં ફોટો લેવામાં આવ્યો હતો ત્યાં બારી પણ હતી. મને ઘણા બધા વાયર, જાહેરાતનાં બોર્ડ અને થોડાં બેનર સિવાય બીજું વધારે દેખાયું નહિ.

'આ પણ પાકિસ્તાનમાં જ લેવામાં આવ્યો હશે?' સૌરભે કહ્યું.

મેં નજીકથી જોવા માટે ફોટો ઝૂમ કર્યો. રિઝોલ્યુશન ઘટી ગયું, પણ બોર્ડના થોડા દેવનાગરી શબ્દો વંચાયા ખરા.

'હિન્દી જાહેરાત છે. મતલબ તેઓ ભારતમાં છે.' મેં કહ્યું.

મેં ફોન બાજુ પર રાખ્યો અને બીજી વસ્તુ જોવા આગળ વધ્યો.

'બિઝનેસ કાર્ડ,' મેં કહ્યું, 'ઉર્દૂમાં? કે અરેબિકમાં છે?'

સૌરભે માહિતી નોંધ કરી. તેને ખબર ના પડી.

'સફેદ પાવડર ભરેલું નાનું પ્લાસ્ટિક પાઉચ.' મેં કહ્યું.

'ટેલ્કમ પાવડર?' તેણે કહ્યું.

'તેણે ટેલ્કમ પાવડર લોકરમાં કેમ રાખ્યો હશે? ચાખવો છે તારે?' મેં કહ્યું.

'પાગલ થઈ ગયો છે? સાઇનાઈડ કે એવું બીજું કંઈ હોઈ શકે. આ આતંકવાદીઓનું તો નક્કી ના હોય.'

'ઝારા આતંકવાદી નહોતી.' મેં કહ્યું, પણ ઝારા લોન કે જેને હું આદર્શ સ્ત્રી સમજતો હતો, તેના લોકરમાં આવી વસ્તુઓ શું કામ?

'પિત્તળની કેપ્સુલ. વાઉ, આ બુલેટ છે?' મેં કહ્યું.

સૌરભે ઘાતક ધાતુનો નાનો ટુકડો ઉપાડ્યો.

'હા,' સૌરભે કહ્યું, 'બીજું શું છે?'

'થોડા પાકિસ્તાનના સિક્કા છે.'

'ઠીક છે. થોડા ફોટા પાડું છું.'

લોકરમાંથી મળેલી દરેક વસ્તુઓના સૌરભે તેના ફોનમાં ફોટા ખેંચ્યા.

'આ એ ઝારા નથી જેને હું જાણતો હતો.' મેં કહ્યું.

'ભાઈ, સ્ત્રીઓના મનમાં શું ચાલી રહ્યું છે એ કળવું ખૂબ જ અઘરું છે.' તેણે બુલેટનો ઝૂમ કરીને ફોટો લેતાં કહ્યું.

સફદર તેનો કોલ પૂરો કરીને, ફરી ઝારાના રૂમમાં દાખલ થયો.

'યા ખુદા,' તે પ્રેગ્નન્સી કીટ્સ અને બુલેટ જોઈને બોલ્યો, 'આ શું છે બધું?'

'આ અમારો સવાલ છે. આ બધું તમારા મકાનમાંથી જ મળ્યું છે.' સૌરભે કહ્યું.

સફદરે ફોન હાથમાં લીધો અને ઝારા તથા સિકંદરનો મશીનગન સાથેનો ફોટો જોયો.

'ખુદા કસમ, આમાંથી મને એક પણ વાતની જાણ નથી.' તેણે કહ્યું.

તેણે સફેદ પેકેટ હાથમાં લીધું, 'આ શું છે?'

'નો આઈડિયા,' મેં કહ્યું, 'પણ તમે આ વાંચી શકો છો?' મેં તેને બિઝનેસ કાર્ડ આપતાં કહ્યું.

'હાસીમ અબ્દુલ્લાહ, કમાન્ડર. તેહરીક-એ-જિહાદ.' સફદરે કહ્યું.

'બીજું કંઈ?' મેં કહ્યું.

'ના. ફોન નંબર કે સરનામું નથી.'

મેં બધી જ વસ્તુઓ ભેગી કરી અને બેગપેકમાં ગોઠવી દીધી.

'અમારે આ બધું જ અમારી સાથે લઈને જવું પડશે.' મેં કહ્યું.

સફદરે થોડું વિચાર્યું અને પછી હા કહ્યું.

'તું ઝારાને પ્રેમ કરતો હતો.' હું જવા માટે ઊભો થયો ત્યારે સફદરે કહ્યું.

એ પ્રશ્ન હતો જ નહિ, તેમ છતાં મેં જવાબમાં કહ્યું, 'હા.'

'ઝારા પણ તને એટલો જ પ્રેમ કરતી હતી, કેશવ.'

'ખરેખર?'

'સુખી હર્યોભર્યો પરિવાર નાનપણથી તેનું સ્વપ્ન હતું. તેને

લાગ્યું કે તારા લીધે એનું સપનું હકીકતમાં બદલાશે. પણ તારાં માતાપિતાને ઝારા પસંદ ના આવતાં, એ સાવ ભાંગી પડી હતી.'

હું ચૂપ જ રહ્યો. શું સફદર જાણતો નહોતો કે આ તેની દુખતી નસ હતી?

'મેં તારી સાથે કરેલી વાતચીતને લઈને, એ મારી સાથે એક વર્ષ સુધી લડતી રહી. તે તને ગુમાવી ચૂકી હતી. મારી સાથે પણ સંબંધ કાપી નાંખ્યો હતો. એ સમયે તે સિકંદરની ફરી નજીક આવી હતી.'

'કદાચ. મેં તેની સાથે ફરીથી સંબંધ તાજો કરવાની કોશિશ કરી હતી, પણ તે મને અવગણતી જ હતી.' મેં મનમાં કહ્યું.

'તે તને ચાહતી હતી છતાં, તું એને એ ના આપી શક્યો જે એ ઝંખતી હતી - એક સ્થિર પરિવાર. જે હું પણ તેને ના આપી શક્યો. મેં ત્રણ શાદી કરી, પણ સ્થિર પરિવાર... તેણે તેની માતાને ગુમાવી, પછી સિકંદરને અને અંતે તને પણ. લાગણીની બાબતમાં મારી ગરીબ છોકરી, તરસતી જ રહી.'

'આઈ એમ સૉરી, અંકલ,' મેં નમ્રતાપૂર્વક કહ્યું. 'મને આ બધું કહેવાની જરૂર નથી.'

સફદરે મારી બૅગ તરફ ઇશારો કર્યો.

'જો આ પોલીસ કે મીડિયા સુધી પહોંચી ગયું, તો બધું જ ખતમ થઈ જશે. ઝારા, એ છોકરી કે જેને તું પ્રેમ કરતો હતો, તેના પર કાયમ માટે આતંકવાદીની મહોર લાગી જશે.'

'હું કોઈની પાસે જવાનો નથી. જો, આ બધું જાહેર થશે તો સમજો હત્યારો કે હત્યારાઓ સાવધાન થઈ જશે.' મેં કહ્યું.

'ભાઈ, ખરેખર તારે હજી હત્યારા સુધી પહોંચવું છે?' ક્યારના ચૂપ બેઠેલા સૌરભે કહ્યું.

'કેમ નહિ?' મેં કહ્યું.

'કારણ કે જો આતંકવાદીઓ સામેલ હશે, તો એ આપણી શું હાલત કરશે એનો અંદાજ છે તને?' સૌરભે કહ્યું. તે પલંગ પરથી નીચે ઊતર્યો.

'આપણે આ વાત પછી કરીશું તો ચાલશે ને?' મેં સૌરભને કહ્યું.

'આમાં વાત કરવા જેવું હવે બાકી શું છે? બધું સ્પષ્ટ તો છે. હું ઘરે જઈ રહ્યો છું.' સૌરભે કહ્યું અને તે ઝારાના બેડરૂમમાંથી બહાર

નીકળી ગયો.

'તારા મિત્રની વાત સાચી છે. તે લોકો ખતરનાક છે. એ સ્વીકારી લેવું દુઃખદાયી છે, છતાં વધારે સારું છે કે તેઓએ ઝારાને મારી હતી. તું આ બધું ભૂલી જા અને જિંદગીમાં આગળ વધી જા.' સફદરે કહ્યું.

મેં મારી બેગની ચેન બંધ કરી અને પીઠ પર લટકાવી જવા માટે ઊભો થયો.

'એ જ તો મોટી સમસ્યા છે, અંકલ. મારા માટે ભૂલીને આગળ વધવું જ મુશ્કેલ છે.'

પ્રકરણ-૧૭

'હજી ગુસ્સામાં છો? થોડું ખાઈ લે.' મેં કહ્યું. સૌરભ અને હું ચંદન ક્લાસિસના સ્ટાફરૂમમાં હતા, લંચ સમય હતો. તે મારી સાથે ત્રણ દિવસથી બોલતો નહોતો. અમારું ઘર શાંત ઑપરેશન થિયેટર જેવું બની ગયું હતું. ચૂપ સર્જનની જેમ અમે આખો દિવસ એકબીજાની સાથે વાત કર્યા વગર પસાર કરતા હતા. મેં તેનું ધ્યાન ખેંચવા માટે બધાં જ પ્રલોભનો વાપરી જોયાં - વ્હિસ્કી, રસગુલ્લા, એચડી પોર્ન. તેમ છતાં, એ મારી સાથે એક શબ્દ પણ ના બોલ્યો. તેણે ના તો રાડો પાડી, ના કડવા વેણ કહ્યાં કે ના તો વસ્તુઓ તોડી. સૌરભ જ્યારે નારાજ હોય ત્યારે એકદમ મૌન ધારણ કરી લે છે.

સ્ટાફરૂમમાં બીજા બે ફેકલ્ટી મેમ્બર્સ, અમારાથી થોડે દૂર બેસીને, ખાઈ રહ્યા હતા.

'મેં તાજાં છોલે ભટુરે મંગાવ્યા છે. એક તો ચાખી જો.' મેં કહ્યું. તળેલી પૂરી અને ચટાકેદાર છોલેની માદક સોડમ સૌરભના નાક સુધી પહોંચી, પણ તેણે દરેક ઇંદ્રિયો પર વિજય મેળવીને છોલે-ભટુરે અવગણ્યાં. તેણે તેનું પાંચ ઇંચ દળદાર ઓર્ગેનિક કેમેસ્ટ્રીનું પાઠ્યપુસ્તક વાંચવાનું ચાલુ જ રાખ્યું. તેનું વજન બાયસેપ્સ બનાવવા માટે પૂરતું હતું. તે એકધારો વગર કારણે બેન્ઝિન પરમાણુના ષટ્કોણ બંધારણને તાકતો રહ્યો.

'હું આપણી જાતને મુશ્કેલીમાં મૂકવા નથી માંગતો, પણ તું ખરેખર ખૂની કોણ છે એ જાણવા આતુર નથી?'

'ના, જો હત્યારાની સેલ્ફી મશીનગન સાથે હોય તો બિલકુલ નહિ' સૌરભે કહ્યું.

'હાશ, તું બોલતો તો થયો. તને જાણવાની ઉત્સુકતા નથી એવું તો કહેતો જ નહિ?'

'ભાઈ, આમાં ઉત્સુકતાની વાત જ નથી. હું મારા પિછવાડામાં બંદૂકની ડઝન ગોળીઓ ઘૂસી જાય એવું બિલકુલ ઇચ્છતો નથી. તારે આતંકવાદી સંગઠનની તપાસ કરવી છે? એવા લોકો કે જે મજા માટે લોકોની હત્યા કરે છે?'

'મને તેના સંગઠનમાં કોઈ જ રસ નથી. મારે ફક્ત એ જ જાણવું

છે કે ઝારા સાથે શું બન્યું હતું.'

'કેમ ?' સૌરભે ઊંચા અવાજમાં કહ્યું. પેલા બે ફેકલ્ટી મેમ્બર્સે ફરીને અમારી સામે જોયું.

'ધીમેથી બોલ.' મેં કહ્યું.

'તું અહીંથી જા,' તેણે કહ્યું, 'મારે તારી સાથે કોઈ વાત નથી કરવી.'

'મારે પણ બધું સમાપ્ત કરવું જ છે, ગોલુ. જે હું ઝારાની બાબતમાં ક્યારેય નથી કરી શક્યો. તેણે જ્યારે મારી સાથે છેડો ફાડી નાંખ્યો અને એકાએક સંપર્ક તોડી દીધો ત્યારે પણ તેનાથી દૂર ના થવાયું. હવે જ્યારે તે મારી પાસે પાછી ફરવા માગતી હતી, તો કાયમ માટે દૂર જતી રહી અને એ પણ ઘણા સવાલોના જવાબ અધૂરા છોડીને. હું ક્યારેય અંત લાવી જ ના શક્યો.'

'સૉરી, તું અંત-અંત રમતો રહેજે. તારા માટે અંત છે શું, ભાઈ ?'

'ભૂલી જવું.'

'મારે ક્યારેય કોઈ ગર્લફ્રેન્ડ હતી જ નહિ, એટલે એ વિશે હું જાણતો પણ નથી અને એવો અનુભવ પણ નથી. સારું જ છે.'

'તેં મને કહ્યું હતું કે તું મને પૂરી ઈમાનદારીથી મદદ કરીશ. યાદ છે ?'

'ભાઈ, તું તારું મગજ વાપર એ જ યોગ્ય છે. અથવા તે લોકો તારું મગજ ઉડાડી નાંખશે. આ ડીનની પત્નીને નાઈટીમાં જોવા જેવી વાત નથી. આ તારીક-એ-જુમ્મા છે.'

'તેહરીક-એ-જિહાદ.' મેં હસીને કહ્યું.

'જે હોય તે. તું મહેરબાની કરીને લોકરમાંથી મળેલી બધી જ વસ્તુઓ રાણાને સુપરત કરી દે. તેના પર બાકીનું છોડી દે.'

'એ તો પછી ગમે તે કરે. લક્ષ્મણને જેલમાંથી મુક્ત જ ના કરે.'

'એ લક્ષ્મણનું દુર્ભાગ્ય કહેવાય અને દેશનું કમનસીબ કે આપણે આ કિસ્સાને કેવી રીતે ઉકેલ્યો. આપણે હવે કાંઈ જ કરવાની જરૂર નથી.'

'મને ખબર છે કે હવે આગળ શું કરવું જોઈએ. આપણે પોલીસ પાસે પણ જઈશું અને આપણી રીતે સલામત રહીને તપાસ પણ કરીશું.'

'કેવી રીતે ?'

'હું તને જણાવીશ. પહેલાં તું મહેરબાની કરીને છોલે-ભટુરે આરોગીશ?' મેં કહ્યું, 'જો, આ ભટુરે કેવાં જોરદાર છે.'

મેં ભોજનથાળી તેના તરફ ધકેલી. સૌરભ થાળીને જોતો જ રહ્યો જાણે કેટલાં વરસો બાદ તેને તેનું ખોવાયેલું સંતાન પાછું મળ્યું હોય તેમ.

'મેં તો નાસ્તો પણ નથી કર્યો.' સૌરભે કહ્યું.

'કેમ?'

'તને દેખાડવા કે હું નારાજ છું.' સૌરભે કહ્યું અને ભટુરા પર તૂટી પડ્યો. તે આદિમાનવની જેમ ખાઈ રહ્યો હતો, દસ ઇંચ મોટી તળેલી પૂરી આંખના પલકારામાં ગળી ગયો.

'ખાવા પર ક્યારેય ગુસ્સો નહિ ઉતારવાનો.' મેં કહ્યું.

'ટ્યૂશન માસ્ટર, અમે કેવા પ્રકારની તપાસ કરીએ એવું ઇચ્છે છે?' સૌરભે કહ્યું, હજી તો પહેલું ભટુરે મોંમાં જ હતું, ત્યાં જ બીજા ભટુરેનો પણ હિસાબ થઈ ગયો.

'એવો કોઈ મોટો પ્લાન નથી. મારે ફક્ત સિકંદર સાથે વાત કરવી છે. ગમે તેમ, પણ એ ઝારાના પરિવારનો સદસ્ય છે.'

'સાવકો ભાઈ? કે જે કદાચ એકે-૪૭ પાવર બૅન્કની જેમ લઈને ફરતો હશે!'

'પહેલાં આપણે તેની સાથે ફોન પર વાત તો કરીએ.'

'આવું ના કર, ભાઈ. એક વાર તેઓને તારો ફોન નંબર ખબર પડી જશે, પછી એ તારા સુધી આસાનીથી પહોંચી જશે.'

'આપણે પેલા પાકિસ્તાની સિમ પરથી વાત કરવાની ને. મને વિશ્વાસ છે કે કોન્ટેકમાં જે 'S' હતો તે સિકંદરનો જ છે.'

'ભાઈ.' સૌરભ એટલું બોલીને અટકી ગયો.

'શું?'

સૌરભે હાથ ઊંચો કરીને મને શાંતિ રાખવાનું કહ્યું. પાંચ સેકન્ડ બાદ, એક મોટો ઓડકાર સંભળાયો. બે ટીચરે અમારી સામે ઘૃણાભરી નજરે જોયું.

'જોરદાર.' મેં કહ્યું.

'એ તો ઠીક છે. હું તને કહેતો હતો કે, ભાઈ, તું એને કોલ

કરી શકે છે, પણ રેકર્ડ કરજે. હજી મારી વાત માની જા, તું વગર કારણનો એ લોકો જોડે પંગો લેવા જઈ રહ્યો છે.'

❖

અમે અમારા રૂમના પલંગ પર, રજાઈ વીંટાળીને બેઠા હતા.

'તને કેમ ખબર કે 'S' તેનો જ છે?' સૌરભે કહ્યું.

'આપણે શોધી કાઢીશું.' મેં કહ્યું. મેં નંબર ડાયલ કર્યો. દરેક રિંગની સાથે મારા હૃદયની ધડકન તેજ થવા લાગી. કોઈએ જવાબ ના આપ્યો.

દસ રિંગ પછી, મેં કોલ કટ કર્યો અને માથું ધુણાવ્યું.

'કોઈ ઉપાડતું નથી ને?' સૌરભે કહ્યું.

'હા, કોઈ નથી.'

'અને આ સાથે જ ઝારા લોનની તપાસ હવે સમાપ્ત. શુભરાત્રિ.' સૌરભે કહ્યું. તે ચત્તોપાટ પલંગ પર પડ્યો અને રજાઈમાં સંતાઈ ગયો.

'હું હજી એક વાર પ્રયાસ કરીશ.' મેં કહ્યું. મેં ફરી નંબર ડાયલ કર્યો. નો આન્સર.

'પ્રયત્ન ચાલુ રાખ. કોઈ ઉપાડવાનું નથી,' સૌરભે રજાઈની અંદર માથું રાખીને કહ્યું, 'ભાઈ, વિષય બદલાવવાની જરૂરિયાત છે - મેં તને ટિન્ડર ટ્રાય કરવાનું કહ્યું હતું, તે કર્યું?'

મેં તેની વાત સાંભળ્યા વગર ફોન એક બાજુ મૂક્યો.

'તારા રૂમમાં જા અને ઊંઘી જા, સૌરભ.' મેં કહ્યું.

'ના, ભાઈ. ગમે તેમ પણ આતંકવાદીઓનો મામલો છે, હું એકલો નહિ ઊંઘું.'

'ગોલુ, તારી સાઈઝ જોઈ છે. તને એકલા સૂવામાં કોની બીક લાગે?'

સૂઈ જવાનો ઢોંગ કરતાં સૌરભે કોઈ જ જવાબ ના આપ્યો.

તેની બાજુનો લેમ્પ મેં બંધ કર્યો અને ઉપર સ્થિર પંખાને હું તાકતો રહ્યો. વિચારોનું મારા મગજમાં ઘોડાપૂર ઊમટ્યું હતું. હું ઝારાને ખરેખર ઓળખતો નહોતો? મને જે છોકરીની ઝંખના હતી અને જેને હું આદર્શ છોકરી સમજતો હતો એ બીજું કોઈ હતી? કે પછી અમારા સંબંધમાં ભંગાણ બાદ એ બદલાઈ ગઈ? મારાં માતાપિતાએ કરેલા

અપમાનને કારણે તે કટ્ટરવાદી બની ગઈ? સિકંદર એને શું કામ નુકસાન પહોંચાડે, ઝારા તો તેને ખૂબ જ પ્રેમ કરતી હતી?

થોડી વાર બાદ, પસ્તાવાનું ઝરણું મારામાં ઊતરી આવ્યું. મને સફદરે કહ્યું હતું તે યાદ આવી ગયું, હું જ ઝારાની એક સ્થિર પરિવારની જરૂરિયાતને સમજી ના શક્યો, અને મારા પરિવારે એનો અસ્વીકાર કરીને એને ઊંડો આઘાત આપ્યો હતો. જો અને તો ની માયાજાળમાં હું ગૂંચવાઈ ગયો, ખોવાઈ ગયો. જે બની ગયું અને બની શકે એમ હતું એ બધી શક્યતાઓમાં.

ફોનની રિંગે મારા વિચારોમાં ખલેલ પહોંચાડી.

'વાહિયાત પાકિસ્તાની ફોનની રિંગ વાગે છે.' સૌરભે કહ્યું. તે રજાઈમાંથી બહાર નીકળ્યો અને રૂમમાં દોડવા લાગ્યો, જાણે કોઈએ તેની પથારીમાં ડોલ ભરીને વંદા ફેંક્યા હોય.

'આપણે હવે શું કરશું, ભાઈ?' તેણે કહ્યું.

'શાંત થઈ જા. તેણે ફક્ત આપણા કોલનો જવાબ આપ્યો છે.'

'પાકિસ્તાની ફોન પર.' એ ગભરાઈ ગયો, જાણે પાકિસ્તાની ફોન ઉપાડતાં જ એ ફાટવાનો હોય અને જાણે અમે મરી જવાના હોય. મેં મારા હોઠ પર આંગળી મૂકી અને સૌરભને એકદમ ચૂપ રહેવાનો ઈશારો કર્યો.

મેં ફોન ઉપાડ્યો.

'અસ-સલામ-અલૈકુમ.' સામેવાળા માણસે કહ્યું.

'હેલ્લો,' મેં કહ્યું, 'મતલબ કે, અસ-સલામ-અલૈકુમ. સૉરી, વા-અલૈકુમ-સલામ.'

સામેવાળો માણસ ચૂપ જ રહ્યો.

'આ સિકંદર બોલે છે?' મેં કહ્યું.

'કોણ, જનાબ?' તેણે કહ્યું.

'તેં ઝારાના નંબર પર ફોન લગાડ્યો છે, સાચું ને?'

'કોણ વાત કરી રહ્યું છે? તને આ ફોન ક્યાંથી મળ્યો?' તેણે કહ્યું.

'હું ઝારાનો મિત્ર છું.'

'તારું નામ શું છે?'

'કેશવ.' મેં કહ્યું.

સૌરભનાં બંને નેણ ઊંચાં થઈ ગયાં, મેં જ્યારે મારું નામ કહ્યું

ત્યારે. મારે તેના મોઢા પર હાથ રાખવો પડ્યો, જેથી એ બૂમ ના પાડે.

'શશશ... મારે તેને કહેવું જ પડે, બાકી પછી એ વાત ના કરે.' મેં સૌરભને એકદમ ધીમા અવાજે કહ્યું, અને ફરી વાત કરવાની શરૂઆત કરી.

'હું કેશવ છું. ઝારાનો મિત્ર. સિકંદર જ વાત કરે છે? આપણી મુલાકાત અંતિમવિધિમાં થઈ હતી.'

'આપણે મળ્યા હતા?'

એનો મતલબ કે આ સિંકદર જ હતો.

'તને હું યાદ છું? ઝારાનો રાજસ્થાની ફ્રેન્ડ.'

'આપાએ વાત કરી હતી.'

'તેણે કહ્યું હતું?' મેં કહ્યું, ઉત્સુકતા જાગી કે ઝારાએ તેને મારા વિશે શું કહ્યું હશે.

'તને આ ફોન કેવી રીતે મળ્યો?'

'સિકંદરભાઈ, આપણે મળી શકીએ?'

મેં સૌરભનું મોઢું મારા હાથથી દાબીને ફરી બંધ કર્યું, કારણ કે તે મળવાની વાત પર વિરોધ દર્શાવવા જઈ રહ્યો હતો.

'કેમ?' સિકંદરે કહ્યું.

'ઝારાના મૃત્યુને લઈને થોડા સવાલ હતા એટલે.'

'એનું શું છે? હત્યારો જેલમાં તો છે.'

'ચોકીદાર ગુન્હેગાર નથી.'

'મને એ વિષયની કોઈ જ માહિતી નથી.'

'આપણે એક વાર મળીએ તો ખરા.'

'ના.' તેણે કહ્યું અને કોલ કટ કર્યો. મેં સૌરભના મોં પરથી મારો હાથ હટાવ્યો.

સૌરભ મારી સામે ડોળા ફાડીને ઊભો રહ્યો.

'શું?' મેં કહ્યું.

'તારે એક આતંકવાદીને મળવું છે?'

'તે ઝારાના પરિવારનો જ એક હિસ્સો છે. જે હોય તે, એ મળવા કે વાત કરવા નથી માંગતો.'

'સારું થયું. હવે બધા જ રસ્તા બંધ છે. તો હવે તું આ મર્ડર કેસનું વળગણ છોડી દે તો સારી વાત છે.'

'અને તેના બદલે શું કરું? કંટાળેલા વિદ્યાર્થીઓને ભણાવું કે

અશક્ય પ્રવેશ પરીક્ષામાં પાસ કઈ રીતે થવાય ?'

'તે આપણું કામ છે, ભાઈ.'

મેં ઓપ્પોનો ફોન હાથમાં લીધો અને ફરી સિકંદરનો નંબર ડાયલ કર્યો. ત્રણ પ્રયત્નો બાદ તેણે ફોન ઉપાડ્યો.

'મેં કહ્યું ને તને કે મારે મળવું નથી. હવે પછી મને ક્યારેય કોલ ના કરીશ.' સિકંદરે કહ્યું.

'મારી પાસે બીજો વિકલ્પ એ છે કે મને ઝારાના મકાનમાંથી જે પણ વસ્તુઓ મળી છે તે પોલીસને સોંપી દઉં.' મેં કહ્યું.

સિકંદર ચૂપ થઈ ગયો. સૌરભે હવામાં હાથ હલાવીને તેની સામે જોવાનું કહ્યું. મેં ફોન પર હાથ રાખ્યો.

'હવે શું છે ?' મેં સૌરભને કહ્યું.

'તું એને ધમકી આપી રહ્યો છે ?' એક આતંકવાદીને ?' સૌરભના અવાજમાં ગભરાટ છલકાતો હતો.

'રિલેક્ષ.' મેં કહ્યું અને ફરી કોલમાં ધ્યાન આપ્યું.

'સિકંદર, તું હાજર છે ને ?'

'હા.' તેણે કહ્યું.

'સિકંદર, મને પોલીસ પાસે જવામાં કે તારા કામમાં કોઈ જ રસ નથી. હું તો ઝારાની જિંદગી સાથે સંકળાયેલા દરેક લોકો સાથે વાત કરું છું, જેથી તેના સાચા હત્યારાની જાણ થાય.'

'તને એમ લાગે છે કે મેં મારી આપાની હત્યા કરી છે ? કે જેનું મારી જિંદગીમાં વિશેષ સ્થાન હતું ?'

'મેં એવું કહ્યું જ નથી. હું તો ખાલી તને મળવા માંગું છું. અમે તેના ડેડને પણ મળ્યા હતા.'

'અમે ? તારી સાથે બીજું કોણ હાજર છે ત્યાં ?'

'ફક્ત મારો બેસ્ટ ફ્રેન્ડ, સૌરભ.'

'પ્લીઝ, મારું નામ નહિ.' સૌરભે સ્પષ્ટ અને મોટેથી કહ્યું, એટલે મારે ફરી તેનું મોઢું મારા હાથથી બંધ કરવું પડ્યું.

❖

પહરગંજ, વીડિયો ગેમમાં દર્શાવવા માટે ઉત્તમ સ્થળ હતું. શેરીઓમાં ઈજા થયા વગર પસાર થવું એક પડકાર હતો. સૌરભ અને

હું - સાંકડી ગલીઓમાં ઓટોરિક્ષા, સાઈકલ રિક્ષા, ગાય, ગધેડાં, મોટરબાઈક, ફેરિયા અને હજારો રાહદારીઓને ઓળંગતાં, અંતે નક્કી કર્યા મુજબની જગ્યા નેમચંદ પકોડા શોપ પર માંડ પહોંચ્યા. આ દુકાન કદમ શરિફ દરગાહ અને શિવમંદિરની વચ્ચે આવેલી હતી. અજાણતાં જ મુલાકાત માટે પસંદ કરાયેલું ધર્મનિરપેક્ષ સ્થળ હતું.

સિકંદરે આછા ભૂખરા રંગનો પઠાણી સૂટ પહેર્યો હતો, તે દુકાનમાં હાજર જ હતો. તેણે દાઢી વધારી હતી, કદાચ ખુદને વધારે પુખ્ત દેખાડવા અને તેના ગુલાબી બાળક જેવા ચહેરાને છુપાવવા માટે. તે આજુબાજુ જોતો હતો ત્યારે તેના પગ ઉપર નીચે ઊછળતા હતા, દરેક ગ્રાહકને નીરખીને જોઈ રહ્યો હતો.

તેનું અમારા ઉપર હજી ધ્યાન નહોતું ગયું.

'ભાઈ, આપણી પાસે હજી ભાગવાનો મોકો છે,' સૌરભે કહ્યું, 'તેણે તેના કુર્તાની અંદર બંદૂક છુપાવેલી હશે. તે આપણને મારી પણ શકે છે.'

'એ તેવું શું કામ કરે?'

'એને ગુસ્સો આવે એવું આપણાથી વર્તન થાય તો. જેમ કે, આપણે તેનાં ભજિયાં માટે પૂરતી ચટણી બાકી ના રાખીએ... ગમે તે કારણ હોય.'

'ચટણી?'

'આપણે અહીં ભજિયાં ખાવાનાં છે, સાચું ને? આ જગ્યા એના માટે તો પ્રખ્યાત છે.'

'હું તો અંદર જાઉં છું.' મેં મારું માથું હલાવતાં કહ્યું.

'હું અહીં છું, તારે શું વાત કરવાની હતી?' જેવો હું સિકંદરની નજીક ચાલતો પહોંચ્યો, તેણે તરત જ કહ્યું.

'વાત ચાલુ થાય એ પહેલાં કંઈક ખાવા માટે મંગાવું?' મેં કહ્યું.

નાસ્તાને લીધે સૌરભ વ્યસ્ત રહે અને તેને થોડી ઓછી ગભરાહટ થાય. અમે અડધો કિલો મિક્સ ભજિયાં મંગાવ્યાં, સાથે ત્રણ કપ મીઠી મસાલા ચા.

વેઈટર થોડી જ વારમાં બધું લઈને આવી ગયો - કોબી, બટાકા, ડુંગળી, મરચાં અને પાલકનાં તીખાં અને બે વાર તળેલાં ભજિયાં. ભજિયાંમાં શાકભાજી ખાવાં એ શાકભાજી ખાવાનો સૌથી સ્વાદિષ્ટ અને અસ્વસ્થ રસ્તો છે.

સિકંદર ભજિયાંને અડક્યો પણ નહિ. સૌરભે દરેક પ્રકારનાં એક-એક ભજિયાં ઉપાડ્યાં.

'તમારે નથી ખાવાં ?' સૌરભે સિકંદરને કહ્યું, 'થોડાં તો ચાખો.'

જ્યારે સૌરભ કોઈથી ગભરાતો હોય ત્યારે તે પેલા વ્યક્તિની ખુશામત કરવા લાગતો.

'અમને તારી મદદની જરૂર છે. અમે ઝારાનો કેસ ઉકેલવાનો પ્રયત્ન કરી રહ્યા છીએ.' મેં કહ્યું.

'અમે નહિ, તું એકલો.' સૌરભે લીલા મરચાનું ભજિયું ખાતાં કહ્યું.

'હું તમારી મદદ કેવી રીતે કરી શકું ?' સિકંદરે કહ્યું.

'તું એની નજીક નહોતો ?' મેં કહ્યું.

'આપા મારાં માટે બીજાં અમ્મી સમાન હતાં.'

'તેહરીક-એ-જિહાદના કોઈ એક શખ્સે તેને મારી નાંખી ?'

જેવો સિકંદરના સંગઠનના નામનો ઉલ્લેખ થયો કે તે તરત જ ઊભો થઈ ગયો. સૌરભ ફરી ગયો અને મારા ખભા પર તેનો ચહેરો છુપાવી દીધો.

'હું જાઉં છું.' સિકંદરે કહ્યું.

'કેમ ?' મેં કહ્યું, 'આપણે હજી હમણાં તો મળ્યા. બેસી જા. પ્લીઝ, ફક્ત પાંચ મિનિટ.'

સિકંદરે વિચિત્ર નજરે સામે જોયું, પણ ફરી બેસી ગયો. મેં ચાનો કપ તેના તરફ ખસેડ્યો. તેણે જોરથી નકારમાં માથું હલાવ્યું.

'તને તેહરીક વિશે કોણે જણાવ્યું ?' સિકંદરે કહ્યું, 'મને એમ હતું કે તને આપા સિવાય બીજી વાતમાં રસ નથી.'

'મને નથી જ. તેં ઝારા સાથે છેલ્લે ક્યારે વાત કરી હતી ?'

'તેના મૃત્યુના ત્રણ દિવસ પહેલાં. આપાએ કોલ કર્યો હતો.'

'તમારા વચ્ચે શું વાત થઈ હતી ?'

'એ જાણવાની તારે જરૂર નથી. અમારાં ભાઈ-બહેન વચ્ચેની વાત હતી.'

'સાવકો ભાઈ, સાચું ને ?' સૌરભે કોબીનું ભજિયું ખાતાં કહ્યું. સિકંદરે તેની સામે ગુસ્સાથી જોયું.

'સાવકાં ભાઈબહેન પણ એકબીજાની નજીક હોઈ શકે.' સિકંદરે કહ્યું.

'સાચી વાત છે,' સૌરભે શરણાગતિ સ્વીકારતા અવાજમાં કહ્યું, 'સિકંદરભાઈ, કંઈક તો ચાખો. મરચાંનાં ભજિયાં ખરેખર સ્વાદિષ્ટ છે.'

સિકંદરે સૌરભને અવગણીને મારી તરફ જોયું.

'આપાનું કહેવું હતું કે તેણે મને ઘણા દિવસોથી નથી જોયો. અને બીજું... મારે કોઈ યોગ્ય નોકરી શોધવી જોઈએ.'

'બાકી તું શું કામ કરે છે?' મેં કહ્યું, 'જો તને કહેવામાં વાંધો ના હોય તો.'

'થોડું વિચિત્ર કામ છે. ક્યારેક દિલ્હીમાં, તો ક્યારેક શ્રીનગરમાં.'

'કેવા પ્રકારનું વિચિત્ર કામ હોય છે?'

'ટ્રક ભરવાનું. કાશ્મીરી વેપારીઓનો માલ જે આખા દેશમાં નિકાસ થતો હોય છે તેમાં મદદરૂપ થવાનું.'

'તું વિચલિત ના થઈશ, પણ તું તેહરીક-એ-જિહાદ સાથે જોડાયેલો છે?' મેં કહ્યું.

'મારે તને જવાબ આપવાની જરૂર નથી. તું શું કામ ચિંતા કરે છે?'

'મારે ખાસ એ જાણવું છે કે ઝારા તેહરીક સાથે જોડાયેલી હતી? એ તો મને જણાવ, સિકંદર.'

'ના, બિલકુલ નહિ.'

'તો પછી...' મેં શરૂઆત કરી ત્યાં જ સિકંદર ફરી ઊભો થયો.

'શું?' મેં કહ્યું, 'તું ઊભો કેમ થઈ ગયો?'

તેણે જવાબ આપવાને બદલે બંદૂક બહાર કાઢી.

સૌરભનું મોં ખુલ્લું જ રહી ગયું. સિકંદરે અમને કહ્યું નહોતું તો પણ, પ્રતિક્રિયારૂપે સૌરભે તેના બંને હાથ ઊંચા કરી દીધા, વધારે પડતી ફિલ્મો જોવાનું પરિણામ હતું. તેના એક હાથમાં ડુંગળીનું ભજિયું ડોકાતું હતું.

'સિકંદરભાઈ, આપણે તો ખાલી વાતો કરી રહ્યા હતા. આની શું જરૂર...' મેં શક્ય એટલા શાંત અવાજે કહ્યું.

'ચૂપ થા, હરામી. હવે વધારે થાય છે. મને ખબર છે કે આપા અને તારા સંબંધનો અંત ઘણા સમય પહેલાં થઈ ગયો હતો. અત્યારે આ શું જાસૂસી ચાલી રહી છે?'

તેણે મારા ચહેરા પર બંદૂક તાકી. મને એવું લાગ્યું કે જાણે હમણાં જ મારું હૃદય બંધ થઈ જશે.

'આઈ એમ સૉરી. મેં તને હેરાન કર્યો. હું તો ફક્ત વાત કરવા જ માંગતો હતો.'

'હું જઈ રહ્યો છું. મારો પીછો ના કરતો, સમજ્યો ?'

સિકંદર દુકાનની બહાર ચાલતો નીકળ્યો ત્યારે વેઈટર, ગ્રાહકો અને દુકાનમાલિક જાણે બરફ હોય તેમ તેની જગ્યાએ થીજી ગયા હતા. તેણે શેરીની બહાર પહોંચીને બંદૂક પાછી તેના કુર્તાના ખિસ્સામાં છુપાવી દીધી. થોડી જ ક્ષણમાં તે પહરગંજની ભીડમાં અદૃશ્ય થઈ ગયો.

'તે ગયો,' મેં સૌરભને કહ્યું, 'તું તારા હાથ નીચે રાખ હવે.'

'ઉહ ઓહ ઉહ...' સૌરભે કહ્યું, તેના હાથ હજી ઉપર જ હતા.

'તારા મોઢામાં જે ભર્યું છે તે પેટમાં પધરાવ.'

સૌરભ ગળી ગયો અને પછી બોલ્યો.

'આ શું હતું !' સૌરભ એકદમ ગભરાયેલો હતો. 'મારે મમ્મી-પપ્પા છે. સાલા કેશવ, આજ પછી તારી સાથે હું ક્યારેય નહિ આવું. આપણે ટ્યૂશન લઈએ છીએ, જેમ્સ બોન્ડના ભત્રીજાઓ નથી.'

'આપણે સલામત છીએ. તે ડરપોક છે, એટલે ભાગી ગયો.'

'એને છોડ. તેં તો એમ કહ્યું હતું કે આપણે ભજિયાં ખાવા જવાનું છે. તેણે હમણાં આપણને ભજિયાં બનાવી દીધા હોત.'

મેં દુકાનમાલિકને બિલ માટે ઈશારો કર્યો.

'ચાલશે, સાહેબ. મફત માનજો.' દુકાનમાલિકે કહ્યું, જ્યાં સુધી અમે તેની દુકાન ના છોડી ત્યાં સુધી તેનો શ્વાસ રોકાયેલો હતો.

પ્રકરણ-૧૮

ભજિયાં કાંડના એક અઠવાડિયા બાદ, અમે લીવિંગ રૂમમાં બેઠા હતા, ટીવી પર ચાલતો રિયાલિટી શો જોઈ રહ્યા હતા. નાની છોકરીઓ મેકઅપ કરીને આઈટમ ગીત પર ડાન્સ કરતી હતી. સૌરભની આંખો સીઝન ફિનાલેમાં ચોંટી ગઈ હતી. હું ટીવી જોવાની સાથે મારો ફોન પણ મચડી રહ્યો હતો.

'તારો ફોન મને આપ તો.' સૌરભે કહ્યું. મેં તેની વાત અવગણી.

'તું આવું શું કામ જુએ છે? આવા શો મને હેરાન કરે છે.' મેં કહ્યું, આંખો ફોનમાં જ ચોંટેલી હતી.

'હું તને કહું છું કે કોણ હેરાન કરે છે?' સૌરભે મારો ફોન આંચકીને કહ્યું.

'આ શું છોકરમત છે, ગોલુ?'

'ફોનમાં શું ચાલી રહ્યું હતું?'

'કંઈ નહિ. મારો લિંક્ડિનનો પ્રોફાઈલ જોતો હતો, અપડેટ છે કે નહિ.'

'એમાં કોઈ સુધારો કરવાની જરૂર નથી. આપણો હજી એ જ વાહિયાત બાયોડેટા છે.'

'હું નવો ફોટો મૂકવાનું વિચારતો હતો.'

'મને ઉલ્લુ બનાવે છે? તો પછી તારા ફોનમાં ટ્વિટરની સ્ક્રીન કેમ છે?'

એક નાની છોકરીએ ટીવીમાં નાચવાનું શરૂ કર્યું 'મુન્ની બદનામ હુઈ'. નિર્ણાયકો અને દર્શકોએ તાળીઓના ગડગડાટથી એને પ્રોત્સાહિત કરી.

'છી, આવું તે હોય?' મેં સૌરભનો સવાલ ઉડાવતાં કહ્યું.

'મને જવાબ આપ, ભાઈ.'

'એમ જ,' મેં કહ્યું, 'જોઈ રહ્યો હતો. નવા સમાચાર.'

'મને અહીંથી દેખાય છે. તું ટ્વિટર પર સર્ચ કરતો હતો, તેહરીક-એ-જિહાદ.'

'હા, કરતો હતો.'

સૌરભે ટીવી બંધ કર્યું. તે આવ્યો અને કૉફી ટેબલ પર મારી

સામે બેઠો. કૉફી ટેબલમાંથી અવાજ આવ્યો, કારણ કે તેની ક્ષમતા કરતાં વજન વધી ગયું હતું.

'ભાઈ, હું એકદમ ગંભીર છું.' સૌરભે કહ્યું અને જાણે વશીકરણ કરતો હોય તેમ મારી આંખોમાં જોવા લાગ્યો.

હું નીચું જોઈ ગયો.

'તેં પેલા પાગલની બંદૂક જોઈ હતી ને ? ફરી એ કેસને ઉખેળવાની હવે કોઈ જરૂર નથી.'

'હું તો ફોનમાં ખાલી ટાઇમ પાસ કરતો હતો.'

'આતંકવાદી સંગઠનની ફોનમાં માહિતી મેળવવી એ તારે મન ટાઇમ પાસ છે ?'

'મને ઇંતજારી છે. આપણે એ તો જાણીએ જ છીએ કે સિકંદર તેહરીકનો હિસ્સો છે. મેં એને ઝારા અને તેહરીક વિશે પૂછ્યું તો એ કેવો ભાગી ગયો.'

સૌરભે તેના હોઠ પર આંગળી મૂકી.

'શશશ... ભાઈ. મારી વાત સાંભળ. તું... પાગલ... થઈ... ગયો... છે...'

'શું ?' મેં કહ્યું.

'બનવાનું હતું તે બની ગયું. આતંકવાદીઓએ ઝારાને મારી નાખી. વાર્તા સમાપ્ત. તારે આ વિશે ફરી વિચારવાની કોઈ જરૂર નથી. કોઈ તર્ક નહિ. નો મોર એનાલિસીસ. તારા ભેજામાંથી હવે એ બધું ભૂંસી નાખ.'

'કેવી રીતે ?' મેં કહ્યું, 'મારી પાસે એ સિવાય વિચારવા જેવું બીજું છે પણ શું ? મારા જીવનમાં મહત્ત્વનું બીજું કંઈ છે જ નહિ.'

'નવી નોકરી મેળવવી ?'

મેં માથું હલાવ્યું.

'મારે નવી નોકરીની જરૂર છે. પણ હું એવું કરવા માંગતો નથી.'

'નવી છોકરી શોધવાનું કેવું રહેશે ?'

'એ મારા મગજમાં છે જ નહિ. એક છોકરીએ મને ઘણો હેરાન કર્યો છે.'

'ટિન્ડર, ભાઈ, દુઃખ વિનાનો પ્રેમ. તને ખબર છે, મને બે મૅચ મળ્યા છે ટિન્ડર પર.'

'એવું થયું ? પછી શું ?'

'નથિંગ. અમે ચેટ કરી પછી તે બંનેએ અનમેચ કરી નાખ્યું.'

'શું ? કેમ ?'

'તે છોકરીઓનું એવું કહેવું હતું કે તેમના માટે પ્રામાણિકતા ઘણું મહત્ત્વ ધરાવે છે. મેં કહ્યું ઠીક છે. તેઓએ મને પૂછ્યું કે હું શું શોધી રહ્યો છું. મેં તેમને કહ્યું.'

'તેં શું કહ્યું ?'

'મેં કહ્યું સેક્સ. અથવા કંઈ પણ શારીરિક. અંતે હેન્ડ જોબ પણ ચાલશે.' સૌરભે કહ્યું.

'શું ?' મેં કહ્યું, 'તેં શું કહ્યું ?'

'મેં જે કહ્યું એમાં હું પ્રામાણિક હતો.'

હું પેટ પકડીને હસવા લાગ્યો.

'અને પછી ?' મેં કહ્યું.

'તેઓએ મને અનમેચ કરી નાંખ્યો. કૂતરીઓ. પ્રામાણિકતા, હેરાન કરી નાખ્યો.'

'અહીં આવ મારી ડાર્લિંગ "કંઈ પણ શારીરિક".' મેં તેને ભેટવાનો પ્રયત્ન કરતાં કહ્યું.

'ગંભીર બન થોડો.' સૌરભે કહ્યું.

'આઈ એમ સિરિયસ,' મારું હસવાનું ચાલુ જ હતું અને મેં કહ્યું, "હેન્ડ જોબ પણ ચાલશે" ? તેં ખરેખર આવું કહ્યું હતું ?'

'હું જાઉં છું. કેસ અને હું, બેમાંથી એકની પસંદગી કરવાની છે.' સૌરભે કહ્યું.

'શું ?' મેં કહ્યું. હાસ્ય મારા ચહેરા પરથી ગાયબ થઈ ગયું.

એક મિનિટ માટે બંને ચૂપ થઈ ગયા.

સૌરભ ટેબલ પરથી ઊભો થયો. 'મને મારો જવાબ મળી ગયો. હું આ શનિ-રવિ છોડીને જતો રહીશ.' તેણે કહ્યું.

'શું આ સેન્ટી ડ્રામા ચાલુ કર્યા છે ?' મેં કહ્યું. મેં તેનો હાથ ખેંચીને ફરી નીચે બેસાડ્યો.

'શું ?' તેણે મારી તરફ જોતાં કહ્યું.

'કેસને પડતો મૂક. હું અત્યાર સુધીમાં ઘણું ગુમાવી ચૂક્યો છું. તને ગુમાવવાનું પોસાય તેમ નથી.'

'ખરેખર, ભાઈ ? તું એ મારા માટે કરી રહ્યો છે ?'

'બસ, હવે. ટીવી ચાલુ કર, પાછું. મારે જોવું છે, પેલી મુન્ની બદનામ છોકરી વિજેતા બની કે નહિ?'

❖

'આટલાં ઓછાં નવાં રજિસ્ટ્રેશન. બિલકુલ ચાલશે નહિ.' ચંદને કહ્યું.

પાન મસાલાની ગંધ આખા રૂમમાં ફેલાઈ ગઈ. ચંદને ધ ઇકોનોમિક ટાઇમ્સમાં આવેલો આર્ટિકલ 'ઈમ્પોર્ટન્સ ઑફ વીકલી મૅનેજમેન્ટ મીટિંગ્સ ઈન કૉર્પોરેટ્સ' વાંચ્યો હતો. તેને એ વિચાર ઘણો જ પસંદ આવ્યો હતો, પણ એ ભૂલી ગયો કે ચંદન ક્લાસિસ સરમુખત્યારશાહી હતું, કૉર્પોરેટ નહિ. અમારે હવે દરેક શનિવારે સવારના આઠ વાગ્યે, ભણાવવાનું શરૂ થાય એના બે કલાક પહેલાં, હાજર થઈ જવાનું હતું. ચંદન આ મીટિંગમાં ફૉર્મલ સૂટ પહેરતો હતો. તે દક્ષિણ ભારતીય મૂવીના વિલનના સહાયક જેવો લાગતો હતો, જેણે તેની પુત્રીનાં લગ્ન માટે આવાં કપડાં પહેર્યાં હોય.

ફેકલ્ટીથી માંડીને પટ્ટાવાળા અને સેક્સી શીલા સુધીનાં બધાં જ લોકો આ સવારની વહેલી મીટિંગના આઇડિયાને ધિક્કારતાં હતાં.

'સર, આ ખૂબ જ સારી વાત છે.' બ્રીજ ચૌબે, કેમેસ્ટ્રી ટીચરના આ શબ્દો હતા, પ્રથમ મીટિંગમાં.

'આપણે ખરેખર પ્રોફેશનલ બની ગયાં.' ફિઝિક્સ ટીચર મોહન, કે પુલી સરે કહ્યું, તેઓ બીજા બધા કરતાં એક ટોપિક ભણાવવા માટે દિલ્હીમાં પ્રખ્યાત હતા, પુલી. ચંદન અરોરાને ચણાના ઝાડ પર બેસાડવા એ એક કલા હતી. આ કલા સેક્સી શીલા અને બાકીના બીજા બધા ફેકલ્ટી પાસે, અમારા બંને કરતાં ઘણી વધારે હતી. જો કે, બધાં જ ખોટાં વખાણ ચંદનના આજના મૂડને સરખો કરવા માટે નિષ્ફળ ગયાં હતાં.

'વિદ્યાર્થીઓના આંકડા સામે જુઓ. ચાર મહિના પહેલાં ૪૦૨ હતા, ઘટીને ૩૭૯ થઈ ગયા.' તેણે કહ્યું. આ બોલતી વખતે તેના મોઢામાંથી થોડો પાનનો મસાલો છટકીને બહાર નીકળ્યો અને મારા કાંડા ઉપર આવીને પડ્યો. સૌરભે આ જોયું અને મોં બગાડ્યું. તેણે મારા પ્રત્યે સહાનુભૂતિ દર્શાવતાં ટીસ્યુ આપ્યું.

'મિસ્ટર સૌરભ મહેશ્વરી.' ચંદન અરોરાએ કહ્યું.

'હા, સર.' સૌરભે એકદમ ટટ્ટાર બેસતાં કહ્યું.

'મહેરબાની કરીને અહીં ધ્યાન કેન્દ્રિત કરો.' ચંદને કહ્યું.

'મારું ધ્યાન અહીં જ છે, સર.'

'તમે શું ભણાવો છો?'

'શું કહ્યું સર?'

'કયો વિષય ભણાવો છો?'

'કેમેસ્ટ્રી, તમે આના માટે જ મને નોકરી આપી છે, સર.'

'ગૅસના બધા નિયમો બોલો.' ચંદને કહ્યું.

હાજર આઠ ફેકલ્ટી મેમ્બર્સ અને સેક્સી શીલાએ એકબીજાની સામે વિચિત્ર રીતે જોયું.

'તમે ખરેખર બોલવાનું કહો છો, ચંદન સર?'

'હા, મારે એ જાણવું છે કે મારા ખુદના સ્ટાફને આ બધું આવડે છે કે નહિ.'

'બોયલ્સ લો, ચાર્લ્સ લો, ગ્રેહામસ લો ઑફ ડિફ્યુઝન, એવોગેડ્રોસ લો અને ડાલ્ટન્સ લો ઑફ પાર્શિયલ પ્રેશર. આ બધા નિયમો સમજાવવાના છે, સર?' સૌરભે કહ્યું.

'ના, જરૂર નથી,' ચંદને કહ્યું, 'પણ એ સમજાવો કે વિદ્યાર્થીઓ આટલા બધા ઓછા કેમ થઈ ગયા. ભણાવવાની ગુણવત્તાને કારણે જ.'

પ્રતિક્રિયારૂપે કોઈ એક શબ્દ ના બોલ્યું.

'આ મહિને હું બધાના પગારમાંથી રકમ કાપી લઈશ, દસ, ના વીસ ટકા,' ચંદને કહ્યું.

'શું?' મારાથી એકાએક કહેવાઈ ગયું. બધાં મારી સામે નવાઈથી જોવા લાગ્યાં, જાણે મેં હિટલરને મોં પર કહ્યું હોય કે તેની મૂછ હાસ્યાસ્પદ છે.

'તમને સમજાયું નથી લાગતું? ધંધો ઘટ્યો, મતલબ પગાર ઘટ્યો.' ચંદને કહ્યું.

'જ્યારે વિદ્યાર્થીઓની સંખ્યામાં વધારો થયો હતો, ત્યારે તો પગાર વધારવામાં નહોતો આવ્યો.' મેં તેના સુધી અવાજ ના પહોંચે એ રીતે ધીમેથી કહ્યું.

'તમે શું કહ્યું?' ચંદને કહ્યું.

'કંઈ જ નહિ, સર, બીજા નવા કોચીંગ ક્લાસિસ શરૂ થયા છે. જેઈઈની તૈયારી માટે ઓનલાઇન એપ્સ પણ છે.'

જ્યારે અમે છોકરાઓને ગળાંકાપ હરીફાઈનો સામનો કરવા

માટે તૈયાર કરતા હતા, ત્યારે અમારો જ ધંધો એ માટે તૈયાર નહોતો.

'તમે ચંદન ક્લાસિસની જાહેરાત કરો છો? તમે વિદ્યાર્થીઓને તેમના મિત્રોને લાવવાનું કહો છો? એ નવા વિદ્યાર્થીઓ મેળવવાનો સૌથી ઉત્તમ ઉપાય છે.' ચંદને કહ્યું.

'અમે ફેકલ્ટી છીએ, સર. એ સારું ના લાગે...' સૌરભે કહ્યું.

'શું સારું ના લાગે? આ ધંધો છે, ડફોળ. સમજણ પડી?'

ચંદને દિલ્હીના સત્તાવાર શબ્દનો ઉપયોગ કરતાં સેક્સી શીલા શરમાઈ ગઈ. મને તો વધારે નવાઈ ના લાગી, પણ કદાચ શીલાને તેના પ્રેમીનું આ પુરુષસ્વરૂપ જોઈને થોડી અસર થઈ હશે.

સૌરભે મારી સામે જોયું. મેં એને ઈશારાથી શાંત રહેવાનું કહ્યું.

ચંદને આગળ વધતાં કહ્યું, 'અને તમારી જાતને ફેકલ્ટી કહેવાનું બંધ કરો. આ ડિગ્રી કે ડિપ્લોમાની પદવી આપતી કોઈ યુનિવર્સિટી નથી. આ કોચીંગ સેન્ટર છે. આપણે વિદ્યાર્થીઓને પરીક્ષામાં પાસ કરાવવા માટે ભણાવીએ છીએ. અને એના જ આપણને રૂપિયા મળે છે.'

ટેબલની ફરતે બેઠેલા દરેકનું માથું નીચું હતું.

'ગેટ આઉટ, એવરીવન. આ વખતે તો ખાલી પગાર જ કટ કર્યો છે. જો આવતા ચાર મહિનામાં આંકડો નહિ સુધરે તો, હું લોકોને કાઢી મૂકતાં અચકાઈશ નહિ. દરેક ક્વાર્ટરમાં દરેક ફેકલ્ટીએ દસ નવા વિદ્યાર્થીઓ ફરજિયાત લાવવાના રહેશે. આ ફરજિયાત છે, મિ. ગૅસ લો, તમે ખાસ, સમજ્યા?'

'યસ, સર.' સૌરભે કહ્યું.

❖

'આઈ હેટ હિમ !' સૌરભે લોબીમાં મને ધીમેથી દાંત કચકચાવતાં કહ્યું, 'તું જિહાદી સિકંદરને સોપારી આપી દે, ચંદનને મારવાની.'

હું હસવા લાગ્યો.

'મારી પણ એવી ઈચ્છા છે કે હું પણ એવું કરી શકું. પણ તે પ્રકરણ બંધ થઈ ગયું છે. મેં મારા ભાઈને પસંદ કર્યો છે.' તેના વાળને વિખેરતાં મેં કહ્યું.

❖

'તેણે ભાવ આપ્યો?' સૌરભે કહ્યું.

'હા, ખરેખર તો તેણીએ જ મને પહેલાં લખ્યું હતું.' મેં કહ્યું. હું મારા ફોનને જોતો રહ્યો, હજી પણ ટિન્ડર એપને સમજવાનો પ્રયત્ન ચાલુ જ હતો, જ્યાં મૅચ થયું હતું.

'તું ભાગ્યશાળી છો, ભાઈ. છોકરીનું નામ શું છે?'

'સોનિયા.' મેં કહ્યું.

શનિવારે રાત્રે અમે અમારા ઘરે પલંગ પર સૂતા હતા. સૌરભે મને ટિન્ડર ટ્યુટોરિયલ આપ્યું હતું, તેણે મને સમજાવ્યું હતું કે કેવી રીતે સ્વાઈપ કરવું અને મૅચ માટે વાત કરવી.

'આજકાલ લોકો આવી રીતે તેનો પ્રેમ શોધે છે?' મેં કહ્યું. મને ઝારા સાથેની મારી પ્રથમ મુલાકાત યાદ આવી ગઈ. અને આજે શું થાય છે? તેણે મારા ફોટા પર લેફ્ટ સ્વાઈપ કર્યું કે રાઈટ?

'પ્રેમાલાપ હવે ગયો, ભાઈ. તમારી જે ઈચ્છા હોય, તે બોલો અને ફટાફટ મેળવો.' સૌરભે કહ્યું.

'તે છોકરીનો હમણાં જ મેસેજ હતો, "હાય વ્હોટ્સ અપ".' મેં કહ્યું.

'એ સારું છે. તેણે શરૂઆત કરી. તું એને મેસેજ કર.' સૌરભે કહ્યું.

મેં તેનો જવાબ આપ્યો 'હાય'.

'તો તારે મળવું છે?' છોકરીનો રીપ્લાય આવ્યો.

'તારી તો લૉટરી લાગી, ભાઈ. સોનિયા તરત જ મળવા માગે છે.' સૌરભે મારો ફોન જોતાં કહ્યું.

'હું હા કહું?' મેં કહ્યું.

'અફકોર્સ. તારે મળવું જ જોઈએ.'

મેં 'ચોક્કસ' એવું જવાબમાં કહ્યું.

હું મારા જીવનમાં આવેલા નવા પ્રેમના જવાબની રાહ જોતો હતો. સોનિયાએ પાંચ મિનિટ બાદ જવાબ આપ્યો.

'એક કલાકના પાંચ હજાર. બ્લો જોબ અને એક સીધા સોટના.'

મેં સૌરભને ફોન દેખાડ્યો.

'શું?' સૌરભે કહ્યું અને મેસેજ વાંચ્યો. 'ઓહ, પ્રોફેશનલ. સૉરી, ભાઈ. અનમેચ કર સોનિયાને. તે ફસાવે એવી લાગે છે.'

મેં સોનિયાને અનમેચ કરી અને અમારી પ્રેમકહાનીનો છ

મિનિટમાં અંત આવી ગયો. મેં લાઇટ બંધ કરી. સૌરભને હજી મારા રૂમમાં જ ઊંઘવું હતું.

'હું થાકી ગયો છું. શુભરાત્રી.' મેં અંધારામાં જ સૌરભને કહ્યું.

'ઊંઘી જા, ભાઈ. પણ એક વાત છે?'

'શું?'

'તારું શું માનવું છે, સોનિયા ભાવતાલ કરે એમ હતી?'

❖

હું ક્લાસરૂમમાં એકલો બેઠો હતો. ક્લાસ બાદ ટેસ્ટ પેપર તપાસતો હતો. સૌરભ અંદર આવ્યો અને બારણું બંધ કર્યું.

'શું વાત છે?' મેં કહ્યું.

'ચંદને મને ચેતવણી આપી છે.' સૌરભે કહ્યું.

'ચેતવણી?' મેં ઉત્તરવહીમાંથી ઉપર જોતાં કહ્યું.

'મને કોઈ નવા વિદ્યાર્થીઓને મળ્યા નથી. તેણે મને ચેતવ્યો હતો કે મારે નોકરી ગુમાવવાનો વારો આવશે જો હું આવતા મહિને નવા વિદ્યાર્થીઓને ખેંચી નહિ લાવું તો.'

'હું પણ કોઈ નથી લાવ્યો. ઊલટાનું, મેં તો એકને છોડવા માટે તૈયાર કર્યો છે.' મેં કહ્યું.

'તેં એવું કર્યું?'

'તેને ફેશનનું ભણવું હતું. એવો વ્યક્તિ પછી જેઈઈ પાસ કેવી રીતે કરે?'

'ભાઈ, ચંદન તને મારી નાંખશે.'

'ફિકર નોટ,' મેં કહ્યું, 'તે વિદ્યાર્થીએ આખા વર્ષની ફી ભરી છે. નોન-રિફંડેબલ. ચંદનને રૂપિયા ગુમાવવાનો વારો નહિ આવે. પણ કમ-સે-કમ વિદ્યાર્થીનું એક વર્ષ તો બચી જશે.'

બિશ્વાસ, ચંદન ક્લાસિસનો પટ્ટાવાળો, ચાના કપની ટ્રે ભરીને ક્લાસરૂમમાં દાખલ થયો. અમે એક એક કપ ઉપાડ્યો.

'બિશ્વાસ, તું બિસ્કિટ લઈને નથી આવ્યો?'

'ચંદન સરે બિસ્કિટની ના ફરમાવી છે.' બિશ્વાસે કહ્યું.

'શું? કેમ?'

'કોસ્ટ કટિંગ કે એવું જ કંઈક. શું ખબર એ શું બોલતા હતા.'

બિશ્વાસ એટલું બોલીને રૂમ છોડીને ગયો.

અમે ચૂપચાપ ચા પીધી, વિચારતા હતા કે હવે કેટલા દિવસો ચંદન ક્લાસિસમાં બાકી રહ્યા, ચંદન કાઢી મૂકે એ પહેલાં. હું વિદ્યાર્થીઓની ઉત્તરવહી ફરી તપાસવા લાગ્યો. સૌરભ થોડી મિનિટ બાદ બોલ્યો.

'ભાઈ, મારી એન્જિનિયર બનવાની ક્યારેય ઈચ્છા હતી જ નહિ. હું બન્યો, કારણ કે મારાં પેરેન્ટ્સની ઈચ્છા હતી. એટલે જ હું કામમાં ઓતપ્રોત નથી થઈ શકતો કે નથી દિલ દઈને મારાથી કામ થતું.'

મેં ઉત્તરવહીમાંથી ઉપર જોયા વગર જ ચહેરા પર વિચિત્ર હાવભાવ પ્રગટ કર્યા.

'હું એક વાત કરી શકું ?' સૌરભે કહ્યું, 'મજા નથી આવતી.'

'શું ?' મેં કહ્યું.

'મને કેસ યાદ આવે છે.'

'ઝારાનો કેસ ?' મેં સૌરભની સામે જોયું.

'હા, તે કેસ મને જીવંત રાખતો હતો. આપણે જે કરી રહ્યા હતા તેનું કંઈક મહત્ત્વ હતું એવું લાગતું હતું. આપણી પાસે હેતુ હતો.'

'ખરેખર ?'

'જેમ કે મેં લક્ષ્મણનો ફોન હેક કર્યો કે સક્સેના એક પગે થોડો લંગડો છે તે ધ્યાનમાં આવ્યું.'

'હા, એ બધું તેં જ કર્યું હતું. એટલે જ તો મેં પછી કેસ છોડી દીધો, કારણ કે તારા વગર મારા માટે તપાસ શક્ય નથી.'

હું ફરી મારી ઉત્તરવહી ચકાસવા લાગ્યો.

'પેલા જિહાદીએ આપણા પર બંદૂક તાકી હતી, એટલે પછી મેં તને અટકાવ્યો.' સૌરભે કહ્યું.

'હા, મને ખબર છે.'

સૌરભ થોડી વાર ચૂપ રહ્યો. મારે હવે થોડાં જ પેપર ચેક કરવાનાં બાકી હતાં. 'તું ટ્વિટર પર તેહરીક-એ-જિહાદ શું કામ સર્ચ કરતો હતો ?'

'હમ્,' મેં આન્સર શીટમાંથી ઉપર જોતાં કહ્યું, 'તું આ બધી વાતો કેમ કરે છે, ગોલુ ?'

'મારે જાણવું છે, કેમ ટ્વિટર ?'

'તેહરીક અને સિકંદરની તજવીજ માટે. સામાન્ય રીતે આવાં સંગઠનની ટ્વિટર પર સક્રિય હાજરી હોય છે.'

'ઠીક છે, અને સફેદ પાવડરનું શું ? તેં શોધ્યું ?'

મેં મારી પેનનું ઢાંકણ બંધ કર્યું અને ઉત્તરવહીઓ એક બાજુ મૂકી. મેં સૌરભની આંખોમાં જોયું.

'તું ગંભીર છો, સૌરભ ?'

'શું ?'

'ના, મેં શોધ્યું નથી. તેં જ તો મને આ કેસ પર કામ કરતો અટકાવ્યો હતો. યાદ છે ને ?'

'અને સિકંદરના ફોનનું રેકોર્ડિંગ ? તે મેળવવામાં રાણા આપણને કામ લાગશે.'

'બ્રો, આ બધું તું શું કામ ઉખેળી રહ્યો છે ?'

સૌરભે તેનો ખાલી ચાનો કપ ટેબલ પર પછાડ્યો.

'મને એ નથી ખબર કે સૌથી ખરાબ શું છે ? જો આપણે કેસ પર કામ કરીશું તો જિહાદી મારી નાંખશે એનો ડર કે પછી આપણે ચંદન ક્લાસિસમાં જે દરરોજ મરી રહ્યા છીએ તે.' સૌરભ આટલું બોલી રૂમ છોડીને જતો રહ્યો.

❖

હું મારાં નિયમિત બંધાવેલા દુઃસ્વપ્નોમાંથી જાગ્યો. લગભગ દરેક રાત્રે, મને સપનું આવતું કે હત્યારાએ ઝારાનું ગળું તેના હાથ વડે દબાવ્યું છે અને ઝારા તેમાંથી છૂટવા માટે સંઘર્ષ કરી રહી છે.

મેં સમય જોયો, વહેલી સવારના ત્રણ વાગ્યા હતા.

સૌરભ જાગેલો જ હતો. તે મારા બેડ પર જ મારી બાજુમાં બેસીને લેપટોપ પર કામ કરી રહ્યો હતો. 'તું શું કરી રહ્યો છે ?' મેં કહ્યું.

'સિકંદર શ્રીનગરમાં છે. સો ટકા.' સૌરભે કહ્યું.

હું બેઠો થઈ ગયો.

'શું ? કોણ ?'

'સિકંદર.' તેનો એક ગ્રુપમાં ફોટો છે. કોઈ એક તેહરીકના સભ્યએ ટ્વિટર પર પોસ્ટ મૂકી છે. સાચી અને હમણાંની જ હોય એવું

લાગે છે.'

'વાઉ.' મેં ફોટો જોઈને કહ્યું. સિકંદર અને બીજા છ યુવાનો તેહરીક-એ-જિહાદનો ઝંડો લઈને ઊભા હતા, પાછળના ભાગમાં પર્વતો દેખાતા હતા.

'તેં કેવી રીતે શોધ્યું આ?' મેં કહ્યું.

'મેં અરેબિકમાં સર્ચ કર્યું, આપણને લોકરમાંથી મળેલા બિઝનેસ કાર્ડમાં જે લખ્યું હતું તે મેં એન્ટર કર્યું. ગૂગલ ટ્રાન્સલેટ અને બીજાં ઘણાં એકાઉન્ટની મદદથી આ શક્ય બન્યું હતું. પણ જો, તેઓએ આ ફોટો બે દિવસ પહેલાં જ પોસ્ટ કર્યો છે.'

મેં ધીમેથી કહ્યું, 'કેમ?'

'તેઓએ આ ફોટો પોસ્ટ કેમ કર્યો છે? ખબર ના પડી.'

'ના, ગોલુ. તું આ બધું શું કામ કરી રહ્યો છો? વ્હાય?'

'આ એક જ બાબત એવી છે મારી જિંદગીમાં કે જે મને અર્થસભર લાગે છે. અને મને લાગે છે કે આપણે આપણું અધૂરું કામ પૂરું કરવું જ જોઈએ. આવી રીતે અધવચ્ચે છોડવું યોગ્ય ના કહેવાય.'

'તું સાચું બોલે છે?'

સૌરભે તેનો હાથ હૃદય પર મૂક્યો અને હા કહ્યું.

પ્રકરણ-૧૯

'આ પાછો સફેદ પાવડર તને ક્યાંથી મળ્યો?' રાણાએ કહ્યું.

'ક્લાસમાં થોડા છોકરાઓ છે. તમને ખબર છે આ શું છે?'

હું ઝારાના લોકરમાંથી મળેલો થોડો સફેદ પાવડર માચિસમાં લઈને આવ્યો હતો. રાણા, સૌરભ અને હું હૌઝ ખાસ વિલેજની મૂનશાઈન નાઈટક્લબના બીજા માળે આવ્યા હતા. રાતના દસ વાગે, આવડા મોટા બારમાં ફક્ત પંદર ગ્રાહકો હતા. છોકરીઓનો અભાવ જણાતાં મૅનેજરે રાણાને ખાતરી આપી, મધ્યરાત્રિ બાદ જામશે.

'આ કોકેઈન છે. ભોળા બનવાનું નાટક બંધ કર. તું આનો ઉપયોગ કરે છે?' રાણાએ કહ્યું.

'ના, સર. કોકેઈન, મતલબ કે ડ્રગ્સ જેવું?' મેં કહ્યું.

'હા. અને આના માટે અમીર હૌઝ ખાસના નબીરાઓ સાત હજાર રૂપિયા પ્રતિ ગ્રામના ચૂકવે છે.'

'શું?' મેં કહ્યું.

'છોકરાઓ, તમે મને પસંદ છો. પણ જ્યારે ડ્રગ્સનો મામલો હોય છે, ત્યારે હું કોઈને છોડતો નથી. મને જણાવો કે આ તમે ક્યાંથી મેળવો છો?'

'મેં કહ્યું તો ખરું તમને કે ક્લાસમાં થોડા છોકરાઓ છે.'

'જે છોકરો આઈઆઈટીની તૈયારી કરતો હોય તેની પાસે કોકેઈન? બકવાસ.'

'આ સાઉથ દિલ્હી છે. અમારા કોચીંગ સેન્ટરમાં આવતા બધા જ ભણવાને લઈને ગંભીર હોતા નથી.' સૌરભે કહ્યું.

'જે હોય તે, અમે આવાં બંધાણીઓને કોચીંગ ક્લાસમાંથી કાઢી મૂકીશું.' મેં કહ્યું.

રાણાએ હા તો કહ્યું, પણ હજી તેને વિશ્વાસ નહોતો બેઠો.

'તમે પીશો ને, સર?' બારટેન્ડર આવતાં સૌરભે કહ્યું.

'હા, રમ અને કોક, લાર્જ. અમારા બધા માટે. અને હજી સુધી કેમ કોઈ છોકરીઓ દેખાતી નથી? તેઓના બાપાએ તેમને આજ રાતની પરવાનગી નથી કે આપી કે શું?' રાણાએ કહ્યું.

બારટેન્ડરે કોઈ જવાબ ના આપ્યો. તેણે ત્રણ ડ્રિંક્સ તૈયાર કર્યાં

અને અમારી પાસે લાવ્યો.

'તેં મને પેલા કેસમાં આગળ શું થયું એ પછી જણાવ્યું નથી. પેલી કાશ્મીરી છોકરી જેના માટે તારા મગજમાં જુનૂન સવાર છે એની વાત કરું છું.' રાણાએ એક મોટો ઘૂંટ ભરતાં કહ્યું.

'કામમાં જ એટલો વ્યસ્ત હતો કે એ કેસ માટે સમય જ નથી મળ્યો.' મેં કહ્યું.

'રસ ગાયબ, હેં? ખબર પડી ને કે તપાસ કરવાનું કેટલું અઘરું છે?'

'હું સહમત છું.' મેં કહ્યું.

'તું એના પિતાજીને મળ્યો હતો? ઓનર-કીલિંગની શક્યતા? મને પાક્કી ખાતરી છે કે તેણે જ કર્યું હોય. આ મુલ્લાઓનો કોઈ ભરોસો નહિ.'

'અમે તેને એક વાર મળ્યા હતા.'

'અને?'

'પણ તે ઘટનાસ્થળે હાજર નહોતા. તે તો પછીના દિવસ માટે ઘરે ઝારાની પાર્ટીની તૈયારીમાં વ્યસ્ત હતા.'

'ખરેખર એવું હતું?' રાણાએ વિચારતાં કહ્યું. તેણે તેનો હિસ્સો ખતમ કર્યો, ગ્લાસ નીચે મૂક્યો અને પછી મોટેથી કહ્યું, 'આહહ.'

'હા,' મેં કહ્યું, 'એટલે અમને પછી આગળનો રસ્તો ના સૂઝ્યો.'

મારું હૃદય ઝડપથી ધડકી રહ્યું હતું. મેં પોલીસ ઑફિસરને ખોટું કહ્યું હતું. મને ડર લાગ્યો કે જો રાણાને જાણકારી મળે કે અમે પુરાવાઓ ગુપ્ત રાખ્યા હતા તો અમારી હાલત શું થાય. મેં ઈન્સ્પેક્ટર માટે ફરી એકનો ઑર્ડર કર્યો, જેથી એનું ધ્યાન મારી બેચેની પર ના જાય.

'તને પાક્કી ખાતરી છે ને કે આ પાવડર તને લોનને ત્યાંથી નથી મળ્યો? તે આટલો બધો અમીર કેમનો છે? તે મુલ્લાજી ડ્રગ-ડિલર લાગે છે.' રાણાએ કહ્યું.

હું થીજી ગયો.

'હું એને કાયમ માટે જેલમાં પૂરી રાખીશ. હત્યા નહિ તો પછી ડ્રગ્સ. તું મને ખાલી જણાવ.' તેણે મારી તરફ આંગળી ચીંધતાં કહ્યું.

'ના, સર,' સૌરભે તેનું માથું ધુણાવતાં કહ્યું, 'અમને ખબર નથી. મેં તો કેશવને કહ્યું પણ હતું કે આ કેસને હવે નદીમાં પધરાવી દે.'

'કેમ? ફાટી ગઈ?'

'હા,' સૌરભે તેનો નીચેનો હોઠ કરડતાં કહ્યું, 'અને અમારે હવે અમારી કારકિર્દી તરફ ધ્યાન કેન્દ્રિત કરવું છે.'

'સરસ. આ ફાલતુ કેસમાં સમય બગાડવાની આમ પણ હવે કોઈ જરૂર નથી.' રાણાએ કહ્યું, ત્યાં જ એનો ફોન રણક્યો. 'મારે તાત્કાલિક જવું પડશે.'

'બીજો કોઈ અપરાધનો કેસ, સર?' સૌરભે કહ્યું.

'ના. આજે મારી સાસુનો જન્મદિવસ છે. મેં વચન આપ્યું હતું કે આજે રાત્રે સાથે જમીશું. હું તો ભૂલી જ ગયો. મેં તો એમના માટે કોઈ ગિફ્ટ પણ નથી ખરીદી.

'ડાકણ મા અને દીકરી મારી હાલત ટાઇટ કરી નાંખશે અને આખી રાત મારું માથું ખાશે.'

❖

ફ્લશના અવાજને લીધે થોડી વાર માટે બોલવાનું અશક્ય થઈ ગયું.

'પળભરમાં સાત લાખ સંડાસમાં સ્વાહા થઈ ગયા. આપણે એને વેચી પણ શક્યા હોત.' સૌરભે કહ્યું.

'કારકિર્દી આપણી ડામાડોળ છે, પણ એટલા ખરાબ દિવસો નથી આવ્યા કે આપણે ડ્રગ્સનો ધંધો કરવો પડે.' મેં મારા હાથ ધોતાં કહ્યું.

'આઈઆઈટીનું સપનું જોવું એ પણ એક પ્રકારનું ડ્રગ જ છે ને?'

'હા તે છે. પણ કાયદાની દૃષ્ટિએ યોગ્ય છે. ઓર્ગેનિક કેમેસ્ટ્રીનું પુસ્તક ઘરે હોય તેમાં વાંધો નહિ, પણ જો કોઈને ખબર પડે કે સો ગ્રામ કોકેઈન આપણા મકાનમાં છે, તો આપણે દસ વર્ષ માટે અંદર થઈ જઈએ.'

અમે ટોઇલેટમાંથી બહાર નીકળ્યા.

'હવે આગળ શું છે?' સૌરભે કહ્યું.

'મેં કહ્યું એ પ્રમાણે, હું શ્રીનગર જવાનો છું. હું કોઈ જોખમ ઉઠાવવા નથી માંગતો, પણ થઈ શકે એટલી તપાસ કરવાનો પ્રયત્ન

કરીશ.'

'અને મારે શું કરવાનું છે?'

'અહીં જ રહેવાનું છે. મેં કહ્યું એમ, કોઈ જોખમ લેવાનું નથી. તું અહીં બેસીને મને મદદ કરજે.'

'ત્યાં તને એકલો હું કઈ રીતે જવા દઉં?'

'મને કંઈ જ નહિ થાય. આપણે સતત ફોનથી એકબીજાના સંપર્કમાં રહીશું.'

અમે સોફા પર બેઠા અને ટીવી ચાલુ કર્યું. 'ટોય સ્ટોરી' ફિલ્મ ચાલુ હતી, અમે તે જોવા લાગ્યા. એક દશ્યમાં, વુડી અને બઝ લાઈટયર, બે રમકડાં કે જે ખાસ મિત્રો છે, તેમની વચ્ચે ઝઘડો થાય છે. પણ તેઓ બંને એકબીજાને તીવ્રતાથી યાદ કરે છે. તેનું એક ગીત યુ હેવ ગોટ એ ફ્રેન્ડ ઈન મી બેકગ્રાઉન્ડમાં વાગતું હતું.

યુ હેવ ગોટ એ ફ્રેન્ડ ઈન મી
ધેર ઈઝ નોટ એનીથિંગ આઈ વુડ નોટ ડુ ફોર યુ
વી સ્ટિક ટુગેધર એન્ડ સી ઈટ થ્રુ
કોઝ યુ હેવ ગોટ એ ફ્રેન્ડ ઈન મી
યુ હેવ ગોટ એ ફ્રેન્ડ ઈન મી

અંતે, બે એનિમેટેડ ખાસ મિત્રો ભેગા થઈ ગયા અને ભીની આંખોએ એકબીજાને ભેટી પડ્યા.

સૌરભે તેની આંખ લૂછી અને મારી તરફ જોયું.

'હું પણ આવું છું.' સૌરભે કહ્યું.

'શું? પણ... મેં કહ્યું.

'હવે વધારે પણ અને બણ નહિ. હું કાશ્મીર આવું છું. હું જ બધાં બુકિંગ કરીશ.'

'પણ ગોલુ...'

'કહેવાય છે કે કાશ્મીર એ પૃથ્વી પરનું સ્વર્ગ છે, સાચું છે? હાલ હું ચંદન ક્લાસિસમાં છું, પૃથ્વી પરનું નર્ક. અહીં કરતાં બધે જ સારું લાગે. નક્કી છે, હું આવું જ છું.'

'સૌરભ, ખરેખર?'

'શશ... સો ટકા પાક્કું.'

મેં સૌરભની સામે જોયું. તેનો ભરાવદાર, ગોળ ચહેરો પિક્સાર ટેડી બીઅર જેવો લાગતો હતો.

'આઈ લવ યુ.' મેં કહ્યું.

'કોઈ મારું ખૂન કરી નાંખે, તો તું આ જ રીતે મારો કેસ ઉકેલવાનો પ્રયત્ન કર?

'હું ખૂનીને વિનંતી કરું કે તું એના બદલે મને મારી નાંખ.' મેં કહ્યું.

સૌરભ શરમાઈ ગયો. હું હસવા લાગ્યો.

'તારી આ વાત પર મારી જાન હાજર છે, દોસ્ત.' સૌરભે કહ્યું.

❖

'રજા? શું છે આ?' ચંદન અરોરાએ કહ્યું. તેણે ખાસ કચરાપેટીમાં ચવાઈ ગયેલો પાન-મસાલો થૂંકતાં કહ્યું. અમે તેની ઑફિસમાં તેના ટેબલની સામેની બાજુએ બેઠા હતા. તેની આંખો ઝડપથી વારાફરતી સૌરભ અને મારા પર ફરતી હતી.

'હોલીડે, સર,' મેં કહ્યું, 'સૌરભ અને મારે એકસાથે જોડે જ રજામાં જવાનું છે.'

જાણે અમે તેની બધી જ સંપત્તિ માંગી હોય એમ તેણે અમારી સામે જોયું.

'રજા લેવાની જરૂર શું પડી તમને?' ચંદને કહ્યું, 'અને એ પણ બંનેને સાથે? તમારા ક્લાસનું શું થશે?'

'હવાફેર કરવા. રજિસ્ટ્રેશન વધારી શકાય એના માટે શું થઈ શકે એનું મનોમંથન કરવા માટે,' સૌરભે કહ્યું, 'અને અમારી બીજા ફેકલ્ટી મેમ્બર્સ સાથે અમારી ક્લાસ લેવાની વાત થઈ ગઈ છે.'

'અત્યારનો સમય જ મહત્ત્વનો છે, ભણાવવા માટે.' ચંદને બૂમ પાડી. તેનો અવાજ, સેક્સી શીલાનું કિબોર્ડમાંથી અમારા તરફ ધ્યાન જાય એટલો ઊંચો હતો.

'અમે તમને ખાતરી આપીએ છીએ કે અહીં કોઈ અડચણ નહિ આવે.' મેં કહ્યું.

'એનાથી મને કોઈ ફરક નથી પડતો. નવા વિદ્યાર્થીઓનું શું? તમારો આંકડો કેટલો થયો?'

'આંકડો?' મેં કહ્યું.

'તમે વિદ્યાર્થીઓ લઈ આવ્યા એ. તમારા રેફરન્સથી,

મિ. મહેશ્વરી.'

'ક્યારથી ? તમે મને મીંટિંગમાં કહ્યું ત્યારથી ?' સૌરભે કહ્યું.

ચંદને હા કહ્યું.

'ઝીરો.' સૌરભે કહ્યું.

'ઝીરો ? વાહ, અને હજી રજા જોઈએ છે ?'

'અમે પરત આવીને ટાર્ગેટ પૂરો કરીશું, સર.' મેં કહ્યું.

'ક્યાં જવાનો પ્લાન કર્યો છે ?'

'શ્રીનગર.'

'કાશ્મીર ?'

'હા, સર.'

'કેમ ? મરવું છે ?'

'ના, સર,' મેં કહ્યું, 'એ રાજ્યમાં લાખો લોકો વસે છે.'

'બધા આતંકવાદીઓ.'

'આ ખોટી વાત છે, સર.' મેં કહ્યું.

'પણ શ્રીનગર જ કેમ ? તમે શું છો ? કોઈ હનિમૂન કપલ ?'

સૌરભ અને હું ચૂપ જ હતા, કોઈ જ પ્રતિક્રિયા ના આપી. તેણે અમારી ચુપકીદીને મૂક સંમતિ માની લીધી.

'ખરેખર ? તમે બંને, શું કહેવાય છે, સેક્શન ૩૭૭ ?'

'સર, ના.' સૌરભ ચૂપ હતો એટલે મેં કહ્યું. તેને ખબર નહોતી કે સેક્શન ૩૭૭ શું હતું.

'તો પછી તમારે શ્રીનગર શું કામ જવું છે ? ત્યાં રહેવાનું શું કર્યું છે ?'

'હાઉસબોટ, સર.' સૌરભે કહ્યું.

'તમે હાઉસબોટમાં રહેવાના છો ? ખરેખર ? આ તમારું હનિમૂન છે, સાચું ને ?'

સેક્સી શીલા 'હનિમૂન' શબ્દનો ઉલ્લેખ થતાં જ સાવધ થઈ ગઈ, છતાં તેણે ઇનવોઇસની પ્રિન્ટ લેવાનો ડોળ ચાલુ રાખ્યો. કદાચ તે એ દિવસનું સપનું જોતી હશે કે ચંદન એની પત્નીને છોડીને તેને અહીંથી દૂર લઈ જશે, જ્યાં કોઈ પણ કોઈને જેઈઈની તૈયારી કરાવતું ના હોય.

મને અમારી રહેવાની વ્યવસ્થા વિશે બિલકુલ જાણકારી નહોતી. હું સૌરભ તરફ ફર્યો.

'આપણે હાઉસબોટમાં શું કામ રહેવું છે?'

'તે સસ્તું છે. રિવ્યુઝ પણ સરસ છે. સારી અને સલામત જગ્યા. મેં તો બૂકિંગ પણ કરાવી દીધું છે.'

'આપણે બોટમાં એક જ રૂમમાં સાથે રહેવાનું છે?' મેં કહ્યું.

'તેં મને શહેરની મધ્યમાં કહ્યું હતું,' સૌરભે કહ્યું, 'આ શહેરની મધ્યમાં જ છે, જેલમ નદી પર.'

ચંદન અરોરા હસવા લાગ્યો.

'શીલા મેડમ, જ્યારે છોકરાઓને છોકરીઓ મળતી નથી, ત્યારે આવું જ થાય.' તેણે શીલાની સામે આંખ મીંચકારી. હા, લેડી-કિલર બોલ્યો. તેની ઈનવોઈસ બનાવનાર વત્તા પ્રેમિકા શીલા શરમાઈને હસવા લાગી.

'સર, અમે સમલૈંગિક યુગલ નથી, નોટ એ ગે કપલ.'

'હોય તોપણ મને વાંધો નથી. યોગની કસરતો તમારા ઈલાજમાં ઉપયોગી થશે.'

'ઈલાજ?' મેં કહ્યું, મને નવાઈ લાગી કે એ કસરતો કેવી હશે.

'સર, અમે ગે નથી.' સૌરભે કહ્યું.

'ગે હોવું એ કોઈ જ પ્રકારે ખરાબ નથી છતાં, વી આર નોટ ગે.' મેં કહ્યું.

'તમારે મારી પાસે તમારાં રહસ્યો છુપાવવાની કોઈ જરૂર નથી.'

'ચંદન સર, અમારે બહાર જવા માટે બે અઠવાડિયાંની રજાની જરૂર છે. અમે શું કરીએ એનાથી તમને કોઈ જ મતલબ નથી.' મેં કહ્યું.

ચંદન મારા બચાવથી થોડો ઝંખવાઈ ગયો. તેણે ફાઇલ ખોલી અને કામ કરવાનો ઢોંગ કરવા લાગ્યો.

'તમે અત્યારે આવા કટોકટીના સમયે જઈ ના શકો. મારે બધા અહીં હાજર જોઈએ.' તેણે અમારા બેમાંથી એક પણની સામે જોયા વગર જ કહ્યું.

'સર, અમે બે વરસથી એકપણ રજા ભોગવી નથી.' સૌરભે કહ્યું.

'મેં પણ નથી ભોગવી. ચંદન ચંદન આવે જ છે. દરરોજ.' ચંદને ત્રીજા પુરુષ એકવચનમાં વાત કરતાં તેનું જ નામ એક વાક્યમાં બે વાર બોલતાં કહ્યું.

‘એ સારી વાત છે, સર. પણ અમારે બે અઠવાડિયાં માટે જવું પડે એમ છે. અને એમાં તમને કોઈ જ વાંધો ના હોવો જોઈએ.’ મેં કહ્યું.

ચંદને મારી સામે આશ્ચર્યથી જોયું. મેં તેને નજીક આવવાનો ઈશારો કર્યો. એ નજીક આવ્યો.

‘તમારી એવી ઈચ્છા છે કે હું મિસિસ અરોરાને વાત કરું?’ મેં ધીમેથી કહ્યું.

‘શું?’ તેણે કહ્યું, તેનું મોં ખેંચાઈ ગયું.

‘અમને ખબર છે. શીલા મેડમ અને તમે. તમારે તો હાઉસબોટની પણ જરૂરિયાત નથી. આ તમારી ઑફિસ જ પૂરતી છે.’ મેં કહ્યું.

તેનો ચહેરો થોડી જ વારમાં ડાર્ક બ્રાઉનમાંથી સફરજન જેવો લાલ અને તેમાંથી પાછો ડાર્ક જાંબલી થઈ ગયો.

‘હું... હું...’ ચંદન શબ્દો ભૂલી ગયો.

‘તો અમારી રજા સોમવારથી ચાલુ. તમને વાંધો નથી ને, સર?’ મેં કહ્યું.

‘હા,’ તેણે કહ્યું, હજી તેની જીભ અચકાતી હતી. ‘શીલા, પ્લીઝ આ લોકોના રજાના દિવસો સિસ્ટમમાં એડ કરી દેજે.’

‘થેન્ક યુ, સર.’ સૌરભે કહ્યું. અમે બહાર નીકળવા માટે ઊભા થયા.

‘કાશ્મીરના સૂકા મેવા પ્રખ્યાત છે. એ બધું અચૂક ટ્રાય કરજો.’ ચંદને અમને ઑફિસમાંથી બહાર નીકળતા હતા ત્યારે કહ્યું.

શ્રીનગર

પ્રકરણ-૨૦

'મને તો હજી વિશ્વાસ નથી આવતો કે તેં આપણું બૂકિંગ હાઉસબોટમાં કરાવ્યું છે.' મેં મારી સૂટકેસ બેગેજ બેલ્ટમાંથી ખેંચતાં કહ્યું.

કાશ્મીરની ફ્લાઇટ હોવાને લીધે ડઝન જેટલા વધારાના સુરક્ષા પોઇન્ટ હોવા છતાં અમે બપોરે સમયસર ઊતરી ગયા. શ્રીનગરના શૈખ-આલમ આંતરરાષ્ટ્રીય હવાઈમથકમાં મુસાફરો કરતાં સીઆઈએસએફ અને સૈન્યના માણસો વધારે હતા.

'મારા પર ભરોસો કર, તને મજા આવશે,' સૌરભે કહ્યું, 'મને ડ્રાઇવરને કોલ કરવા દે.' તેણે તેનો ફોન કાઢ્યો અને સ્ક્રીન પર તાકી રહ્યો.

'શું?' મેં કહ્યું.

'મારે નેટવર્ક નથી, તારો ફોન આપ મને.' સૌરભે કહ્યું.

મારે પણ સિગ્નલ નહોતું પકડાતું. અમે બંનેએ અમારા ફોન સ્વીચ ઑફ કરીને ફરી ચાલુ કર્યા, આવું બે વાર કર્યું. પણ નેટવર્ક ના જ આવ્યું.

'તમારી પાસે પ્રિપેઇડ કાર્ડ છે?' બેગેજ બેલ્ટ પાસે ઊભેલા સહપ્રવાસીએ કહ્યું.

'હા,' સૌરભે કહ્યું, 'હું દિલ્હી ગયો હતો ત્યારે એક લીધું હતું. પણ પછી ક્યારેય પોસ્ટપેઈડ કર્યું જ નથી.

'મારી પાસે પણ નથી.' મેં કહ્યું.

'અન્ય રાજ્યોનાં પ્રિપેઈડ કાર્ડ જમ્મુ અને કાશ્મીરમાં કામ નથી કરતાં. સુરક્ષા કારણોસર.'

અમે આધુનિક હવાઈમથકમાંથી બહાર નીકળ્યા. મેં એક માણસને હાથમાં અમારાં નામવાળું દિલ આકારનું પાટિયું લઈને જોયો.

'ખરેખર, સૌરભ.' હું સૌરભની તરફ ફર્યો.

'ગ્રેટ સર્વિસ, છે કે નહિ?' તેણે કહ્યું.

❖

અમે ઍરપૉર્ટ રોડ પર ઉત્તર બાજુ શહેરની મધ્ય તરફ જતા હતા. જેવું અમે સફેદ, ક્રિમ રોલ જેવાં ઍરપૉર્ટ બિલ્ડિંગને છોડ્યું, કે તરત જ આસપાસ પર્વતો દેખાયા. એપ્રિલ મહિનાનો સૂરજ શહેરની પાછળ આવેલા બરફથી આચ્છાદિત પર્વતોને ચમકાવી રહ્યો હતો. મધ્યમાં પહોંચ્યા બાદ જોયું તો તે ભારતનાં બીજાં મહાનગર સિવાયનાં નગર જેવું જ લાગતું હતું. કોલ્ડ ડ્રિન્ક્સ, સેલ ફોન્સ, અન્ડરવેર અને એન્ટ્રન્સ એક્ઝામ કોચિંગ ક્લાસિસનાં હોર્ડિંગ્સ નજરે ચડ્યાં. મેં વિચાર્યું કે ભારત શું છે. તમને ગમતાં અન્ડરવેરમાં ભણવાની ખૂબ મહેનત કરો. તમારા ફોન સાથે રમો અને કોક પીઓ. ફરી એક વાર.

'આ ભારતનાં બીજાં બધાં સ્થળ જેવું જ લાગે છે.' સૌરભે કહ્યું.

'આ ભારત જ છે.' મેં ખભા ઉલાળ્યા.

'તેઓ પાસે તેઓનું ખુદનું બંધારણ અને ધ્વજ કે એવું બીજું બધું નથી?'

મેં ડ્રાઈવર તરફ આંગળી ચીંધી અને મારા હોઠ પર આંગળી મૂકી. મેં સાંભળ્યું હતું કે કાશ્મીરમાં રાજકારણની વાત કરવી એ આફતને નોતરું આપવા સમાન હતું. મારે કોઈ મુસીબત જોઈતી નહોતી. મોબાઈલ કામ કરતો થાય એ મારી હાલની જરૂરિયાત હતી.

❖

'અસ-સલામ-અલૈકુમ, સૌરભભાઈ, કેશવભાઈ. હું નિઝામ છું.' ત્રીસેક વર્ષના, દાઢીવાળા અને માથે ટોપી પહેરેલા, પાતળા બાંધાના માણસે હાઉસબોટના પ્રવેશદ્વાર પર અમને આવકારતાં કહ્યું.

'આવો, આવો, મારી પાછળ આવો. હું તમને તમારા રૂમ સુધી લઈ જાઉં.' નિઝામે કહ્યું.

અમારી હાઉસબોટ શ્રીનગર શહેરમાં જેલમ નદીના જમણી બાજુના પટમાં હતી. ત્યાંથી વઝીર બાગ નજીક હતો, જ્યાં ઝારાએ તેનું બાળપણ વિતાવ્યું હતું. હાઉસબોટ કંપની પાસે બીજી છ જેટલી બોટ હતી, દરેકમાં ત્રણ અથવા ચાર રૂમ હતા. આ બધી બોટ લગભગ આખો દિવસ થાંભલા સાથે બાંધીને રાખવામાં આવતી, જેથી તરતી હોટલ જેવું દેખાય. નિઝામ અમને અમારા રૂમ સુધી લઈ ગયો. જે અમારા હૉસ્ટેલના રૂમ જેટલા જ માપની એક લાકડાની કૅબિન હતી. તેમાં એક ડબલ બેડ હતો.

'આ નહિ,' મેં કહ્યું, 'અમને એક રૂમ અલગ અલગ બેડવાળો જોઈએ છે.'

'સામાન્ય રીતે અહીં કપલ આવતાં હોય છે, તેઓને અલગ બેડ ના ચાલે. પણ, ચાલો, પછીની બોટમાં એક બીજો રૂમ છે.' નિઝામે કહ્યું.

'આપણે બંને માટે અલગ રૂમ રાખી શકીએ.' મેં કહ્યું.

'અને બમણું ભાડું ચૂકવવાનું?' સૌરભે કહ્યું.

હું સમજી ગયો કે એકાંત માટે ખિસ્સું હળવું કરવું પડે.

'તમારે કંઈ પણ જરૂરિયાત હોય તો નિઝામ તમારી મદદ માટે અહીં હાજર છે.' અમારા રૂમ પર પહોંચ્યા બાદ નિઝામે કહ્યું.

'મારો મોબાઈલ કામ નથી કરતો.' મેં કહ્યું.

'નવું સિમ કાર્ડ કાર્યરત થતાં એક અઠવાડિયા જેટલો સમય લાગે.'

'શું?' મેં કહ્યું.

'ભારતીય સરકારના નિયમો. અમે શું કરી શકીએ? તેઓ જે ઈચ્છે તે જ કરે છે.' નિઝામે કહ્યું.

'તો પછી મારે લોકોના સંપર્કમાં કઈ રીતે રહેવાનું?' મેં કહ્યું.

નિઝામ સૌરભ તરફ ફર્યો.

'તમારા વ્યસ્ત મિત્રને કહો કે અહીં શાંતિથી રહે. તે રજામાં શ્રીનગર આવ્યા છે.'

'તો પણ અમારે જરૂર પડશે.'

'બોટમાં વાઈ-ફાઈ છે. પાસવર્ડ ટેબલની બાજુમાં છે.' નિઝામે કહ્યું.

'અને ફોન કોલ્સ? સિમ મેળવવા માટે બીજો કોઈ રસ્તો નથી?' મેં કહ્યું.

નિઝામે તેના ખિસ્સામાંથી ફોન બહાર કાઢ્યો.

'લો, સિમ કાઢીને ઉપયોગ કરો.'

'તમારું સિમ, નિઝામ ભાઈ?' સૌરભે કહ્યું.

'આ મારો ફાજલ ફોન છે. આ સમસ્યા આવે છે, એટલે અમે થોડાં વધારાનાં રાખીએ છીએ.'

❖

'ઝારાએ મને તે જ્યાં મોટી થઈ હતી તે મકાનની વાત કરી હતી. આવતીકાલે સિકંદરને શોધવાનો આપણો એ પહેલો પડાવ હશે.' મેં કહ્યું.

અમે સાંજે ચાલતાં દાલ સરોવર આવ્યા હતા, જેના અસંખ્ય ફોટોગ્રાફ અમે બોલીવુડ મૂવીમાં જોયા હતા. મેં ભૂલવાનો પ્રયત્ન કર્યો કે હું ઝારાના શહેરમાં છું, એ સ્થળ જ્યાં તે મોટી થઈ હતી, જ્યાં તે ખુશ હતી. ઝારાએ આ પવનની લહેરખી અનુભવી હશે, તેણે આ સરોવરના પાણીને સ્પર્શ કર્યો હશે? મને આશ્ચર્ય થયું.

'સફદર અંકલે તને પૂરું સરનામું આપ્યું છે ને?' સૌરભે કહ્યું.

'હા. એની પાસે જે ઘણાં વર્ષો પહેલાંનું હતું તે આપ્યું છે. મને ચિંતા એ છે કે સિકંદર અને તેનો પરિવાર બીજે જતા ના રહ્યા હોય. સફદર પાસે વઝીર બાગવાળું જ સરનામું હતું.'

'એ તો આપણે શોધી લઈશું.'

અમે તરુણ કાશ્મીરી છોકરાઓના જૂથ પાસેથી પસાર થયા. તેઓ બાંકડા પર બેસીને તેઓના મોબાઈલ મચડી રહ્યા હતા. હું તેમાંથી એકની પાસે ગયો અને સાંજે જમવાનું ક્યાં સારું મળે તે અંગે પૂછપરછ કરી.

'આહદૂસ રેસ્ટોરન્ટ ટ્રાય કરો,' કુમળી દાઢીવાળા એક છોકરાએ કહ્યું, 'સરસ વાઝવાન હોય છે.'

'થેન્ક યુ.' મેં તેની સુંદર લીલી આંખો ધ્યાને લેતાં કહ્યું.

જેવા સૌરભ અને હું જવા માટે ફર્યા, તે છોકરાએ ફરી કહ્યું.

'તમે ભારતથી છો?'

મેં પાછળ ફરીને છોકરા સામે જોયું, મને તેના સવાલથી આશ્ચર્ય થયું.

'હા, તું નથી?' મેં કહ્યું.

'હું કાશ્મીરી છું.' તેણે કહ્યું. તેના બધા મિત્રો હસવા લાગ્યા. તેમાંથી એક તો તાળી પાડવા લાગ્યો.

સૌરભે મને કોણીથી ધક્કો મારીને ત્યાંથી જવાનો ઈશારો કર્યો.

'પણ કાશ્મીર એ ભારતનો જ હિસ્સો છે.' મેં કહ્યું.

'અમને ભારતથી નફરત છે.' બીજા છોકરાએ કહ્યું. તે એટલી સહજતાથી બોલ્યો જાણે કહેતો હોય, 'મને કોબીથી નફરત છે' કે 'મને મૂળાથી નફરત છે'.

'નફરત ?' મેં કહ્યું.

'છોડ ને.' સૌરભે કહ્યું, તેના ચહેરા પર ભય દેખાતો હતો. 'તારા સૂચન બદલ આભાર. અમારે જવું પડશે.'

છોકરાઓ સૌરભના શબ્દો સાંભળીને હસવા લાગ્યા.

'ડરવાની જરૂર નથી. અમે આતંકવાદીઓ નથી.' પહેલા છોકરાએ કહ્યું.

'ખુદા કસમ, અમે નથી.' બીજા છોકરાએ કહ્યું.

તેઓના અવાજમાં સચ્ચાઈ હતી. મારે એમને કહેવું હતું કે આવું અગાઉ ક્યારેય બન્યું હતું. થોડા કાશ્મીરી મુસ્લિમ છોકરાઓ બાંકડા પર બેઠા હતા - હકીકતમાં પર્યટકો તેનાથી દૂર રહેવાનું પસંદ કરતા હતા.

'હું પણ રાજસ્થાની છું, પણ ભારતીય તો ખરો જ,' મેં સ્મિતસહ કહ્યું, 'તમારા દેશને નફરત ના કરો.'

'ભારત અમારો દેશ નથી. ભારત અમારી દરકાર કરતું નથી.'

સૌરભે મારી પાંસળીમાં કોણી ભરાવી.

'મેં કહ્યું કે ચાલ હવે જઈએ.' તેણે કહ્યું. તે સાચો હતો. મેં મારો ખુદનો નિયમ જ ભંગ કર્યો હતો, કાશ્મીરમાં રાજકીય વાત નહિ કરવાનો.

'તારું નામ શું છે ?' મેં સૌરભને અવગણતાં કહ્યું.

'આ કરીમ છે અને પેલો સાકીબ.' લીલી આંખોવાળા પહેલા છોકરાએ, બીજા તરફ આંગળી ચીંધતાં કહ્યું. બાકીના ત્રણ છોકરાઓ ચૂપ જ હતા, તેમના ફોનમાં મશગૂલ હતા.

'તમે શું કરો છો ?'

તેઓએ એકબીજાની સામે જોયું.

'અભ્યાસ કરો છો ?' મેં કહ્યું.

તેમણે તેમનું માથું ખંજવાળ્યું

'કામ કરો છો ?' મેં કહ્યું.

તેમણે ફરી તેમનું માથું ખંજવાળ્યું.

'કંઈ નહિ. અમે કંઈ જ નથી કરતા,' કરીમે કહ્યું, 'અહીં નોકરીઓ નથી.'

'મૂવી થિયેટર્સ પણ નથી બેકાર લોકોનો સમય પસાર કરવા માટે.' એક છોકરાએ કહ્યું અને બાકીના બધા મિત્રો હસવા લાગ્યા.

સૌરભ મને ખેંચતો હતો ત્યારે કરીમની લીલી આંખો મને ઘૂરતી હતી.

❖

'ગઈકાલે તું પેલા સ્થાનિક છોકરાઓ સાથે શું માથાકૂટ કરતો હતો ?' સૌરભે કહ્યું. અમે અમારી હાઉસબોટમાંથી ડાબી તરફ વળાંક લીધો અને વઝીર બાગ પહોંચવા જેલમ નદી સાથે ચાલતા થયા. અમે ફલક રેસ્ટોરન્ટ પાસેની ગલીમાં વળ્યા, તે ઝારાના જૂના સરનામાની જાણીતી જગ્યા હતી.

'મને ઉત્સુકતા હતી. તેં જોયું, એણે કેવી રીતે પૂછ્યું હતું કે આપણે ભારતથી છીએ ?'

'કદાચ એને લાગ્યું હશે કે તું વિદેશી છો.'

'હું તો દાળ-રોટલી જેટલો જ દેશી દેખાઉં છું. અને પછી તેણે કહ્યું, "હું ભારતીય નથી. હું કાશ્મીરી છું". આ લોકો સાથે શું થઈ રહ્યું છે ?'

'હવે તને સમજાયું કે અહીં આટલી બધી આર્મી કેમ છે ? એ માટે ભગવાનનો આભાર. બાકી તો મારી હાલત પતલી થઈ જાય, જેમ કે કોઈ આપણી પાછળ આવતું હોય કે એવું ગમે તે થાય તો.' સૌરભે કહ્યું. તેણે શેરીના ખૂણા તરફ આંગળી ચીંધી. ચાર સેનાના જવાન ઊભા હતા, દરેક રાહદારી પર તેમની નજર હતી.

'આ ભારતીય સેનાને લોકો ધિક્કારે છે,' મેં કહ્યું, 'તેઓને દુશ્મન માને છે. ઝારાએ મને બધી જ વાત કરી હતી. તે થોડું અલગ હતું, આપણે જે ગઈકાલે જોયું એના કરતાં.'

'ઉપકાર ભૂલી જાય તેવા લોકો છે આ. જો અહીં સૈન્ય ના હોય તો, પાકિસ્તાનને કારણે આ જગ્યાએ અંધાધૂંધી ફેલાઈ જાય.'

'એ એટલું સરળ નથી,' મેં કહ્યું, 'લોકો ખરેખર સેનાથી પરેશાન છે. આપણે એ લોકોને શાંતિથી સાંભળીને કોઈ યોગ્ય નિરાકરણ લાવી શકીએ. ઠીક છે, આ ફલક છે ?'

અમે રેસ્ટોરન્ટની બાજુમાં આવેલી પાનની દુકાનના માલિકને સરનામું દેખાડ્યું.

'તમારે સિકંદરને મળવું છે ? સિકંદર લોન ? ' દુકાનદારે કહ્યું.

તેણે બે પાનનાં પાંદડાં લીધાં અને તેના પર ચૂનો લગાડ્યો.

'હા. એ હજી ત્યાં જ રહે છે?' મેં કહ્યું.

'તમારે તેનું શું કામ છે? દુકાનવાળાએ કહ્યું. તેણે ચપટી ભરીને સોપારીની કતરણ, વરિયાળી અને એલચી પાન ઉપર મૂક્યાં.

'અમારી દિલ્હીને કારણે ઓળખાણ છે. તે અમારો મિત્ર છે.' મેં કહ્યું. સૌરભે મારી સામે નવાઈથી જોયું. મેં મીઠું સ્મિત કર્યું.

'તો પછી તમને ખબર હોવી જોઈએ. તે અને તેનાં ફરઝાના અમ્મી બે વર્ષ અગાઉ અહીં રહેતાં હતાં. હવે તો તેઓ ક્યારેક જ અહીં આવે છે.'

'તમને ખબર છે તેઓ અત્યારે ક્યાં રહે છે?' સૌરભે કહ્યું.

'ફરઝાના બેગમ રાજ બાગ ગયાં એવું સાંભળ્યું છે. આહદૂસ હોટલની બાજુમાં.'

'તેનો દીકરો?'

'સિકંદરનું કોઈ ઠેકાણું ના હોય, એ તો ફરતો હોય. ઘરે ઓછો જ આવતો હોય છે. આર્મી અને પોલીસ તેની પાછળ છે. તમને ખબર હશે. તમે ખરેખર એના મિત્ર છો?'

'હા, અમે ખરેખર છીએ.'

'હું તમારા માટે અહીંનું ખાસ પાન બનાવું?'

❖

'અત્યાર સુધીમાં કેટલા રાજબાગના દુકાનદારોને પૂછપરછ કરી?' મેં કહ્યું.

'પચાસેક કરતાં વધારે,' સૌરભે કહ્યું, 'બે દિવસ પાણીમાં ગયા.'

સાંજ હતી, અને અમે અમારી હાઉસબોટની કોમન લાઉન્જમાં બેઠા હતા. કોમનરૂમમાં અમારી સાથે પ્રેમાળ સરદાર હનિમૂન માટે આવેલું કપલ પણ બેઠું હતું, જેઓ માટે તેના ખુદના રૂમમાંથી વીસ ડગલાં ચાલીને બહાર નીકળવું મુશ્કેલ હતું. સરદાર પુરુષ તેની નવી દુલ્હનને કિસ કરતા હોય એવી સેલ્ફી માટે આગ્રહ કરતો હતો, બેકગ્રાઉન્ડમાં સરોવર આવે એવી રીતે.

તે સ્ત્રી થોડો ખચકાટ અનુભવતી હતી, તેના પ્રિન્સ ચાર્મીંગ સાથે. તેમનાં એરેન્જ મેરેજ લાગતાં હતાં, કદાચ મેટ્રિમોનિયલ એપ

દ્વારા. મેં તેઓને એકાંત આપવા માટે નજર ફેરવી લીધી.

'આપણે બીજે ક્યાં પૂછપરછ કરીશું?' મેં કહ્યું.

'કેબલ ટીવીની દુકાન.' સૌરભે કહ્યું.

'શું?'

'સમાચારપત્રોના ફેરિયા.'

'ડૉક્ટર અને પ્લમ્બર પણ?'

'કદાચ. આવતીકાલથી શરૂઆત કરીએ?'

'થેન્ક યુ, સૌરભ. તારા વગર આ બધું કરવું માટે શક્ય નહોતું.'

'બંધ થા. કારણ વગરનો સેન્ટી થઈ જાય છે. આપણે કોણ છીએ? હનિમૂન કપલ?' સૌરભે કહ્યું.

હું હસવા લાગ્યો.

'તું થાકી નથી ગયો? સફળતા વગરની શોધથી?' મેં કહ્યું.

'ચંદન અરોરાના ચહેરાને જોવા કરતાં તો સારું છે. જો, પેલો સરદાર હવે થોડો વધારે ઉત્તેજિત થયો હોય એવું લાગે છે.'

'આપણે તેની જેમ સેલ્ફી લેવાનું નાટક કરીએ? સેમ પોઝ?' મેં કહ્યું.

❖

બીજા ત્રણ દિવસ પછી, કેબલ ઓપરેટર અમારા માટે દેવદૂત બનીને આવ્યો.

'ફરઝાના લોન, સાચું ને? તે રેસિડેન્સી રોડ પરના પેલા લાલ બિલ્ડિંગમાં રહે છે. ત્રીજો માળ.' તેણે કહ્યું.

'તને પાક્કી ખબર છે?'

'તે કાયમ બિલના પૈસા મોડા આપે છે. હું ઓળખું છું તેને. ભરોસો રાખો.'

❖

અમારે વાત થઈ હતી તે મકાનની ડોરબેલ વગાડી.

એક પચાસ આસપાસની સ્ત્રીએ દરવાજો ખોલ્યો. તેણે કાળો બુરખો પહેર્યો હતો, ફક્ત તેનો ચહેરો જ દેખાતો હતો.

'જી, જનાબ !' તેણે કહ્યું.

'ફરઝાના મે'મ ?'

'હા.'

'હું કેશવ છું. ઝારાનો ખાસ મિત્ર.'

તે અમને ઉપરથી નીચે સુધી એક અક્ષર બોલ્યા વગર નીરખીને જોવા લાગી.

'તમારી પુત્રી, ઝારા !' મેં કહ્યું. સાવકી પુત્રી વધારે યોગ્ય હતું, પણ હું એવી ચોખવટ કરવા નહોતો માંગતો.

હવે શું કરવું એ ના સમજાતાં, તેણે મકાનની અંદર જવાનો રસ્તો આડો હાથ રાખીને બંધ કરી દીધો.

'કદાચ તમને યાદ નથી. હું તેની સાથે કૉલેજમાં અભ્યાસ કરતો હતો.' મેં કહ્યું.

'ઝારા મને છોડીને તેના પિતા સાથે ગઈ તે વાતને પંદર વર્ષ થઈ ગયાં છે. ત્યાર પછી તેના જીવન વિશે હું વધારે જાણતી નથી.'

'મને ખબર છે. તે તમારા વિશે ઘણી વાર વાતો કરતી હતી. અને સિકંદરની પણ.'

'હવે તમારે શું જાણવું છે ? ઝારા તો હવે આ દુનિયામાં નથી.'

'અમે અંદર આવીને વાત કરીએ ?'

'શેના વિશે ?'

'ઝારા અને સિકંદર વિશે. અમારે તમને થોડી માહિતી આપવી છે.'

તેણે સૌરભ તરફ આંગળી ચીંધી.

'આ કોણ છે ?' તેણે કહ્યું.

'મારો બેસ્ટ ફ્રેન્ડ, સૌરભ. અમે દિલ્હીથી આવ્યા છીએ. તમને શોધવામાં એક અઠવાડિયું થયું.'

તેણે તેની આંખો ઝીણી કરી.

'તમે આર્મીમાંથી છો ને ? તમે મને ખોટું કહ્યું ને ?'

'ના, આંટી.' મેં કહ્યું. મેં મારું પાકીટ બહાર કાઢ્યું. 'જુઓ મારું આઈઆઈટીનું વિદ્યાર્થી ઓળખપત્રક. આ જ કૉલેજમાં ઝારા હતી. અને આ મારું અત્યારનું વિઝિટિંગ કાર્ડ. હું કોચીંગ ઇન્સ્ટિટ્યૂટમાં ભણાવું છું.'

તે હજી અચકાતી હતી. મેં મારો ફોન બહાર કાઢ્યો અને પાંચ

વર્ષ પહેલાંનો ફોટો સર્ચ કર્યો.

'જુઓ, આંટી, મારો અને ઝારાનો ફોટો છે, કૉલેજની કેન્ટીનમાં.'

ફોટામાં ઝારા અને હું બોર્નવીટા કપ સાથે હતાં. અમારે બંનેને એક અઠવાડિયા બાદ એસાઇનમેન્ટ દેખાડવાનાં હતાં. અમે મોડી રાત સુધી કામ કર્યું, બધું જ ખતમ કર્યું, અને પછી બપોર સુધી પથારીમાં આરામ કર્યો હતો. મને ચક્કર આવતાં હોય એવું લાગ્યું. હું જો તેને ભૂલીશ જ નહિ, તો કેવી રીતે તેનામાંથી બહાર આવીશ? મેં નક્કી કર્યું કે હું તેના બધાં જ ફોટા ડિલીટ કરી નાંખીશ. બધા જ.

'અંદર આવો. મકાન નાનું છે, થોડી તકલીફ થશે.' ફરઝાનાએ કહ્યું.

પ્રકરણ-૨૧

'અલ્લાહ રહેમ.' ફરઝાનાએ તેની હથેળીઓ ખોલીને શાંતિથી પ્રાર્થના કરતાં કહ્યું. કાવા ચાના બે કપ બાદ, મેં ઝારાના મૃત્યુની અને અત્યાર સુધીની તપાસ અંગેની વાત કરી.

'આ વાત હતી. અમે સિકંદરને મળ્યા, કારણ કે મને તેનો ઝારા સાથેનો ફોટો મળ્યો હતો. પણ તે ભાગી ગયો.' મેં કહ્યું.

'તેઓ એકબીજાની ખૂબ નજીક હતાં,' ફરઝાનાએ કહ્યું, 'ઝારાના પિતાજીએ એમને અલગ ન કર્યાં ત્યાં સુધી.'

'ઝારા કાયમ સિકંદરની ચિંતા કરતી હતી.' મેં કહ્યું.

'તેઓ સાવકાં ભાઈ-બહેન હતાં, પણ મેં જોયેલાં કોઈ પણ સગાં કરતાં વધારે નજીક હતાં.' તેણે કહ્યું.

મેં સહમતી દર્શાવી અને મંદ હસ્યો.

'આ જ તો જીવન છે,' તેણે કહ્યું, 'ક્યારેક લોકો લોહીના સંબંધ વિના પણ નજીક આવી જાય છે. તારી જ વાત કર. ઝારા અને તું અલગ થઈ ગયાં હતાં, છતાં, તું અહીં છો, ફક્ત એકલો સત્યની ખોજમાં નીકળ્યો છે.'

'આંટી, તમે અમને મદદ કરશો?'

'મારી જેવી વૃદ્ધ સ્ત્રી તમને શું મદદ કરે?'

તેણે ખાલી ચાના કપ ટ્રેમાં મૂક્યા અને ઊભી થઈ.

'મને જવા દો, આંટી.' સૌરભ ફરઝાનાના હાથમાંથી ટ્રે લઈને રસોડામાં મૂકવા ગયો.

'આંટી, અમારે સિકંદર સાથે વાત કરવી છે. આઈ એમ સૉરી, પણ એ ભાગી જશે, તો તેના પરની શંકા વધુ પ્રબળ બનશે.'

'કેવી શંકા?'

'એ જ કે તેણે ઝારાની હત્યા કરી છે.' મેં કહ્યું.

'તને ખબર છે તું શું બોલી રહ્યો છે?' ફરઝાનાએ કહ્યું અને મોટેથી હસવા લાગી.

હું તેને કોયડાની માફક ઉકેલવા મથી રહ્યો હતો.

'અને મને લાગ્યું કે તું ઝારાને બરોબર ઓળખતો હતો. સિકંદર તેની ઝારા આપાને ક્યારેય કોઈ ઈજા પહોંચાડી ના શકે.'

'તે શંકાના દાયરામાં છે.' મેં કહ્યું.

'એ શક્ય જ નથી,' ફરઝાનાએ તેનું માથું હલાવ્યું, 'એ મને મારવા બરાબર છે, તેની ખુદની અમ્મીને.'

'જો તે નિર્દોષ છે, તો પછી તેને અમારી સાથે વાત કરવામાં શું તકલીફ છે. તે ભાગી શું કામ ગયો?'

'તે ગભરાઈ ગયો હશે. તે એક નાના બાળક જેવો છે.' ફરઝાનાએ કહ્યું. તેની આંખો ભીની થઈ ગઈ. સૌરભ, કે જે રસોડામાંથી પાછો આવ્યો, અને મેં એકબીજાની સામે જોયું.

'તેણે અમને ગભરાવ્યા હતા, આંટી. તેની પાસે બંદૂક હતી. તે હવે નાનો છોકરો નથી રહ્યો.' મેં કહ્યું.

ફરઝાના ઊભી થઈ અને ચાલતી તેના રૂમની નાની બારી પાસે ગઈ. તે બહાર દેખાતા એપાર્ટમેન્ટ કોમ્પ્લેક્ષને જોવા લાગી. તેણે થોડી વાર બાદ વિચારીને કહ્યું.

'તે માનસિક રીતે મોટો નથી થયો. તેણે પાંચમા ધોરણ પછી સ્કૂલ છોડી દીધી હતી. નબળો...'

'નબળો આઈક્યૂ?' મેં કહ્યું.

'હા, બધા એને મૂરખ કહીને બોલાવતા હતા. તે ખાલી ઊંચાઈ અને કદમાં જ વધ્યો. એનું મગજ તો નાના બાળક જેવું જ રહ્યું.'

તેનું ધ્યાન હજી પણ બારીની બહાર જ હતું. તેણે આગળ વાત કહેવાનું ચાલુ રાખ્યું.

'અને પછી ઝારાના પિતાજી છોડીને જતા રહ્યા. તેને ઝૈનબ મળી ગઈ, તેના જ એકાઉન્ટ ડિપાર્ટમેન્ટમાં હતી. તે સ્ત્રીએ અમને બધાંને વેરવિખેર કરી નાખ્યાં. સિકંદર તેના ડેડ અને ઝારા આપાને ગુમાવી ચૂક્યો. એનો તેને ઊંડો આઘાત લાગ્યો હતો. તેણે ખુદને મારવાનો બે વાર પ્રયાસ પણ કર્યો હતો. અલ્લાહે તેને બચાવ્યો છે.'

તે અમારી સાથે બેસવા માટે પાછી ફરી.

'આઈ એમ સૉરી, આંટી,' મેં કહ્યું, 'હું સમજી શકું છું તમારા પર શું વીત્યું હોય. પણ અમને મદદ કરો. સિકંદરની અમારી સાથે વાત કરાવો.'

જો એ મારી વાત સાંભળશે તો. રખડ્યા કરે છે નકામા કટ્ટરવાદીઓ સાથે. મેં એને કહ્યું હતું, નોકરી કર. તો શું થયું તું વિશ્વનો સૌથી હોશિયાર છોકરો નથી તો, તું કોઈ દુકાન તો ખોલી જ શકે છે.

તેને કંઈ જ નથી કરવું.'

'કટ્ટરવાદીઓ?' મેં કહ્યું.

'આ કટ્ટર મુલ્લાહ પ્રકારના કે જેઓ ખુદને આઝાદી માટેના લડવૈયા ગણે છે. હા, અમને બધાંને ભારત માટે નફરત છે. પણ અમે બંદૂકો લઈને નથી ફરતા. કોઈ બાબતમાં તમારે નસીબને સ્વીકારવું જ જોઈએ.'

'નસીબ? આંટી, ભારત આપણો દેશ છે.'

'પણ કાશ્મીર અમારું રાજ્ય છે. અમારી ઓળખાણ. અમારું સર્વસ્વ.'

'આંટી, જો દરેક રાજ્ય આ વાત કરશે, તો પછી શું થશે?' સૌરભે કહ્યું.

'કાશ્મીરની વાત અલગ છે,' ફરઝાનાએ કહ્યું, 'અમે એવી સમસ્યા છીએ, જેના ઉકેલમાં કોઈને રસ નથી. અમારો ઉપયોગ ફક્ત રાજકીય સાધન તરીકે જ કરવામાં આવે છે.'

મેં સ્વયંને યાદ કરાવ્યું: કાશ્મીર રાજકારણમાં પડવાની જરૂર નથી, એ ગૂંચવણભર્યું દેખાય છે અને સમજવામાં કોઈ પણ હિસાબે સરળ નથી.

'સિકંદર અત્યારે ક્યાં છે, આંટી?' મેં કહ્યું.

'તે દસ દિવસ પહેલાં અહીં આવ્યો હતો. પછી તે તેના નકામા તેહરીક મિત્રો સાથે પહેલગામ ગયો હતો. ત્યાંથી એણે મને ગઈકાલે જ કોલ કર્યો હતો.'

'તમે તેનો નંબર આપશો અમને? એક છે તે કામ નથી કરતો.' મેં કહ્યું.

'તે બદલાવે રાખે છે. હું કંઈ જ છુપાવવા માંગતી નથી. મારો ફોન જોઈ શકો છો. છેલ્લે તેની સાથે જ વાત કરી હતી.'

તેણે તેના બુરખાના ખિસ્સામાંથી ફોન બહાર કાઢ્યો; મને ખબર નહોતી કે બુરખામાં ખિસ્સું પણ હોય.

મેં સિકંદરનો નંબર ડાયલ કર્યો.

'સલામ, અમ્મી-જાન.' સિકંદરે કહ્યું, તેને ખબર નહોતી કે કોલ કોણે કર્યો છે.

'હાય, સિકંદર,' મેં કહ્યું, 'કેશવ બોલું છું.'

સામેની બાજુ ખામોશી છવાઈ ગઈ.

'સિકંદર, આપણે વાત કરવી જોઈએ.'

'હરામી, તને હવે અમ્મીનો ફોન ક્યાંથી મળ્યો ?'

'ફરઝાના આંટી અત્યારે અમારી સાથે જ છે.'

'ખુદા કસમ, જો અમ્મીને કંઈ થયું છે તો, હું આવીને તારા આખા કુળનો નાશ કરી નાંખીશ.'

'અમે તો ફક્ત સાથે કાવો પીધો હમણાં.'

મેં ફરાઝાનાને ફોન આપ્યો.

'તે તમને સલામ કહે છે.' મેં કહ્યું.

'જીવો, બેટા.' ફરઝાનાએ કહ્યું.

મેં ફરઝાના પાસેથી ફોન પાછો મારી પાસે લીધો.

'ચિંતા કરવા જેવું નથી.' મેં કહ્યું.

'મારે તને તે જ દિવસે ખતમ કરી દેવાની જરૂર હતી.' તેણે કહ્યું, પાછળ ઢગલો અપશબ્દ સંભળાયા.

હું એપાર્ટમેન્ટની બહાર નીકળીને સીડીનાં પગથિયાં પરથી વાત કરવા લાગ્યો, જેથી બીજું કોઈ સાંભળે નહિ.

'સાંભળ, અમે અહીં ફક્ત તારી સાથે વાત કરવા માટે આવ્યા છીએ.'

'કેમ ?'

'મારી પાસે તારો, ઝારા અને મશીનગનવાળો ફોટો છે. અને બીજી ઘણી વસ્તુઓ તેના લોકરમાંથી મળી છે. દિલ્હી મારા મિત્રને વાત કરું કે તે બધું પોલીસને જમા કરાવી દે ?' મેં કહ્યું.

'કેવી વસ્તુઓ ?' તેણે શાંતિથી કહ્યું.

'તને મુસીબતમાં મુકાવે એવા પૂરતા પુરાવાઓ છે. તો અમારી સાથે મુલાકાત ગોઠવ અને મને ગાળો આપવાનું બંધ કર. બાકી પછી આજે રાત્રે રાષ્ટ્રીય સમાચારમાં તું ચમકીશ, આતંકવાદી અને બહેનના હત્યારા તરીકે.'

તે ચૂપ જ રહ્યો.

'સિકંદર ?' મેં કહ્યું.

'પહેલગામ આવ.' થોડી વાર બાદ તેણે કહ્યું.

❖

'ત્રણ કાવા, એકદમ ગરમાગરમ.' સૌરભે વેઇટરને કહ્યું. ગ્રીન-ટી ને કેસર, તજ અને એલચી સાથે ઉકાળીને બનાવેલું કાશ્મીરી પીણું કાવા, સૌરભની હમણાંથી લત બની ગઈ હતી. તે દરરોજના ઓછામાં ઓછા છ કપ કાવા પીતો હતો. તેને પણ કાશ્મીરીઓની જેમ મધ અને અખરોટના ભૂકા સાથે ગરમાગરમ કાવો પીવાની મજા આવતી હતી.

'ગોલુ, આટલું મધ ઘણું કહેવાય, બસ કર.' તેને પા ભાગની ડબ્બી તેના કાવામાં રેડતાં જોઈને મેં કહ્યું.

'મધ તારા માટે સારું છે.' વેઇટરના ગયા પછી સૌરભે કહ્યું.

'ગોલુ, એ તારા માટે પણ સારું જ છે, જો તું એનો માપસર ઉપયોગ કરતો હોય તો. પ્રમાણ થોડું રાખવાનું હોય.'

'પ્રેમની જેમ ?' સૌરભે કહ્યું.

મને તેના કહેવા પાછળનો ભાવાર્થ સમજાઈ ગયો, હું ચૂપ થઈ ગયો. તેણે તેના કાવાનો એક ઘૂંટડો ભર્યો અને વાત બદલાવી.

'શ્રીનગર કરતાં અહીં ઠંડી વધારે છે.' સૌરભે કહ્યું. નેવું કિલોમીટર ઉબડ-ખાબડ અને ઘુમાવદાર ત્રણ કલાક બસની મુસાફરીને અંતે અમે શ્રીનગરથી પહેલગામ પહોંચ્યા હતા. અમે પહેલગામની મુખ્ય બજારમાં આવેલા દાના-પાની રેસ્ટોરન્ટમાં આવ્યા હતા.

હું સિકંદરને જાહેર સ્થળમાં મળવા માંગતો હતો, ખૂબ બધા પોલીસ અને આર્મી જવાનોની નજર સામે. મને લગભગ બારેક જેટલા યુનિફોર્મધારી માણસો રોડની આસપાસ નજર સામે દેખાતા હતા, સિકંદર ફરી વાર બંદૂક કાઢવાનું નાટક ના કરે એ માટે પૂરતા હતા.

'જેમ બને તેમ વાત ઝડપથી ખતમ કર. મેં મારા ભાઈઓને અહીં આવવાની વાત નથી કરી.' સિકંદરે કહ્યું.

'ભાઈઓ ?' મેં કહ્યું.

'મારા લોકો. તારે એમાં પડવાની જરૂર નથી. આપા વિશે તારે શું જાણવું છે ?'

મેં તેને ઝારાના લોકરમાંથી મળેલી વસ્તુઓના ફોટોગ્રાફ્સ દેખાડ્યા.

'આ બધું સમજાવ,' મેં કહ્યું, 'આ ફોટો ક્યાં પાડ્યો હતો ? ઝારા પાસે પાકિસ્તાની રૂપિયા અને સિમ શું કામ હતાં ?'

'એ ફોટો દિલ્હીનો છે. મારી હોટલમાં. એ મનહૂસ ફોટો છે.'

'કેમ મનહૂસ ?'

'બસ એમ જ.'

'અમને થોડી વધારે માહિતી આપ. આ પાકિસ્તાની વસ્તુઓ એની પાસે કેવી રીતે આવી હતી?'

સિકંદરે એક મોટો શ્વાસ બહાર કાઢ્યો.

'આપા પાકિસ્તાન ગયાં હતાં. પુસ્તકમેળો કે એવું કંઈ હતું.'

'કરાચી લિટરેચર ફેસ્ટિવલ?' મેં કહ્યું.

'હા. એટલે એમની પાસે પાકિસ્તાની પૈસા અને સિમ હતું. એમાં શું મોટી વાત છે?'

'મોટી વાત આ છે,' સૌરભે કહ્યું, 'તેની પાસે કોકેઈનનો આટલો મોટો જથ્થો કેમ હતો? અને આ બુલેટ?'

'એ મને નથી ખબર.' એ થોડો ઉદાસ થઈ ગયો.

મેં સૌરભ તરફ જોયું. 'તે કંઈક છુપાવતો હોય એવું નથી લાગતું?'

'નક્કી છુપાવે છે.' સૌરભે કહ્યું.

'મેં આપાનું ખૂન નથી કર્યું, સમજ પડે છે?' સિકંદરે ટેબલ પર મુક્કો મારતાં કહ્યું. ખાલી કાવાનો કપ થોડું નાચવા લાગ્યો.

'આ ખોટાં નખરાં તને નિર્દોષ સાબિત નથી કરતાં.' મેં કહ્યું.

'બંદૂકથી ડરાવવાની કોશિશ પણ ના કરતો. જો અમને કંઈ થયું તો બધા જ પુરાવાઓ પોલીસ પાસે પહોંચી જશે, દિલ્હીવાળા મિત્રને કહ્યું જ છે.' સૌરભે કહ્યું, અમને સલામત રાખવા માટે અમે આ વાર્તા ઘડી હતી.

'તું ફરી હથિયાર લઈને આવ્યો છે?' મેં કહ્યું. સિકંદર ઊભો થઈ ગયો અને તેના હાથ ઊંચા કર્યા.

'જોઈ લે. મારી પાસે કંઈ નથી. મુખ્ય બજારમાં આર્મી ગમે તેને ગમે ત્યારે તપાસતા હોય છે. હું મૂર્ખો નથી.'

'સારું. નીચે બેસી જા,' મેં કહ્યું, 'અને મને બતાવ કે ઝારાએ આ બધું તેના લોકરમાં કેમ રાખ્યું હતું?'

સિકંદરે આજુબાજુ જોયું. નજીકમાં જે ગ્રાહક બેઠા હતા તે બે ટેબલ દૂર હતા. તેણે ઝડપથી કહ્યું, 'મેં ખોટું કર્યું છે. પણ ઝારા આપાને ઈજા નથી પહોંચાડી.'

'જો તેં નથી કર્યું, તો તારાં બધાં રહસ્યો અમારી પાસે સલામત છે.' મેં કહ્યું.

'હું હાસીમ અબ્દુલ્લાહ માટે કામ કરું છું. મને ખાતરી છે કે તમે જાણતા જ હશો કે એ કોણ છે?' એ જાણે બિલ ગેટ્સ કે મુકેશ અંબાણીની વાત કરતો હોય એમ કહ્યું.

'સૉરી, ના. તે કોણ છે?' મેં કહ્યું.

'તે તેહરીક-એ-જિહાદના હેડ છે. મને જીવનમાં લાયક હેતુ આપનાર વ્યક્તિ. જુનૂન સાથે કેવી રીતે જિવાય એ મને એમણે શિખવાડ્યું. હાસીમભાઈ મતલબ મારા માટે બધું જ કહેવાય.'

મને કહેવાનું મન થયું કે નિર્દોષ લોકોને મારવા કે તમારા દેશને નફરત કરવી એ લાયક હેતુની ગણતરીમાં ના આવે. જો કે, મને મારો રાજકીય વાત નહિ કરવાનો નિયમ યાદ આવી જતાં, હું ચૂપ જ રહ્યો. સિકંદરનું બોલવાનું ચાલુ હતું, 'હાસીમભાઈ આઝાદ કાશ્મીરમાં રહે છે.'

'તારો કહેવાનો મતલબ પીઓકે-પાકિસ્તાન ઓક્યુપાઈડ કાશ્મીર છે?' સૌરભે કહ્યું.

'એ તો ભારતમાં એવી રીતે પ્રચાર-પ્રસાર કરવામાં આવ્યો છે. હકીકતમાં એ પાકિસ્તાને પચાવેલું કાશ્મીર નથી, પણ અમે જ્યાં છીએ તે ઇંડિયા ઓક્યુપાઈડ કાશ્મીર છે, ભારતે પચાવેલું કાશ્મીર છે.'

નો પોલિટિક્સ, મેં મારી જાતને ફરી કહ્યું.

'છોડ એ બધું,' મેં કહ્યું, 'તારી વાત આગળ કર.'

'મેં તેહરીકમાં જુનિયર સોલ્જર તરીકે શરૂઆત કરી હતી. હાસીમભાઈએ મને કંઈક મોટું કરી દેખાડવાની તક આપી હતી. એ વખતે મારી ભૂલ થઈ હતી.'

તેણે અમારી સામે જોવાનું ટાળ્યું.

'કેવી ભૂલ?' સૌરભે કહ્યું.

'મેં ઝારા આપા સાથે દગો કર્યો હતો.'

'સરખી ચોખવટ કર.' મેં કહ્યું. સિકંદરની વાતો મને હેરાન કરતી હતી. તે ખરેખર ભોળો હતો કે નાટક કરતો હતો?

'હાસીમભાઈએ કહ્યું હતું કે એ કરાચીમાં લિટરેચર ફેસ્ટિવલનું આયોજન કરતા લોકોને ઓળખે છે. તેણે કહ્યું કે તેઓએ ભારતમાંથી પણ થોડા લોકોને આમંત્રણ આપ્યું છે, ખાસ કરીને તેજસ્વી વિદ્યાર્થીઓ. શાંતિ માટે પ્રયત્નના ભાગરૂપે. હાસીમભાઈએ કહ્યું કે મારા પાસપોર્ટમાં પાકિસ્તાનના થોડા સ્ટેમ્પ હોવા જોઈએ. તેમણે મને પૂછ્યું કે પાકિસ્તાન માટે મારા ધ્યાનમાં કોઈ છે?'

'અને તેં ઝારાનું નામ કહ્યું?'

'હા. ઝારા આપાને પુસ્તકો વાંચવા ખૂબ જ ગમતાં હતાં. તેમણે ભારતમાં પણ થોડા આવા સાહિત્યોત્સવમાં હાજરી આપી હતી. મેં તેમને પૂછ્યું હતું. વ્યવસ્થાપકે થોડા પસંદગીના વિદ્યાર્થીઓ માટે ઓફર મૂકી છે, ફલાઇટનું ભાડું અને ત્યાં રહેવાનો ખર્ચ બિલકુલ મફત. આપા આ સાંભળીને ઊછળી પડ્યાં હતાં.'

'અને એટલે એ પાકિસ્તાન ગઈ હતી?'

'હા. હાસીમભાઈ તેમને કરાંચીમાં જ મળ્યા હતા. તેમણે મારા માટે થોડી ભેટ મોકલાવી હતી. તેણે આપાને કપડાં અને નાસ્તો ભરેલી નાની બૅગ આપી હતી.'

'અને?' સૌરભે સિકંદરનો દરેક શબ્દ ધ્યાનથી સાંભળતાં કહ્યું.

'તેમણે તે બૅગ ઍરપૉર્ટ મૂકવા માટે જતી કારમાં મૂકી હતી. કપડાંની થપ્પી નીચે તેમણે કોકેઈન મૂક્યું હતું. આઠ કિલો હતું.'

'આઠ કિલો કોકેઈન?' સૌરભે સીટી વગાડતાં કહ્યું, 'વધારે ના કહેવાય?'

'પાંચ કરોડની કિંમતનું હતું. જાતે ભંડોળ ભેગું કરવાનો આ તેહરીકનો એક રસ્તો હતો. આ મારું તેહરીક માટેનું સૌથી પહેલું મોટું યોગદાન હતું.' સિકંદરે કહ્યું.

મેં નિઃસાસો નાંખ્યો. મેં વિચાર્યું કે આખા વિશ્વમાં નોકરી માટેનું જો સૌથી ભંગાર સ્થળ હોય તે એ છે, ચંદન ક્લાસિસ. એવાં પણ સંગઠનો છે કે જે ડ્રગમાંથી ખુદ ભંડોળ એકઠું કરે છે.

'તેં તારી ખુદની બહેનનો જ ડ્રગવાહક તરીકે ઉપયોગ કર્યો?'

'મને ત્યારે ખબર નહોતી કે એ ખોટું થઈ રહ્યું હતું. અને હાસીમભાઈનું આયોજન ખૂબ જ સરસ હતું. કસ્ટમમાં કોઈને પણ શંકા નહોતી ગઈ. આપા બધું ઘરે લઈ આવ્યાં હતાં. '

'એ યોગ્ય હતું? ઝારા જો કસ્ટમમાં પકડાઈ હોત તો તેને તેનું જીવન જેલમાં પસાર કરવાનો વારો આવ્યો હોત.'

'હાસીમભાઈએ કહ્યું હતું કે આઈઆઈટીની યુવાન છોકરી કે જે બૂક ફેસ્ટિવલમાંથી પરત આવતી હોય, તેના પર કોઈ જ શંકા ના કરે.'

'તને ભાન છે? શંકા ગઈ હોત તો શું થયું હોત?' મેં કહ્યું, મારો અવાજ ઊંચો થઈ ગયો.

તેણે કોઈ પ્રતિક્રિયા ના આપી.

મેં મારો ગુસ્સો શાંત કરવા માટે ઊંડા શ્વાસ લીધા અને મૂરખ, જડબુદ્ધિને તમાચો ના માર્યો. સૌરભે મારું કાંડુ પકડ્યું અને શાંત રહેવાનું કહ્યું.

‘ઠીક છે, પછી શું થયું?’ સૌરભે કહ્યું.

‘હું આપા પાસે તે બૅગ લેવા માટે ગયો હતો. પણ મારા પહોંચવા પહેલાં જ એમણે બૅગ ખોલી નાખી હતી.’

‘તેને ડ્રગ્સની જાણ હતી?’ મેં કહ્યું.

‘હા. અને તેમણે મને સખત ઠપકો આપ્યો અને થપ્પડ પણ મારી હતી. મારે તેમને હું કોના માટે કામ કરું છું તે કહેવું પડ્યું હતું. મેં તેમને સમજાવવાનો પણ પ્રયત્ન કર્યો હતો કે હાસીમભાઈ ઘણું સારું કરી રહ્યા છે.’

‘તેણે શું કહ્યું?’

‘આપા તો કોઈ વાત સાંભળવા તૈયાર જ નહોતાં. તેમણે મને એ લોકો સાથે સંબંધ કાપી નાખવા કહ્યું હતું. તેમની ઈચ્છા હતી કે હું તે બૅગ પોલીસને આપતો આવું.’

‘તું ગયો હતો?’

‘ના, હું હાસીમભાઈનો વિશ્વાસ તોડી ના શક્યો.’

‘અને ઝારાને તે મંજૂર હતું?’

‘બિલકુલ નહિ. પણ હું આપા સામે ખોટું બોલ્યો હતો. મેં કહ્યું કે મને ખાલી આ બૅગ તેઓને સોંપવાની રજા આપો, પછી હું સંગઠન છોડી દઈશ.’

‘અને તેં એવું ના કર્યું?’

તે નીચું જોઈને ઊભો રહ્યો.

‘હું અમારું ઉમદા કાર્ય છોડી ના શક્યો.’ તેણે કહ્યું, આવા દેશદ્રોહી કામને એ ઉમદા કાર્ય ગણતો હતો.

‘જે લોકો ડ્રગ્સ વેચતા હોય એના માટે કામ કરવાનું તને યોગ્ય લાગે છે?’

‘અમારી પાસે કોઈ પસંદગી જ નથી. અમે શક્તિશાળી સરકાર સામે લડી રહ્યા છીએ. ક્યારેક ઉમદા કાર્ય માટે થોડું ખરાબ કામ પણ કરવું પડે.’ તેણે પઢાવેલા શબ્દો વાપરતાં કહ્યું.

‘હાસીમે કહ્યું છે?’

'હા. મને ત્યારે ખબર નહોતી કે ઝારા આપા પાસે તે પેકેટ હતાં. હાલ તો હું તેહરીક માટે ડ્રગને લગતાં કામ નથી કરતો. હું ભરતી કરવાના કામમાં જોડાયેલો છું.'

ભરતી શબ્દ સાંભળતાં જ મારા કાન ચમક્યા અને મને કહેવાનું મન થયું કે તેઓ મને નોકરી આપશે કે હું અરજી કરી શકું. મેં ખુદને ધમકાવતાં અને યાદ અપાવતાં કહ્યું કે આવી જગ્યાએ કામ કરવું એ યોગ્ય વિકલ્પ ના કહેવાય.

'ઝારાના મૃત્યુ પહેલાં તું એના સંપર્કમાં હતો?'

'ખાસ નહિ. ક્યારેક ફોન પર વાત થતી. તેઓ મને ભૂતકાળની નકામી પ્રવૃત્તિ ભૂલીને નોકરી શોધવાનું કહેતાં. તેમણે તો મને એક વાર તારું ઉદાહરણ પણ આપ્યું હતું. જો કે, આપાને ખબર નહોતી કે મેં તેહરીક છોડ્યું નહોતું.'

'મારું ઉદાહરણ?' મેં ઉત્સુકતાથી કહ્યું.

'તેઓએ કહ્યું, "મને જો તું, સિકંદર, મેં મારું પેશન કેશવ સાથે અનુસર્યું હતું અને ક્યારેય વ્યાવહારિક જિંદગી વિશે વધારે વિચાર્યું જ નહોતું. પણ પરિણામ શું આવ્યું? અંતે તો મારે વ્યાવહારિક પસંદગી કરવી જ પડી ને, રઘુ".'

'વ્યાવહારિક?'

'મને પણ ખાસ સમજાયું નહોતું. તેઓ કહેતાં કે તે હવે રઘુને ખૂબ જ પ્રેમ કરે છે, પણ તેની પસંદગીમાં તો તેઓ વ્યાવહારિક જ હતાં. તેમના પરિવારને ઝારા સાથે કે બીજી કોઈ બાબતમાં તકલીફ નહોતી.'

'ઝારા તને આ બધું શું કામ કહેતી હતી?'

'એ કહેવા માટે કે ઘણી વાર આપણું દિલ આપણને ખોટી જગ્યાએ દોરવતું હોય છે. તેહરીક મારા હૃદયમાં હતું, આપા મને મગજનો ઉપયોગ કરીને બીજી કોઈ નોકરી શોધવાનું કહેતાં હતાં.'

'ઓહ.' મેં કહ્યું. મને સમજાયું કે હું ઝારા માટે ખોટી જગ્યા હતો, જ્યાં એને તેનું દિલ દોરવીને લઈ આવ્યું હતું. છતાં, મને એ વાત સાંભળીને ખુશી થઈ કે હું તેના હૃદયની પસંદગી હતો, નહિ કે વ્યાવહારિક.

'ફાઇન,' સૌરભે કહ્યું, 'બીજું કંઈ જણાવવા જેવું છે, જે અમને ઉપયોગી થઈ શકે?'

'ના, હવે નથી. મેં આ બધું કોઈને પણ કહ્યું નથી. હવે હું જઈ શકું?'

મેં હા કહ્યું. સિકંદર જવા માટે ઊભો થયો.

'સૉરી, હજી એક સવાલ છે.' સૌરભે કહ્યું.

'શું?'

'ઝારા સાથે સેલ્ફી ક્યારે લીધી હતી?'

'ઝારા આપા મને મળવા માટે દિલ્હી આવ્યાં હતાં ત્યારે.'

'તારી પાસે મશીનગન કેમ હતી?'

'હું નવા જોડાયેલા સાથીદારોને ગનનો ઉપયોગ કેવી રીતે થાય તે દેખાડતો હતો.'

'સિકંદર, બેસ.' મેં કહ્યું, મારા કાનમાં 'ઘણી વાર આપણું દિલ આપણને ખોટી જગ્યાએ દોરવતું હોય છે' એ શબ્દો ગુંજતા બંધ થતાં હું મર્ડર કેસમાં પાછો ફર્યો.

'કેમ?' તેણે કહ્યું. તે અદબ વાળીને ઊભો હતો.

'તને એમ લાગે છે કે અમે મૂર્ખાઓ છીએ?'

'શું થયું?'

'તેં હમણાં કહ્યું કે તેં ઝારાને કહ્યું હતું કે તેં તેહરીક છોડી દીધું હતું.'

'હા.'

'તો પછી ઝારા એ ફોટામાં હસતી કેમ હતી, જ્યારે તને મળવા આવી હતી ત્યારે? તને મશીનગન સાથે જોઈને પણ ખુશ હતી?' મેં કહ્યું.

'મારે હવે જવું પડે એમ છે.'

'તેં એવું પણ કહ્યું હતું કે આ ફોટો મનહૂસ છે. કેમ?' સૌરભે કહ્યું.

સિકંદર ઢીલો પડી ગયો. તેણે તેનું માથું પકડ્યું.

'મને માઈગ્રેન છે. સૉરી.'

'અમે હજી સમાપ્ત નથી કર્યું,' મેં કહ્યું, 'અને મારો ભરોસો કર, અમે તને સવાલો કરીએ ત્યાં સુધી સારું છે, પોલીસ તારી પૂછપરછ કરશે તો...'

'મારે આરામની જરૂર છે. આપણે પછી વાત કરીએ?'

'ક્યારે? આવતીકાલે?'

તેણે નાના છોકરાની માફક માથું ધુણાવ્યું અને નાકથી જોર કરીને શ્વાસ અંદર ખેંચ્યો.

'હા, આવતીકાલે મને કોલ કરજો.' સિકંદર એટલું બોલીને રેસ્ટોરન્ટની બહાર નીકળી ગયો.

❖

'આપણે વધારે ગરમ કપડાં લઈને આવવાની જરૂર હતી.' સૌરભે કહ્યું. તે તેની હથેળીઓ ઘસતો હતો. પહેલગામમાં હેવન હોટલ, કે જ્યાં અમારું રોકાણ હતું, ત્યાં લૉનમાં કેમ્પફાયરની વ્યવસ્થા હતી. સૌરભ અને હું ત્યાં ડિનર બાદ આવ્યા હતા.

'સિકંદરની બાબતમાં મને કંઈક ગરબડ લાગે છે.' મેં કહ્યું.

'રિલેક્ષ. તેને થોડો સમય આપ. તે મોકળાશથી વાત કરશે.' સૌરભે કહ્યું.

'તે ઢોંગી છે,' મેં કહ્યું, 'તે નિખાલસ અને નાદાન હોવાનું નાટક કરે છે. તે એવો છે નહિ.'

'કદાચ તે નર્વસ હોય એવું બને.' સૌરભે કહ્યું.

'નોનસેન્સ. મને લાગે છે કે હવે આપણે સત્યનો સામનો કરવાનો સમય આવી ગયો છે.'

'કેવું સત્ય?' સૌરભે કહ્યું, તેનો ગોળમટોળ ચહેરો કેમ્પફાયરમાં ચમકતો હતો.

'એ જ કે તે નાનો સાવકોભાઈ નિર્દોષ બાળક નથી. હકીકતમાં તો એ મુખ્ય શકમંદ છે.'

'આવું તું કયા આધાર પર બોલે છે?' સૌરભે કહ્યું. તે આગની એકદમ નજીક બેઠો હતો, મને લાગ્યું કે એ કોઈ પણ ક્ષણે દાઝી જાય એમ છે.

'આગથી થોડો દૂર બેસ.' મેં કહ્યું.

'ઠીક છે.' સૌરભે ત્રણ ઇંચ જેટલું પાછળ ખસતાં કહ્યું.

'હું માનું છું કે આવું બન્યું હશે. સિકંદર આતંકવાદી બની ગયો. ઝારાને ખબર પડી ગઈ. ઝારાએ સિકંદરને અટકાવવા માટે ઘણા પ્રયત્નો કર્યા, પણ તે સુધર્યો નહિ. અંતે ઝારાએ ધૈર્ય ગુમાવ્યું અને પોલીસ પાસે જવાનું નક્કી કર્યું.'

'અને સિકંદરે એ પહેલાં આવીને તેની હત્યા કરી?' સૌરભે કહ્યું.

'હા.'

'શક્ય છે. હવે સમજાય છે કે તેણીએ બારી પણ એટલે જ ખોલી હશે, તેના સાવકાભાઈ માટે.'

મેં આંગળીને મરોડતાં કહ્યું. 'એવું જ.'

'ફોટાનું શું? ઝારા હસતી કેમ હતી?'

'તેને કોઈ દબાણ હોય એવું બને. અથવા તો એ પુરાવા ભેગા કરતી હોય. તે પોલીસ પાસે જવાનું વિચારતી હતી, કારણ કે તેનો ભાઈ અટક્યો નહોતો. સિકંદરને જાણ થઈ હોય અને તેને મારી નાંખી.'

'પણ તે તેની બહેનને પ્રેમ કરતો હતો.' સૌરભે કહ્યું.

'જો હાસીમભાઈએ ઝારાને "ઉમદા કાર્ય" માટે પતાવી દેવાનું કહ્યું હોય તો, તને શું લાગે છે આ મૂરખ એવું ના કરે?'

સૌરભે બોલતાં પહેલાં તેનો ગાલ ખંજવાળ્યો.

'એ તો એવું જ કરે.'

અમે થોડી વાર એકબીજાને જોતા રહ્યા. બધું ઉમેરતાં તાળો મળી ગયો. અમે એકબીજાને તાળી આપી.

'આપણે તેને પકડી લઈશું. ઇન્સ્પેક્ટર રાણાને કોલ કર. આપણને તેની મદદની જરૂર પડશે.' મેં કહ્યું. હા, મારી પાસે ખૂની છે. આગની ગરમી મારા ચહેરા પર જ નહિ અંદર પણ અનુભવાતી હતી.

પ્રકરણ-૨૨

'તેને વ્યસ્ત રાખજે,' સૌરભે કહ્યું, 'વધારે સવાલ ના કરતો. એની સાથે મિત્રતાપૂર્વકનું વર્તન કરજે.'

મેં ઈશારાથી હા કહ્યું. અમે હેવન હોટલની સ્વાગત લોબીમાં ઊભા હતા. મેં હોટલના લેન્ડલાઇન ફોનથી સિકંદરને કોલ કર્યો.

'સલામ, સિકંદરભાઈ.' કોઈએ કોલ ઉપાડ્યો એવું લાગ્યું એટલે પછી મેં કહ્યું.

'કોણ જનાબ ?' આ સિકંદરના જેવો અવાજ નહોતો લાગતો.

'ત્યાં સિકંદર છે ? હું તેનો મિત્ર, કેશવ.'

'તમે સિકંદરના મિત્ર છો ?'

'હા.' મેં કહ્યું.

'તમે પહેલગામમાં જ છો ?'

'હા.' મેં કહ્યું.

'તમે અહીં આવશો ? મૂનવ્યુ રિસોર્ટ્સ.'

'સિકંદર ક્યાં છે ?'

'એ અહીં જ છે. તમે આવો છો ?'

'હા, ચોક્કસ. તમે કોણ બોલો છો ?'

'અહેમદ. જલદી આવજો, પ્લીઝ.'

❖

સૌરભ અને હું મૂનવ્યુ રિસોર્ટ્સ તરફ ચાલતા થયા, તેનું હેવનથી એકાદ કિલોમીટર જેટલું અંતર હતું. અમે આગલી રાત્રે રાણાને કોલ કર્યો હતો, સિકંદર મુખ્ય શકમંદ છે તે વાત કરી હતી. 'તમે બંનેએ ફરી ઝારાના કેસની તપાસ ચાલુ કરી ? અને કાશ્મીર પહોંચ્યા ? તું તો ખરો પાગલ આશિક છો.' તેણે પહેલાં આ કહ્યું હતું. સદ્નસીબે, તેણે અમારી આખી વાત સાંભળી અને અંતે અમને મદદ કરવા માટે તૈયાર પણ થયો, બીજું કોઈ કારણ નહોતું ફક્ત અમારી સુરક્ષાની ચિંતાને લીધે. 'ત્યાંથી શક્ય એટલા વહેલા બહાર નીકળો. કાશ્મીર હૌઝ ખાસ નથી. અને સિકંદરને હવે એકલા મળતા નહિ.' તેણે કોલ મૂકતાં પહેલાં

આ વાત કરી હતી.

મેં રાણાને ફરી કોલ કર્યો.

‘અમે તેને મૂનવ્યુ રિસોર્ટસમાં મળવા માટે જઈએ છીએ.’ આકરા ઢાળને લીધે હું હાંફી ગયો.

‘મારી સ્થાનિક પહેલગામ પોલીસ સ્ટેશનમાં સબ-ઇન્સ્પેક્ટર સરાફ સાથે વાત થઈ ગઈ છે. તે તમે કહેશો ત્યારે તૈયાર જ છે.’

‘તેમણે અત્યારે અમારી સાથે આવવું પડશે.’ મેં કહ્યું.

‘શાંતિ. તું તનાવમાં લાગે છે.’ મેં ચઢાણ ચાલુ રાખતાં રાણાને કહ્યું.

‘અફકોર્સ, હું તનાવમાં છું. કોઈ અહેમદ નામના વ્યક્તિએ સિકંદરનો ફોન ઉપાડ્યો હતો. તેણે જ અમને મૂનવ્યુ રિસોર્ટસ આવવાનું કહ્યું હતું.’

‘ઓહ, તો ત્યાં બીજા લોકો પણ છે?’

‘હા.’ મેં કહ્યું.

‘તો પછી સરાફને જ પહેલાં ત્યાં પહોંચવા દો. અંદર એકલા જતા નહિ. તમે સાવ મૂર્ખ છો. તમારે કાશ્મીર જવું જ હતું તો મને અગાઉથી જાણ કરવાની જરૂર હતી.’

‘સૉરી, સર. હા, અમે તેની રાહ જોઈશું.’ મેં કહ્યું.

‘અને સાંભળ, કેશવ.’

‘યસ, ઇન્સ્પેક્ટર રાણા?’ મેં કહ્યું. મને આભાર અને થોડા વખાણના શબ્દોની અપેક્ષા હતી, અમે મોટો ખતરો ઉપાડ્યો પણ અંતે કેસ સોલ્વ થવાની તૈયારીમાં જ હતો.

‘એક વાર સિકંદરને પોલીસ પકડી લે, એટલે પહેલાં મને કોલ કરજે. હું મીડિયાને બ્રેકિંગ ન્યૂઝ આપીશ. હું નથી ઇચ્છતો કે સરાફ કોઈ સાથે આ બાબતે મારી પહેલાં વાત કરે.’

❖

સફેદ વાળવાળા ઇન્સ્પેક્ટર સરાફ તેની જીપમાંથી ઊતર્યા, તે હતા તેના કરતાં પણ વધારે ઉંમરલાયક લાગતા હતા. તેની સાથે બે કોન્સ્ટેબલ હતા. તેઓએ કોઈને શક ના જાય એટલા માટે સાદાં કપડાં પહેર્યાં હતાં. એ ત્રણેય લોકોને સૌરભ અને હું, મૂનવ્યુ રિસોર્ટસનાં

ખાલી પાર્કિંગની બહારની તરફ મળ્યા.

'પહેલાં શાંત થઈ જાઓ. હોટલમાં એક સામાન્ય મહેમાન જેવો ડોળ કરવાનો છે.' ઇન્સ્પેક્ટર સરાફે કહ્યું.

ત્રીસેક વર્ષનો દાઢીવાળો માણસ રીસેપ્શન ડેસ્ક પર હતો.

'હું કેશવ છું. અહીં કોઈ અહેમદ છે?'

'હું જ અહેમદ છું,' પેલા વ્યક્તિએ કહ્યું. 'હું અહીં મૅનેજર છું. તમે સિકંદરના મિત્ર છો ને?'

પછી તેણે સાદાં કપડાંમાં આવેલા પોલીસ અને સૌરભ સામે જોયું. 'આ બધા કોણ છે?' તેણે કહ્યું.

'મારા મિત્રો છે,' મેં કહ્યું, 'સિકંદર ક્યાં છે?'

'મારી પાછળ આવો.'

અહેમદ અને હું બીજા માળ પર આવેલા રૂમ તરફ ચાલતા થયા. સૌરભ, ઇન્સ્પેક્ટર સરાફ અને તેના બે માણસો અમારાથી થોડાં ડગલાં પાછળ ચાલતાં આવતા હતા. મૂનવ્યુ રિસોર્ટસની લોબીમાં વધારે સૂર્યપ્રકાશ આવતો નહોતો અને એકદમ ઠંડી લાગતી હતી. છેલ્લે આવેલા રૂમમાં દાખલ થવા માટે અહેમદે માસ્ટર કીનો ઉપયોગ કર્યો. તેણે સ્વીચ ઓન કરતાં છતની પીળી લાઇટ ચાલુ થઈ.

સિકંદર બેડ પર આડો પડ્યો હતો, ચહેરો લોહીથી ખરડાયેલો હતો, તેની બંદૂક તેની બાજુમાં પડી હતી.

'ઓહ.' સૌરભે હાંફતાં મોટેથી કહ્યું. સિકંદરના ચહેરાનો નીચેનો ભાગ ઓળખાય નહિ એ હદે બેડોળ થઈ ગયો હતો. તેના શરીરમાંથી કોહવાઈ જવાની વાસ આવતી હતી, જે હોટલ કાર્પેટની ફૂગવાળી વાસમાં ભળી જતાં, શ્વાસ લેવાનું મુશ્કેલ થઈ ગયું હતું. હું તેનો ચહેરો જોઈને ભાવશૂન્ય થઈ ગયો. મારી આસપાસના દરેક લોકો સ્લો મોશનમાં ચાલતા દેખાતા હતા. મારા કાનમાં સંભળાતું બંધ થઈ ગયું. ઇન્સ્પેક્ટર સરાફે આરામથી ટીવી રીમોટ ઉપાડતા હોય એમ સિકંદરનું કાંડું પકડ્યું.

'મરી ગયો,' ઇન્સ્પેક્ટર સરાફે કહ્યું, 'તેણે ખુદને મોંમાં ગોળી મારી છે.'

'મેં તમને અહીં બોલાવ્યા કારણ કે હું આ બધી ભાંજગડમાં પડવા નહોતો માંગતો,' અહેમદે કહ્યું, 'આ હોટલ મારા માટે રોજીરોટી છે. જો અહીં આત્મહત્યા થયાના સમાચાર બહાર ખબર પડે તો...'

ઇન્સ્પેક્ટર સરાફે વાત કાપતાં કહ્યું, 'આ મૃતદેહ તમને ક્યારે

મળ્યો ?'

'સફાઈકર્મીઓને ત્રણ કલાક પહેલાં જાણ થઈ હતી. મેં જ તેઓને ચૂપ રહેવાનું કહ્યું હતું. મેં તેમનો મોબાઈલ લઈ લીધો, એ આશાએ કે કોઈ એમને કોલ કરશે. તમે કર્યો.'

'એ ક્યારનો અહીં આવ્યો હતો ?'

'પાંચ દિવસ પહેલાં. તમે એના મૃતદેહનો કબજો સંભાળશો ? અથવા તેના પરિવારને જાણ કરશો ? હું અહીં પોલીસ આવે એવું નથી ઇચ્છતો. પ્લીઝ.' અહેમદે અસ્વસ્થ થતાં કહ્યું.

'અમે પોલીસ જ છીએ.' ઇન્સ્પેક્ટર સરાફે કહ્યું. તેણે તેનું આઈડી કાર્ડ બહાર કાઢ્યું.

અહેમદ ઇન્સ્પેક્ટર સરાફના પગમાં પડી ગયો.

'હું આ વિશે કશું જ જાણતો નથી, સાહેબ.'

ઇન્સ્પેક્ટર સરાફે અહેમદને ખભેથી પકડ્યો અને ખેંચીને ઊભો કર્યો.

'તને ખબર છે એ કોણ હતો અને શું કરતો હતો ?'

'ના, સાહેબ.' અહેમદે કહ્યું.

ઇન્સ્પેક્ટર સરાફે અહેમદને તમાચો માર્યો. મને એ નથી સમજાતું કે પોલીસ માટે લોકોને થપ્પડ મારવાનું આટલું આસાન કેમ હોય છે, ખાસ કરીને એવા વ્યક્તિઓને કે જે આર્થિક પછાત હોય કે નબળા વર્ગના હોય.

'આ લોકો આતંકવાદીઓ છે એવી તમને બધાને ખબર હોવા છતાં, તેઓને તમે રૂમ આપો છો. તમે પોલીસને જાણ નથી કરતા.' ઇન્સ્પેક્ટર સરાફે કહ્યું.

અહેમદની આંખોમાં આંસુ હતાં.

'સાહેબ, અમારે સ્થાનિકો પાસે બીજો કોઈ રસ્તો જ નથી,' તેણે હાથ જોડતાં કહ્યું, 'તેઓ મન ફાવે ત્યારે આવ-જા કરે છે. જો મનાઈ કરીએ તો તેઓ ગન દેખાડે છે. જો તેઓને રહેવા માટે પરવાનગી આપીએ તો પોલીસ અને આર્મી ગન દેખાડે છે. અમે શું કરીએ ? મારે નાનાં બાળકો છે.'

'તું પણ ભારતને ધિક્કારે છે ?' ઇન્સ્પેક્ટર સરાફે કહ્યું.

'ના સાહેબ, ભારતીય પર્યટકો પર તો મારું ગુજરાન ચાલે છે. હું શું કામ તેઓને નફરત કરું ?'

'છેલ્લા થોડા દિવસોથી આ માણસ શું કરતો હતો?' સરાફે સિકંદર તરફ ઈશારો કરતાં કહ્યું.

'તે દરરોજ થોડા કલાકો માટે બહાર જતો. ક્યારેક તે યુવાન છોકરાઓને લોબીમાં મળતો હતો.'

'નવા આતંકવાદીઓની ભરતી માટે?'

'મને ખબર નથી, સાહેબ.'

'તને રૂમમાંથી કંઈ મળ્યું હતું?'

'અમે કંઈ પણ અડક્યા નથી,' અહેમદે કહ્યું, 'તમારે જે તપાસ કરવી હોય તે કરી શકો છો.'

'કેશવ? તું અહીં જ છો?' ઈન્સ્પેક્ટર સરાફે આંખો સામે ચપટી વગાડતાં કહ્યું. મારું ઈન્સ્પેક્ટર તરફ ધ્યાન ગયું એ પહેલાં તે ત્રણ વાર મારું નામ બોલ્યા હતા. મારી આંખો ફરી સિકંદરના કરમાઈ ગયેલા ચહેરા પર અટકી ગઈ. આ જ ચહેરા સાથે ગઈકાલે વાત કરી હતી.

'સૉરી, ઈન્સ્પેક્ટર, શું થયું?'

'જે મુખ્ય શકમંદની હું ધરપકડ કરું એવું તું ઈચ્છતો હતો તે તો હવે આ દુનિયામાં નથી રહ્યો.'

'હ...હા.' મેં કહ્યું. હું સરખી રીતે બોલવા માટે સમર્થ નહોતો. મેં સૌરભનો બગડેલો ચહેરો જોયો. તે દોડીને ભાથરૂમમાં ભાગ્યો. મને તેની ઊલટીનો અવાજ સંભળાતો હતો.

'એમ્બ્યુલન્સ બોલાવો. બોડી અહીંથી હટાવો.' ઈન્સ્પેક્ટર રાણાએ એક કોન્સ્ટેબલને કહ્યું. તે બીજાની તરફ ફર્યો. 'અને રૂમ તપાસો જો કોઈ મરણચિઠ્ઠી હોય તો.'

હું રૂમમાં સ્ટડી ચેર પર બેસી ગયો. સૌરભની ઊલટીનો અવાજ સાંભળીને મને પણ ઉબકા આવવા લાગ્યા. એક કોન્સ્ટેબલે પલંગ પરથી ઓશીકું ઊંચકી તેની નીચે તપાસ્યું. તેણે ટેબલનું ખાનું પણ ખોલ્યું.

'જો બધા રૂમમાંથી બહાર નીકળશો, તો હું વધારે સારી રીતે શોધખોળ કરી શકીશ.' કોન્સ્ટેબલે કહ્યું.

❖

સૌરભ અને હું લોબીમાં સોફા પર બેઠા, અમે બંને વાત કરવાની સ્થિતિમાં નહોતા. ઈન્સ્પેક્ટર સરાફ અમારી સામે બેઠા હતા અને તે

કોઈની સાથે ફોન પર વાત કરતા હતા. અડધા કલાક બાદ, જે કોન્સ્ટેબલ રૂમમાં શોધખોળ કરતો હતો તે નીચે આવ્યો. તેના હાથમાં એક કવર હતું.

'આ તેના ખિસ્સામાંથી મળ્યું છે.' તેણે કહ્યું. 'તેમાં લખ્યું હતું, "હાસીમભાઈ માટે. મહેરબાની કરીને તેહરીકના મારા કોઈ પણ ભાઈને આ આપજો. તેઓ મને શોધશે.".'

ઇન્સ્પેક્ટર સરાફે કવર ખોલ્યું. તેમાં કાગળની ચબરખી હતી. તેના પર ફક્ત હાથથી લખેલું વેબ એડ્રેસ હતું.

www.Bit.ly/AlvidaTehreek

'આ શું છે?' ઇન્સ્પેક્ટર સરાફે કહ્યું.

'આ સંક્ષિપ્ત વેબ લિંક છે. ચાલો તપાસીએ.' સૌરભે તેના અસલ સ્વરૂપમાં પાછા આવતાં કહ્યું.

સૌરભે હોટલના ડેસ્કટોપ કોમ્પ્યૂટરમાં વેબ એડ્રેસ ટાઇપ કર્યું. યુટ્યૂબ વીડિયો ખૂલ્યો, તેમાં સિકંદર એ જ રૂમમાં બેઠો હતો જ્યાં અમને તે મૃત હાલતમાં મળ્યો હતો. તેણે ધીમેથી પ્રાર્થના ગણગણી અને પછી કૅમેરા સામે જોઈને બોલ્યો.

'હાસીમભાઈ, માફી. મેં તમને નિરાશ કર્યા. થોડા લોકો મારી પાછળ પડ્યા છે. તેઓ મને એ ગુન્હા માટે પોલીસને સોંપવા માંગે છે, જે મેં ક્યારેય કર્યો જ નથી. મારી ખુદની આપાના હત્યાના ગુન્હામાં. અલ્લાહ કસમ, ઝારા આપા મારા માટે મારાં બીજાં અમ્મી હતાં. મેં કંઈ જ કર્યું નથી.

'જો પોલીસ મને પકડી લે, તો તેઓ મને જ્યાં સુધી હું માહિતી ના આપું ત્યાં સુધી ત્રાસ આપવાના. ખાલી આપા વિશે જ નહિ, પણ તેહરીકની પ્રવૃત્તિઓ અને હેતુની પણ માહિતી ઓકાવવાનો પ્રયત્ન કરે જ. હું મારી જાતને આ પરિસ્થિતિમાં મૂકવા નથી માંગતો. તમારા બધાની જિંદગી ખતરામાં આવે એના કરતાં હું મારી જિંદગી ખતમ કરવાનું પસંદ કરું છું. તમે મને જે પ્રમાણે શીખવાડ્યું હતું તે મુજબ, હું એક ઉમદા કાર્ય માટે સ્વયંનું બલિદાન આપું છું, એ બદલ મને ખુશી છે.

'મને એ વાતનું દુઃખ છે કે હું તમારા ચહેરા પર ખુશીનું હાસ્ય નહિ જોઈ શકું, જ્યારે કાશ્મીર ખરેખર આઝાદ થશે. આઈ લવ યુ, હાસીમભાઈ અને તેહરીક પરિવાર. મારાં અમ્મીનું ધ્યાન રાખજો. મને

ખબર છે તમે રાખશો જ.

'ઝારા આપા, આપણે જલદીથી જન્નતમાં મળીશું. તમે ગયાં એટલે, મારા માટે આ પૃથ્વી પર રહેવાનું એક કારણ ઓછું થયું હતું.

'બાકીનાં બધાં માટે, ખુદા હાફિઝ.'

સિકંદરે બીજી પ્રાર્થના ગણગણી. પછી થોડી જ વારમાં, તેણે ગન બહાર કાઢી. નોઝલ તેના મોઢામાં મૂકી. હવે પછી શું થવાનું છે તેની ધારણામાં મારી આંખો ઝીણી થઈ ગઈ અને શરીર સખત થઈ ગયું.

જો કે, તેણે ખાલી હાથ હલાવ્યો અને વીડિયો અટકી ગયો. અલબત્ત, તેણે ખુદને ગોળી મારી એ પહેલાં, રેકોર્ડિંગ બંધ કર્યું હોય, વીડિયો અપલોડ કર્યો હોય અને લિંક ક્રિએટ કરી હોય.

'વાઉ,' સૌરભે કહ્યું, વીડિયો સમાપ્ત થયા બાદ, તેનું મોં ખુલ્લું રહી ગયું.

'સ્યુસાઈડ નોટ હાઈ-ટેક થઈ ગઈ.' ઈન્સ્પેક્ટર સરાફે કહ્યું.

❖

એક કલાક બાદ, કોન્સ્ટેબલ અને હોટલ સ્ટાફે સિકંદરના મૃતદેહને પાર્કિંગમાં ઊભેલી એમ્બ્યુલન્સમાં મૂક્યો.

'તેને શબઘરમાં લઈ જાઓ. વાતને ગુપ્ત રાખજો. ખાલી તેની અમ્મીને જાણ કરજો.' ઈન્સ્પેક્ટર સરાફે કહ્યું.

જેવી એમ્બ્યુલન્સ હોટલનું કમ્પાઉન્ડ છોડીને બહાર નીકળી, તરત જ સરાફ અહેમદ સાથે વાત કરવા માટે ફર્યો.

'તે એક ઉંદર હતો, જે મરી ગયો. અહીં કોઈ તપાસ કરવાની જરૂર નથી. હોટલની સફાઈ કરાવી દે અને જો આના જેવો બીજો કોઈ અહીં રોકાવા માટે આવે તો અમને જાણ કરજે.'

'હું એવું જ કરીશ, સાહેબ. તમારો ખૂબ આભાર, સાહેબ. અલ્લાહ ખૈર.'

અહેમદ હોટલમાં પાછો વ્યસ્ત થઈ ગયો. બે કોન્સ્ટેબલ, જે સરાફ સાથે આવ્યા હતા તે, જીપમાં ગોઠવાઈ ગયા.

ફક્ત સરાફ, સૌરભ અને હું જ પાર્કિંગમાં બાકી હતા.

'લાગતું નથી કે તેણે તેની સાવકી બહેનને મારી હોય.' સરાફે

વિચારતાં કહ્યું.

મેં હા કહ્યું.

'તેઓ અંત સમયે ક્યારેય ખોટું ના બોલે.' સરાફે પોલીસ જીપમાં બેસતાં કહ્યું. તેણે બારીમાંથી તેનું માથું બહાર કાઢ્યું.

'મારે એક વાત કહેવાની બાકી રહી ગઈ.' સરાફે કહ્યું.

'બોલો, સર.' મેં કહ્યું.

'તપાસ એ નાની માના ખેલ નથી. એના માટે સક્ષમ બનવું જરૂરી છે.'

'કંઈક તો બોલ, ભાઈ,' સૌરભે કહ્યું, 'તું આખા દિવસમાં કંઈ બોલ્યો જ નથી.'

'તેં પાછા જવા માટેની ફ્લાઇટ જોઈ કે નહિ?' મેં કહ્યું.

બસમાં બેસી વાંકાચૂંકા ઢાળવાળા રસ્તા ઊતરતાં અમે પહેલગામથી શ્રીનગર પહોંચ્યા. મેં મારી આંખો બંધ કરી. કાશ્મીરનું વાદળી આકાશ અને સફેદ બરફથી ઢંકાયેલા પર્વતોવાળું દૃશ્ય મારે માટે હવે કોઈ મહત્ત્વ ધરાવતું નહોતું. મારે હવે ઘરે જવું હતું.

'દિલ્હી માટે દરરોજની છ ફ્લાઇટ્સ છે. પાછા જવામાં બહુ વાંધો આવે એવું નથી.' સૌરભે કહ્યું.

અમે ફરી ચૂપ થઈ ગયા. હું એન્જિનિયર અને ટીચર તરીકે નકામો છું. હવે મને લાગે છે કે હું જાસૂસી માટે પણ નકામો છું. કદાચ એટલે જ ઝારાએ મને છોડી દીધો હતો. તેને મારામાં કાયમી હારનાર વ્યક્તિ દેખાઈ ગયો હશે. મેં અગાઉ પણ કોઈ વચન નિભાવ્યાં નહોતાં. હવે ફરી હું તેને આપેલું વચન પૂરું નથી કરી શક્યો - તેના હત્યારાને શોધવાનું.

'શું વિચારી રહ્યો છો, ભાઈ?' અડધા કલાક પછી સૌરભે કહ્યું.

'એ જ કે ચંદન ક્લાસિસમાં હજી પણ આપણા માટે જગ્યા હશે.'

મેં મારાં સ્વેટર સુટકેસમાં ફેંક્યાં.

'તેં ટિકિટ ખરીદી?,' મેં કહ્યું, 'મારું પેકિંગ ખતમ.'

'નિઝામભાઈના સિમમાં અને વાઈ-ફાઈ બંનેમાં ઇન્ટરનેટ બંધ છે.'

'ઍરપૉર્ટ પરથી મળી જશે.' મેં કહ્યું.

મેં જોયું કે સૌરભનાં કપડાં હજી કબાટમાં જ લટકતાં હતાં.

'આ શું છે?' મેં કહ્યું, 'મેં તને ભરવાનું તો કહ્યું હતું.'

સૌરભ મારી સામે આવીને ઊભો રહ્યો. સફેદ સ્વેટરમાં એ ધ્રુવીય રીંછ જેવો લાગતો હતો. ધ્રુવીય રીંછે તેના પંજા મારા ખભા પર મૂક્યા.

'પહેલાં ઝારા. પછી સિકંદર. આ ડરામણું છે. પણ આવી રીતે ભાગી જવાનું?' તેણે કહ્યું.

'હું ડર્યો નથી. હું જઈ રહ્યો છું, કારણ કે મને નથી લાગતું કે આ બધું કરવાં માટે હું સમર્થ છું, કે પછી બીજું કંઈ પણ કરવા માટે.'

'નોનસેન્સ. આપણી પીછેહઠ થઈ, એનો મતલબ એવો નથી કે આપણે મેદાન છોડી દીધું છે.'

મેં ખભા ઉલાળ્યા. 'જે હોય તે, અહીં હવે આપણા માટે કંઈ જ બાકી નથી રહ્યું.'

'કેમ? આપણે હજી સુધી ખૂનીને પકડ્યો નથી.'

હું તેનાથી થોડો દૂર ગયો અને બેડ પર બેઠો. એની સામે જોયા વગર જ હું બોલવા લાગ્યો.

'આપણાથી એ શક્ય નહિ બને. આપણે પૂરતા હોશિયાર નથી.'

સૌરભ આવીને મારી પાસે બેઠો.

'આપણે હવે એકદમ નજીક છીએ.' સૌરભે એકદમ ધીમેથી કહ્યું.

'ના, એવું નથી. દુર્ભાગ્યે આપણે ખોટા હતા. અને સિકંદર મરી ગયો એનું કારણ હું જ છું.'

'શું?' સૌરભે કહ્યું, એનું મોઢું ખુલ્લું રહી ગયું.

'મેં જ તેના પર દબાણ કર્યું અને પુરાવાઓ પોલીસ સુધી પહોંચાડવાની ધમકી આપી હતી. એટલે જ એણે આત્મહત્યા કરી. તેણે ઝારાનું ખૂન નહોતું કર્યું છતાં.'

'તે આતંકવાદી હતો. એક ઉંદર, ઇન્સ્પેક્ટર સરાફે કહ્યું હતું તેમ.'

'તે ઝારાનો ભાઈ હતો. ઝારા મને આ માટે માફ કરશે? અને એની અમ્મી ઘરે સિકંદરની રાહ જોતી હશે.'

સૌરભે મારા હાથ પર તેનો હાથ મૂક્યો.

'મને ખરેખર એમ હતું કે સિકંદરે જ આ કર્યું છે. મને લાગ્યું કે મારી પાસે પુરાવા પણ છે.' મેં ખુદને કહ્યું.

'મને પણ ઝીરો શંકા હતી.'

'મારે આ સરખું પાર પાડવું હતું, ગોલુ. અને ફક્ત ઝારા માટે જ નહિ. મારે એક વાર જીતવું હતું. મેં ક્યારેય જીતનો સ્વાદ ચાખ્યો જ નથી.'

મેં મારી સુટકેસને ગુસ્સામાં લાત મારી. સુટકેસનું ઉપરનું કવર ખૂલી ગયું. સુટકેસના ઉપરના ખાનામાં એક પેકેટ હતું, જેમાં ઝારાના લોકરમાંથી મળેલી વસ્તુઓ હતી.

'આ બધું,' મેં વસ્તુઓ તરફ ઈશારો કરતાં કહ્યું, 'નકામું. આપણને શું લાગતું હતું? કે આપણે દેશી હોમ્સ અને વોટસનની જોડી છીએ? મારા જેવો નિષ્ફળ એક જગ્યાએ કોડિંગની નોકરી તો શોધી નથી શકતો. તો પછી આવાં ગૂંચવણભર્યા કેસમાં ખૂનીને ક્યાંથી શોધી શકે?'

'ભાઈ, તું નિષ્ફળ કે હારેલો નથી. બિલકુલ નથી.'

'તેં ક્યારેય મને કોઈ નોંધપાત્ર સિદ્ધિ મેળવતાં જોયો છે?'

'આઈઆઈટીમાં અભ્યાસ એ નોંધપાત્ર જ કહેવાય.'

'નસીબ કહેવાય. મૂલ્યાંકનમાં ભૂલ હતી. કોમ્પ્યૂટર એરર.'

'આવું વિચારવાનું બંધ કર, ભાઈ.'

'આપણે એક નિર્દોષ માણસની હત્યા કરી છે.'

'એક આતંકવાદી મર્યો કહેવાય. આપણે દેશનું ભલું કર્યું છે.'

મેં સૌરભની સામે જોયું, એણે ખભા ઉલાળ્યા.

'સાલો નરાધમ, ખાલી એટલું જ શીખ્યો હતો કે વધુમાં વધુ માણસોને કેવી રીતે મારી શકાય.'

'એ છોડ બધું. હવે આપણા માટે બાકી શું રહ્યું છે?' મેં નિઃસાસો નાંખતાં કહ્યું.

'ચાલ ફરી પાયાથી શરૂઆત કરીએ. ઝારાની ડિજિટલ ફૂટપ્રિન્ટ્સ તો જો જરા. આપણે તેની ઈન્સ્ટાગ્રામ પોસ્ટ સરખી રીતે જોઈ જ નથી.'

'એમાં નવું કંઈ નથી. તેનું ઈન્સ્ટાગ્રામ વીસની આજુબાજુની

કોઈ છોકરીનું હોય તેવું જ છે.'

'ફરી એક વાર તપાસીએ, આપણને અત્યાર સુધીમાં જે જાણવા મળ્યું છે તેના આધાર પર. આપણે લોકરમાંથી મળેલી વસ્તુઓ જેવી કે કોકેઈન અને બુલેટમાં જ ખોવાયેલા રહ્યા, પણ બાકીની વસ્તુઓનું શું?'

'જેમ કે?'

'આ બધી પ્રેગ્નેન્સી કિટ.' લોકરની વસ્તુઓ જેમાં હતી તે પેકેટ ખોલતાં કહ્યું.

'હરામી રઘુ અને ઝારા સલામતી વિના સેક્સ માણતાં હશે. બીજું શું?'

સૌરભ મારી સામે સખતાઈથી જોઈ રહ્યો.

'ભાઈ, થોડો સંયમ રાખ. ઝારા હવે આ દુનિયામાં નથી. અને તું એને પ્રેમ કરતો હતો.'

'સૉરી,' મેં ધીમેથી કહ્યું, 'હું સ્ટ્રેસમાં છું.'

'અને આ ઈયરિંગ્સનું શું ચક્કર છે?' સૌરભે કહ્યું, 'આપણે તેને ધ્યાનમાં જ નથી લીધાં. તે ખૂબ જ મોંઘા હોય એવું લાગે છે.'

મેં ઈયરિંગ્સ મારી હથેળીમાં લીધાં. બંને ઈયરિંગમાં દસના સિક્કાની સાઈઝનું પેન્ડન્ટ લટકતું હતું. પેન્ડન્ટમાં હીરા અને અમૂલ્ય સ્ટોનનું જડતર કરવામાં આવ્યું હતું.

હાઉસબોટના રૂમની બારીમાંથી સૂર્યપ્રકાશ અંદર પડતાં હીરા ઝગમગતા હતા.

નિઝામે અમારા બારણા પર ટકોરા માર્યા.

'જનાબ, એક મિનિટ પરેશાન કરું?'

'હમ્.' મેં સામે જોતાં કહ્યું.

'ચોક્કસ, નિઝામભાઈ.' સૌરભે ઝડપથી પ્રેગ્નેન્સી કિટ પર ઓશીકું મૂકતાં કહ્યું.

'એ કહેવા માટે જ આવ્યો છું કે ઇન્ટરનેટ ફરી ચાલુ થઈ ગયું છે. સરકારે ગઈકાલે પથ્થરમારાનો બનાવ બનતાં બંધ કર્યું હતું.' નિઝામે કહ્યું.

'શું? ફરી પથ્થરમારો?' મેં કહ્યું.

'વાત જ ના કરો, જનાબ. અમે તો થાકી ગયા છીએ. ગયા અઠવાડિયે બે નિર્દોષ બાળકોને ભારતીય સેના ઉપાડી ગઈ હતી, એટલે

લોકો વિરોધ કરતા હતા. આવા સમાચારને કારણે પર્યટકો આવતા ઓછા થઈ જાય છે. હું ભોગવું છું.' નિઝામે કહ્યું.

'હું સમજી શકું છું,' મેં કહ્યું, 'એની વે, ઈન્ટરનેટ પાછું આવી ગયું એ સારી વાત છે.'

નિઝામનું ધ્યાન મારા હાથમાં ઈયરિંગ્સ હતાં તેના પર ગયું.

'માશાલ્લાહ,' નિઝામે કહ્યું, 'કેટલાં સુંદર ઝૂમખાં છે. તમે ભાભી માટે લઈ જાઓ છો?'

'ભાભી જીવિત નથી.' હું કહેવા જ જતો હતો, પણ તેના બદલે સ્મિત કર્યું, 'આ કાશ્મીરી બનાવટ છે, સાચું ને?'

'સાચી વાત છે, સો ટકા કાશ્મીરી,' નિઝામે કહ્યું અને તેનો હાથ લંબાવતાં કહ્યું, 'હું જોઈ શકું?'

નિઝામ બેડ પર મારી બાજુમાં બેઠો અને ઈયરિંગ્સ તેના હાથમાં લીધાં. પછી ઈયરિંગ્સને તેની આંખ નજીક લઈ ગયો.

'એકદમ બારીક કામ છે. ખૂબ જ કીમતી હશે. ફક્ત કાશ્મીરમાં જ તમને આવું જોવા મળે.'

'આ એક મિત્રના છે.' સૌરભે કહ્યું.

'અમારે આવી એક બીજી જોડ જોઈએ છે. ક્યાંથી મળશે કોઈ આઈડિયા ખરો?'

'હવે તો ભારતના બધા જ જ્વેલર ગમે તે રીતે નકલ કરીને બનાવી આપે છે,' નિઝામે કહ્યું, 'પણ તમારે જો એકદમ અધિકૃત જોઈતાં હોય, આ છે તેવાં જ, તો શ્રીનગરની સૌથી આગળ પડતી દુકાનોમાં શક્ય છે.'

'એ કઈ?' સૌરભે કહ્યું.

'હું તમને સ્થાનિક જ્વેલર્સની યાદી આપી શકું એમ છું,' નિઝામે કહ્યું, 'અને કહેજો કે તમને હાઉસબોટવાળા નિઝામે મોકલ્યા છે. તેઓ તમને મદદ કરશે અને વ્યવસ્થિત સાચવશે.'

'આભાર.' મેં કહ્યું.

'તો પછી વિરોધ કરતા હતા ત્યારે શું થયું હતું?' નિઝામનું ધ્યાન ઈયરિંગ્સમાંથી બીજા વિષય પર હટાવતાં મેં કહ્યું.

'આર્મીવાળા બદલી ગયા, તેઓએ એવું નિવેદન આપ્યું કે એ તો સ્વ-બચાવ હતો. દરેક વખતની જેમ, તેઓએ હાનિકારક પેલેટ ગનનો ઉપયોગ કર્યો. થોડા બાળકોને કાનમાં વાગ્યું. તેઓ બહેરા થઈ

શકે છે. આ બધાંથી સ્થિતિ બદતર બને છે. લોકો હવે આર્મીથી વધારે નારાજ છે. આર્મી ઈન્ટરનેટ કટ કરે છે. આવું ચક્કર ચાલ્યા જ કરે છે,' નિઝામે કહ્યું, 'યા ખુદા, આ બધું ક્યારે સમાપ્ત થશે?'

'આજે રાત્રે જમવામાં શું છે?' નો-પોલિટિક્સના નિયમમાં વધારે મોડું થાય એ પહેલાં મેં જાગૃત થઈને કહ્યું.

'બાકીનું આખું ભારત કેવી રીતે શાંતિથી જીવે છે? અમને પણ કેમ એવો રસ્તો મળતો નથી, કેશવભાઈ?'

'એવું થશે, ચોક્કસ થશે... તમે અમને આવતીકાલ સુધીમાં જ્વેલર્સનું લિસ્ટ આપો છો ને?'

'ઓહ.' નિઝામે કહ્યું, મારા ભૌતિક વસ્તુ પર વાતના બદલાવથી તે નવાઈ પામ્યો. આખરે, અમે કાશ્મીર મુદ્દાની સમસ્યાના અંત ભણી આવી ગયા, જે તજજ્ઞો અને વૈશ્વિક નેતાઓથી છેલ્લાં સિત્તેર વર્ષોથી શક્ય નથી થયું.

'હું તમને ડિનર સમયે આપીશ. ખરેખર, અત્યારે મારે રસોડામાં વસ્તુઓ જોવાની છે, કંઈ ખૂટતું નથી ને. આજે રાત્રે અમે અમારી ખાસ બિરયાની બનાવવાના છીએ.'

નિઝામ મને ઈયરિંગ્સ પાછાં આપીને રૂમની બહાર નીકળી ગયો.

સૌરભે મારી સામે જોઈને સ્મિત કર્યું.

'શું?' મેં કહ્યું.

'ઈન્ટરનેટ ઈઝ બેક. હું ફ્લાઇટ બૂક કરાવું?'

'રાહ જો.'

'કેમ?'

'મને લાગે છે કે આપણે થોડી જ્વેલરી શોપની મુલાકાત લેવી જોઈએ.'

'કેમ?' સૌરભે કપટી સ્માઇલ કરતાં કહ્યું.

'મારે મારાં ભાભી માટે ઈયરિંગ્સ લેવાનાં છે.' મેં સૌરભ સામે જોયું અને આંખ મીંચકારી.

'તારો કહેવાનો મતલબ છે, ટિન્ડર ભાભી?'

આખા દિવસમાં આજે પહેલી વાર અમે બંને હસ્યા હતા.

પ્રકરણ-૨૩

'નો પ્રોબ્લેમ, અમે તમને આવાં બનાવી આપીશું. અને હા, અમે નિઝામભાઈને ઓળખીએ છીએ. તેની હાઉસબોટમાંથી ઘણા ગ્રાહકો આવે છે.'

'હા, તેમણે જ અમને મોકલ્યા છે. એની વે, હું જાણું છું કે તમે આ બનાવી આપશો. પણ તમે આ જેવાં છે એવાં જ બનાવી આપશો ?' મેં કહ્યું.

અમે સૈયદ હમીર પોરાના અખૂન જ્વેલર્સમાં આવ્યા હતા, સવારથી આદરેલી શોધયાત્રામાં આ ચોથી દુકાન હતી.

'સર, અમે આનાથી પણ વધારે સુંદર બનાવી આપીશું. તમે આ કેટલામાં ખરીદ્યાં હતાં ?' વેચનાર વ્યક્તિએ કહ્યું.

'તમે આ નથી બનાવ્યાં, બરોબર ?' સૌરભે કહ્યું અને ઊભા થવા માટે તૈયાર થયો.

'બેસો, સર.' તેણે કહ્યું. પછી તેણે દુકાનના એક છોકરાને ઈશારો કર્યો, જેણે અમને બે કપ ગરમાગરમ કાવો અને ખજૂરની પ્લેટ પીરસી.

'તમે અમારા અતિથિ છો, જનાબ. ભલે તમે કંઈ ખરીદી ના કરો.' સેલ્સપર્સને કહ્યું.

'તમે અમને જણાવી શકો કે આ શ્રીનગરમાં બનાવેલાં છે કે નહિ ?' મેં કહ્યું.

સેલ્સપર્સને એક ઈયરિંગ હાથમાં પકડ્યું.

'ચોક્કસ. જ્યાં પણ બનાવવામાં આવ્યાં હોય, કારીગર કાશ્મીરી છે. ડિઝાઈન પરથી ખબર પડી જાય.'

માથે ટોપી અને કુર્તા પહેરેલો એક વડીલ વ્યક્તિ, જે સંભવતઃ આ દુકાનનો માલિક લાગતો હતો, તે દુકાનનાં ખૂણાની ખુરશી પરથી ઊભો થઈને અમારી પાસે આવ્યો.

'મને દેખાડો.' માલિકે કહ્યું. તેણે ઈયરિંગ્સ તેના ચહેરાની નજીક લાવ્યાં અને આંખો ઝીણી કરી. તેણે તેનાં ખિસ્સામાંથી વિપુલ-દર્શક કાચ બહાર કાઢ્યો.

'ના, અમારાં નથી. પણ છે આ જ વિસ્તારનાં. હું એ કારીગરોને

ઓળખું છું.' ઈયરિંગ્સ તપાસ્યા બાદ તેમણે કહ્યું.

'થેન્ક યુ.' મેં કહ્યું.

'અમને મોકો આપો. અમે તમને આનાં કરતાં પણ વધારે સુંદર બનાવી આપીશું.' તેણે કહ્યું.

'આની પત્નીએ આ જ્યાં બનાવવામાં આવ્યાં હતાં, તે જ જગ્યા પર જવાનું કહ્યું છે.' મેં સૌરભ તરફ ઇશારો કર્યો. સૌરભે લુચ્ચું સ્મિત કર્યું. તેનાં ફૂલેલા લાલ સ્વેટરમાં તે કહ્યાગરા પતિ જેવો લાગતો હતો.

'ઓહ, તમને જે ઠીક લાગે તે.' માલિકે નિરાશ થતાં કહ્યું.

'અંકલ, તમે અમને શોધવામાં મદદ કરી શકો કે આ કોની બનાવટ છે?' મેં કહ્યું.

'આ કીમતી છે, એટલે સૌથી મોટી જ્વેલરી શોપ હોવી જોઈએ. એમાં કોઈ શોપમાર્ક છે?' તે તેના સેલ્સપર્સન તરફ ફર્યો. 'માઇક્રોસ્કોપ આપજે.'

સેલ્સપર્સન દુકાનની પાછળ ગયો.

'આની કિંમત કેટલી હશે?' મેં માલિકને કહ્યું.

'ત્રણથી ચાર લાખ,' માલિકે કહ્યું, 'મારું નામ હાફિઝ છે.'

અમે હાથ મિલાવ્યા.

સેલ્સપર્સન કંપાઉન્ડ માઇક્રોસ્કોપ લઈને પરત આવ્યો. હાફિઝે ઈયરિંગ્સ માઇક્રોસ્કોપની નીચે મૂક્યાં અને ઈયરિંગ્સને ઉપર-નીચે કરતાં વ્યૂ ફાઈન્ડરમાંથી જોવા લાગ્યો. તેણે હાથ હલાવ્યો.

'મને બીજું આપો.' હાફિઝે કહ્યું.

તેણે બીજા ઈયરિંગને લેન્સ નીચે ગોઠવ્યું.

'ઘણા જ્વેલર્સ મોંઘી વસ્તુઓ પર તેની નિશાની મૂકતાં હોય છે, જેમ કે તેઓનાં પ્રારંભિક અક્ષરો,' એક આંખે લેન્સમાંથી જોતાં હાફિઝે કહ્યું, 'છે આમાં. એસજે.'

'એસજે શું છે?' સૌરભે કહ્યું.

હાફિઝે અમને ઈયરિંગ્સ પરત કર્યાં.

'વિચારીએ. એસજે મતલબ સોના જ્વેલર્સ હોઈ શકે, તેઓ મારા ખુદના મિત્ર છે. એક એસ. એમ. સિંઘ જ્વેલર્સ હનુમાન મંદિરની સામે છે. બીજું એક સલામ જ્વેલર્સ, જે હરિસિંહ હાઈ સ્ટ્રીટમાં છે,' હાફિઝે કહ્યું, 'મને જે ખબર છે તે મુજબ આ બધી એસજે નામ પરથી દુકાનો છે.'

સૌરભે અમને નિઝામે જે જ્વેલર્સનું લિસ્ટ આપ્યું હતું તે ખિસ્સામાંથી બહાર કાઢ્યું.

'બીજાં પણ છે હજી. લાલ ચોકમાં શબનમ જ્વેલર્સ. શૌકત જ્વેલર્સ, શ્રીનગર-લદાખ હાઈવે.' તેણે લિસ્ટ વાંચતાં કહ્યું.

'ભાગ્ય તમને સાથ આપે, શોધવામાં. જો તમને એ દુકાન ના મળે તો અમે તમારી સેવામાં અહીં હાજર છીએ જ.'

❖

'ના, આ સોના જ્વેલર્સમાં નથી બનાવેલાં.' દુકાનના માલિકે ઈયરિંગ્સ હાથમાં લેતાં જ કહ્યું.

'ના અમારી દુકાનનાં નથી.' શબનમ જ્વેલર્સમાં હિજાબ પહેરેલી સેલ્સગર્લે કહ્યું.

બીજી ચાર એસજેનાં ટૂંકાક્ષરીવાળી દુકાને ફરતાં સુધીમાં દિવસ ઢળી ગયો.

'હજી બીજી ત્રણ એસજેવાળી દુકાનો બાકી છે.' સૌરભે કહ્યું.

અમે અમારી દુકાનોની મુલાકાતમાં વચ્ચે વિરામ કરતાં રોડ પરની એક ચાની દુકાન પર કાવા સાથે ટોસ ખાધાં.

'હવે છેલ્લા થોડા પ્રયત્નો. બાકી મને લાગે છે કે દિલ્હી પાછા જવાનો સમય આવી ગયો છે.' મેં કાવામાં ટોસ બોળતાં કહ્યું.

❖

'આ તમારી દુકાનમાં બનાવેલાં ઈયરિંગ્સ છે ? અમારે એ જાણવું છે.' શૌકત જ્વેલર્સના માલિકને તે આપતાં કહ્યું. તે કાઉન્ટરની પાછળ પગ પર પગ ચડાવીને બેઠો હતો. દીવાલ પર મૂકેલી જ્વેલરી પ્રકાશમાં ઝગમગતી હતી.

'આ ?' માલિકે ઈયરિંગ્સ હાથમાં લેતાં કહ્યું. તેણે ઈયરિંગ્સ પર આંગળી ફેરવી.

'હા, બિલકુલ,' માલિકે હસીને કહ્યું, 'આ શૌકત જ્વેલર્સનું જ બારીક કામ છે.'

ચાર દિવસ પછી 'હા' શબ્દ સાંભળીને, હું લગભગ ત્યાં જ

ઢળી પડ્યો. દુકાનદારે મારા નિરાંતના શ્વાસની નોંધ લીધી.

'શું થયું?' તેણે તેનો હાથ બહાર કાઢ્યો, 'હું શૌકત છું.'

મેં તેની સાથે હાથ મિલાવ્યો. 'હું તમને જણાવી નથી શકતો કે તમને મળીને અમને કેટલી ખુશી થઈ છે.'

શૌકત હસવા લાગ્યો.

'ખરેખર તો અમારે માટે આનંદની વાત છે. તમારે વધારે જ્વેલરી જોઈએ છે? તમે બિલકુલ યોગ્ય જગ્યાએ આવ્યા છો.'

તેણે અમને અમારા આખા દિવસનો છઠ્ઠો કાવાનો કપ આપ્યો. તેણે પ્રકાશની સામે ઈયરિંગ્સને રાખ્યાં.

'કામ જુઓ તમે. ઉત્કૃષ્ટ.' શૌકતે કહ્યું.

'આ બનાવવા માટે તમને કોણે કહ્યું હતું?' મેં કહ્યું.

શૌકતે મારી સામે નવાઈથી જોયું.

'મને સમજાયું નહિ. તમને નથી ખબર?'

'એ અમારી મિત્ર સાથે જોડાયેલ વાત છે. પણ તે હવે આ દુનિયામાં નથી.' મેં કહ્યું.

શૌકતે જમણા હાથથી તેના કાનની બૂટને અડકતાં મનમાં પ્રાર્થના કરી.

'સાંભળીને દુ:ખ થયું. શું થયું હતું તેમને?'

સૌરભ અને મેં એકબીજાની સામે જોયું.

'અકસ્માત.' સૌરભે કહ્યું.

'યા ખુદા. હું તમારા માટે શું કરી શકું?'

'અમારી મિત્રનાં માતાપિતાને તેની પુત્રીના રૂમમાંથી આ ઈયરિંગ્સ મળ્યાં હતાં. પણ તેઓને આ વિશે ખબર નહોતી. અમારે શ્રીનગરની મુલાકાતે આવવાનું થયું. તેઓએ અમને કહ્યું કે તેને આ કોણે આપ્યાં હતાં તેની તપાસ કરતાં આવજો.' મેં કહ્યું.

'તમે માતાપિતાને ઓળખો છો ને.' સૌરભે કહ્યું, પણ તેનો મતલબ શું થાય એ મને નહોતું સમજાયું. મારું માનવું છે કે જે ક્ષણે તમે બોલો છો 'તમે માતાપિતાને ઓળખો છો ને', તમે તર્ક ગુમાવી ચૂક્યાં છો. શૌકતે અમારી સામે થોડું ખચકાટથી જોયું.

'તમે કલ્પના કરી શકો છો કે માતાપિતા એકદમ પરેશાન થઈ ગયાં હોય તેની પુત્રીના આકસ્મિક મૃત્યુથી. અમે તો તેઓને મદદ કરવાનો એક નાનકડો પ્રયાસ કરીએ છીએ.' મેં કહ્યું.

‘પણ મને લાગે છે કે આપણને એક સારી દુકાન મળી ગઈ છે, ભાઈ. આપણા કુટુંબમાં પણ હવે એક સારા જ્વેલર્સની જરૂરિયાત છે જ.’ સૌરભે મને કહ્યું.

દુકાનમાલિકને વાત ગળે ઊતરી હોય તેવું દેખાતું હતું. તેણે માથું હલાવીને તેની જગ્યા ઉપરની છાજલીમાંથી એક માઈક્રોસ્કોપ ઉપાડ્યો. તેણે ફરી ઈયરિંગ્સની તપાસ કરી.

‘ચોક્સપણે અમારાં જ છે. દુકાનની નિશાની પણ છે.’ તેણે કહ્યું, માથું માઈક્રોસ્કોપ પર ઝુકાવેલું હતું.

‘એસજે. આનાં પરથી અમે અહીં આવ્યાં.’ મેં કહ્યું.

શૌકતે માઈક્રોસ્કોપ બાજુ પર મૂક્યો.

‘પણ, મને આ વેચ્યાનું યાદ નથી. કદાચ મારા બેમાંથી એક છોકરાને યાદ હોય તો. અથવા તો મારા ભત્રીજાને, તે મુખ્ય સેલ્સપર્સન છે.’

‘તમે એને વાત કરશો?’ મેં કહ્યું.

‘તે બૅન્કના કામથી બહાર ગયા છે. જલદી આવી જશે. તમે અહીં રાહ જોઈ શકો છો.’

તેઓ પરત આવ્યા એ પહેલાં, અમે બે કલાક શૌકત જ્વેલર્સમાં રાહ જોઈ. ત્રણ વીસેકની આસપાસના યુવાનો, ફ્રેન્ચ કટ દાઢી સાથે, વાહનમાંથી નીચે ઊતર્યા.

‘મોડું થયું?’ શૌકતે તેની ઘડિયાળમાં જોતાં કહ્યું.

‘આર્મીએ રસ્તા બંધ કર્યા હતા. જોરશોરમાં તપાસ ચાલતી હતી. અરાજકતા અને ટ્રાફિક જામ બધી બાજુ.’ એક યુવકે કહ્યું.

‘ભારતીય સેના નકામી છે.’ બીજા યુવાને કહ્યું.

‘તમીઝ સાથે વાત કરો. મહેમાન આવ્યા છે.’ શૌકતે અમારી તરફ આંગળી ચીંધતાં કહ્યું.

‘હાય, હું મોહસીન છું, શૌકત ચાચાનો ભત્રીજો.’ જે યુવક ભારતીય સેનાને વખોડી રહ્યો હતો તેણે કહ્યું. ‘સૉરી, મારો કહેવાનો મતલબ એવો નહોતો...’

‘ઈટ્સ ઓકે. હું કેશવ છું. આ સૌરભ.’

‘હું અલી અને આ મારો ભાઈ સલીમ છે.’ બીજા યુવકે કહ્યું.

‘આ મારા પુત્રો છે.’ શૌકતે કહ્યું અને હસ્યો.

શૌકતે તેઓને અમારાં ઈયરિંગ્સની વાત કરી.

તેઓએ વારાફરતી એકબીજા પાસેથી ઈયરિંગ્સ પસાર કર્યા.

'મને યાદ નથી આવતું.' અલીએ કહ્યું.

'મને પણ.' મોહસીને કહ્યું.

'મને દેખાડ.' સલીમે કહ્યું. તેણે ઈયરિંગ્સ ઉપાડ્યાં. 'આની ખરીદી ક્યારે કરવામાં આવી હતી?' તેણે કહ્યું.

'કદાચ પાછલાં થોડાં વર્ષોમાં.' મેં કહ્યું.

'તે પ્રાચીન લાગે છે, પણ તે નથી. જૂની કાશ્મીરી ડિઝાઇનની આબેહૂબ પ્રતિકૃતિ છે,' મોહસીને કહ્યું, 'ઓહ યસ, મને હમણાં યાદ આવ્યું.'

'શું યાદ આવ્યું?' સૌરભ અને મેં બંનેએ સાથે કહ્યું. દરેક અમારી સામે જોવાં લાગ્યાં, અમારી ઉત્તેજના જોઈને તે બધાંને નવાઈ લાગી.

'અરે, પેલો માણસ, ફૌજી જેવો દેખાતો હતો. એકદમ ઊંચો, સ્વસ્થ અને મજબૂત બાંધાનો હતો તે. તેણે કહ્યું હતું કે તેને તેનાં દાદીનાં ઈયરિંગ્સ જેવાં જ બીજાં ઈયરિંગ્સ બનાવવાં છે.' મોહસીને કહ્યું.

'મને યાદ છે તું ચર્ચા કરતો હતો,' અલીએ કહ્યું, 'પણ ગ્રાહક યાદ નથી આવતો.'

'મને યાદ છે,' મોહસીને કહ્યું, 'તેણે રોકડા ચૂકવ્યા હતા. મને કેશ સેલ્સ બૂક આપ તો.'

અલીએ કેશ કાઉન્ટર નીચેનું ખાનું ખોલ્યું. તેમાંથી કાર્બન કોપીવાળી બૂક બહાર કાઢી. તેમાં ગુલાબી અને સફેદ પેજ હતાં, જેમાં ન સમજાય તેવાં આડા-ત્રાંસા હાથથી લખેલું લખાણ હતું. તેણે મોહસીનને આપી.

'આની કિંમત ત્રણ લાખ કરતાં વધારે હોવી જોઈએ. મને ઊંચી કિંમતનાં વેચાણની મારા હાથથી લખેલી માહિતી જોવા દે.' મોહસીને કહ્યું. તે ફટાફટ જોવા લાગ્યો. એક નોટબૂક જોવાઈ ગઈ. અલીએ બીજી આપી.

પાંચ મિનિટ બાદ, મોહસીન અટક્યો અને કોઈ એક ખાસ પાના પર તેની આંગળી ઠપકારી.

'એક વર્ષ પહેલાં, જુઓ.' મોહસીને કહ્યું, અને નોટબૂક તેના હાથમાં પકડી રાખી જેથી શૌકત જોઈ શકે. ખુલ્લા પાના પર એ જ ઈયરિંગ્સની ડિઝાઇનની આઉટલાઇન દોરેલી હતી.

'સાચી વાત છે,' શૌકતે કહ્યું, 'હા, જુઓ રૂ. ૩,૮૦,૦૦૦. ડાયમંડ, નીલમ, કુંદન, ૨૨ કેરેટ સોનુ. રૂ. ૨,૦૦,૦૦૦ એડ્વાન્સ. ડિલિવરી અને બાકીની રકમ એક અઠવાડિયા બાદ, ૨૮ મે ૨૦૧૭. બધું રોકડમાં.'

મેં શૌકત સામે જોયું, થોડો અસમંજસમાં દેખાતો હતો.

'ગયા વર્ષે કોઈએ મે મહિનામાં?'

'હા.' મોહસીને કહ્યું.

'કોણ?'

મોહસીને તેની નોટબુકમાં ફરીથી જોયું. તે એનું માથું ખંજવાળવા લાગ્યો.

'તેણે નામ નથી લખાવ્યું.' મોહસીને કહ્યું.

'અને સંપર્કની કોઈ માહિતી?' મેં કહ્યું.

'ના. તેણે ખાલી એડ્વાન્સ રકમ આપી હતી, ઈયરિંગ્સ માટે. અમે તેને કાચી રસીદ આપી હતી. પાછળથી, તે આવીને બાકીની રકમ ચૂકતે કરીને ઈયરિંગ્સ લઈ ગયો હતો.'

'તમે આવી મોંઘી વસ્તુ પણ ગ્રાહકનું નામ જાણ્યા વગર જ વેચી દો છો?' સૌરભે કહ્યું.

'અમારા ધંધામાં દરેક પ્રકારના ગ્રાહકો આવતા હોય છે. થોડા લોકો સાથે અમારે ઘર જેવા સંબંધ બંધાઈ જતા હોય છે. અમુક લોકો માહિતી ગુપ્ત રાખવા ઈચ્છતા હોય છે. અમે એનું ધ્યાન રાખીએ છીએ.' શૌકતે તેની સફેદ દાઢી પર હાથ ફેરવતાં કહ્યું.

'તને યાદ છે, એ કેવો દેખાતો હતો?' મેં મોહસીનને કહ્યું.

'યાદ છે. હેન્ડસમ મેન. તે કાશ્મીરી જેવો દેખાતો હતો. ગોરો. ઓછામાં ઓછો છ ફૂટ ઊંચો. મેં કહ્યું ને, તે ફૌજી લાગતો હતો.' મોહસીને કહ્યું.

'તે યુનિફોર્મ પહેરીને આવ્યો હતો?' સૌરભે કહ્યું.

'ના. સાદાં કપડાંમાં હતો. પણ ફૌજી જેવો અંદાજ હતો,' મોહસીને કહ્યું, 'હા, તે બીજી વાર આવ્યો ત્યારે મિલિટ્રી ગ્રીન વાહન લઈને આવ્યો હતો, એવું મને યાદ છે.'

સૌરભ દુકાનમાં ચારેતરફ જોતો હતો. તેણે જોયું કે છત પર કેમેરા હતા.

'શૌકતભાઈ, તમારી પાસે લાસ્ટ યર મે મહિનાથી સીસીટીવી

ફૂટેજ હશે ને ?' સૌરભે કહ્યું.

'ના,' સલીમે કહ્યું, 'સીસીટીવી ફૂટેજ ફક્ત બે મહિના માટે જ રહેતું હોય છે. કેમ ? બધું બરાબર છે ને ?'

'હા, કેમ નહિ,' સૌરભે ઊભા થતાં કહ્યું, 'ચિંતા જેવું નથી. આ તો હું વિચારતો હતો કે એ વ્યક્તિને જોઈ શકાય તો...'

'આઈ એમ સૉરી. હાર્ડ ડ્રાઇવ સાઇઠ દિવસ પહેલાંનું બધું ઉડાડી દે છે.' સલીમે કહ્યું.

'ખૂબ ખૂબ આભાર.' મેં કહ્યું. મેં મારા હાથ જોડ્યા. સૌરભ અને હું બહાર નીકળવા માટે ઊભા થયા.

'જો તમારે ક્યારેય પણ આ ઈયરિંગ્સ અમારી પાસે વેચવા માટે આવશો તો,' શૌકતે કહ્યું, 'અમે તમને સારો ભાવ આપીશું.'

❖

હાઉસબોટમાં સૌરભે પડખું ફેરવતાં લાકડાનો તકલાદી પલંગ અવાજ કરવા લાગ્યો. મધ્યરાત્રીની નજીકનો સમય હતો. મેં મારું લેપટોપ પેટ પર મૂક્યું, હું એમ જ વેબસાઈટ સર્ફ કરતો હતો.

'ઈયરિંગ્સની કિંમત રૂપિયા ૩,૮૦,૦૦૦,' સૌરભે કહ્યું, 'આવી ગિફ્ટ કોણ આપે ?'

'માતાપિતા ?' મેં કહ્યું, 'પણ તેઓએ નથી આપી.'

'અથવા પ્રેમી.' સૌરભે કહ્યું.

'રઘુ ?' મેં કહ્યું, 'તેની પાસેથી જાણવું પડશે.'

'હા, પણ મોહસીનના કહેવા મુજબ છ ફૂટ ઊંચાઈ અને મજબૂત બાંધો, આ બધું રઘુને લાગુ પડતું નથી.'

'તેણે તો હેન્ડસમ હતો એવું પણ કહ્યું હતું, એ તો રઘુ બિલકુલ નથી.' મેં કહ્યું.

'સિકંદર ?' સૌરભે કહ્યું.

'કોઈ તેની બહેનને આવાં મોંઘાં ઈયરિંગ્સ આપતું હોય ? અને આમ પણ, સિકંદર તો પાતળો અને નીચો હતો. એ મોહસીને વર્ણન કર્યું એવો બિલકુલ નહોતો.'

'બની શકે સિકંદરે કોઈને મોકલ્યો હોય. અથવા તો રઘુ, શ્રીમંત છે, તે પણ કોઈને મોકલી શકે.'

'રઘુ પાસેથી તો હમણાં જ માહિતી મળી જશે.' મેં કહ્યું. મેં મારો ફોન બહાર કાઢ્યો અને તેને વ્હોટ્સ એપમાં મેસેજ કર્યો, 'હાઈ'.

'હેય, કેશવ, ઘણા સમય બાદ? શું ચાલે છે?' તેણે તરત જ જવાબ આપ્યો.

'મારે તારી પાસેથી થોડી માહિતી જોઈતી હતી.'

'બોલ.' રઘુએ કહ્યું.

'તું ક્યાં છે?'

'હું સાન ફ્રાન્સિસ્કોમાં છું. હમણાં જ ઊતર્યો.'

'વાઉ. ઘણે દૂર.'

'હા. હું અહીં એક રોકાણકારને મળવા માટે આવ્યો છું.'

'ઓહ. ત્યાં શું સમય થયો?'

'બપોર.'

'સૉરી, તું વ્યસ્ત લાગે છે.'

'કંઈ વાંધો નહિ. ચેટ તો થશે. મારી મીટિંગ હજી શરૂ નથી થઈ.'

'તને યાદ છે કે તેં ઝારાને કોઈ ખૂબ મોંઘી ગિફ્ટ આપી હોય?'

'નથી આપી. તેને મોંઘી ગિફ્ટ પસંદ જ નહોતી. તેમ છતાં માંડ મેં તેને એક આઈફોન આપ્યો હતો.'

'ક્યારે?'

'તેના આગલા જન્મદિવસ પર. કેમ, શું થયું? કેસ પર કામ ચાલે છે?'

'થોડું. વધારે નહિ. તો જ્વેલરી નથી આપી?' મેં કહ્યું.

'ના, ક્યારેય નહિ. મેં એને ખાલી ટેક્નિકલ વસ્તુઓ જ આપી છે. બ્લ્યુટૂથ સ્પીકર, હેડફોન્સ. આવાં બધાં ગેજેટ્સ.'

'થેન્ક્સ.' મેં ટાઈપ કર્યું.

'કેમ? શું થયું?' તેણે કહ્યું.

'હું શું જવાબ આપું?' મેં સૌરભ તરફ જોયું.

'ઝારાનાં પેરેન્ટ્સ ઈયરિંગ્સ વિશે પૂછતાં હતાં.' સૌરભે કહ્યું.

'તેઓ તો તેની સાથે ડાયરેક્ટ જ વાત કરે ને,' મેં કહ્યું, 'એક મિનિટ, મારી પાસે એક આઈડિયા છે.'

મેં ફરી રઘુને વ્હોટ્સ એપ કર્યું.

'તેની હૉસ્ટેલ ફ્રેન્ડ સનમ રાઝદાને મને કોલ કર્યો હતો. તે

કહેતી હતી કે ઝારા પાસે એક જોડી ઈયરિંગ્સ હતાં. જે તેને ગિફ્ટમાં મળ્યાં હતાં.'

'એવું છે?' રઘુએ કહ્યું.

'હા.' મેં જવાબમાં કહ્યું, મને નહોતું લાગતું કે રઘુ મારી આ ગોળી ગળી જશે.

'મેં તો આવું નથી આપ્યું. કદાચ બીજા કોઈ ફ્રેન્ડે આપ્યું હોય?'

'તે મોંઘા દેખાતાં હતાં. ત્રણ લાખ કરતાં પણ વધારે કિંમત હશે.'

મેં તેને ઈયરિંગ્સનો ફોટો મોકલ્યો. તેણે બે મિનિટ બાદ જવાબ આપ્યો.

'આ તો કલાકારીગીરીવાળા છે. ખાલી ફ્રેન્ડ હોય તે આવી ગિફ્ટ ના આપે.'

'આ જ તો.'

'કદાચ તેનાં પેરેન્ટ્સ? અથવા તો સંબંધી?'

'કદાચ,' મેં કહ્યું, 'હું તેનાં પેરેન્ટ્સને આપી દઈશ.'

'તું એમને આપીશ? પ્લીઝ?' રઘુએ રીપ્લાય કર્યો.

'અફકોર્સ. થેન્ક્સ, એની વે. પાછો ક્યારે આવવાનો છે?'

'હું બપોર પછી આવીશ. કામ કરીને તરત જ ઘરે પરત આવવાનું અઘરું પડે છે.'

'તું હજી હમણાં જ ઊતર્યો ને?'

'હા. છ કલાક માટે જ આવ્યો છું. પછી પાછો. આવતીકાલે નવી પ્રોડક્ટનું લોન્ચિંગ છે.'

'વાઉ. ક્રેઝી ટ્રીપ! ભારતથી યુએસ થોડા જ કલાકો માટે.'

'હું ટેવાઈ ગયો છું. આવી જ રીતે મારે જવાનું થાય છે. ચાલો, હવે મારે મીટિંગમાં જોડાવું પડશે.'

'ટેક કેર.'

'હેય, કેશવ.' રઘુએ થોડી જ સેકન્ડમાં મેસેજ કર્યો.

'હા, શું?'

'થેન્ક યુ. મને ખબર છે મેં પહેલાં તારી સાથે ખરાબ વર્તન કર્યું હતું. પણ થેન્ક યુ. તેં એના માટે જે પણ પ્રયાસ કર્યા કે કરી રહ્યો છે.'

'મેં કંઈ જ નથી કર્યું. ખરેખર તો અત્યાર સુધી હું નિષ્ફળ જ રહ્યો છું.'

'તું હજી પ્રયત્ન કરી રહ્યો છે. સાચું કહું તો હું હજી ડરી રહ્યો છું. મારાં પેરેન્ટ્સ હજી ભયભીત જ છે. પણ તું ડરતો નથી. થેંક્સ.'

'કોઈ વાંધો નહિ. મેં પણ તારી સાથે ખરાબ જ વતર્ન કર્યું હતું. તું એક સારો વ્યક્તિ છે.'

'થેંક્સ, ભાઈ. ખુશ રહે.'

મને શું કરવું સમજાયું નહિ. મેં તેને પ્રતિભાવમાં બે સ્માઈલી મોકલ્યાં.

'તારે એને હગ અને કિસનાં ઈમોજી પણ મોકલવાં જોઈએ.' સૌરભે મારા મેસેજ જોઈને કહ્યું.

'શું ?' મેં મારો ફોન દૂર મૂકતાં કહ્યું.

'આ બધું શું છે ? લવફેસ્ટ બે જૂના પ્રેમીઓ વચ્ચે.'

'તને જલન થાય છે ? મેં રઘુ સાથે વાત કરી એટલે ?'

'શું બકવાસ કરે છે.'

'માય ગોલુ બેબી. આઈ લવ યુ મેન.'

'ચૂપ થા હવે. મૂળ વાત પર આવ. જો રઘુએ નથી આપ્યાં, તો પછી ઝારાને ઈયરિંગ્સ કોણે આપ્યાં હતાં ?'

હું મારું માથું ખંજવાળવા લાગ્યો.

'મને નથી ખબર,' મેં કહ્યું, 'હવે આપણે શું કરવું જોઈએ ?'

'તને લાગે છે કે સક્સેનાએ ઝારાને તે ગિફ્ટ આપી હોય ?'

'મજાક કરે છે ? કોઈ આઈઆઈટીના પ્રોફેસર આટલા રોમૅન્ટિક કે શ્રીમંત નથી હોતા કે આવું બધું તેમને પોસાય.' મેં કહ્યું.

'તો કોણ ?'

'આપણે ગમે તે રીતે એ માહિતી બહાર કાઢવી જ પડશે કે ઝારાની જિંદગીમાં કોણ કોણ હતું.'

મેં મારા મોબાઈલમાં ઈન્સ્ટાગ્રામ ખોલીને સૌરભને આપ્યો.

'શું ?' સૌરભે કહ્યું.

'તેં કહ્યું હતું કે આપણે તેના સોશિયલ મીડિયામાં ફરી નવેસરથી તપાસ કરવી જોઈએ. ચાલો, આપણે એ કરીએ.'

'જોઈએ કે કોની ફૌજી જેવી હાઈટ અને ફિટનેસ દેખાય છે ?'

'યસ, સર.' મેં સૌરભને સલામ કરી. 'ગોરો અને હેન્ડસમ પણ.'

'તારા કરતાં પણ વધારે હેન્ડસમ કોણ હોય, કેશવભાઈ ? સાચું

ને?' સૌરભે હસીને કહ્યું.

'વેરી ફની. ફોકસ. પોસ્ટ જોવામાં ધ્યાન આપ.' મેં કહ્યું.

સૌરભે ઝારાની એક પછી એક પોસ્ટ ખોલી.

'ઓકે, છેલ્લી પોસ્ટ તેના મૃત્યુ અગાઉની છે, હૈદરાબાદ હૉસ્પિટલમાં રઘુનો ફોટો.'

'શું લખ્યું છે એ વાંચ.' મેં કહ્યું.

'જન્મદિવસ આનંદદાયી નથી હોતો, જ્યારે તમારો બોયફ્રેન્ડ તમારાથી દૂર ઘાયલ હોય. મિસ યુ, માય રઘુ.' સૌરભે કહ્યું.

મેં મારું માથું હલાવ્યું.

'ખરેખર, શરૂઆતથી ઝારાની પોસ્ટ જોવાની જરૂર છે. તે જ્યારથી ઈન્સ્ટાગ્રામમાં જોડાઈ હતી ત્યારથી. બાકી પછી એનો કોઈ મતલબ નથી.' મેં કહ્યું.

સૌરભે ઝારાના એકાઉન્ટમાંથી પહેલો ફોટો સિલેક્ટ કર્યો.

'ઓકે,' સૌરભે કહ્યું, 'તેણે એકાઉન્ટ ખોલ્યું એ દિવસની તેની ફર્સ્ટ પોસ્ટ, ૧૨ સપ્ટેમ્બર ૨૦૧૩.'

'પછી અમે બંને સાથે હતાં. અમારો ફોટો છે?'

'પછી રૂબીનો ફોટો છે.' સૌરભે કહ્યું, 'તેના ડોગનો.'

'ઓહ, નેક્સ્ટ વન, પ્લીઝ.' મેં કહ્યું.

'એક મહિના બાદ, તેના કાશ્મીર પરના બ્લોગનો ફોટો છે.'

'બ્લોગનું મથાળું શું હતું?'

'વ્હાય વી કેન નેવર ગીવ અપ ઓન પીસ ઈન કાશ્મીર. નવી ટેબમાં તેનો બ્લોગ ખોલવો જોઈએ. એવું કરું?' સૌરભે કહ્યું.

મેં સહમતી દર્શાવી.

'પછીની પોસ્ટ?' મેં કહ્યું.

'બીજા એક મહિના પછી. તેના હૉસ્ટેલ રૂમનો ફોટો છે. કેપ્સન છે - "ધ ગર્લ ઈન રૂમ ૧૦૫. #માયસ્પેસ #માયવર્લ્ડ".'

'ઓહ, હા, મને યાદ છે. તે અલવરથી પરત આવી હતી, તણાવમાં.'

'પછી ૧ જાન્યુઆરી ૨૦૧૪. પછી એક સુવાક્યનો ફોટો છે - "જ્યારે તમે કંઈક ગુમાવો છો, એને નુકસાન તરીકે ના વિચારો. જે રસ્તા પર તમે સફર કરવા ઇચ્છતા હતા તે રસ્તા તરફથી મળેલી ભેટ તરીકે તેનો સ્વીકાર કરો".' સૌરભે કહ્યું.

'અફકોર્સ. એક રાત પહેલાં જ અમે છૂટાં પડ્યાં હતાં, યાદ છે? ન્યુ યર ઈવનિંગ પર.'

'પછીની પોસ્ટ એપ્રિલ ૨૦૧૪. કૉન્ફરન્સનો ફોટો છે. ટિપ્પણી છે, "ગ્લોબલ આર્ટિફિસિયલ ઈન્ટેલિજન્સ કૉન્ફરન્સ - આશ્ચર્યચકિત અને પ્રેરણાદાયી".'

'મને ખબર છે એની હરામી રઘુ સાથે ત્યાં જ મુલાકાત થઈ હતી.'

'મને તો એમ થયું કે તને હવે એ હરામી પસંદ છે એટલે સ્માઈલી મોકલે છે.' સૌરભે કહ્યું.

'ચૂપ. આના પછી?'

'પછીના મહિને તેનો અને રઘુનો ફોટો. બીજી કોઈ કૉન્ફરન્સ.'

'લખાણ શું કહે છે?'

'"મારો સારો મિત્ર રઘુ. આઈઆઈટી બાદ તેની ખુદની આર્ટિફિસિયલ ઈન્ટેલિજન્સની કંપની શરૂ કરી. આવા પ્રેરણાદાયી વ્યક્તિની કૉલેજમાં હોવું એ સદ્ભાગ્યની વાત છે".'

'સારો મિત્ર, છોડ યાર.' મેં કહ્યું.

'ભાઈ, તે પ્રભાવશાળી વાત છે. તેણે ખુદની આર્ટિફિસિયલ ઈન્ટેલિજન્સની કંપની શરૂ કરી છે.'

મેં સૌરભને પાછળ એક લાત મારી.

'આઉચ, દુખે છે. ઓકે, પછીની પોસ્ટ છે, બે પગની જોડીનો ફોટો. બીચ પર. હેશટેગ કહે છે #જર્નીટુગેધર.'

'તેનો મતલબ કે તેઓએ જ્યારે કરવાની શરૂઆત કરી હતી ત્યારનો છે. હા, તે ઝારા અને રઘુનો પગ છે, કદાચ સેક્સ પછી તરત જ.'

'ભાઈ, ફોકસ, આપણે કંઈક શોધવાનો પ્રયત્ન કરી રહ્યા છીએ.'

'સૉરી,' મેં શ્વાસ બહાર કાઢતાં કહ્યું, 'મુશ્કેલ છે. આગળ જો.'

'પછી તો જયપુર લિટફેસ્ટના ફોટા છે.'

'તેને ત્યાં જવાનું ખૂબ જ ગમતું હતું. અમે પણ એક વાર સાથે ગયાં હતાં.'

'પછીની પોસ્ટ છે ૯ ફેબ્રુઆરી ૨૦૧૫.'

'તેનો બર્થડે.'

'હા, લખ્યું છે, "બર્થડે સ્પેશિયલ. સુપર બિઝી #bae નો પ્લાન

છે ગોવા ટ્રીપનો". સ્માઈલી, કિસ ઈમોજીસ, ઘણાંબધાં આશ્ચર્યચિહ્ન.'

'મૂર્ખાઓ પ્રેમમાં હતાં. આગળ ચાલ.'

'પછીની થોડી પોસ્ટ પરિવાર સાથે રજામાં કરેલા પ્રવાસની છે. પછી કાશ્મીરમાં હસ્તકલા પર બ્લોગ છે. પછી, બીજા એક લિટરેચર ફેસ્ટિવલનો છે. બેંગ્લોર લિટરેચર ફેસ્ટિવલ.'

'પછી?' મેં કહ્યું.

'ઓકે, આ જો - ૯ ફેબ્રુઆરી ૨૦૧૬. ગિફ્ટ હેમ્પરનો ફોટો છે. ચોકલેટ્સ, વાઈન, કૂકીસ, બ્લ્યુટૂથ હેડફોન્સ. કહ્યું છે, "#bae ની સરપ્રાઇઝ અને મને ફરી બગાડે છે". ભાઈ, તે રઘુને બઈ નામથી કેમ બોલાવે છે?'

'ઘણા લોકો તેના લવરને આવી રીતે બોલાવતાં હોય છે.'

'બઈ? કેવું વિચિત્ર લાગે, નહિ?'

'અંગ્રેજીમાં એવું ના લાગે. છોડ એ બધું, પછી શું છે?'

'૧૫ ઓગસ્ટ ૨૦૧૬. બીજો એક કાશ્મીર બ્લોગનો ફોટો. કાશ્મીર આર્મીકેમ્પનો સ્વતંત્રતા દિવસ પરનો ખાસ અહેવાલ.'

'થોભ. નવી ટેબમાં બ્લોગ ઓપન કર.'

સૌરભે બ્લોગના ટાઈટલ 'ઝારાનું ખીણ પર મનન' પર ક્લિક કર્યું. ફોટાના પાછળના ભાગમાં બરફ આચ્છાદિત પર્વતો હતા.

બ્લોગમાં ઝારાની કાશ્મીરના બારામુલ્લા જિલ્લાની આર્મીકેમ્પની મુલાકાતનું વર્ણન હતું. તેણે સ્થાનિક આર્મી કમાન્ડરની પરવાનગી લઈને આર્મીકેમ્પમાં નોકરી કરતાં અલગ અલગ વ્યક્તિઓનાં ઇન્ટરવ્યૂ લીધાં હતાં. સર્વિસમેને તેમની દિનચર્યા અને ખાસ પ્રોજેક્ટ વિશે કહ્યું હતું, બચાવ કામગીરી અને ખીણની સુરક્ષા. એક સૈનિકે કહ્યું, 'નોકરી મુશ્કેલ છે. પણ સ્થાનિક રહેવાસીઓ તરફથી મળતાં અપમાન અને શત્રુતા, સૌથી દુઃખદાયક ભાગ છે.'

બ્લોગમાં કેમ્પના ફોટા પણ હતા. તેમાં સામેલ હતા - કેમ્પમાંથી દેખાતો સૂર્યાસ્ત, એક સૈનિક ચા પીતો હતો, અને બીજા એકમાં યુનિફોર્મધારી આર્મી ઑફિસર હતા. ઑફિસરે રેબન સનગ્લાસીસ પહેર્યાં હતાં અને ભારતીય ધ્વજની પાસે ગૌરવથી ઊભા હતા.

'સરસ બ્લોગ છે.' સૌરભે કહ્યું.

'હા,' હું આટલું બોલીને અટક્યો. મેં ઑફિસરનો ફોટો ફરી જોયો. 'સૌરભ, આ કોણ છે?'

'કોણ?'

'આ વ્યક્તિ, રેબન અને બધું પહેરેલું છે. તે ઊંચો છે, નથી લાગતો?'

'હા, લાગે જ છે. ઓહ, તે મિ. ફેર એન્ડ હેન્ડસમ છે?'

'તે જાણીતો દેખાય છે. મેં એને પહેલાં કોઈ જગ્યાએ જોયેલો છે.' મેં કહ્યું.

'તને ખાતરી છે?' સૌરભે કહ્યું.

'હા. સો ટકા.' મેં કહ્યું.

'ઝારા સાથે?'

'ના... હા, મેં એને ઝારાની અંતિમવિધિમાં જોયો હતો. યાદ છે, ત્યારે સફદર અંકલે મારું અપમાન કર્યું હતું? આ માણસ ત્યારે ઝારાના ડેડની બાજુમાં જ ઊભો હતો. અંકલે તેનો આભાર માન્યો હતો, ફરજ પરથી અંતિમવિધિમાં આવવા બદલ,' મેં ખૂબ વિચાર્યું, 'ફૈઝ. તેનું નામ ફૈઝ છે.'

'તેં એનું નામ અગાઉ ક્યારેય સાંભળ્યું છે?'

'હા, ઝારાએ એક વાર ઉલ્લેખ કર્યો હતો. કેપ્ટન ફૈઝ ખાન, ઝારાનો સ્કૂલ સિનિયર. તેઓ ફેમિલી ફ્રેન્ડ્સ હતાં.'

સૌરભે આર્મી ઑફિસરનો ફોટો ઝૂમ કર્યો.

'તેણે ખરીદ્યાં હશે?'

'એ તો શૌકત જ્વેલર્સ જ ખાતરી કરી શકે.'

સૌરભે આર્મી ઑફિસરના ફોટાનો સ્ક્રીન શોટ મારા ફોનમાં લીધો.

તે પાછો ઝારાના ઇન્સ્ટાગ્રામમાં ગયો.

'બ્લોગ પછી કરાચી લિટરેચર ફેસ્ટીવલના ફોટા હતા.' તેણે કહ્યું.

'તે બધા ઓલરેડી આપણે જોયા છે.' મેં કહ્યું.

'તેના પછી તેના બર્થડે ૯ ફેબ્રુઆરી ૨૦૧૭ સુધી કોઈ ફોટા નથી. પછી આઈફોન 7 પ્લસનો જ ફોટો છે.'

'રઘુએ કહ્યું હતું કે એ તેણે આપ્યો હતો.' મેં કહ્યું. સૌરભે તે ફોટો ઝૂમ કર્યો.

'આ તું શું કરી રહ્યો છો?'

'સરસ ફોન છે. કેટલા જીબી સ્ટોરેજ છે એ જોવું છે.'

'ખરેખર? ફોકસ, ગોલુ.'

'સૉરી, ઓકે, પછી ૩ એપ્રિલ ૨૦૧૭. સૂર્યોદયનો ફોટો છે, હાઉસબોટની બારીમાંથી લેવામાં આવ્યો છે. હેશટેગ છે #ગોઈંગવિથધફ્લો.'

'વિચિત્ર, પછી?'

'છ મહિના સુધી પછી કોઈ પોસ્ટ નથી. ડાયરેક્ટ, નવેમ્બર ૨૦૧૭, સુવાક્યવાળો ફોટો, "કેટલીક યાદો કાયમ રહે છે".'

'ઝારા અને તેનો પ્રેમ, સુવાક્યો માટે.' મેં નિઃસાસો નાખીને કહ્યું. તેનો હસતો ચહેરો મારા મગજમાં ઝબકી ગયો. ફરી મને તેની યાદ અપાવી ગયો. મેં ખુદને સંભાળતાં કહ્યું, 'પછી?'

'ન્યુ યર ઈવનિંગ ૨૦૧૭. તેણે બ્લેક સાડી પહેરી છે. ઓહ, આ જ સમયે તેં એને ચંદનની અગાસી પરથી કોલ કર્યો હતો. એ રાતનું નાટક યાદ છે ને?'

'બદનસીબે યાદ છે. આગળ ચાલ.' મેં કહ્યું.

'ખતમ. પછી તો તેની અંતિમ પોસ્ટ છે. રઘુનો પ્લાસ્ટરવાળો ફોટો.'

સૌરભે મારો ફોન પરત કર્યો અને તેનું મોઢું ખુલ્લું રહી ગયું.

'સવારના બે વાગી ગયા?'

'આપણે શૌકત પાસે જઈને ઈયરિંગ્સની પૂછપરછ આગળ ધપાવવી પડશે.'

'પથારીમાં પડો, શેરલોક જનાબ. આપણે જ્યારે ઊઠીશું ત્યારે થશે.'

❖

'તે જ છે.' મેં કહ્યું. મેં ફોન સૌરભ જોઈ શકે એ રીતે ડાઈનિંગ ટેબલ પર મૂક્યો.

'બ્લોગવાળો આર્મી ઑફિસર? શું નામ છે?'

'ફૈઝ. તેણે જ તે ઈયરિંગ્સ ખરીદ્યાં હતાં. મોહસીન સાથેની મારી ચેટ જો. મેં એને ફૈઝનો ફોટો વ્હોટ્સ એપમાં મોકલ્યો હતો.'

સૌરભે મારા ફોનમાં જોયું. મોહસીનનો રીપ્લાય હતો, 'તે જ છે.'

'વાઉ, ઝારાનો સ્કૂલ સિનિયર તેના માટે આવાં કીમતી ઈયરિંગ્સ

શું કામ ખરીદે ?' સૌરભે કહ્યું.

અને તેના ફિયાન્સને તેના વિશે કેમ કોઈ જાણકારી નથી ?' મેં કહ્યું.

સૌરભ અને મેં એકબીજાની સામે જોયું, આગળ શું કરવાનું એની દુવિધા હતી.

'પ્રયત્ન તો કરીએ, ફૈઝને મળીએ.' મેં કહ્યું.

'કેવી રીતે ?' સૌરભે કહ્યું.

'સફદર અંકલ પાસેથી એનો રસ્તો મળી જશે.' મેં કહ્યું.

પ્રકરણ-૨૪

'હું તમને કેમ્પ ગેટ સુધી લઈ જઈશ. જો કે, મારે તેનાથી અડધો કિલોમીટર દૂર પાર્કિંગ કરવું પડશે. આર્મીનો નિયમ છે.' ટેક્ષી ડ્રાઈવરે કહ્યું. શ્રીનગરથી બારામુલ્લાની મુસાફરીમાં બે કલાક જેટલો સમય થયો. અમે બારામુલ્લાના પ્રવેશદ્વાર પાસે ભાડે કરેલી સફેદ ઈનોવામાંથી નીચે ઊતર્યા. કેપ્ટન ફૈઝ, ઓલિવ-ગ્રીન યુનિફોર્મ અને રેબનના સનગ્લાસીસ પહેરીને, ગેટ પાસે અમારી રાહ જોઈ રહ્યો હતો.

'વેલકમ, કેશવ.' તેણે કહ્યું. અંતિમવિધિમાં જોયો હતો તેના કરતાં ફૈઝની ઊંચાઈ વધારે દેખાતી હતી, કદાચ તેનાં આર્મી બૂટને કારણે. તેનાં શર્ટના ખિસ્સા પર લશ્કરી આભૂષણ અને પ્રશંસા બિલ્લા હતા. અમે હાથ મિલાવ્યા કે પછી તેણે મારો હાથ તેના હાથમાં ભૂકો કર્યો.

'આ તારો મિત્ર છે, જે આર્મીકેમ્પ જોવા માંગતો હતો?' ફૈઝે સૌરભની સામે જોતાં કહ્યું.

મેં હા કહ્યું અને સૌરભની ઓળખાણ કરાવી. મેં ફૈઝનો નંબર સફદર પાસેથી લીધો હતો અને તેને મુલાકાત ગોઠવવા માટે કહ્યું હતું. મેં સૌરભનો ઉલ્લેખ ભારતીય સેનાના ચાહક તરીકે કર્યો હતો, કે જે તેના કાશ્મીર વેકેશનમાં આર્મીકેમ્પની મુલાકાત લેવા માંગતો હતો.

ફૈઝ અમને મુલાકાતી માટેના વિશ્રામ તંબૂમાં લઈ ગયો, જે કેમ્પના પ્રવેશદ્વારથી થોડાં ડગલાં દૂર હતો. તંબૂની અંદર અમે વાંસની ખુરશી પર બેઠા. જે કૉફી ટેબલની ફરતે અર્ધગોળાકારમાં ગોઠવવામાં આવી હતી. કાશ્મીરી ગાલીચાને લીધે ખરબચડી જમીન દેખાતી નહોતી.

'આ અમારું નિવાસસ્થાન છે,' ફૈઝે કહ્યું, 'અહીંથી અમે દેશને સલામત રાખવાનો પ્રયત્ન કરીએ છીએ.'

'એ બદલ તમારો ખૂબ ખૂબ આભાર. કેશવે તમને કહ્યું જ હશે કે, હું સૈન્યનો મોટો પ્રશંસક છું.' સૌરભે કહ્યું.

'અમારા માટે એ સન્માન છે.' ફૈઝે કહ્યું. એક જવાન ટ્રે લઈને આવ્યો. જે કિસમિસ, બદામ અને કાવાથી ભરેલી હતી.

'મહેરબાની કરીને આવું બધું ના કરશો. અમે તમારા માથે પડ્યા છીએ એ ઓછું છે?' મેં કહ્યું.

'બિલકુલ એવું નથી. આમ પણ અહીં કંટાળો આવતો હોય છે. તમારા જેવા થોડા નાગરિકો જ્યારે અહીં મુલાકાત માટે આવતા હોય છે ત્યારે ઘણું સારું લાગતું હોય છે.'

મારે ઝારાના વિષય પર આવવું હતુ, એટલે મેં કાવો પીતાં કહ્યું, 'આ એ જ સ્થળ છે જેના વિશે ઝારાએ તેના બ્લોગમાં લખ્યું હતું?'

'હા,' ફૈઝે કહ્યું, 'અલ્લાહ તેની રૂહને જન્નત બક્ષે. ઝારા કેવી તેજસ્વી અને હકારાત્મક છોકરી હતી?'

'તમે એની સાથે સ્કૂલમાં હતા?' મેં કહ્યું.

'હું એનો સિનિયર હતો. તેઓનાં પરિવાર સાથે અમારે ઘનિષ્ઠ સંબંધ હતા.'

'મેં તમને અંતિમવિધિમાં જોયા હતા. આપણે ક્યારેય વાત નથી કરી, પણ હું જ્યારે ઝારાના ડેડ સાથે વાત કરવા આવ્યો હતો, ત્યારે તમે એમની સાથે હતા.'

'હા, મને યાદ છે. કેવો દુઃખદ દિવસ હતો.' ફૈઝે કહ્યું. મેં તેના અવાજમાં બનાવટ ઓળખવાનો પ્રયત્ન કર્યો, પણ એવું લાગ્યું નહિ. તેના સનગ્લાસ તેની આંખોને છુપાવી રહ્યાં હતાં, એટલે થોડું વધારે મુશ્કેલ થઈ ગયું.

મેં મારા કાવાનો બીજો ઘૂંટ ભર્યો. મેં મારો જમણો ગાલ ઘસ્યો, અમારો અગાઉથી નક્કી કરેલો સંકેત હતો. સૌરભ સંકેત પારખીને ટોઈલેટ જવા માટે ઊભો થયો.

'હું અને ઝારા એકબીજાને પસંદ કરતાં હતાં, તમને ખબર જ હશે?' સૌરભના ગયા પછી મેં કહ્યું.

'હા,' ફૈઝે કહ્યું, 'અમે ત્યારે વધારે સંપર્કમાં નહોતાં.'

'તમે એને છેલ્લે ક્યારે મળ્યા હતા?' મેં કહ્યું, પ્રયત્નપૂર્વક તપાસ કરતો હોય એવો અવાજ ના લાગે તેનું ધ્યાન રાખ્યું હતું.

'ઓહ, મને તો એ યાદ પણ નથી. કદાચ એક વર્ષ પહેલાં તેના દિલ્હીના મકાનમાં.'

'ત્યાર બાદ તમે એની સાથે વાત નહોતી કરી? સીધા તેના મૃત્યુના સમાચાર જ સાંભળ્યા?'

'ખાસ નહિ, એમ જ ખબર પૂછવા માટે વાત થઈ હતી. કેમ?'

મેં મારું માથું હલાવ્યું.

'હું તો હજી પણ આઘાતમાં છું. કોણ જાણે શું થયું હશે?' મેં

કહ્યું.

'ચોકીદાર, સાચું ને? ભયંકર. આ કેવા પ્રકારની સિક્યોરિટી?'

'હા, ભયંકર કહેવાય.'

'સ્ત્રીઓની સુરક્ષા એ મોટી સમસ્યા છે.'

મેં સહમતી દર્શાવી.

મને એવું લાગ્યું કે જાણે મારા પેન્ટનાં ખિસ્સામાંથી ઈયરિંગ્સ મારી સાથળને ઘોંચી રહ્યાં છે. મેં વિષય બદલાવ્યો.

'કેપ્ટન, અહીં એકલતા નથી લાગતી?' મેં કહ્યું

'લાગે. અમને અમારા પરિવારને સાથે રાખવાની પરવાનગી નથી હોતી.'

'તમારો પરિવાર ક્યાં છે?' સૌરભે કહ્યું.

'મારી પત્ની અને બાળકો હાલ દુબઈમાં છે. મારો સાળો ત્યાં રહે છે.'

'ઓહ.' એટલું કહીને હું ટટ્ટાર બેઠો. સૌરભ અને મેં એકબીજા સામે નજર મેળવી.

'શું?' ફૈઝે કહ્યું.

'તમે પરિણીત હોવા છતાં પણ એકદમ યુવાન દેખાવ છો.' સૌરભે કહ્યું.

ફૈઝે સ્મિત કર્યું.

'થેન્ક યુ. મને એકત્રીસ વર્ષ થયાં. મારે જોડિયાં બાળકો છે, ત્રણ વર્ષનાં.

'તમને જોઈને એવું લાગતું નથી.' મેં કહ્યું.

'આર્મી અમને ફિટ રાખે છે.'

'તો તમારી પત્ની દુબઈમાં રહે છે?' મેં કહ્યું.

'ના, તે તેના ભાઈ પાસે ફક્ત છ મહિના માટે જ ગઈ છે. પછી તો બાળકોની સ્કૂલ શરૂ થઈ જશે. આર્મીએ અમને દિલ્હીમાં એક ઘર આપ્યું છે. તે જ અમારું રહેઠાણ છે.'

'એ સારી બાબત છે. આર્મી તેના લોકોની કાળજી રાખે છે.' મેં કહ્યું.

'હા, અર્જુન વિહારમાં એક નાનો ફ્લૅટ છે. પણ અમારે ગ્રાઉન્ડ ફ્લોર સાથે એક નાનો ગાર્ડન પણ છે, જે એક સારી વાત છે.'

'ગાર્ડન એ તો દિલ્હીમાં વૈભવ કહેવાય.' સૌરભે કહ્યું.

'તે એક નાનો લીલોછમ ભાગ છે. જો કે, ત્યાં આજુબાજુનાં સશસ્ત્ર દળોના પરિવારનો વિશાળ સમુદાય છે, એમણે ઘણી મદદ કરી છે. સલમાને ઘણી મહિલાઓ મળતી અને તેઓ તેમના પતિની ગેરહાજરીની ફરિયાદ કરતી.' ફૈઝ હસ્યો.

'તમે દિલ્હીની મુલાકાત માટે વારંવાર જાઓ છો?' મેં કહ્યું.

'હું જ્યારે ફરજ પરથી મુક્તિ મળે છે ત્યારે જાઉં છું, જો કે વધારે રજા નથી મળતી.' ફૈઝે કહ્યું.

'તમને એની ખોટ અનુભવાતી હશે.' સૌરભે કૉફી ટેબલ પરની પ્લેટમાંથી એક મોટો મુઠ્ઠો ભરીને બદામ ઉપાડતાં કહ્યું.

'હું તેને દરરોજ યાદ કરું છું,' ફૈઝે નિઃસાસો નાખતાં કહ્યું, 'દરેક ક્ષણે.'

તેણે તેના સનગ્લાસીસ ઉતાર્યાં. તેની થોડી ભૂખરી આંખો દુઃખી જણાતી હતી. તેણે તેનો મોબાઈલ બહાર કાઢ્યો અને તેના પરિવારનો ફોટો દેખાડ્યો. તેની પત્ની અને તેનાં નાનાં બાળકો બુર્ઝ ખલીફા પાસે ઊભાં હતાં, વિશ્વની સૌથી ઊંચી ઈમારત. બંને બાળકના હાથમાં આઈસ્ક્રીમ કોન હતો.

'આર્મીમાં ટકવું એ સહેલી વાત નથી.' મેં કહ્યું.

'હા,' ફૈઝે કહ્યું, 'અઘરું છે. પણ મારા દેશ માટે તો કંઈ પણ.'

'તમે ખરેખર પ્રેરણાદાયી છો.' સૌરભે તેના ડાબા હાથમાંથી છેલ્લી બદામ ખાતાં કહ્યું, પણ જમણા હાથથી મુઠ્ઠો ભરીને કિસમિસ ઉપાડી. આટલું બધું ખાવા બદલ મેં સૌરભ સામે મોં બગાડતાં જોયું, પણ તેણે મારી દરકાર ના કરી.

'થેન્ક યુ. આ દેશ માટેનો પ્રેમ છે.' ફૈઝે કહ્યું.

'અમારે હવે અહીંથી જવું જોઈએ. તમને હેરાન કર્યા.' મેં કહ્યું.

અમે બધા ઊભા થયા.

'અરે, એમાં હેરાન શું કર્યા,' ફૈઝે કહ્યું, 'મુલાકાતીઓ આવે એ તો અમારે માટે ખુશીની વાત છે. ખાસ કરીને જેઓ અમારા કામની કદર કરે છે. તમે અહીંથી જાવ, એ પહેલાં જ્યાં સુધી સામાન્ય નાગરિક માટે પરવાનગી છે એટલો ભાગ તમને દેખાડું, ચાલો.'

અમે સૈનિકોનાં તંબૂ અને ફાયરિંગ રેન્જની આસપાસ આંટો માર્યો. ત્યારબાદ, ફૈઝ અમને કેમ્પના પ્રવેશદ્વાર સુધી છોડવા માટે આવ્યો. તે અને હું સાથે ચાલતા હતા, સૌરભ અમારાથી થોડો આગળ

હતો.

'મારી પાસે તાજેતરના કોઈ સમાચાર નથી, ઝારાના કેસમાં પછી આગળ શું થયું ?' ફૈઝે મને કહ્યું.

'એ જ. લક્ષ્મણ જેલમાં છે. કોર્ટમાં કેસ હજી શરૂ નથી થયો.' મેં કહ્યું.

'તો મતલબ કે તે જ ગુન્હેગાર છે ?' ફૈઝે કહ્યું.

'તેઓને બીજા કોઈ શકમંદ મળ્યા નથી. એટલે તો પછી લક્ષ્મણ જ છે એવું કહેવાય.' મેં કહ્યું. મારા ખિસ્સામાં મેં હાથ મૂક્યો. મારી આંગળીઓ ઈયરિંગને સ્પર્શી.

'નરાધમ, સાલો. આશા રાખું કે તેને ફાંસીની સજા મળે.' ફૈઝે કહ્યું.

'ઝારાએ બીજી કોઈ વાતનો ઉલ્લેખ કર્યો હતો ?' મેં કહ્યું.

કેપ્ટન સ્થિર થઈ ગયો. અમારી વાતચીત દરમિયાન મેં પહેલી વાર તેને થોડો અસ્વસ્થ થતાં જોયો. જો કે, તે તરત જ મૂળ સ્વરૂપમાં પરત આવી ગયો.

'મતલબ કેવો ઉલ્લેખ ?' તેણે કહ્યું.

'જેમ કે તેણે તેની કોઈ સાથે દુશ્મનીની વાત કરી હોય કે પછી તેને કોઈથી ભય હોય એવું કંઈ ?'

'ના,' ફૈઝે શાંતિથી કહ્યું, 'એ સામાન્ય જ હતી. જિંદગી પ્રત્યે ઉત્સાહી હતી. કેમ ?'

'એમ જ. મેં કહ્યું ને કે હું હજી પણ આઘાતમાં જ છું.'

'હું પણ. બાકી જો આ ચોકીદારની વાત કરું તો, તેઓ ગામડેથી આવતા હોય છે અને અભણ હોય છે. પ્રાઈવેટ સિક્યોરિટી ગાર્ડ્સ આર્મીના જવાન નથી હોતા.'

'સાચી વાત છે.' મેં કહ્યું.

અમે કેમ્પના દરવાજે પહોંચી ગયા. ડ્રાઈવર કાર લઈને આવી ગયો, સૌરભ તો એમાં બેસી ગયો હતો.

'તમે સિકંદરને બરાબર ઓળખતા હતા ?' મેં ફૈઝને કહ્યું.

તેણે ફરી તેના સનગ્લાસીસ પહેર્યાં.

'તેનો સાવકો ભાઈને ? ના. ઝારા અને હું, તેઓ દિલ્હી ગયા પછી જ મિત્રો બન્યાં.'

'ઝારાને તે ખૂબ જ વહાલો હતો.' મેં કહ્યું.

ફૈઝે ખભા ઉલાળ્યા. 'તે હતી જ પ્રેમાળ વ્યક્તિ. આવો અંત તેના માટે યોગ્ય ના કહેવાય. એની વે, તમારો ડ્રાઈવર રાહ જોઈ રહ્યો છે.'

❖

'એક કામ કર, તું કોલસા પર જ બેસી જા.' મેં કહ્યું. અમે શિકારા રેસ્ટોરન્ટ, કે જે હાઉસબોટથી ચાલીને જવાય એટલા અંતરે હતું, ત્યાં આવ્યા હતા. રેસ્ટોરન્ટમાં બહાર શણના ખાટલા પર બેસવાની વ્યવસ્થા હતી. દરેક ખાટલા પાસે અંગિઠી અથવા તો નાના હિટર હતાં. તાપમાન ઘટીને ત્રણ ડિગ્રી સેલ્સિયસ થઈ ગયું હતું. સૌરભ કોલસાની નજીક બેઠો હતો.

તેણે કોઈ પ્રતિભાવ ના આપ્યો. ખાલી તેના દાંત કકડતા હતા.

'ચાલ પાછા હાઉસબોટ પર જઈએ,' મેં કહ્યું, 'ત્યાંનું રાતનું જમવાનું સારું જ હોય છે.'

'ના, મને વાંધો નથી. મેં સાંભળ્યું છે કે અહીંનું વાઝવાન જોરદાર હોય છે.' સૌરભે તેના હાથમાં ફૂંક મારતાં કહ્યું.

વેઇટરે સૌરભને ઠંડીમાં ઠૂંઠવાતાં જોયો, એટલે તે બે ધાબળા લઈને આવ્યો. અમે બંને તેને શરીર ફરતે વીંટાળીને બેસી ગયા. દસ મિનિટ પછી, સૌરભને બોલવાના હોશ આવ્યા.

'કેપ્ટનને જોઈને થોડું વિચિત્ર લાગતું હતું.' તેણે કહ્યું.

'હું સહમત છું. કદાચ તેણે ઈયરિંગ્સની વાતનો ઉલ્લેખ ના કર્યો એટલા માટે. બાકી, પરિવારવાળો, વિવેકી, મહેમાનગતિવાળો, નમ્ર વ્યક્તિ લાગ્યો. બધું સારું જ હતું.' મેં કહ્યું.

'જ્યારે કોઈ વધારે સારું હોય છે, ત્યારે સમજવાનું કે દાળમાં કંઈક કાળું છે.'

વેઇટર આવી ગયો. સૌરભ પછીની દસ મિનિટ માટે બધી જ વાતો ભૂલીને થાળી સફાચટ કરવામાં તલ્લીન થઈ ગયો. શીરમાલ, રોગન જોશ, મેથી માઝ, અને સફેદ કોકુર. વાઝવાન કાશ્મીરનું ઉત્તમ ખાણું છે. ખરેખર તો વાઝવાનમાં ત્રણ ડઝન જેટલી વાનગીઓ હોય છે, જેમાંથી મોટા ભાગની ધીમા તાપે આખી રાત પકાવવામાં આવે છે અને પછી સાંપ્રદાયિક શૈલીથી પીરસવામાં આવે છે.

'તારે મારું તારણ સાંભળવું છે?' મેં કહ્યું.

સૌરભે જવાબમાં ઓડકાર ખાધો. મેં તેને હા માની લીધી.

'તેને ઝારા ગમતી હતી.' મેં કહ્યું.

'રોમેન્ટિકલી?'

'હા, ઝારા કાશ્મીર ગઈ. ફૈઝને મળી. આર્મી પર બ્લોગ લખ્યો.'

'ઠીક છે.' સૌરભે કહ્યું.

'પછી ફૈઝને ઝારા ગમવા લાગી, પણ ઝારાને તેનામાં રસ નહોતો.'

'મને તો એવું લાગે છે કે એને પણ ફૈઝ પસંદ હતો. બંને વચ્ચે અફેર હતો.' સૌરભે કહ્યું.

'શું? કેવી રીતે? તે તો રઘુ સાથે હતી. ફૈઝ પરિણીત હતો.'

'એ પ્રેમ હતો અથવા તો હવસ, એમાં પછી બીજું શું જોવાનું હોય. ફૈઝ દેખાવડો પુરુષ હતો, ભાઈ.'

'ઝારાને લફરું હતું? એ પણ પરિણીત પુરુષ સાથે?' મેં કહ્યું.

દિલમાં એક કસક ચૂભી. મને તો એમ હતું કે એ રઘુ સાથે ખુશ હતી એટલે ક્યારેય મારી પાસે પાછી ન આવી. પણ તેના જીવનમાં બીજા કોઈ માટે પણ જગ્યા હતી, ફક્ત મારા માટે જ નહોતી.

'હા, કારણ કે મારું માનવું છે કે ખાલી આકર્ષણ થવાથી કોઈનામાં ખૂન કરવાનું ઝનૂન ના ઉદ્દ્ભવે. પણ આડા સંબંધ હોય તો સંભવ ખરું.'

મેં કોઈ પ્રતિભાવ ના આપ્યો, કારણ કે મને હજી માનવામાં નહોતું આવતું કે ઝારા રઘુને છેતરી શકે.

'કેશવ, શું થયું?' સૌરભે મારો પગ હલાવ્યો.

'હં? કંઈ નહિ. આપણે ક્યાં હતા?'

'ઝારાને કેપ્ટન ફૈઝ સાથે અફેર હતો. મને પૂરતો વિશ્વાસ છે આ બાબત પર.'

'તો ત્યારે જ ફૈઝે ઝારાને ઈયરિંગ્સ આપ્યાં હશે?'

'બરાબર, વાત વણસી એ પહેલાં.'

'કેવી રીતે?'

'કદાચ ઝારાની અપેક્ષા વધારે હોય અને તેણે ફૈઝને તેની પત્નીને જાણ કરવાની ધમકી આપી હોય એવું બને.'

'ના. ઝારા પાસે રઘુ હતો. તેઓની તાજેતરમાં જ સગાઈ પણ થઈ હતી.'

'વાજબી વાત છે. તો કદાચ ઝારા તેના આ આડા સંબંધનો અંત લાવવા માંગતી હશે અને ફૈઝ તૈયાર નહિ હોય.' સૌરભે કહ્યું, તેના હાથ અંગિઠીના કોલસા પાસે ફરી ભયજનક રીતે ફરવા લાગ્યા.

'ઝારાને તેની ભૂલ પર પસ્તાવો થયો હોય અને તે રઘુ પાસે પાછી ફરી હોય એવું બન્યું હોય. કેપ્ટનથી આ સહન ના થયું હોય, ઈર્ષા.'

'હા. તે તેના આર્મીકિમ્પમાં બેઠો હોય, ઉદાસ, એકલો, અને ગુસ્સામાં.' સૌરભે કહ્યું.

'અને ત્યારે જ તેણે હત્યાનું કાવતરું ઘડી કાઢ્યું હોય.'

'ફિરણી, સાહેબ?' લોકો આના માટે અહીં માણસોને મારી નાખે છે.' વેઈટરે મીઠાઈ લાવતાં કહ્યું.

❖

'તાળો તો મળી ગયો. પણ સાબિત કેવી રીતે કરીશું કે ફૈઝ આની પાછળ જવાબદાર છે?' મેં કહ્યું.

અમે હાઉસબોટના ડાઈનિંગ ટેબલ પર નાસ્તો કરતા હતા. સૌરભે છ બ્રેડ તેની પ્લેટમાં લીધી અને પછી તેના પર પ્રેમથી ભરપૂર માખણ ચોપડ્યું.

'આપણી પાસે ઈયરિંગ્સ તો છે.' સૌરભે કહ્યું.

'કોઈને ભેટ આપવી એ ક્યારથી ગુન્હો ગણાવા લાગ્યો છે? આપણે કોઈ યોગ્ય પુરાવો જોઈએ. આર્મી ઑફિસરની ધરપકડ એ મજાક નથી. જ્યાં સુધી આપણે કોઈ મજબૂત પુરાવો નહિ આપીએ ત્યાં સુધી રાણા હાથ પણ નહિ લગાડે.'

'તો પછી આપણે શું કરવું જોઈએ, ભાઈ?' સૌરભે કહ્યું. માખણ લગાવ્યા બાદ, તેણે જામ લગાવવાની શરૂઆત કરી.

'હવે આટલું બધું ખાવાનું તું બંધ ક્યારે કરવાનો છે? છેલ્લે તારું વજન કેટલું હતું? છન્નુ?'

'પંચાણું કિલો અને પાંચસો ગ્રામ. નાસ્તો તો હંમેશા રાજાની જેમ જ કરવો જોઈએ, એવું કહેવાય છે.' સૌરભે બ્રેડ આરોગતાં કહ્યું.

'ગોલુ, તું નાસ્તા સિવાયનું પણ રાજાની જેમ જ ખાય છે.'

'અને તું રંકની જેમ ખાય છે.' સૌરભે લગભગ એક કોળિયામાં

અડધી બ્રેડ ખતમ થઈ જાય એ રીતે ખાતાં કહ્યું.

'મારી પાસે એક યોજના છે. તે આપણને સાચો પુરાવો મેળવવામાં મદદ કરશે. વચન આપ કે તું ના નહિ કહે.'

'ઓકે, શું છે તે?' સૌરભે બીજી બ્રેડ હાથમાં લેતાં કહ્યું.

'પહેલાં તો આપણે દિલ્હી પાછા જવાની જરૂર છે હવે,' મેં કહ્યું, 'અને બીજું તારે હવે વધારે બ્રેડ ઝાપટવાનું બંધ કરવું જોઈએ.'

❖

'આ સાવ બકવાસ યોજના છે. હું આમાં તારી સાથે નથી.' સૌરભે કહ્યું. અમે અમારો સીટબેલ્ટ બાંધ્યો. દિલ્હીની ઉડાન માટે વિમાન તૈયાર હતું.

'આ મજાક નથી. આપણાથી શક્ય છે. આ એકમાત્ર ઉપાય છે, પુરાવો મેળવવા માટે.' મેં કહ્યું.

'જોબની વાત કરું તો આપણી પાસે હવે કોઈ નોકરી નથી.' સૌરભે કહ્યું.

અમારું વૅકેશન ત્રણ અઠવાડિયાં સુધી લંબાઈ ગયું હતું.

'તેં ચંદનને મારા પેટના ઈન્ફેક્શનનો ઈમેઈલ કર્યો હતો?' મેં કહ્યું.

'થઈ ગયો. તે સ્થાનિક ડૉક્ટરના રિપોર્ટ જોવા માંગતો હતો. હું એક નકલી લેટરહેડ બનાવીશ. શ્રીનગરના કોઈ એક દવાખાનાનો લોગો ઉપાડીશ. ન ઊકલે એવું લખાણ લખીશ. ચંદનને શું ખબર પડે?'

'તેણે આ બધું માંગ્યું? એક અઠવાડિયું વૅકેશન વધારવામાં આટલી માથાકૂટ?'

'તેને તો તું હૉસ્પિટલ બેડમાં હોય એવો ફોટો પણ જોઈએ છે.'

'તે છે કોણ? આપણો હૉસ્ટેલ વૉર્ડન?'

ઍરહોસ્ટેસ અમને સેન્ડવીચ પીરસી ગઈ. મેં બારીની બહાર જોયું. અમારી નીચે વાદળો હિમાલયની ટોચને ભેટી રહ્યાં હતાં. આટલી ઊંચાઈથી, ખીણમાં એકદમ શાંતિ જણાતી હતી.અફકોર્સ, અહીંથી માણસો ના દેખાય, જે પૃથ્વી પર મોટા ભાગની સમસ્યાઓનું કારણ છે.

'હૉસ્પિટલના ફોટાનું શું કરવાનું છે?'

'હું જણાવીશ કે ફોટો પાડવાનું ભુલાઈ ગયું કે મારો ફોન જેલમ નદીમાં પડી ગયો. અથવા હૉસ્પિટલમાં ફોટો ખેંચવાની મનાઈ હતી. શું ફરક પડે છે?'

'તારી વાત સાચી છે. ઉલ્લુને ઉલ્લુ બનાવવામાં વાંધો નહિ.'

'એ બરોબર કહ્યું.' સૌરભે તેની વચલી આંગળી દેખાડતાં કહ્યું. વિમાનની પરિચારિકાએ આ જોયું.

'સૉરી, મે'મ.' સૌરભે આંગળી નીચી કરતાં કહ્યું. તે મારી તરફ ફર્યો.

'આટલા રોમાંચક પ્રવાસ બાદ, ચંદન ક્લાસિસમાં આખો દિવસ બેસી રહેવાનો વિચાર આવતાં જ મને ઉબકા આવવા લાગે છે.'

'સાહસનો રોમાંચ હજી ખતમ નથી થયો. આપણે હજી કેપ્ટનના મકાનમાં જવાનું છે અને ત્યાંથી પુરાવા શોધવાના છે.'

'તારી ઈચ્છા ફૌજીના મકાનમાં છાપો મારીને મરવાની છે?'

'તે બંધ મકાન છે. અર્જુન વિહાર દિલ્હીની બીજી બધી એપાર્ટમેન્ટ કોલોની જેવું જ છે. તે કોઈ પચાસ સિક્યોરિટી ગાર્ડસવાળું રહેઠાણ નથી.'

'આપણે અંદર કેવી રીતે જઈશું? બારી તોડીને?'

'આપણે રેકી કરીને જોવું પડશે.'

'ત્યાં થોડી સિક્યોરિટી હશે.'

'કેમ્પસના મેઈન ગેઈટ પર હોય એવી.'

'જો આપણે પકડાઈ જઈશું તો ધરપકડ પાક્કી. આપણે નોકરી ગુમાવીશું. ભવિષ્યમાં ક્યારેય કોઈ આપણને કામ નહિ આપે.'

'તારી વાત સાચી છે. નકામો આઈડિયા છે. સાવ બકવાસ. છોડી દેવો જોઈએ.' મેં કહ્યું.

હું ફરીથી વિમાનની બારીની બહાર જોવા લાગ્યો. દૃશ્ય બદલાઈ ગયું હતું, સપાટ, સૂકું અને ભૂખરી જમીન. મેં મારી આંખો બંધ કરી. અડધા કલાક બાદ, સૌરભે મને ઉઠાડ્યો.

'તારાથી આઈઆઈટીના મિકેનિકલ એન્જિનિયરિંગ વિભાગમાંથી પાવર ડ્રિલ લઈ આવવાની વ્યવસ્થા શક્ય છે? હાલ ભણતાં જુનિયર્સ તને મદદ કરશે?'

'હા, કેમ?'

'લોક તોડવા માટે.'

'શું થયું - "જો આપણે પકડાઈ જઈશું તો પછી આપણને કોઈ નોકરી નહિ આપે તો"?'

'એ તો અત્યારે પણ કોઈ નોકરી નથી આપી રહ્યું.'

પ્રકરણ-૨૫

થૂંકવું એ તો ચંદનનું પસંદગીનું શસ્ત્ર હતું; તે દિવસે તે આગ હોલવનાર માણસ જેવો હતો કે જેની પાસે પૂરતા પ્રમાણમાં આગ હોલવનાર સાધન હોય. તેનું વર્તન પાગલ થવાની તૈયારીમાં હોય અને બિલકુલ પાગલ હોય તેની વચ્ચેનું હતું.

'બે અઠવાડિયાં. જ્યારે પૂરજોશમાં કામ ચાલતું હોય એવા મહિનાની વચ્ચે. મેં તમને પરવાનગી આપી. મેં કર્યું એવું.' ચંદને કહ્યું, તેના મોઢાની આસપાસ ચાર ફૂટ જેટલી ત્રિજ્યામાં ગુટકા અને થૂંકનું મિશ્રણ ફેલાયેલું હતું.

'હું બીમાર હતો, સર. ગેસ્ટ્રોએન્ટેરિટીસ.' મેં કહ્યું. સૌરભ અને મેં થોડી મિનિટ પહેલાં જ ગૂગલમાં 'પેટના ઈન્ફેકશન' માટે ભારે નામ શોધ્યું હતું.

'શું થયું હતું?' ચંદને પાન-મસાલાને વધારે ઝડપથી ચાવતાં કહ્યું.

'ગેસ્ટ્રોએન્ટેરિટીસ, જે સંક્રમિત ઝાડાના નામથી પણ ઓળખાય છે. જે એક પ્રકારની ગેસ્ટ્રોઈન્ટેસ્ટાઈનલની બળતરા છે, જેમાં પેટ અને નાનાં આંતરડાંનો સમાવેશ થાય છે.' મેં વિકિપીડિયાની પહેલી લાઈન અક્ષરશઃ બોલતાં કહ્યું.

ચંદને મારી સામે જોયું, તેનું મોઢું સૂગને લીધે મરડાઈ ગયું હતું.

'લક્ષણોમાં ઝાડા, ઊલટી અને પેટમાં દુખાવો. તાવ, નબળાઈ અને પાણીની અછત પણ હોઈ શકે.' સૌરભે વિકિપીડિયાનું વર્ણન સમાપ્ત કરતાં કહ્યું.

'તું જેઈઈનું ભણાવે છે કે મેડિકલનું?' ચંદને કહ્યું.

'જેઈઈ, સર.' મેં કહ્યું.

'તો તું તબીબી ભાષામાં શું કામ વાત કરે છે?'

'શું કહ્યું, સર?'

'તમે ત્રણ અઠવાડિયાં માટે ગાયબ હતા. હું એટલો પગાર કટ કરીશ.'

એનો મતલબ કે મૂર્ખ અમને કાઢી નથી મૂકતો? સરસ, કપાત પગાર પણ ચાલશે.

‘કેમ નહિ, સર.’ મેં કહ્યું. બે વાર ઉધરસ ખાધી. જ્યારે તમને નકલી બીમારી હોય, ત્યારે ખાંસવું જરૂરી હોય છે.

‘હું તમારી ધમકીથી ગભરાતો નથી. મારી પત્ની મને ટૂંક સમયમાં છોડીને જવાની જ છે, તમારી જાણ માટે.’

‘સર, સાંભળીને દુઃખ થયું.’ સૌરભે કહ્યું.

‘હા, તેણે કહ્યું કે મારી સાથે રહેવું અશક્ય છે. મને કોઈ વાંધો નથી. તે જઈ શકે છે.’

‘એમાં એમને જ નુકસાન છે.’ મેં કહ્યું.

‘શું ?’

‘કંઈ નહિ, સર.’

‘આશા રાખું કે તમે બંને એક્સ્ટ્રા ક્લાસ લઈને જેટલો સમય ગેરહાજર હતા, તે બધું જલદીથી સરભર કરશો.’

‘ચોક્કસ સર. અમારે હજી થોડા વધારે દિવસ રજાની જરૂર છે.’ મેં કહ્યું.

‘હજી વધારે દિવસ ?’ ક્લાસિસની બહાર પણ સ્પષ્ટ સંભળાય એટલા મોટા અવાજે કહ્યું.

‘મેડિકલ ટેસ્ટ, સર,’ સૌરભે કહ્યું, ‘હવે એની તબિયત સુધારા પર છે, પણ અમારે હજી થોડા ટેસ્ટ કરાવવાના બાકી છે.’

‘તમારે પાછું શ્રીનગર જવાનું છે ?’ ચંદને બૂમ પાડી.

‘ના, સર,’ મેં કહ્યું, ‘દિલ્હીમાં જ. ફક્ત થોડા દિવસોની જરૂર છે.’

‘તો તું જા. મનીષને આવવાની શું જરૂર છે ?’

‘મારું નામ સૌરભ છે, સર.’ સૌરભે કહ્યું.

ચંદને તેની તરફ શંકાની નજરે જોયું.

‘ખરેખર ?’

‘હા, સર. હૉસ્પિટલમાં મદદ માટે એની સાથે જવાનું છે.’

‘હજી થોડી મને અશક્તિ છે જ સર.’ મેં કહ્યું. મેં પાંચ વાર ખાંસી ખાધી. ચંદને તેની ખુરશી થોડી પાછી ધકેલી, જાણે અમુક ઇંચ પાછળ ખસવાથી તે મારા વાઇરસથી બચી જવાનો હોય એમ.

❖

'કોલરવાળું સ્પોર્ટ્સ ટીશર્ટ અને સફેદ કોટનની ચડ્ડી. સાંજે આર્મી ઑફિસરે આવાં કપડાં પહેર્યાં હોય.' સૌરભે કહ્યું.

અમે રોડ પર ઊભા હતા, અર્જુન વિહારના પ્રવેશદ્વારના ગાર્ડ પોસ્ટની સામે. અમે અર્જુન વિહારની બહારની બાજુ બધું જ ધ્યાનથી નિરીક્ષણ કર્યું. આ આર્મી કોલોનીમાં વીસ એપાર્ટમેન્ટ ટાવર હતાં, ધૌલા કુઆની નજીક. અમે મુખ્ય પ્રવેશદ્વાર પાસેના સિક્યોરીટી ચેકપોસ્ટને થોડા કલાકો માટે બરાબર નીરખ્યું. સાંજના સમયે, કોલોનીના અને બહારના પગચાલકોનો ભારે ધસારો હતો. જો લોકો ત્યાંના રહેવાસી જેવા લાગે, તો સિક્યોરીટી ગાર્ડ વિશેષ તપાસ વગર જ જવા દેતા હતા. જો કોઈ ઑફિસર ઈવનિંગ સ્પોર્ટ્સનાં કપડાંમાં આત્મવિશ્વાસથી ચાલતો હોય તો ગાર્ડ એમની સામે પણ નહોતા જોતા. સ્ત્રીઓ અને બાળકો કોઈ પણ પ્રકારની મુશ્કેલી વગર આવ-જા કરતાં હતાં. ફક્ત એવા જ લોકો કે જે થોડા અજાણ્યા લાગતા કે ફૌજી જેવા નહોતા, તેમને સિક્યોરીટી ગેઈટ પર અટકાવીને થોડા સવાલો કરવામાં આવતા હતા.

'ચાલો યોગ્ય કપડાં પહેરીને પાછા આવીશું.' મેં કહ્યું.

❖

ત્રણ દિવસ બાદ, સૌરભ અને હું અર્જુન વિહારના મુખ્ય પ્રવેશદ્વાર પાસે ફરી આવ્યા. અમે બંને અલગ અલગ દિશામાંથી આવ્યા, સાંજે, એક જ સમયે. અમે બંનેએ ઑફિસર્સ જેવાં જ કપડાં પહેર્યાં હતાં, કોલરવાળું ટીશર્ટ અને સફેદ ટૂંકી ચડ્ડી.

'ગુડ ઈવનિંગ સર, ગુડ ટુ સી યુ.' મેં કહ્યું. અમે બંનેએ નક્કી કર્યું હતું કે સૌરભ મારાથી જાડિયો છે, એટલે એ મારો સિનિયર.

'વ્હોટ એ ટાઈમિંગ, યંગ મેન, ગુડ ટુ સી યુ.' સૌરભે બ્રિટિશ લહેકામાં કહેતાં જોરથી મારી પીઠ થાબડી, આર્મી કમાન્ડર થોડી ઓવરએક્ટિંગ કરતા હતા.

'મેં હમણાં જ મારી ઈવનિંગ વોક ખતમ કરી, સર.' મેં કહ્યું.

'યંગ મેન, આવ ક્યારેક ઘર પર, સાથે ડ્રિંક્સ લઈશું.' સૌરભે કહ્યું.

મને લાગ્યું કે નાટક થોડું વધારે થઈ ગયું. ગાર્ડનું ધ્યાન અમારી તરફ જ હતું.

અમે અર્જુન વિહારમાં અંદર ગયા અને ચાલતાં સેન્ટર ગાર્ડન પહોંચ્યા. બગીચાની ફરતે રહેણાંક ટાવર હતાં.

'ફૈઝનું ઘર કેવી રીતે શોધવાનું છે ?' સૌરભે કહ્યું.

'તેણે ગ્રાઉન્ડ ફ્લોરનો ઉલ્લેખ કર્યો હતો.' મેં કહ્યું.

'અહીં તો ઘણા બધા ગ્રાઉન્ડ ફ્લોર ફ્લૅટ્સ છે.'

'વીસ ટાવર. દરેક ટાવરમાં બે ગ્રાઉન્ડ ફ્લોર. મતલબ કે ચાલીસ એપાર્ટમેન્ટમાંથી એક હશે.'

'એ તપાસતાં તો કેટલો સમય લાગે. આપણે કોઈને પૂછવું જોઈએ.' સૌરભે કહ્યું.

'ના,' મેં કહ્યું, 'આપણે આંટો મારીએ અને જેટલી વાંચી શકાય એટલી નામની તકતીઓ વાંચતા જઈએ.'

અમે વાંચવાનું શરૂ કર્યું. જે ઘરમાં લાઇટ ચાલુ હોય તે અમારા કામનાં નહોતાં. એનો મતલબ કે લોકો અહીં રહે છે, અને ફૈઝે અમને કહ્યું હતું કે તેનો પરિવાર દુબઈમાં છે.

'મેજર યાદવ, આ તો ના હોય.' મેં કહ્યું.

'કેપ્ટન આહુવાલીયા. આ પણ નહિ.' સૌરભે કહ્યું.

પંદર મિનિટ બાદ, અમે આઠમાં ટાવરના ગ્રાઉન્ડ ફ્લોર પાસેથી પસાર થયા. તેમાં અંદર લાઇટ બંધ હતી. ત્યાં નેઈમપ્લેટ પણ નહોતી. ત્યાં અરેબિકમાં કંઈક લખેલું હતું.

'મને ખબર છે આનો મતલબ. ભગવાન મહાન છે. ઝારા પાસે આવું પેન્ડન્ટ હતું.' મેં કહ્યું.

'તો એનો મતલબ એમ કે આ કોઈ મુસ્લિમ વ્યક્તિનું મકાન છે.' સૌરભે કહ્યું.

મેં આજુબાજુ જોયું, કોઈ દેખાતું નહોતું. અમે એપાર્ટમેન્ટના પ્રવેશદ્વારની નજીક ગયા. મેં બગીચા બાજુથી અંદર ડોકિયું કર્યું. મને બે જૂની બાબાગાડી દેખાઈ.'

'તેનાં જોડિયાં બાળકો કેટલાં વર્ષનાં હતાં ?' મેં કહ્યું.

'ત્રણ વર્ષ. એટલે બાબગાડી છે. મતલબ કે જોડિયાં બાળકો માટે.'

'આ જ જગ્યા છે. હવે જઈએ. આપણે ફરી આવતા રવિવારે આવીશું, ટી-૨૦ ફાઈનલના દિવસે.' મેં કહ્યું.

❖

'મેચ ક્યારે શરૂ થાય છે?'

'આઠ વાગે.'

અમે અર્જુન વિહારમાં અગાઉ મુજબ જ દાખલ થયા, સૌરભ અને હું સ્પોર્ટ્સનાં કપડાં પહેરીને મુખ્ય દ્વાર પાસે મળ્યા. આ વખતે અમે સાથે બૅગ લઈને આવ્યા હતા. મેચ શરૂ થવાને હજી વાર હતી, એટલે અમારી પાસે હજી સમય હતો. અમે દસ માળના આઠમા ટાવરની અગાસી પાસેની જગ્યાએ રાહ જોતા હતા. અમે જ્યારે ટી-૨૦ ની ફાઈનલ શરૂ થાય ત્યારે જ ફૈઝના ઘરમાં પ્રવેશવાનું નક્કી કર્યું હતું, કારણ કે એ સમયે અર્જુન વિહારના દરેક લોકો ટીવી જોવામાં વ્યસ્ત હોય.

'હજી એક કલાક.' મેં કહ્યું.

સૌરભ તેના ફોનમાં ગેમ રમતો હતો.

'હું કેન્ડી ક્રશના ત્રણસોમા લેવલે છું.' તેણે કહ્યું.

'કેન્ડી ક્રશ? કેમ? ટીન્ડર નહિ?' મેં કહ્યું.

'નકામું છે ટીન્ડર.' સૌરભે કહ્યું, ફોન પર આંગળી ફેરવીને બધી જેલી દૂર કરવાનો પ્રયત્ન કરતો હતો.

'લાસ્ટ વીક તને કોઈ ટીન્ટર મૅચ ના મળ્યા?'

'મળ્યા ને, ટ્રાન્સ્વેસ્ટાઈટ.'

'શું?'

'બીચવાલા. તેણે મને કહ્યું મારી પાસે બૂબ્સ, ડિક અને હાર્ટ ત્રણેય છે. ક્યારે મળવું છે?'

હું હસી-હસીને પાગલ થઈ ગયો.

'ત્રણમાંથી બે તો સારાં છે' મેં કહ્યું, 'તારે થોડું એડ્‌જસ્ટ કરી લેવાનું.'

'શશશ. અવાજ નહિ કર. તારી ઇચ્છા છે કે કોઈ ફૌજી આવે અને આપણને પકડીને ફટકારે?'

સૌરભે કહ્યું, પણ આંખો તો હજી ફોનની સ્ક્રિન પર જ ચોંટેલી હતી.

એક કલાક બાદ, સમય આવી ગયો.

❖

'સંભાળીને.' મેં ધીમેથી કહ્યું.

સૌરભે વાડ તોડી, જેથી અમે ફૈઝના બગીચામાં જઈ શકીએ. અમે ઘાસ પર બિલ્લીપગે ચાલ્યા. મેચ શરૂ થઈ ગઈ હતી, એટલે કોલોનીમાં સન્નાટો છવાઈ ગયો. મેં આજુબાજુ અને ઉપર જોયું, કોઈ દેખાતું નહોતું.

સૌરભ ઘાસ પર બેઠો અને તેની બૅગ ખોલી. તેણે પાવર ડ્રિલ, બેટરી પેક અને ત્રણ ટુવાલ કાઢ્યાં. તેણે ડ્રિલમાં બેટરી બેસાડી અને પછી પાવર ચાલુ કર્યો. ડ્રિલમાંથી જોરદાર અવાજ આવતાં અમે બંને ઊછળી પડ્યા.

'અરે,' મેં કાનમાં કહ્યું, 'આ તો વધારે અવાજ કરે છે.'

'વેઈટ.' સૌરભે કહ્યું. તેણે પાવર બંધ કર્યો અને ત્રણ ટુવાલ તેની ફરતે વીંટી દીધા.

અમે બગીચા તરફના આગળના બારણે ગયા અને મેં મારા ફોનની ફ્લેશલાઈટ ચાલુ કરી, તાળું જોવા માટે.

'તને દેખાય છે?' મેં કહ્યું, 'આ તાળું થોડું અલગ છે.'

સૌરભે કહ્યું, 'હા. પણ એક વાર હું ખોલીશ, પછી તાળું બદલાવવું પડશે. તે આવશે તો પછી એને જાણ થઈ જશે કે કોઈએ તાળું તોડ્યું છે.'

'પણ એને ખબર થોડી પડશે કે કોણે તોડ્યું છે,' મેં કહ્યું, 'એ હમણાં જલદી આવે એમ નથી.'

સૌરભે પાવર ડ્રિલમાં પાતળું ડ્રિલ બીટનો ઉપયોગ કર્યો અને કી-હોલમાં ગોઠવ્યું.

'તૈયાર?' તેણે કહ્યું. મેં સહમતી આપી.

તેણે ડ્રિલની ચાલુ કર્યું. કામની શરૂઆત થઈ ગઈ.

'હજી અવાજ આવે છે.' મેં કહ્યું. ટુવાલ કામ ન લાગ્યા.

'શશશ. થોડી સેકન્ડ. રાહ જો, એક તાળાની પિન તૂટી હોય એવું લાગે છે.'

સૌરભે જાડું ડ્રિલ બીટ ઉપયોગમાં લીધું. ડ્રિલ ફરી ચાલુ કર્યું.

'બંધ કર, ગોલુ. વધુ અવાજ આવે છે.'

'શાંતિ,' સૌરભે ટુવાલ વીંટાળેલા મશીન તરફ ધ્યાન રાખતાં કહ્યું, 'ડન. બધી છ પિન તૂટી ગઈ.'

'શું?' મેં ધીમેથી કહ્યું. તેણે ડ્રિલ ફરી બેગમાં પધરાવી દીધું.

મેં અંધારામાં તાળું પકડ્યું. ડ્રિલિંગને લીધે ગરમ થઈ ગયું હતું. મેં જમણી બાજુ ફેરવ્યું. બારણું ખૂલ્યું.

'વેકલમ હોમ, હની.' સૌરભે કહ્યું.

❖

અમે અંધારા ઓરડામાં અંદર ગયા. સૌરભ અને મેં અમારા ફોનની લાઇટ ચાલુ કરી. મને ડ્રોઈંગરૂમમાં થોડાં યુદ્ધનાં પેઈન્ટિંગ અને સોફો દેખાયાં, પણ બીજું બધું જોવાં માટે ખૂબ અંધારું હતું.

'હવે શું કરવાનું છે ?' સૌરભે કહ્યું.

'કંઈ નહિ. પલંગ શોધીને ઊંઘી જવાનું. સવારે જ તપાસ ચાલુ થશે. લાઇટ ચાલુ કરાય એમ નથી.'

'ફોનની ટોર્ચથી કામ નહિ ચાલે... આઉ !' સૌરભે જોરથી ચીસ પાડી, કંઈક જોરથી અથડાવાનો અવાજ આવ્યો.

'શું થયું ?'

'ટેબલ સાથે અથડાયો.' સૌરભે કહ્યું. તે લંગડાતો ચાલતો સોફા પર બેઠો.

'બેડરૂમ, ગોલુ. સવાર પહેલાં આપણાંથી કંઈ જ નહિ થાય.'

❖

મારી બાજુમાં સૌરભનાં નસકોરાંનો અવાજ આવતો હતો. મારો સવારના પાંચ વાગ્યાનો એલાર્મ સતત અવાજ કરવા લાગ્યો. હું પથારીમાંથી બેઠો થયો અને બહાર જોયું તો ઝાંખું અજવાળું દેખાતું હતું. કોઈ અમને જોઈ જશે, એ બીકને કારણે મેં આખી રાત આંખનું એક મટકું પણ નહોતું માર્યું.

મને બેડરૂમમાં સ્ટડી ટેબલ પર ડેસ્કટોપ કોમ્પ્યૂટર દેખાયું. ત્યાં ફૈઝના સહપરિવારનો એક ફોટો પણ હતો. અમે સાચા મકાનમાં હતા.

'સવાર થઈ ગઈ, ગોલુ.'

પછીની ત્રણ કલાક અમે ખાનના ઘરબાર વિશે ઘણું જાણ્યું. તેઓ બે બ્રાન્ડના સિરિઅલ, ચોકોસ અને સાદા કોર્નફ્લેક્સ ખાતા હતા. રસોડાના ઉપરના માળિયામાં બે ખોખાં મિલ્કમેઈડ કન્ડેન્સ્ડ મિલ્કનાં

હતાં. તેઓ તેમના માટે સિન્થોલ સાબુ અને જોડિયાં બાળકો માટે જોહન્સન બેબી સોપ વાપરતાં હતાં.

બેમાંથી એક બેડરૂમ બાળકો માટેનો રૂમ હતો. ત્યાં બે ઘોડિયાં અને બે નાનાં કબાટ હતાં. અમે કબાટ તપાસ્યાં. એકમાં કપડાં હતાં. બીજામાં સ્ટીલ બોક્સની અંદર રમકડાંઓ હતાં. સૌરભે તેમાંથી એક બહાર કાઢ્યું.

'ભારે છે.' સૌરભે કહ્યું.

'અંદર શું છે?' મેં કહ્યું.

સૌરભે અંદર ડોકિયું કર્યું.

'સ્પાઈડર મેન, તૂટેલા પગવાળો. મૂછ દોરેલો સુપરમેન. પુરાવા તરીકે ચાલશે?'

'ચાલ, માસ્ટર બેડરૂમમાં તપાસ કરીએ.' મેં કહ્યું.

❖

'આમાં તો લોક છે.' મેં ફૈઝના બેડરૂમના મોટા કબાટની પાસે ઊભાં રહેતાં કહ્યું.

'જાણે આપણે અગાઉ લોક તોડ્યું ના હોય એવી વાત કરે છે.' સૌરભે કહ્યું.

સૌરભે સપાટ માથાવાળું સ્ક્રુ ડ્રાઈવર તેની બેગમાંથી કાઢ્યું અને કબાટના બારણાં વચ્ચે ભરાવ્યું. થોડું આમ તેમ મચડ્યું અને બારણું ખૂલી ગયું.

'આ બધું તને સરસ આવડે છે.' મેં કહ્યું.

વૈકલ્પિક કારકિર્દી. આનો તો હું લિંક્ડિનમાં પણ ઉલ્લેખ કરી શકું.'

હું ફૈઝનું કબાટ ખોલવા માટે આગળ વધ્યો.

ટ્રીંગ ટ્રીંગ... ડોરબેલ વાગતાં અમે બંને ઊછળી ગયા. અમે સમય જોયો. સવારના ૮:૩૦ થયા હતા.

'કોણ હશે?' સૌરભે ધીમેથી કહ્યું.

'મને ક્યાંથી ખબર હોય?' મેં સામે ધીમેથી કહ્યું.

'આપણને બૂચ લાગી જવાનું છે.'

ડોરબેલ ફરી વાગી.

'જોઈએ, કોણ છે.' મેં કહ્યું.

અમે ધીમા પગલે બેડરૂમમાંથી બહાર નીકળીને લીવિંગ રૂમમાં આવ્યા. અમે મેઈન ડોર તરફ ચાલતા થયા, સૌરભ મારાથી બે ડગલાં પાછળ ચાલતો હતો.

બેલ ફરી રણકી.

'ભાઈ.' સૌરભે કહ્યું, તેના અવાજમાં ભય છલકાતો હતો.

'શશશ.' મેં કહ્યું. મેં ડોરહોલમાંથી જોયું.

'કોણ છે?' સૌરભે કહ્યું.

મેં તેની સામે જોઈને મારા હોઠ પર આંગળી મૂકી.

એક મિનિટ બાદ, તે વ્યક્તિ ત્યાંથી જતો રહ્યો.

'તે સામેના મકાનમાં ગયો છે.' મેં કહ્યું, મારું ધ્યાન હજી પણ હોલમાંથી બહાર જોવામાં જ હતું. તે વ્યક્તિએ સામેના મકાનની પણ ડોરબેલ વગાડી.

'એ ત્યાં શું કહેવા જઈ રહ્યો છે?' સૌરભે કહ્યું.

સામેના મકાનનો દરવાજો ખૂલ્યો. નોકરાણી કપડાંનો ઢગલો લઈને ઊભી હતી. તેણે બેલ વગાડનાર માણસના હાથમાં તે કપડાં આપ્યાં. તે વ્યક્તિ કપડાં લઈને જતો રહ્યો. મેં હોલમાંથી જોવાનું બંધ કર્યું અને સીધો ઊભો રહ્યો.

'તે ધોબી હતો. ઈસ્ત્રી માટે કપડાં લેવા આવ્યો હતો.' મેં હસીને કહ્યું.

'તેણે તો મારા હૃદય પર ઈસ્ત્રી ફેરવીને સપાટ કરી નાખ્યું. મને લાગ્યું કે ભાંડો ફૂટી ગયો.'

'ચાલો પાછા બેડરૂમમાં.'

મેં ફૈઝનું કબાટ ખોલ્યું. એક બાજુ તેની પત્નીનાં કપડાં હતાં. મેં તે ફંફોળ્યાં, પણ કામનું કંઈ હાથ ના લાગ્યું. બીજી બાજુ ફૈઝના આર્મી યુનિફોર્મ અને સાદાં કપડાં હતાં. નીચેના ખાનામાં ઘણી બધી જોડી ભારે કાળાં બૂટ હતાં.

મેં બૂટ બહાર કાઢ્યાં અને બેડરૂમના ભોંયતળિયે મૂક્યાં.

'આ તું શું કરી રહ્યો છે?' સૌરભે કહ્યું.

'નીચેનું ખાનું તપાસવું છે.' મેં કહ્યું.

બૂટ હતાં તેની પાછળના ભાગે મને એક સ્પોર્ટ્સ બૅગ મળી. મેં તે બહાર ખેંચી અને ખોલી. અંદર બે ડઝન ટેનિસ બોલ હતા. મેં

બેગમાં હાથ ફેરવ્યો. મને કંઈક ઠંડી અને લંબચોરસ વસ્તુનો સ્પર્શ થયો. મેં તે બહાર કાઢી.

'વાઉ.' સૌરભે મોટેથી કહ્યું. મારા હાથમાં સો ગ્રામ સોનાનાં બિસ્કિટ હતાં.

'આ સાચાં છે?' મેં કહ્યું.

'હા, ભાઈ. હજી પણ છે?'

મેં બૅગ ઊંધી કરીને જોયું. ટેનિસ બોલ ઊછળતા અને ગબડતા આખા રૂમમાં ફેલાઈ ગયા. બીજાં નવ બિસ્કિટ પણ બહાર આવ્યાં.

'આ એક કિલો સોનું છે,' મેં કહ્યું, 'કિંમત કેટલી હશે? ત્રીસ લાખ રૂપિયા.'

'આર્મીમાં આટલા સારા પગાર હોય છે?' સૌરભે કહ્યું.

'ના, ગોલુ. આ તો કંઈક બીજું જ ચક્કર લાગે છે.' મેં કહ્યું. સોનું સવારના પ્રકાશમાં ચમકતું હતું.

'તને રમકડાંનું બૉક્સ ભારે લાગ્યું હતું?' મેં કહ્યું.

'હા, કેમ?'

અમે બાળકોના રૂમમાં દોડ્યા. સ્પાઈડરમેન, સુપરમેન અને બીજાં રમકડાંની નીચે, અમને બીજાં વીસ બિસ્કિટ મળ્યાં, તળિયે વ્યવસ્થિત ગોઠવેલાં હતાં. અફકોર્સ, બિસ્કિટ પારલે-જીનાં નહોતાં.

'બધું જ દેશ માટે.' મેં કહ્યું.

'આ તો હદ છે. તે ખરાબ પ્રવૃત્તિ સાથે જોડાયેલો હશે?' સૌરભે કહ્યું.

'મને તો એ જ ખૂની લાગે છે. ગોલુ, ચાલ તો એનું કોમ્પ્યૂટર ચેક કરીએ.'

❖

સૌરભે ફૈઝનું કોમ્પ્યૂટર ચાલુ કર્યું, ત્યારે મારું ધ્યાન સ્ટડી ટેબલનાં ચાર ખાનાં પર ગયું.

'આપણે આની પણ તપાસ કરવી જોઈએ.' મેં કહ્યું.

'તેની પાસે ૧૮૦૦ ની સાલનું મશીન છે. શરૂ થશે ત્યાં તો જિંદગી પૂરી થઈ જશે,' સૌરભે કોમ્પ્યૂટર મોનીટર પર નજર રાખતાં કહ્યું, 'આ જૂના ઘોડાને તો હું સારી રીતે હેક કરીશ.'

મેં ફટાફટ ખાનાં જોયાં. નીચેનાં ત્રણમાં સ્ટેશનરી અને ઘરવખરી સામાન જેમ કે મેઝરિંગ ટેપ અને ચાર્જિંગ કેબલ સિવાય બીજું કંઈ જ નહોતું. ઉપરનું ખાનું બંધ હતું.

'આમાં ચાવીની જરૂર પડશે.' મેં કહ્યું.

'ચાવી?' સૌરભે લુચ્ચું સ્માઈલ કર્યું, 'એ શું હોય?'

તેણે ડ્રિલ તરફ ઈશારો કર્યો. બે મિનિટ પછી, ઉપરનું ખાનું ખુલ્લું હતું.

'દવાઓ છે. થોડી રોકડ રકમ,' મેં વસ્તુઓ દેખાડતાં કહ્યું, 'અને આ છે... વાઉ... ઘણી બધી પ્રેગ્નેન્સી કિટ.'

'શું?' સૌરભે કહ્યું.

મેં પ્રેગા ન્યૂઝનાં ત્રણ પેકેટ બહાર કાઢ્યાં. સૌરભે મારી પાસેથી એક લીધું અને ખોલ્યું. તેમાં એક પ્લાસ્ટિકની પટ્ટી અને વચ્ચે એક લંબચોરસ બારી હતી.

'આમાં કરવાનું શું હોય છે?' સૌરભે કહ્યું.

'તું એના પર મૂત્ર વિસર્જન કર.'

'ફૈઝ એવું કરતો હશે?'

'તું ગાંડો છો? સ્ત્રી એવું કરે. જો બે લાઇન દેખાય, તો એનો મતલબ કે તે ગર્ભવતી છે.'

'આ ફૈઝની પત્ની માટે હશે,' સૌરભે ફેમિલી ફોટો તરફ આંગળી ચીંધતાં કહ્યું, 'કદાચ ત્રીજા બાળકની ઈચ્છા હશે?'

મેં પ્રેગા ન્યૂઝ બૉક્સ તપાસ્યું. એક બાજુ પર નાનું સ્ટીકર હતું. સ્ટીકરમાં બારકોડ હતો અને તેના પર છાપેલા અક્ષરોમાં લખેલું હતું 'પ્રેગકિટ. આઈએનઆર ૫૦'.

'ગોલુ, તારી પાસે ઝારાના લોકરવાળો ફોટો છે?'

'હા,' સૌરભે કોમ્પ્યૂટરના કિબોર્ડમાં ટાઈપીંગ કરતાં કહ્યું, 'આ બુદ્ધુના કોમ્પ્યૂટરમાં તો પાસવર્ડ પણ નથી. હેક કરવાની જરૂર જ નથી. સાવ આવું.'

'તને મળ્યો?'

'યસ.' સૌરભે કોમ્પ્યૂટર માઉસ પર હાથ ફેરવતાં કહ્યું.

'પણ તું મને ઝારાના લોકરવાળો ફોટો પહેલાં દેખાડીશ?'

સૌરભે તેનો મોબાઈલ મને આપ્યો. મેં ઝારાના લોકરમાંથી મળેલી પ્રેગ્નેન્સી કિટનો ફોટો ખોલ્યો.

મેં તેને થોડો મોટો કર્યો.

'આ તો એ જ દવાની દુકાનની ટેગ છે, જે અહીં છે.' મેં કહ્યું.

સૌરભે ફોટો અને પ્રેગા ન્યૂઝના પેકેટની સરખામણી કરી.

'ઓહ, યસ.'

'બંનેની એક જ જગ્યાએથી ખરીદી કરવામાં આવી છે.' મેં કહ્યું.

'ફૈઝ ઘણાં બધાં પેકેટ લઈ આવ્યો હશે. તેમાંથી થોડાં ઝારાને આપ્યાં હોય. બંને વચ્ચે ચક્કર હતું એ પાક્કું. ઈયરિંગ્સ પણ એ જ સમજાવે છે.'

'ઝારા પ્રેગ્નન્ટ હતી ? ફૈઝના બાળકની...?' મેં કહ્યું.

વજ્રાઘાત, હું બેડ પર બેઠો, મારી પરની છતને તાકવા લાગ્યો.

'બની શકે. પણ શું થયું હશે ? તેણે ગર્ભપાત કરાવ્યો હશે ? ઝારા મૃત્યુ સમયે પ્રેગ્નન્ટ હતી ?'

મેં મારા બંને કાન હાથથી બંધ કર્યા.

'તું ઠીક છો, ભાઈ ?'

'આ શું ગરબડ છે. મેં ક્યારેય આવું સપનામાં પણ નહોતું વિચાર્યું કે ઝારા આવું કરી શકે. હું મૂર્ખ હતો, વિચારતો હતો કે ઝારા આદર્શ પાત્ર છે, જ્યારે એ તો કોઈની સાથે...'

'શશશ. આવું થાય, ભાઈ.'

'તેણે તો મને કહ્યું હતું, "હું રઘુ સાથે ખુશ છું. મને એકલી છોડી દે". મને તો એમ જ હતું કે એ એટલે મારી પાસે પાછી નથી આવતી.'

હું ઊભો થયો. ફૈઝનો ફેમિલી ફોટો ઉપાડ્યો અને મારી સામેની દીવાલ પર જોરથી અથડાવ્યો. કાચની ફ્રેમના ટુકડેટુકડા થઈ ગયા.

'ભાઈ, સંભાળ તારી જાતને. જો લોકો સાંભળી જશે, તો આપણે મરી ગયા સમજી લે.'

'હું તો મરી જ ગયો છું. ચાલો જીવવાનો પ્રયત્ન કરું.'

'તેના કોમ્પ્યૂટરમાં હું તપાસ કરું ?' સૌરભે કહ્યું.

'જે કરવું હોય તે કર.' મેં કહ્યું.

'ત્યાં સુધીમાં તું બિસ્કિટ મૂકી દે. જે પુરાવા તરીકે કામ લાગે એવી વસ્તુ હોય તેને સાથે લઈ જઈશું.'

'ઠીક છે.' મેં કહ્યું. મેં મશીનની જેમ કામ કરતાં બિસ્કિટને બેગમાં ગોઠવ્યાં.

મને એ ખબર નહોતી પડતી કે મને શું વધારે ખરાબ લાગ્યું, ફૈઝે ઝારાનું ખૂન કર્યું એ કે પછી ફૈઝે ઝારાને પ્રેગ્નન્ટ કરી એ.

'કોમ્પ્યૂટરમાં કંઈ નથી. ખાલી તેની બ્રાઉઝ હિસ્ટ્રી છે.'

'આપણને પુરાવાની જરૂર છે, સૌરભ. હું નથી ઇચ્છતો કે પોલીસ એવું કહે કે આ પૂરતા નથી.'

'તે પોર્નનો શોખીન હતો. પોર્નહબ સાઈટ ભરપૂર જોવાયેલી છે. મને પણ એ ખૂબ ગમે છે. તેને ગોરી અને યુવાન વધારે ગમતી હોય એવું લાગે છે.'

'બંધ થા અને કામની વાત જણાવ.'

'શાંત થઈ જા, ભાઈ. તેણે ગૂગલમાં સર્ચ કરેલું છે "બેસ્ટ ડાઈવોર્સ લોયર ઈન દિલ્હી".'

'સ્પષ્ટ છે, પરફેક્ટ ખાન ફેમિલી પરફેક્ટ છે નહિ.' મેં કહ્યું.

સૌરભનું હિસ્ટ્રીમાં જોઈને બોલવાનું ચાલુ જ હતું.

'ઓનલાઇન શોપીંગ સાઈટ્સ, અને અરે, એબોર્શન ક્લિનિક ઈન દિલ્હી પર ઘણું સર્ચ થયેલું છે અને શોધખોળ પણ કરવામાં આવી છે.'

'શું ?'

'હા. ડિસેમ્બર ૨૦૧૭માં. ઝારાના મૃત્યુના બે મહિના અગાઉ. મૂરખે ક્યારેય બ્રાઉઝ હિસ્ટ્રી ડીલીટ કરી જ નથી.'

'આ કોમ્પ્યૂટરને પણ લેતા જઈએ.'

'જરૂર નથી. બ્રાઉઝ હિસ્ટ્રી આવી જશે.' સૌરભે મને પેન ડ્રાઈવ દેખાડતાં કહ્યું.

'સરસ. બીજું કંઈ ?'

'મને કોમ્પ્યૂટરમાં થોડા ફોટા મળ્યા છે, મોબાઈલમાંથી બેક-અપ લીધેલા.' સૌરભે કહ્યું.

સૌરભે ફોટાની લાઇબ્રેરી ઓપન કરી. મોટા ભાગના ફોટા કાશ્મીર બારામુલ્લા કેમ્પના જ હતા. ઘણામાં ફૈઝ તેના આર્મી સહકર્મચારીઓ સાથે હતો. ત્રીસ ફોટા બાદ, અમે ઝારાની અને ફૈઝની સેલ્ફી જોઈ. તેઓ હાઉસબોટમાં ઊભાં હતાં, શ્રીનગર જ લાગતું હતું, તેના હાથ ઝારાની ફરતે હતા. તેઓ કેમેરાને જોઈ રહ્યાં હતાં, જાણે પ્રેમીઓ નિદ્રામાંથી હાલ જ ઊભાં થયાં હોય. પછીનો ફોટો સૂર્યાસ્તનો હતો, જે હાઉસબોટની બારીમાંથી લેવામાં આવ્યો હતો.

'વધારે પુરાવાની જરૂર ખરી?' સૌરભે તાળી પાડતાં કહ્યું.

'આ સૂર્યાસ્તનો ફોટો ઝારાએ ઈન્સ્ટામાં મૂક્યો હતો તે જ છે.' મેં કહ્યું.

'તો ઠીક છે, આપણે ફોટા પણ સાથે લેતા જઈએ.' સૌરભે કહ્યું. તેણે ફૈઝના કોમ્પ્યૂટરમાં પેન ડ્રાઈવ ભરાવી, અને બધું અંદર લઈ લીધું. પછી કોમ્પ્યૂટરને બંધ કર્યું.

'ચાલો જઈએ,' મેં કહ્યું, 'આપણે ક્લાસ પણ છે.'

'વેઈટ, એક વસ્તુ હજી બાકી છે, ભાઈ.'

'શું?'

'તેં વિચાર્યું હતું કે હું થોડાં ચોકોસ જતાં પહેલાં ઝાપટી શકું છું?'

પ્રકરણ-૨૬

ચંદન અમને ચંદન ક્લાસિસના પ્રવેશ પાસે જ મળી ગયો. સૌરભ અને હું મોડા પહોંચ્યા હતા અને અડધો કલાકના ક્લાસ પણ છૂટી ગયા હતા.

'આજે ન્યુમોનિયા?' તેણે કહ્યું.

'ના, સર,' મેં કહ્યું, 'એલાર્મ વાગ્યો જ નહિ. બંને સૂતા જ રહ્યા.'

'વિદ્યાર્થીઓ ક્લાસમાં રાહ જુએ છે એનું શું?'

'સૉરી, સર. અમે લોકો એક્સ્ટ્રા ક્લાસ ગોઠવીશું.' સૌરભે કહ્યું.

ચંદન ફૂટવાની તૈયારીમાં જ દેખાતો હતો.

'આપણે હત્યા પણ કરવી જોઈએ?' સૌરભે કહ્યું. અમે દોડતા ભાગી ગયા.

'આશા રાખું કે આપણે કરીએ એ પહેલાં ગુટકા આ કામ પતાવી દે.' મેં કહ્યું.

પછીના દિવસે, સૌરભ અને હું થોડી વાર માટે ખાલી ક્લાસરૂમમાં મળ્યા.

'ભાઈ, આપણને ફૈઝના મકાનમાંથી જે પણ કંઈ મળ્યું છે તે તરત જ રાણાને આપી દેવું જોઈએ. હું ઘર પર રાખવા નથી માંગતો.' સૌરભે કહ્યું.

'આપણે આજે સાંજે જઈશું.' મેં કહ્યું.

મારો ફોન વાગ્યો. મેં આજુબાજુ જોયું કે ચંદન સંતાઈને તો નથી બેઠો ને.

'ઓહ નો! સૌરભ, જો...'

મારા ફોનની સ્ક્રીન પર લબકઝબક થતું હતુંઃ 'કેપ્ટન ફૈઝ'.

'આ શું...' સૌરભે કહ્યું.

મારા હાથ કાંપવા લાગ્યા.

'હવે શું કરું?' મેં કહ્યું.

'તેને જાણ થઈ ગઈ હશે કે આપણે તેના ઘરમાં ઘૂસ્યા હતા?' સૌરભે કહ્યું.

ફોન મારા હાથમાં સતત કંપી રહ્યો હતો.

'મને કેમ ખબર?' મેં કહ્યું.

'ફોન ઉપાડ. સામાન્ય છો એવું વર્તન કરજે.' સૌરભે કહ્યું.

'ગુડ આફ્ટરનૂન, કેપ્ટન ફૈઝ.' મેં ફોન ઉપાડતાં કહ્યું. સૌરભે તેના કાન ફોનની નજીક ધર્યા, જેથી શું વાત થાય છે તે સ્પષ્ટ સાંભળી શકાય.

'ગુડ આફ્ટરનૂન, કેશવ. શું ચાલે છે? રાજધાની તમારી સાથે કેવી રીતે વર્તે છે?' ફૈઝે કહ્યું, તેનો અવાજ ખુશખુશાલ હતો.

'મજામાં સર. હું કામની જગ્યાએ છું. દિલ્હીમાં ગરમી પણ વધારે છે. આઈ મિસ શ્રીનગર.'

'ઓહ, તું કામમાં હોઈશ. હું તારો વધારે સમય નહિ બગાડું. મેં તને ફોન કર્યો, કારણ કે મને કંઈક યાદ આવ્યું.'

'શું, સર?'

'એ જ કે મેં ઝારાને ખાસ કાશ્મીરી ઈયરિંગ્સ આપ્યાં હતાં.'

સૌરભ અને હું એકબીજાની સામે નવાઈથી જોઈ રહ્યા.

'ઓહ,' મેં કહ્યું, 'ખાસ એટલે?'

'તે પારંપરિક કાશ્મીરી ઈયરિંગ્સ હતાં. તેની કિંમત થોડા લાખમાં હતી. મેં ઝારા વતી ચુકવણી કરી હતી, ઉધાર.'

'ઝારાએ તમને રૂપિયા પરત આપ્યા હતા?'

'મેં એને કહ્યું હતું કે જ્યારે તેનું પીએચ.ડી. ખતમ થાય અને નોકરી શરૂ કરે ત્યારે આપી દેશે. તેણે મને પચાસ હજાર તો ચૂકવી દીધા હતા. બાકીના માટે મેં કહ્યું હતું કે સારી જોબ મળે પછી આપજે.'

'ઓહ.' મેં કહ્યું.

'હા. તેને હંમેશાથી આ પારંપરિક કાશ્મીરી ઈયરિંગ્સ ભરોસાપાત્ર શ્રીનગર જ્વેલર્સ પાસેથી લેવાં હતાં. મેં તેને મદદ કરવાનું કહ્યું હતું.'

'કોલ કરવા અને આ વાત કરવા બદલ આભાર. આ મહત્ત્વનું હોય તેવું લાગતું નથી, છતાં પણ, થેંક્સ.'

'કૂલ. સંપર્કમાં રહેજે. તારા મિત્ર સૌરભને પણ હાય કહેજે.'

'ચોક્કસ.'

'બાય. જય હિન્દ.'

વાત સમાપ્ત. મેં સૌરભ સામે જોયું. તેણે કહ્યું, 'જો, કેટલો હોશિયાર છે આ માણસ.'

'તેને ખબર પડી ગઈ હતી, આપણે તપાસ માટે આવ્યા હતા

કે પછી ઈયરિંગ્સની જાણકારી માટે.' મેં કહ્યું.

'હા, તો તેને લાગ્યું હશે કે સામેથી સ્પષ્ટતા કરવાનું વધારે સારું રહેશે.'

અમે બંને થોડી ક્ષણ માટે ચૂપચાપ બેસી રહ્યા.

'તને લાગે છે કે એ રાણાને ખરીદી શકે?' સૌરભે કહ્યું.

'શું?' મેં કહ્યું.

'આપણે રાણાને બધા જ પુરાવા આપી દઈએ. ફૈઝ તેને કોલ કરે. સોનાના બિસ્કિટ આપવાની લાલચ આપે. રાણા લક્ષ્મણને પકડી રાખવા માટે માની જાય, જે તે ઇચ્છે જ છે.'

'તને એમ લાગે છે કે રાણાને ખરીદી શકાય?'

સૌરભે મારી સામે એવી રીતે જોયું જાણે કે મેં તેને સવાલ કર્યો હોય કે પેટ્રોલ આગ પકડે.

'ફાઈન,' મેં કહ્યું, 'તો આપણે રાણા પાસે હજી નથી જતા.'

હું ચાલતો થયો અને સ્ટાફરૂમની બહાર નીકળતાં વિચારવા લાગ્યો કે હવે શું?

'આપણે દિલ્હીમાં ફૈઝને કોઈ પાસે કબૂલ કરાવડાવું પડે, જેથી એ લાંચ પણ ના આપે અને ભાગે પણ નહિ.' મેં કહ્યું.

'કેવી રીતે?'

'મારી પાસે એક આઈડિયા છે.' મેં કહ્યું.

'શું છે તે?'

'એ આપણે ઘરે ચર્ચા કરીશું,' મેં સમય જોતાં કહ્યું, 'મારે હાલ વિકલનનાં સમીકરણો ભણાવવાનાં છે.'

'ઠીક છે. પણ ભાઈ.' સૌરભ આટલું બોલીને અટકી ગયો.

'શું?' મેં કહ્યું.

'આ તો ખાલી વાત છે, ખુલ્લા દિમાગથી વિચારજે. એક બિસ્કિટ વેચીને એક નવું એર-કંડિશન આપણા મકાન માટે ખરીદી શકાય ને?'

❖

સફદર ઊંડા વિચારમાં પડી ગયો, તેણે તેની દાઢી પર હાથ ફેરવ્યો. સૌરભ અને હું તેનાં સુશોભિત ડ્રોઇંગ રૂમમાં બેઠા હતા. અમે તેને શ્રીનગરમાં બનેલા ઘટનાક્રમથી વાકેફ કર્યા હતા.

'સિકંદરનું મૃત્યુ થયું? ખરેખર?' તેણે કહ્યું, તેનો હાથ હજી પણ તાજી રંગેલી દાઢી પર જ હતો.

'હા.' મેં કહ્યું.

સફદરે તેની હથેળીઓ ફેલાવી અને પ્રાર્થના કરી.

'યા અલ્લાહ,' સફદરે કહ્યું, 'ફરઝાના અને હું, અમે બંને એક જ સમયે સંતાનવિહોણા થઈ ગયાં.'

સૌરભ અને હું ચૂપચાપ ઊભા હતા.

'તે છોકરો ક્યારેય સાચા માર્ગ પર ચાલ્યો જ નહિ. મેં ઝારાને ઘણી વાર કહ્યું હતું. ફરઝાના શું કરે છે?' સફદરે કહ્યું.

'અમારી પાસે વધારે માહિતી નથી. પણ તે હજી શ્રીનગરમાં જ છે.' મેં કહ્યું.

'તે ભલે આતંકવાદી હતો, પણ ફરઝાનનું દુ:ખ ઓછું ના કહેવાય.'

'એ તો છે જ.' મેં કહ્યું.

'તો, ઝારાની હત્યા પાછળ સિકંદરનો હાથ નહોતો એવું થયું ને?' સફદરે કહ્યું.

'ના,' મેં કહ્યું, 'જેમ તમને હમણાં કહ્યું એમ ફૈઝ જવાબદાર છે.'

સફદરે તેનું માથું હલાવ્યું. 'કેપ્ટન ફૈઝ? ફૈઝના ફાધર અબ્દુલ ખાન અને મારી પંદર વર્ષ જૂની ઓળખાણ છે. તેઓ સાથે અમારે ઘર જેવા સંબંધ છે.'

'એટલે જ તો એનો ઝારાની નજીક આવવાનો રસ્તો સરળ થઈ ગયો હતો. પણ પછી જ્યારે ઝારાને તેના નિર્ણય બદલ પસ્તાવો થયો ત્યારે ફૈઝ એ વાત સ્વીકારવા તૈયાર ના થયો.' મેં કહ્યું.

'ફૈઝ પરિણીત છે. તેને બાળકો પણ છે, જેને હું મારા પૌત્ર સમાન જ ગણતો હતો.'

'અમે પુરાવા ભેગા કરવા માટે તેના દિલ્હીવાળા મકાનમાં ઘૂસ્યા હતા,' સૌરભે કહ્યું, 'અમારી પાસે તેઓનો હાઉસબોટવાળો ફોટો પણ છે. બંને જગ્યાએથી મળેલી પ્રેગ્નન્સી કિટ પણ એક જ દુકાનની છે.'

'બસ હવે.' સફદરે મોટેથી કહ્યું. ઉતાવળે તે ઊભો થયો અને ચાલતો તેના પુસ્તકના કબાટ પાસે ગયો. તે પાછો આવ્યો અને અમને કહ્યું.

'એ કાતિલ છે! મેં એને મારા દીકરા સમાન ગણ્યો હતો,'

સફદરે ગુસ્સામાં કહ્યું, 'અમે તેની શાદીમાં પણ ગયા હતા. મારી ફૂલ જેવી દીકરીને અડકવાની તેની હિંમત કેવી રીતે થઈ?'

સૌરભ અને મને શું કહેવું તે ખબર ના પડી.

'તે ફૌજી છે અને આવું કૃત્ય? આતંકવાદી અને તેનામાં ફર્ક શું રહ્યો?'

'અમે તેને જરૂરથી સજા અપાવીશું, અંકલ.' સૌરભે કહ્યું.

'એનાથી મારી દીકરી પાછી આવી જશે?' સફદર ભાંગી પડ્યો.

તેના ગાલ પર આંસુ ધસી આવ્યાં. તે ફરી અમારી પાસે આવીને બેઠો અને તેનો ચહેરો હાથથી છુપાવી દીધો.

'ના, અંકલ, ઝારા તો પાછી નહિ આવે,' મેં કહ્યું, 'પણ જો તેના કાતિલને સજા થાય તો તેના આત્માને શાંતિ જરૂરથી મળશે. અત્યારે ફૈઝ મુક્ત ફરી રહ્યો છે, એક સારા અધિકારીનો મુખવટો પહેરીને.'

સફદરે તેના ચહેરા પરથી હાથ હટાવ્યા.

'તમે મારી પાસેથી હવે શું અપેક્ષા રાખો છો?'

'એક પ્રાર્થનાસભાનું આયોજન તમારા ઘરે કરો. એવા દરેક લોકોને બોલાવો જે ઝારાની નજીક હતા.' મેં કહ્યું.

'કેમ એવું?'

'જો આપણે હાલ રાણાને પુરાવાઓ આપી દઈશું તો અમને ડર છે કે તે વેચાઈ જશે. અમારી ઇચ્છા છે કે ફૈઝ બધાની સામે તેનો ગુન્હો કબૂલ કરે, અને પછી પોલીસને બોલાવીશું.' સૌરભે કહ્યું.

'પણ આપણે તે કરીશું કેવી રીતે?'

'પ્રાર્થના બાદ, આપણામાંથી થોડાને ડિનર માટે રોકાવાનું કહેવાનું. બધાંને ફૈઝ સાથે એક રૂમમાં ભેગા કરવાના.' મેં કહ્યું.

'પછી શું કરવાનું?' સફદરે કહ્યું.

'આપણે તેમની પાસે ડિનરના સમયે કબૂલ કરાવીશું.' સૌરભે કહ્યું

'પછી પોલીસ આવીને તેને મીઠાઈ આપશે.' મેં કહ્યું.

❖

'ગભરાવા જેવું છે?' સૌરભે તેના ફોનમાંથી ઉપર જોતાં કહ્યું.

સૌરભ અને હું મારા પલંગ પર બેઠા હતા. હું સંભાવનાનું ટેસ્ટ પેપર મારા લેપટોપમાં ટાઇપ કરી રહ્યો હતો, જે ટેસ્ટ મારે આવતા અઠવાડિયે લેવાની હતી.

મેં લેપટોપની સ્ક્રીન બંધ કરી.

'ના. પણ ચિંતા જેવું ખરું.'

પ્રાર્થનાસભા માટે અમારી પાસે હવે ફક્ત પાંચ દિવસ જ બાકી હતા. સફદરે અમને સફેદ અસ્પષ્ટ આમંત્રણ પત્રિકા મોકલી હતી. મેં તેને ટેબલની બાજુમાંથી ઉપાડી.

ઝારા આપણને છોડીને ગઈ એને થોડા સમયમાં જ સો દિવસ પૂરા થશે.

પણ આપણે તેને દરરોજ, દરેક ક્ષણ યાદ કરીએ છીએ.

અમારી પુત્રીના જીવનમાં જે કોઈ મહત્ત્વનું હતું,

તેઓને અમે સોમા દિવસની પ્રાર્થનાસભામાં આમંત્રિત કરીએ છીએ

અમારા નિવાસસ્થાન પરઃ

૨૩૮, વેસ્ટેન્ડ ગ્રીન્સ,

૨૦ મે ૨૦૧૮, સાંજે ૫.૦૦ વાગે.

આભાર સાથે,

ઝૈનબ અને સફદર લોન.

'ફૈઝ આવશે? આ સોમા દિવસની પ્રાર્થનાસભા નિમિત્તે?' મેં કહ્યું.

'શોકસભા માટે કોઈ નિયમો નથી હોતા. આ તો તેનાં માતાપિતા તરફથી છે. સરખી રીતે વાંચ. બરોબર તો છે.' સૌરભે કહ્યું અને ફરી તેના ફોનમાં જોવા લાગ્યો.

તે એક આર્ટિકલ વાંચી રહ્યો હતો, જેનું ટાઇટલ હતું, 'ટિન્ડરમાં સારા મૅચ મળે એ માટે કેવી રીતે તેને હેક કરશો.'

'તને ખરેખર એવું લાગે છે કે તું ટિન્ડરનના મેચીંગ અલ્ગોરિધમને હેક કરી શકે છે?'

'જો એવું થાય તો શું થાય? કલ્પના કર. દરેક છોકરી, પછી તો એ રાઈટ સ્વાઈપ કરે કે લેફ્ટ સ્વાઈપ, મારી સાથે જ મૅચ થાય.'

'અને પછી એ જ્યારે તારો ફોટો જુએ, તો એને યાદ ના આવી જાય કે આને તો પહેલાં લેફ્ટ સ્વાઈપ કર્યું હતું?'

'તેઓ ફરીથી મારા માટે વિચારી પણ શકે. દુકાનમાં સારા માલને દેખાડવા માટે પ્રદર્શનમાં રાખવામાં આવે જ છે ને? કદાચ પસંદ આવી જાય.'

'તું માલ છો?' મેં હસતાં હસતાં કહ્યું.

'જ્યારે હોટ ગર્લ્સ મારી પાસે હશે, ત્યારે તારા દાંત દેખાડજે. ઓકે?'

'હું તો તારી મશ્કરી કરું છું,' મેં તેના બંને ગાલ ખેંચતાં કહ્યું, 'તું કોઈ પણ છોકરી માટે ઉત્તમ માલ છે.'

'હા, હા, ઉડાઓ હજી અમારી. મને ખબર છે કે મને કોઈ છોકરી પસંદ ના કરે. ટિન્ડર કે કોઈ પણ જગ્યાએ.'

'શું ફાલતુ વાતો કરે છે.'

'ભગવાનનો ખૂબ ખૂબ આભાર કે ભારતમાં એરેન્જ મેરેજ હોય છે. જો ટિન્ડર નહિ, તો મારાં માતાપિતા તો કોઈ એક શોધી કાઢશે જ. હકીકતમાં તો ભારતીય માતાપિતા જ લેફ્ટ કે રાઈટ સ્વાઈપ હોય છે તેમનાં સંતાનો માટે.'

હું હસવા લાગ્યો.

'એની વે, તેં મિ. રિચી રિચના સમાચાર સાંભળ્યા? તેં કોલ કર્યો?'

સૌરભ રઘુની વાત કરતો હતો. મેં મારા ફેસબૂકના ન્યુઝ ફીડમાં સમાચાર જોયા હતા : વિશ્વની સૌથી મોટી આર્ટિફિશિયલ ઈન્ટેલિજન્સી કંપનીએ રઘુની કંપનીમાં રોકાણ કર્યું. તે લોકોએ રઘુની કંપનીનું મૂલ્ય ત્રણસો મિલિયન ડૉલર્સ જેટલું આંક્યું છે.

'રિચી રિચના અડધા અને બાકીના તેના રોકાણકારોના, તો તેની સંપત્તિ થશે દોઢસો મિલિયન ડૉલર્સ. મતલબ એક હજાર કરોડ રૂપિયા.' સૌરભે કહ્યું.

'લાનત છે મારા પર.' મેં કહ્યું.

'હા. એક હજાર કરોડ. તારી જાણકારી માટે, તે આપણી ઉંમરનો જ છે. સત્યાવીસ.'

'અમે બંને તો એક જ કૉલેજ અને એક જ બેચના છીએ. બંનેને છોકરી પણ એક જ ગમતી હતી. તેની પાસે અઢળક સંપત્તિ છે અને મારી પાસે... ! હું બિગર લૂઝર છું?'

'ભાઈ, એક હજાર કરોડનું વ્યાજ જ ખાલી સો કરોડ આવે દર

વરસે.'

'આભાર, સૌરભ.'

'અને તે સો કરોડનું વ્યાજ દસ કરોડ. અને તે દસ કરોડ...' સૌરભે કહ્યું.

'હવે તારે બંધ થવાનું છે?'

'ભાઈ, આપણી પાસે તો તેના વ્યાજના વ્યાજના વ્યાજના કરતાં પણ ખૂબ જ ઓછા રૂપિયા હશે.'

'મને માહિતી આપવા બદલ આભાર, ગોલુ.'

'તું એને કોલ કરવાનો છે? તેં કહ્યું હતું કે તેને ફૈઝની વાત કરવાની છે.'

'મારે તેને તેની કંપનીના તાજેતરના મૂલ્યાંકન માટે અભિનંદન પણ પાઠવવાનાં છે.'

'એ બધું છોડ. તારે તો ખાલી એને પ્રાર્થનાસભામાં આવવા માટે કહેવાનું છે. તેં એને કોલ કરવાની વાત કરી હતી એટલે યાદ કરાવ્યું.'

મેં મારો ફોન કાઢ્યો.

'હા પણ, આ બધું કહેવાનું કેવી રીતે?' મેં કહ્યું, 'કે એની ફિઆન્સીને અફેર હતો, અને તેના પ્રેમીએ તેને પ્રેગ્નન્ટ બનાવી હતી, આવું બધું.'

'મને લાગે છે કે તારો બદલો લેવાનો સમય આવી ગયો છે. એણે તારી પાસેથી ઝારા છીનવી લીધી હતી. હવે તું રઘુને વાત કર કે ખરેખર ઝારા ક્યારેય તેની હતી જ નહિ.'

મેં મારું માથું હલાવ્યું.

'એ મને સારું નથી લાગતું. તેને દુભાવવાની કોઈ જ ઇચ્છા હવે નથી.'

'ઠીક છે. તો એને બાકીની વાત કર. અમને હત્યારો મળી ગયો છે. તેને પ્રાર્થનાસભામાં હાજરી આપવાનું જણાવ. બાકીની વાત ત્યાં કહીશું.'

'કોણ છે, એવો સવાલ કરશે તો?'

'કહેવાનું કે ફૈઝ છે. હવે તું આ લપ છોડીને ફોન કરે છે કે નહિ?'

સૌરભે મારો ફોન ઝૂંટવવાનો પ્રયત્ન કર્યો. હું મારો હાથ ખેંચીને દૂર લઈ ગયો.

મેં સ્પીકર મોડમાં ફોન રાખીને રઘુને કોલ કર્યો.

'હાય, કેશવ. ઘણા સમય બાદ.' રઘુએ કહ્યું.

'હાય, રઘુ, તું ભારતમાં છે?'

'હા, હું ઑફિસમાં જ છું. બોલ શું કામ છે?'

મેં સમય જોયો. રાતના ૧૦:૩૦ થયા હતા.

'મોડે સુધી કામ ચાલુ છે?'

'હા. નવા રોકાણકારને લીધે. અમે થોડા ગ્રુપ ભેળવી રહ્યા છીએ. એટલે, આ મહિનો એકદમ વ્યસ્ત રહ્યો.'

મને તેને અભિનંદન આપવાનું મન થયું, પણ નક્કી કર્યા મુજબ મેં એમ ના કર્યું.

'આપણે પ્રાર્થનાસભામાં ભેગાં થઈશું, આવવાનો છે ને?' મેં કહ્યું.

'હું આવવાનો પ્રયત્ન કરી રહ્યો છું. પણ નવા રોકાણકારો મારા માથા પર નાચે છે. ઝારાના ડેડનું તને પણ આમંત્રણ આવ્યું છે?' રઘુએ કહ્યું, તેને નવાઈ લાગી. એને આશ્ચર્ય થયું એ વ્યાજબી હતું. સફદર તો મને નફરત કરતો હતો. મારું ત્યાં કોઈ જ કામ નહોતું.

'હા. એ યોજનાનો એક ભાગ છે. રઘુ, કેસ સોલ્વ થઈ ગયો છે.'

'તેં કર્યો?'

'હા, અમને હત્યારાની જાણ થઈ ગઈ છે.'

'કેવી રીતે? મારો મતલબ છે કે કોણ?'

'કેપ્ટન ફૈઝને ઓળખે છે?'

'હા. આર્મી ઑફિસર. મજબૂત પુરુષ. ઝારાનો ફેમિલી ફ્રેન્ડ. તેણે મદદ કરી?'

'ના, રઘુ. કેપ્ટન ફૈઝ જ જવાબદાર છે. તે જ ખૂની છે.'

'શું?' રઘુએ કહ્યું અને ચૂપ થઈ ગયો.

'રઘુ?' મેં કહ્યું, એવું લાગ્યું કે લાઇન કટ થઈ ગઈ.

'હા, હું સાંભળું છું,' તેણે અસ્પષ્ટ અવાજમાં કહ્યું, 'ખરેખર? ફૈઝ?'

'હા.'

'કેમ?'

'ફૈઝને ઝારા પસંદ હતી.' મેં કહ્યું.

'શું?'

'તેઓનો અફેર ચાલતો હતો.'

'આ તું શું બોલી રહ્યો છે ? તે પરિણીત છે. તેને બાળકો પણ છે !'

'મને ખબર છે. છતાં તે ઝારા સાથે જોડાયેલો હતો.'

મેં શક્ય ત્યાં સુધી હળવા શબ્દોનો ઉપયોગ કર્યો જેમ કે 'જોડાયેલો હતો'. પણ મને ખબર છે કે રઘુને શું સંભળાયું હશે, 'કોઈ બીજો તારી ગર્લફ્રેન્ડને વાપરતો હતો.'

'રઘુ ?' સામેથી કોઈ જવાબ ના આવતાં મેં કહ્યું, 'તું હાજર છે ?'

'તારી પાસે પુરાવા છે ?'

'એકદમ જોરદાર પુરાવા છે.'

'હરામી સાલો.'

મને લાગે છે કે પૂંછડિયો તારો પૃથ્વી પાસેથી પસાર થયો હોવો જોઈએ. પહેલી વાર મેં રઘુના મોંમાંથી અપશબ્દો સાંભળ્યા.

'પાગલ પોલીસ પાસે ભૂલથી ના જતો,' રઘુએ કહ્યું, 'મેં રાણાને થોડા દિવસો પહેલાં કોલ કર્યો હતો.'

'તેં કર્યો હતો ?'

'કેસ વિશે જાણકારી મેળવવા. મેં એને પહેલાં પણ કોલ કર્યા હતા. જો કે, તે લક્ષ્મણની ધરપકડ કરીને ખુશ છે.'

'હા, તેને એ માફક આવી ગયું છે.'

'રાણા ગોટાળા કરે એવો છે. અને ફૈઝ આર્મીમાં છે. તે છટકવા માટે કોઈ વહિવટ કરે એવું બની શકે.'

'થેન્ક યુ, હું પણ આવું જ વિચારતો હતો. એટલે જ પ્રાર્થનાસભા ગોઠવી છે.' મેં કહ્યું.

મારે એવો સ્વીકાર ના કરવો જોઈએ કે રઘુ જેવો સ્માર્ટ વ્યક્તિ પણ મારા જેવું જ વિચારતો હતો.

'ફૈઝને તારી યોજનાની જાણ તો નથી થઈ ને ?' રઘુએ કહ્યું.

'ના.'

'તો સારું. હવે તો હું ચોક્કસ આવીશ પ્રાર્થનાસભામાં. વીસમી તારીખ છે ને ?'

'હા.'

'હું જરૂરથી આવીશ.'

'તો આપણે મળીશું ત્યારે.' મેં કહ્યું અને એક ઊંડો શ્વાસ લીધો. 'અને બીજું.'

'હા?'

'કોંગ્રેટસ. મેં નવા રોકાણકાર અને તાજેતરના મૂલ્યાંકનના સમાચાર વાંચ્યા હતા.'

'ઓહ, એવું છે. થેન્ક્સ.' રઘુએ કહ્યું.

'ઠીક છે. પાંચ દિવસ બાદ મળીશું.' મેં કહ્યું.

'જરૂર. કેશવ.'

'હા.'

'થેન્ક યુ.'

'વેલકમ, રઘુ.'

'તારા આ ઉપકારનો બદલો ખબર નહિ હું ક્યારે ચૂકવીશ.'

સૌરભને જોઈને મને લાગ્યું કે એ કંઈક કહેવા માંગે છે.'

'વન સેકન્ડ રઘુ.' મેં ફોન પર હાથ રાખતાં કહ્યું.

'શું?' મેં સૌરભને કહ્યું.

'એ બદલો જરૂરથી ચૂકવી શકે એમ છે. તેની પાસે એક હજાર કરોડ છે. કદાચ એમાંથી જો થોડા પણ આપણને આપે તો...' સૌરભે કહ્યું.

'મોં બંધ કર.' મેં ફરી રઘુ સાથે વાત ચાલુ કરી. 'સૉરી, રઘુ. તું કોઈ વાત કહેવા જઈ રહ્યો હતો.'

'નથિંગ. એમ જ કે હું ક્યારેય બદલો ચૂકવી નહિ શકું. અને આશા રાખું કે તેઓ ફૈઝને ફાંસીની સજા આપે. અથવા તો આજીવન કેદ.'

'એવું જ થશે.' મેં કહ્યું.

'દરેક ક્ષણે ઝારા મને યાદ આવે છે.' રઘુએ કહ્યું.

મારે આ સાંભળવું નથી. મને આવું કહેવાનું મન થયું, પણ ના કહ્યું.

'મેં એને ભારત છોડવાનું કહ્યું હતું, આ બધું પાછળ છોડીને. હું ફક્ત ...' રઘુ આટલું બોલતાં જ સાવ ભાંગી પડ્યો. મને તેનાં ડૂસકાં સંભળાતાં હતાં.

'હું તારી મનોદશા સમજી શકું છું, રઘુ.'

અરે, મારી ભૂતપૂર્વ પ્રેમિકાને પ્રેમ કરનાર વ્યક્તિને આશ્વાસન આપવું એ શું મારી ફરજમાં આવે?

તે હજી એ જ હાલતમાં હતો. 'હું તેને સર્વસ્વ આપવા માંગતો હતો. આ બધી સિદ્ધિ અને અભિનંદન. મારે મન તે કંઈ નથી. ઝારા વગરની જિંદગી સાવ અધૂરી છે.'

'જો એના માટે બધું નકામું હોય તો એ તેની સંપત્તિ આપણને આપી શકે છે.' સૌરભે ધીમેથી મારા કાનમાં કહ્યું.

મેં સૌરભને ચૂપ કરવા પાછળથી એક લાત ફટકારી. જ્યારે કોઈ રડતા વ્યક્તિ સાથે વાત કરતા હોઈએ ત્યારે ગમગીન રહેવું જોઈએ.

'બધું નકામું છે. આ બધી સંપત્તિ. અર્થહીન.' રઘુ બોલી રહ્યો હતો. મને લાગ્યું કે રઘુને રડવા માટે કોઈ ખભાની જરૂર છે. પણ એ ખભો મારો બિલકુલ નહિ.

'હું કલ્પી શકું છું. રઘુ, કોઈ આવ્યું લાગે છે. આપણે દિલ્હીમાં મળીએ?'

'હા, ચોક્કસ. તારો સમય લેવા માટે દિલગીર છું. તારો ખૂબ ખૂબ આભાર.'

મેં કોલ સમાપ્ત કર્યો અને સૌરભના માથા પર તકિયો ફેંક્યો.

'સાલા, આ મજાક કરવાનો સમય છે?' મેં કહ્યું.

સૌરભ હસવા લાગ્યો.

'તેં સારી રીતે સંભાળ્યું.'

'ખરેખર?'

'હા. તેં એને સરસ રીતે બધું જણાવ્યું.' સૌરભે કહ્યું અને પલંગમાં આડો પડ્યો.

મેં મારો ફોન અને લેપટોપ એક બાજુ મૂક્યાં.

'ગોલુ, તું તારા રૂમમાં જઈને ઊંઘી જા.'

'મને તો અહીંથી એક ડગલું ભરવાની પણ આળસ આવે છે. ગુડ નાઈટ.' સૌરભે કહ્યું અને તેની બાજુનો લેમ્પ બંધ કર્યો.

હું બેડમાં પડ્યો, પણ આંખો ખુલ્લી જ હતી. મને બીજું કંઈ જ સંભળાતું નહોતું, ખાલી સૌરભનાં નસકોરાંનો અવાજ અને તાલબદ્ધ

પંખાની ઘરઘરાટીનો અવાજ આવતો હતો. મારા મનમાં રઘુ સાથેની વાતચીત ઘુમરાતી હતી. હું ખરેખર સમજણો થઈ ગયો? મને એની સફળતાની વાત જાણીને કોઈ જ ઈર્ષ્યા ના થઈ. એ તેની ફિયાન્સીના આડા સંબંધની વાત જાણીને દુ:ખી થયો તેનો મને જરા પણ આનંદ ના થયો. હું કટાક્ષ કે મહેણાંથી પણ દૂર રહ્યો. એ એટલો બધો દુ:ખી હતો કે તેના માટે કરોડોની સંપત્તિનું કોઈ જ મૂલ્ય નહોતું. તે કહેતો હતો કે તેની જિંદગી ઝારા વગર સાવ અધૂરી છે...

રઘુ સાથેની છેલ્લી વાતચીત મારા કાનમાં ગુંજી રહી હતી. મારું ધ્યાન છત પર ફરતા ગોળ ગોળ પંખા પર અટકી ગયું હતું.

અડધો કલાક પછી, મેં મારી બાજુનો લેમ્પ બંધ કર્યો.

'શું થયું?' સૌરભે ઊંઘમાં કહ્યું.

'મને ઊંઘ નથી આવતી. મારે કોઈ જગ્યાએ જવું છે.' મેં કહ્યું.

'શું?' સૌરભે તેની આંખો ચોળતાં કહ્યું.

'તારે મારી સાથે ફરવા આવવું છે?'

'શું?' સૌરભે કહ્યું.

'પ્રાર્થનાસભા સુધી આપણે બહાર જતા રહીએ. ચિંતાથી છુટકારો મળશે.'

'શું? ક્યાં? ક્લાસિસનું શું?'

'મને એ બધાંની કોઈ જ ફિકર નથી.'

'હું આવી શકું એમ નથી. હું મારા કોર્ષ શેડ્યુલ કરતાં ઘણો પાછળ છું. ચંદન મને ખાલી કાઢી જ નહિ મૂકે, પણ તે મારી નાંખશે.'

'ઠીક છે. હું થોડા દિવસ માટે અહીંથી દૂર જઈ રહ્યો છું.' મેં કહ્યું. હું બેડ પરથી ફટાફટ ઊભો થયો અને લાઇટ ચાલુ કરી. મેં મારો કબાટ ખોલ્યો અને મારી સૂટકેસ બહાર કાઢી, કપડાં ભરવાં માટે.

'ક્યાં?' સૌરભે કહ્યું, પથારીમાં બેસીને, માથું ખંજવાળવા લાગ્યો.

'એ હું તને પછી જણાવીશ. તું ઊંઘી જા. અને ચંદનને સંભાળી લેજે, પ્લીઝ.'

પ્રસ્તાવના આગળ

ઓન બોર્ડ ઈન્ડિગો ફ્લાઈટ 6E766 HYD_DEL

'વાત તો અધૂરી કહેવાય.' મેં કહ્યું.

કેશવે મોટું સ્માઈલ આપ્યું.

'આનંદ થયો કે તમને રસ પડ્યો.'

'જોરદાર કહેવાય, કેશવ. તું અસલી મર્દ છો. તું ખરેખર શ્રીનગર ગયો અને આ બધું કર્યું?'

'હા, સૌરભ મારી સાથે આવ્યો હતો અને મને ઘણી મદદ કરી હતી. કોચીંગ ક્લાસના બે સામાન્ય ફેકલ્ટી માટે તો આ ઘણું કહેવાય.' કેશવે કહ્યું.

'અકલ્પનીય કહેવાય. પછી શું થયું? તું પ્રાર્થનાસભામાં ગયો હતો?'

'તે આવતીકાલે છે. મતલબ કે હવે તો આજે. અડધી રાત પસાર થઈ ગઈ છે.'

'શું? તેં તો સૌરભને એમ કહ્યું હતું કે તું આરામ માટે શહેર છોડીને જઈ રહ્યો છે.'

'તે મેં ચાર દિવસ પહેલાં કહ્યું હતું. મારો થાક ઊતરી ગયો. હું પાછો ફરી રહ્યો છું.'

મેં મારી ઘડિયાળમાં તારીખ અને સમય જોયાં. વહેલી સવારના ૧:૦૫, ૨૦ મી મે.

'ઓહ, ક્યાં જઈ આવ્યો?'

'ઘણાં સ્થળોએ. મારાં મન-મગજને શાંત કરવા માટે. શંકાઓનું સમાધાન કરવા. તથ્ય બહાર લાવવા માટે.'

મેં અનુમાન લગાવ્યું કે ફ્લાઈટ તેલંગાણાથી આવતી હતી.

'તિરૂપતિ કે એવું કંઈક?' મેં કહ્યું.

કેશવ મંદ મંદ મુસ્કુરાયો.

'મારે જ્યાં જવાની જરૂર હતી ત્યાં હું ગયો હતો.' તેણે કહ્યું.

મને સમજણ પડી ગઈ કે એ વધારે સ્પષ્ટતા કરવા નથી માંગતો.

'લેડીસ એન્ડ જેન્ટલમેન, આપણે ટૂંક સમયમાં જ દિલ્હીમાં ઊતરીશું.' એરહોસ્ટેસે ઉદ્દઘોષણા કરી, મહેરબાની કરીને તમારાં સીટબેલ્ટ બાંધી લો.'

વિમાન નીચે ઊતરવા લાગ્યું અને અમને દિલ્હીની ધુમ્મસ છવાયેલી રાત દેખાવા લાગી.

થોડી જ મિનિટમાં, વિમાન ધબ દઈને નીચે ઊતરી ગયું અને અટક્યું.

'મને સાંભળવા બદલ આભાર.' તેણે કહ્યું.

'મારા માટે તે આનંદની વાત છે. તો, તું આજે સત્ય પરથી પડદો ઉઘાડીને ગુન્હેગારને ખુલ્લો કરવા જઈ રહ્યો છે. ઝારાના કાતિલને જેલભેગો કરવા.'

'વિચાર્યું તો એવું જ છે.'

'ચોક્કસ એવું જ થશે.'

'થેન્ક યુ.'

'તું પછી મને જણાવીશ કે પ્રાર્થનાસભામાં શું થયું હતું?' મેં કહ્યું.

'કેમ?'

'કારણ કે મારે આખી વાત સાંભળવી છે એટલે.'

'તમે જ તો કહ્યું હતું, "ઓહ નો, હવે વધારે નહિ".'

'મેં એની માફી તો માંગી હતી.' મેં સ્વીકારતાં કહ્યું.

બધા જ મુસાફરો સીટબેલ્ટ છોડીને ઊભા થયા અને કોણી તેમજ ધક્કા મારતાં ઊતરવા માટે અધીરા થઈ ગયા હતા. બધા એવી રીતે વર્તન કરતા હતા જાણે કટોકટી હોય, કે પછી તેઓના ઘરમાં આગ લાગી હોય, અને જાણે કે તે બધાને વિમાનમાંથી બધા કરતાં પાંચ સેકન્ડ વહેલાં નીચે ઊતરવાનું હોય.

'હું તમને કોલ કરીશ, બાકીની વાત કરવા માટે.' કેશવે સ્મિત સાથે કહ્યું.

અમે બંનેએ હાથ મિલાવ્યા અને નંબરની આપ-લે કરી. જેવા અમે વિમાનમાંથી બહાર આવ્યા કે તેનો ફોન રણક્યો.

'હા, રાણા સર. ઓકે, તે ફૂટેજ બરોબર છે.' તેણે કહ્યું. અમે એકબીજાને હાથ હલાવીને આવજો કહ્યું, ત્યારે તે ફોનમાં વાત કરવામાં વ્યસ્ત હતો. ઝડપી પગલાં ભરતો મારાથી આગળ અને દૂર થતો ગયો.

❖

હું એરોસિટીમાં આવેલ અંદાઝ હોટલના મારા રૂમ પર પહોંચ્યો, હોટલ વેસ્ટેન્ડ ગ્રીન્સથી ફક્ત દસ મિનિટનાં અંતરે જ હતી. મેં ઊંઘવાનો પ્રયત્ન કર્યો, પણ સફળ ના થયો. થોડી જ કલાકો બાદ, પ્રાર્થનાસભા શરૂ થવાની હતી. હવે આર્મી ઑફિસરની ધરપકડમાં વધારે સમય બાકી નહોતો.

હું વારંવાર પથારીમાં પડખાં ફેરવતો હતો, પણ આંખમાં દૂર સુધી ક્યાંય ઊંઘનું નામોનિશાન દેખાતું નહોતું, છેવટે મેં મારો મોબાઈલ ઉપાડ્યો અને કેશવને મેં મેસેજ કર્યો.

'આજની સાંજ માટે બેસ્ટ ઑફ લક, દોસ્ત.'

પ્રકરણ-૨૭

'વહાલા મિત્રો, આપણે અહીં શાંતિની શોધમાં ભેગા થયા છીએ. શાંતિ, શું થયું તે સ્વીકારવા માટે. શાંતિ મારા માટે, એ હકીકત હોવા છતાં કે હું મારી પુત્રીને દરેક ક્ષણે યાદ કરું છું. શાંતિ, ગુસ્સે ના થવા માટે અને કેમ થયું એ જાણવા માટે. શાંતિ, ભગવાનની ઇચ્છા પર ભરોસો મૂકવા માટે.' સફદરે પ્રાર્થનાસભામાં આવેલા દરેકને સંબોધતાં કહ્યું.

લોકો અર્ધગોળાકારમાં જમીન પર બેઠા હતા, ઝારાના બ્લેક એન્ડ વ્હાઇટ ફોટા સામે. તેના ઘણા બધા ફોટાને એક જ ફોટામાં આવરી લેવામાં આવ્યા હતા. સ્ત્રીઓ અને પુરુષો અલગ બેઠાં હતાં. લગભગ ચાલીસ જેટલા મહેમાનો આછા રંગનાં કપડાં પહેરીને આવ્યાં હતાં. તેમાંથી વધારે તો ઝારાના અંકલ અને આંટી હતાં, કે જેઓ ઝૈનબ તથા સફદરની વૃદ્ધ અને બીમાર મા સાથે જમીન પર બેઠાં હતાં.

રઘુ મારાથી ત્રણ જગ્યા છોડીને બેઠો હતો, જ્યારે સૌરભ મારી બાજુમાં જ બેઠો હતો. ટોળામાં ઘણા ઝારાનાં હૉસ્ટેલ ફ્રેન્ડ્સ પણ હતા, જેમને હું ઓળખતો હતો.

સફદર બાદ ઝારાની હિમાદ્રી હૉસ્ટેલની ફ્રેન્ડ સનમ બોલવા માટે ઊભી થઈ.

'રૂમ નંબર ૧૦૫ હજી પણ તેનો જ છે. એવું લાગે કે જાણે ઝારા હમણાં તેમાંથી બહાર નીકળશે. હું તેને હિમાદ્રીની બહારની તરફ આવેલા ઘાસમાં શોધું છું, જ્યાં તે તેનાં પુસ્તકો અને અભ્યાસ માટે બેસતી હતી.' સનમે લાગણીસભર થઈને કહ્યું.

મેં સમય તપાસ્યો - સાંજના સાડા પાંચ થયા હતા. ફૈઝ હજી સુધી નહોતો આવ્યો. સફદરે તેને કાર્ડ તો મોકલાવ્યું જ હતું, પણ અલગથી કોલ પણ કર્યો હતો. ફૈઝે હાજરી આપવાનું વચન પણ આપ્યું હતું. મારી સૂચના પ્રમાણે, સફદરે ફૈઝને ઍરપૉર્ટ પરથી લાવવા માટે કાર પણ મોકલી હતી. અમે નહોતા ઇચ્છતા કે એ પ્રથમ તેના અર્જુન વિહારના ઘર પર જાય અને ઊથલપાથલ થયેલી જુએ.

'વેસ્ટેન્ડ ગ્રીન્સ એ ઍરપૉર્ટ પછી તરત જ આવે છે. તું સીધો મારા ઘર પર જ આવજે. સલમા અને બાળકો દુબઈ છે પછી ઘરે

જવાનો શું મતલબ છે?' સફદર ફૈઝ સાથે ફોનમાં વાત કરતો હતો.

મેં શ્રીનગર-દિલ્હીની ફલાઇટની સ્થિતિ મારા ફોનમાં તપાસી. ફૈઝની ફલાઇટ આવી ગઈ હતી.

'જો તે નહિ આવે તો શું થશે?' સૌરભે મારા કાનમાં ધીમા અવાજે કહ્યું.

મેં શાંતિથી તેની સામે માથું હલાવ્યું.

સનમ પછી, સફદરે રઘુને બોલવા માટે આમંત્રણ આપ્યું. જેવો રઘુ બોલવા માટે ઊભો થયો કે મેં ટોયોટા ફોર્ચ્યુનેર જોઈ. ફૈઝ આવી ગયો.

ફૈઝને જોઈને સૌરભને હાશકારો થયો. ફૈઝ જૂતાં ઉતારીને રૂમમાં દાખલ થયો. તેણે બે હાથ જોડીને સફદર અને તેના પરિવાર સામે દૂરથી નમસ્કાર કર્યા.

'હું શું બોલું?' રઘુ આટલું બોલીને અટકી ગયો. ફૈઝને રૂમમાં પ્રવેશતાં જોઈને તેણે તેનાં ચશ્માં સરખાં કર્યાં. ફૈઝે રઘુ સામે સ્મિત કર્યું, જેના જવાબમાં તેણે માથું હલાવ્યું. રઘુએ તેનું બોલવાનું શરૂ કર્યું.

'મારે કહેવું છે કે ઝારાના જવાથી જો સૌથી વધુ નુકસાન કોઈને થયું હોય તો એ મને થયું છે. જ્યારે તમે કોઈ એક સાથે તમારી બાકીની જિંદગીનું આયોજન કરતા હોય, અને પછી તે કોઈ એક તમને કાયમ માટે છોડીને જતા રહે, તો પછી બાકીની જિંદગીમાં તમારા માટે બાકી શું રહ્યું?'

ફૈઝ, પુરુષો બેઠા હતા ત્યાં ખૂણામાં જઈને બેઠો. રઘુનું સતત બોલવાનું ચાલુ જ હતું ત્યારે ફૈઝે તેનો મોબાઈલ બહાર કાઢીને મેસેજ જોયા.

'હું ભાંગી પડ્યો છું. હું સામનો કરવાનો પ્રયાસ કરું છું. હું ખૂબ જ કામ કરું છું કે જેથી મને વિચાર કરવાનો સમય જ ના મળે. પણ મને ખબર છે કે આ દુઃખ સહન કરવામાં હું એકલો નથી. તમે બધા જ અહીં હાજર છો, ઝારાનાં પેરેન્ટ્સ, તેણીનાં દાદી, તેણીનાં મિત્રો... હું એવું કેવી રીતે બોલી શકું કે મને સૌથી વધારે દુઃખ છે? તમે બધાંએ આ ખોટ સહન કરી છે અને હજી પણ આ પીડા ચાલુ જ છે. આપણે પહેલાં જેવાં ક્યારેય નહિ થઈ શકીએ.'

ફૈઝ હજી પણ તેના ફોનમાં જ ચોંટ્યો હતો. રઘુની આંખો આંસુથી છલકાઈ જતાં તે થોડી વાર અટકી ગયો. ઝારાની એક પિતરાઈ

બહેને તેને પાણીનો ગ્લાસ આપ્યો. રઘુએ એક ઘૂંટડો ભરીને ચાલુ રાખ્યું. 'મેં મારી આખી જિંદગીમાં, ક્યારેય કોઈને ઝારાની જેમ માયાળુ, હકારાત્મક, ઉદાર, કરુણામય અને આટલાં પ્રેમાળ નથી જોયાં. તે મારી જિંદગીમાં ઘટેલો સૌથી ઉત્તમ બનાવ હતી. મેં મારી જિંદગીમાં જે પણ કંઈ પ્રાપ્ત કર્યું છે તેની પાછળ ઝારાનું પ્રોત્સાહન જ છે. હું તેની સાથે રહીને જે અનુભવતો હતો તેવું હું ક્યારેય હવે અનુભવી નહિ શકું. મારે તેને કહેવું છે કે હું તારો આભારી છું. તારી યાદો અને જે પણ કંઈ હકરાત્મક વસ્તુઓ તારી પાસેથી શીખ્યો એ બદલ ભગવાન તારા આત્માને શાંતિ આપે.'

રઘુએ તેની વાત સમાપ્ત કરી. તે છતાં પણ ઊભો રહ્યો, આંખો બંધ કરી, દુઃખને હળવું કરવાં. સનમ તેની નજીક આવી, તેના હાથ રઘુના ખભા ફરતે રાખીને ધીમે ધીમે ચાલતાં તેને તેની જગ્યા સુધી લઈ ગઈ.

થોડા બીજા સંબંધીઓ બાદ, મૌલવીએ પ્રાર્થના વાંચી અને પ્રાર્થનાસભાના સમાપનની સૂચના આપી. બધા વારાફરતી ઘરે જતાં પહેલાં સફદર પાસે રૂબરૂ આવીને દિલાસો આપતાં ગયાં.

❖

સાંજે સાત વાગે, થોડા જ લોકો બાકી હતા. ફૈઝ સફદરને ગળે મળવા માટે નજીક આવ્યો.

'અંકલ, હું રજા લઈશ, મને જવાની પરવાનગી આપો.' ફૈઝે કહ્યું.

'ના, ના, ના ! તું આટલા દૂરથી આવ્યો છો. ડિનર પછી જવાનું છે.' સફદરે કહ્યું.

'અંકલ, મેં તમને કહ્યું હતું ને કે અમારી વાર્ષિક મિલિટરી કસરત ચાલે છે. મારા ઉપરી અધિકારીએ ફક્ત એક જ દિવસ માટેની મારી રજા મંજૂર કરી છે. એ પણ સહાનુભૂતિને કારણે.'

'પણ તારી ફ્લાઇટ તો આવતીકાલની છે ?'

'હા, પણ હજી મારે તો મારા ઘર પર જવાનું પણ બાકી છે અને મારા સિનિયર ઑફિસર મને મેસેજ પર મેસેજ કરે છે.' ફૈઝે કહ્યું.

સફદરને ખરાબ લાગ્યું. 'આ તારું ઘર નથી ? મને એવું લાગશે

કે હું મારાં બાળકો સાથે ડિનર લઈ રહ્યો છું.' તે રઘુ તરફ ફર્યો. 'રઘુ, પ્લીઝ, તું પણ ડિનર માટે રોકાઈ જા.'

'અફકોર્સ, અંકલ.' રઘુએ વિનમ્રતાથી કહ્યું.

'કેશવ, સૌરભ, તમારે પણ. સનમ, પ્લીઝ તારી ફ્રેન્ડ્સને પણ રોકાવાનું અને જમીને જવાનું કહેજે. તમે બધી છોકરીઓ ઝૈનબને ડિનરમાં સાથ આપજો.'

સનમે માથું હલાવ્યું.

'છોકરાઓ, ચાલો, આપણે બધાં સાથે જમવા બેસીએ.' સફદરે કહ્યું.

❖

સફદર લોનનું ડાઈનિંગ ટેબલ હું જ્યારે પણ અહીં આવું છું ત્યારે પ્રભાવિત કરે છે. શણગારેલા, અઢારની ક્ષમતાવાળા ડાઈનિંગ ટેબલ પર આજની રાતે ફક્ત પાંચ જ માણસો હતા. સફદર હંમેશની જેમ મુખ્ય જગ્યાએ બેઠો. રઘુ અને ફૈઝ, ડાબી તરફ બેઠા, જ્યારે સૌરભ અને હું જમણી તરફની ખુરશી પર બેઠા.

મેં મારો ફોન મારા ખોળામાં મૂક્યો. મેં ઈન્સ્પેક્ટર રાણાને મેસેજ ટાઈપ કર્યો.

'તમે તૈયાર છો?'

'હા, હવે તું મને જણાવીશ કે આ બધું શું છે?' તેણે જવાબ આપ્યો. મેં રાણાને તાકીદે તૈયાર રહેવાનું કહ્યું હતું.

'તમે વેસ્ટેન્ડ ગ્રીન્સથી કેટલા દૂર છો?' મેં ફરી મેસેજ કર્યો.

'હું હૌઝ ખાસમાં છું. ચાલીસ મિનિટ જેવું થાય.'

'ઓકે. તમે હવે આવી શકો છો. ૨૩૮, વેસ્ટેન્ડ ગ્રીન્સ.'

'આ પેલી ઝારાના પેરેન્ટ્સવાળી જ જગ્યા છે ને?'

'હા. થોડા માણસો લઈને આવજો. હું તમને ઝારાનો હત્યારો આપીશ. પુરાવા સાથે.'

'શું? કોણ? કેવી રીતે? પાક્કું છે?' તેણે જવાબ આપ્યો.

'અહીં આવો પછી તમને બધા જ સવાલોના જવાબ મળી જશે.'

મેં ફોન પરથી ધ્યાન હટાવીને જોયું. સફદર મારી સામે જોઈને હસતો હતો.

'આ પેઢીને તેના ફોનનું એવું વળગણ થઈ ગયું છે કે વાત જ ના કરો. ઝારા પણ આવી જ હતી.'

'સૉરી, અંકલ,' મેં કહ્યું, 'મારી મમ્મીને એ જાણવું હતું કે મેં જમી લીધું કે નહિ.'

'માતાપિતા જેટલો પ્રેમ તમને કોઈ ના કરી શકે.' સફદરે કહ્યું.

બે પીરસનારા ડાઈનિંગ રૂમમાં આવી ગયા, બંનેના હાથમાં જે ટ્રે હતી તે આખી ભરેલી હતી. તેઓએ ટેબલ પર ડિશ મૂકી - પીળી દાળ, ફુલકાં, કોબી-બટેટા, ચિકન સૂપ અને રાઈતું. આવા પ્રસંગને લીધે સાદું ભોજન હતું, બાકી તો લોન ફેમિલીનો જમણવાર વિવિધ સ્વાદિષ્ટ વાનગીઓથી ભરપૂર હોય. પીરસનારા અમારી થાળીમાં એક પછી એક વસ્તુ મૂકવા લાગ્યા.

'હું લાસ્ટ યર ફેસબૂકમાં જોડાયો હતો. હવે બધા કહે છે કે ઈન્સ્ટન્ટગ્રામમમાં પણ તમે હોવા જોઈએ.' સફદરે કહ્યું.

'ઈન્સ્ટાગ્રામ.' સૌરભે કહ્યું.

'હા, એ જ. એ ગૂંચવણભર્યું છે. હવે બીજું કંઈ છે જેમાં મારે હોવું જોઈએ?' સફદરે કહ્યું.

'સૌરભની એક ફેવરિટ એપ છે,' મેં કહ્યું, 'તે નવા મિત્રો બનાવવામાં મદદ કરે છે.'

'કઈ છે?' સફદરે કહ્યું.

'એવી કોઈ એપ નથી.' સૌરભે ટેબલ નીચેથી લાત મારતાં કહ્યું.

'અત્યારે તો એપ્સની બોલબાલા છે,' રઘુએ કહ્યું, 'ફેસબૂકવાળાએ જ ઈન્સ્ટાગ્રામ ખરીદી લીધું છે.'

'એવું છે?' સફદરે આશ્ચર્યથી કહ્યું.

'હા, વ્હોટ્સ એપ પણ.' રઘુએ કહ્યું. તે દાળ-ભાત હાથથી ખાતો હતો, જેવી રીતે હૉસ્ટેલમાં ખાતો હતો બિલકુલ એમ જ.

'મને વ્હોટ્સ એપ ખૂબ જ ગમે છે,' ફૈઝે કહ્યું, 'મારાથી દૂર રહેતા લોકો સાથે સંપર્ક રાખવાનું સરળ અને ઉત્તમ માધ્યમ.'

પીરસવાનું કામ સમાપ્ત થયું.

'તમે જ્યારે જાવ, ત્યારે બારણું બંધ કરજો.' સફદરે પીરસનારાઓને

કહ્યું.

ફૈઝે સફદર સામે જોયું, એને થોડું અલગ લાગ્યું પણ મોં પર સ્મિત રાખ્યું.

'સૉરી, ઝારાના કેસની ચર્ચા કરવી હતી એટલે,' સફદરે કહ્યું, 'કોઈ બીજું સાંભળે એવું હું નહોતો ઇચ્છતો.'

ફૈઝે રોટલી તોડીને દાળમાં બોળતાં માથું હલાવીને સહમતી દર્શાવી.

'ચોકીદારનો કોર્ટમાં કેસ શરૂ થવાનો જ છે ને?' ફૈઝે કહ્યું.

'આ કૃત્ય ચોકીદારનું નથી.' સફદરે એકદમ ઠંડા અવાજે કહ્યું.

'તેણે નથી કર્યું?' ફૈઝે કહ્યું, તેનો રોટલીનો કોળિયો મોં આગળ અધવચ્ચે આવીને અટકી ગયો.

'ના.' મેં કહ્યું. મેં મારા કાંટા અને છરી ટેબલ પર મૂક્યાં.

'તને પાક્કી ખાતરી છે? લક્ષ્મણે આ નથી કર્યું, ચોકીદાર? પોલીસે તો ટીવીમાં નિવેદન પણ આપ્યું હતું.' ફૈઝે કહ્યું.

'મને ખાતરી છે,' મેં કહ્યું, 'હકીકતમાં તો મને ખૂની કોણ છે એ પણ ખબર છે.'

બધા ફૈઝની સામે જોવા લાગ્યા. તેના હાથમાં રોટલી કાંપી રહી હતી.

'બધાં મારી સામે આવી રીતે કેમ જુઓ છો?' ફૈઝે કહ્યું.

'ગદ્દાર. મેં તને મારા પુત્ર જેવો ગણ્યો અને...' સફદરે કહ્યું.

'આ તમે શું બોલી રહ્યા છો, અંકલ?' ફૈઝે કહ્યું.

સફદરે તેનું લમણું હાથથી દબાવ્યું.

તેણે કહ્યું, 'કેશવ, તું ચાલુ રાખ.'

'કેપ્ટન ફૈઝ ખાન,' મેં કહ્યું, 'પ્લીઝ સ્ટેન્ડ અપ.'

'હું?' ફૈઝે ખચકાટ અનુભવતાં કહ્યું. સફદરે તેની સામે આંખો કાઢી એટલે ફૈઝ ઊભો થઈ ગયો.

'મારે તમારી મદદની જરૂર છે.'

'શું?' ફૈઝે કહ્યું.

'મારે તમારી તાકાતની જરૂર છે. જો હત્યારો ભાગવાની કોશિશ કરે તો.'

સૌરભ, રઘુ અને સફદર બાઘાની માફક જોઈ રહ્યા.

'તેં તો કહ્યું હતું…' સફદર આગળ બોલે એ પહેલા જ મેં તેને અટકાવી દીધો.

'અંકલ, હું ઘણું બોલી ચૂક્યો છું. હવે ખૂન કરનારનો સમય છે કે તે આપણને સત્યથી માહિતગાર કરે.'

ટેબલ પર હાજર બધાં એકબીજાની સામે જોવા લાગ્યા.

'હું આ બધું કહી શકું છું કારણ - 6E766 - ૮ મી ફેબ્રુઆરી ૨૦૧૮.' મેં કહ્યું.

'આ તું શું વાત કરી રહ્યો છે, ભાઈ? આ તે નથી…' સૌરભે કહ્યું.

'એક મિનિટ, સૌરભ,' મેં કહ્યું, 'મારી પાસે ઍરપોર્ટના સીસીટીવી ફૂટેજ છે.'

રઘુ તેની ખુરશીને પાછળની તરફ ધક્કો મારીને ઊભો થવા ગયો એટલે થોડો અવાજ થયો.

'મારે બાથરૂમ જવું છે, હું આવું પાછો.' રઘુએ કહ્યું.

'કેપ્ટન ફૈઝ.' મેં કહ્યું. મેં રઘુ તરફ મારી આંખો ફેરવી. મિલિટરી કમાન્ડો તરત જ મારો ઈશારો સમજી ગયો. તે તેની જગ્યાએથી વીજળીવેગે ઊભો થયો અને તેનાં મજબૂત બાવડાંથી રઘુને પાછળથી પકડ્યો.

'તું ક્યાંય જઈ શકીશ નહિ.' ફૈઝે કહ્યું, તેનાં બાવડાંના સ્નાયુનો ઉભાર સ્પષ્ટ દેખાતો હતો.

'અરે, મારે તો બાથરૂમ જવું છે.' રઘુએ તેના મુક્ત હાથથી ચશ્માં સરખાં કરતાં કહ્યું.

'ના, બિલકુલ નહિ. બેસી જા, રઘુ, અને બધાંને જણાવ કે શું થયું હતું.' મેં કહ્યું.

ફૈઝે રઘુને મુક્ત કર્યો. રઘુ ફરી તેની જગ્યાએ બેસી ગયો.

'શું થયું હતું?' સફદરે કહ્યું.

'ભાઈ, શું છે આ બધું?' સૌરભે મારી સામે જોતાં કહ્યું.

'એ તો હૈદરાબાદ હતો!' સફદરે આશ્ચર્યથી કહ્યું.

હું રઘુ તરફ ફર્યો.

'મહેરબાની કરીને તું આ ગૂંચવણ દૂર કરીશ?' મેં કહ્યું.

પ્રકરણ-૨૮

રઘુ વાત કરે છે.

હું જાણું છું - અહીં હું જે પણ કંઈ જણાવીશ તેનાથી તમે મને ખરાબ વ્યક્તિ જ ગણશો. હું આ વાર્તાનો વિલન છું અને હવે તમે એ જાણો છો. મને તમારી સહાનુભૂતિની કોઈ જ અપેક્ષા નથી. ગમે તેમ, મેં તેને મારી છે. એક શાકાહારી, તામિલ બ્રાહ્મણ કે જેનું હુલામણું નામ 'ભોંદુ' હતું, તેણે હકીકતમાં કોઈનું ખૂન કર્યું. તેમ છતાં હું શંકાના દાયરાથી જોજન દૂર હતો. ઘણાં બધાં મુસ્લિમ શંકાસ્પદ આસપાસ હોવાથી, કોઈએ તમિલ બ્રાહ્મણને ગણતરીમાં ના લીધો. પૂર્વગ્રહ, હું તમને જણાવી શકું કે ઘણી વાર ખૂબ કામ લાગતો હોય છે.

મેં મારા આ હાથો વડે જ અંજામ આપ્યો હતો. મને હજી પણ તે રાત યાદ છે. ઝારા ઊંઘતી હતી. કોઈ વ્યક્તિ સૂતી હોય તો કામ પતાવવું ઘણું આસાન થઈ જાય છે. તમારે સૌથી પહેલાં ઓક્સિજન પુરવઠો બંધ કરવો પડે. તેઓ સૂતાં હોય એટલે ત્રીસ સેકન્ડ તો શું બની રહ્યું છે તેની જાણ જ થતી નથી. પછી, તેઓ જાગે છે. તેઓ એ જાણવાનો પ્રયત્ન કરે છે કે શું થઈ રહ્યું છે અને પછી ગભરાય છે. ગભરાટ તેમના માટે સૌથી જોખમી સાબિત થાય છે. ગભરાટમાં તેઓ તેના હાથ ઉલાળવા લાગે છે, ઊર્જાનો નકામો વ્યય અને જે થોડો ઓક્સિજન હોય તે પણ વેડફી નાખે છે. ઝારા સાથે પણ આવું જ થયું હતું. તેનું કોમળ શરીર મારી પકડમાંથી છૂટવા માટે હવાતિયાં મારવા લાગ્યું, મારો જમણો હાથ તેની ગરદન ફરતે હતો. તેનાં ઓક્સિજનની અછતવાળાં ફેફસાં થોડી જ સેકન્ડમાં નબળાં પડી ગયાં. દરેક વખતે તે મને લાત મારવાનો પ્રયત્ન કરતી હતી, તેમ મારી તેની ગરદન પરની પકડ વધુ મજબૂત બનતી ગઈ. તેણે મારા ભાંગેલા ડાબા હાથ પર મારવાની પણ કોશિશ કરી હતી. પણ તેનાથી કોઈ ફર્ક ના પડ્યો.

મને યાદ છે મેં ઘડિયાળમાં સમય જોયો. એક મિનિટ અને દસ સેકન્ડ પસાર થઈ હતી. જ્યારે તમે મોજમજા કરી રહ્યાં હોય ત્યારે સમયને પાંખો લાગતી હોય છે, પણ જ્યારે તમે કોઈને ગૂંગળાવીને મારતા હો ત્યારે સમય ગોકળગાય બની જતો હોય છે. મેં આવું કેવી

રીતે કરવું તેના ઘણા લેખ ઈન્ટરનેટ પર વાંચ્યા હતા. તેમાં લખ્યું હતું કે આવા કિસ્સામાં માણસને મરતાં સાત મિનિટ જેટલો સમય લાગે છે. સાત મિનિટ મતલબ ચારસોને વીસ મિનિટ.

'ઓકે, ઝારા, હલવાનું બંધ કર, તેનાથી હું ગભરાઈ જાઉં છું.' મને યાદ છે મેં તેને કહ્યું હતું.

તેણે પણ તેની ઊર્જા સંચય કરવાનો પૂરતો પ્રયાસ કર્યો. લડાઈને બદલે, તેણે તેના ગરદનના સ્નાયુઓ કડક કરી દીધા, જેથી તેની શ્વાસનળી અને ગ્રીવાધમનીઓ વધારે સંકોચાઈ ના જાય. જો કે, તેને તો આ બધાંની જાણકારી નહોતી. મારી કંગાળ સુંદર ઝારા મારા કરતાં અનેકગણી દેખાવડી હતી, પણ તે મારા જેટલી હોશિયાર નહોતી.

'હું અંતર્મુખી હતો. જે વાત મારા માટે શબ્દો દ્વારા બોલીને વ્યક્ત કરવી શક્ય નથી હોતી, તે બધી વાતો મારા મનમાં વિચારવા, અનુભવવા અને બોલવા માટે શક્ય જ હોય છે. જ્યારે છેલ્લી મિનિટોમાં એ હવા માટે તરફડતી હતી, ત્યારે મારો તેની સાથેનો માનસિક સંવાદ મને આખો યાદ છે.

સૉરી, ઝારા, હું કેક લઈને નથી આવ્યો. હું ઘણી બધી વસ્તુઓ પણ સાથે લઈને નથી આવી શક્યો. મારે તારા રૂમમાં આવવા માટે પેલું ઝાડ ચડીને આવ્યું પડ્યું. તું અને તારા ભૂતપૂર્વ આશિકને આ આદિમાનવ જેવી હરકત રોમૅન્ટિક લાગતી હતી. આને મૂર્ખાઈભર્યું વર્તન કહેવાય. તેમ છતાં જો મેં આ કર્યું ને. હું કોઈ પણ હિસાબે તેના કરતાં ઊતરતો સાબિત થાઉં એવું બિલકુલ નહોતો ઈચ્છતો. હું મારી ખુદની કંપની ચલાવું છું અને તેમાં સો લોકો કામ કરે છે, એ ગૌણ છે. હું તને જે આપી શકું એમ છું તે લગભગ તને બીજો કોઈ વ્યક્તિ આપી શકે એમ નથી, બેશુમાર ધન-દોલત. મેં તને મારી કંપનીમાં હિસ્સો પણ આપ્યો હતો. જ્યાં સુધી હું આ ઝાડ ચડીને તારા રૂમમાં નહોતો આવ્યો ત્યાં સુધી મને એવું જ લાગતું હતું કે હું એ જ બીકણ ભોંદુ છું, જે એક મર્દ નથી. પણ જો અત્યારે, એક ભોંદુ માટે આ ખરાબ ના કહેવાય, નહિ?

મેં એક મહિના અગાઉથી આ માટે ટ્રાયસેપ્સ અને બાયસેપ્સ બનાવ્યાં હતાં. મેં એક હાથથી ઝાડ પર ચડવાની પણ પ્રેક્ટિસ કરી હતી, જેથી આજના દિવસે એ શક્ય બને, એક હાથ ભાંગેલો હોવા છતાં પણ. એટલે જ મારી પકડ આટલું સરસ કામ કરી રહી છે. તારો

પ્રતિકાર હવે ઓછો થઈ ગયો છે. તારાં ફેફસાંને ખબર પડી ગઈ લાગે છે. એમણે કેટલા પ્રયત્ન કર્યા એ મહત્ત્વનું નથી, કારણ કે અંતે તો તેમને ઓક્સિજન ના જ મળ્યો. જાણે માછલી પાણીની બહાર હોય. તારું શરીર થોડી ક્ષણો માટે તરફડિયાં મારશે, પછી શાંત થઈ જશે. તને માછલી ખાવાનું ખૂબ જ ગમે છે, એવું છે ને, ઝારા? અને બીજાં પ્રાણીઓ પણ? તેઓ મરતાં પહેલાં કેવું અનુભવતાં હશે એ તને ખબર પડશે. એટલે જ હું શાકાહારી છું. એટલે નહિ કે હું કોઈ સંત મહાત્મા છું.

માારે તને મારવી નહોતી. તને ખબર તો છે હું એ પ્રકારનો નથી. મને તો વાદવિવાદથી પણ નફરત છે, હિંસાથી તો દૂર જ રહું છું. યાદ છે કેશવ મને કેવી રીતે બોલાવતો? તે મને ઉશ્કેરવાનો પ્રયત્ન કરતો હતો. મને કોઈ અસર થતી નહિ. હું આવેશમાં આવીને કામ કરનાર વ્યક્તિ નથી. મારું મગજ ઈર્ષા અને ગુસ્સાથી જરા પણ ભરેલું નથી. એ બધું મને લાગુ પડતું જ નથી. આવેશમાં આવીને કામ કરવું એ મૂર્ખ લોકો માટે છે. હું, રઘુ વેંકટેશ, મૂર્ખ નથી. હું કદાચ કદરૂપો, બબૂચક, તવા જેવો કાળો, ચસમીસ, સંભવિત કદરૂપા સંતાનનો પિતા (મારા શબ્દો નથી) કે બીકણ ભોંદુ છું. પણ મૂર્ખ તો બિલકુલ નથી. મેં આના માટે કેટલાં અઠવાડિયાં સુધી શોધખોળ અને યોજના બનાવી હતી. મારી યોજના મુજબ, પોલીસ કે કોઈ પણ ઉત્સાહી ખૂનીને શોધવાનો પ્રયત્ન કરે તે આ ચક્કરમાંથી બહાર જ ના આવી શકે. ઓહ, અને હું જાણતો હતો કે જે કોઈ આ કેસ પાછળ હાથ ધોઈને પડશે, તેને નિરાશા જ હાથ લાગવાની હતી. ઝારા, તને આ માટે મારા પર ગર્વ થવો જોઈએ. હવે મને થાય છે કે હું તને મુક્ત કરું. મારી ઈચ્છા તને આ બુદ્ધિશાળી યોજના કહેવાની હતી. હું તને મારી હોશિયારીથી પ્રભાવિત કરવા માંગતો હતો. મારે તારી પાસેથી વખાણ સાંભળવા હતાં. ઠીક છે, બે મિનિટ બાકી.

તેં હલવાનું બંધ કર્યું છે. સારી નિશાની છે. જો કે, તું હજી મૃત્યુ નથી પામી, ખાલી બેભાન જ થઈ છો. મને એ ખબર નથી કે પહેલાં શું કામ કરે. હું તારી ગરદનની ધમનીઓ દબાવી રહ્યો છું, જેથી મગજને લોહી પહોંચતું અટકી જશે. જો કે, મેં તારી અન્નનળી પણ દબાવી છે. જેથી તારાં ફેફસાંને ઓક્સિજન ના મળે. કદાચ બંને સાથે કામ કરે છે. મેં ક્યારેય શરીરવિજ્ઞાનનો અભ્યાસ કર્યો નથી. ટેક્નિકલ વિષય જ મારી પસંદગીની બાબત છે. હવે એક જ મિનિટ બાકી.

તારે એ રાત્રે મારી નજીક આવવું હતું. મેં ના કહ્યું, મારી છેલ્લી વાર એક થવાની ઈચ્છા હતી તો પણ. તું નવાઈ પામી હતી. તેં જોયું, મારી પાસે સમયનો અભાવ હતો. હું કોઈ નિશાન છોડવા નહોતો માંગતો. જે હોય તે, પણ મને ક્યારેય તને પૂછવાનો મોકો જ પ્રાપ્ત નહોતો થયો. મારી અને તેની સરખામણી? હું પાગલ નથી. મારી પાસે સિક્સ પેક કે છ ફૂટ ઊંચાઈ ધરાવતું શરીર નથી. મારી પાસે તો છ ઈંચનો પણ નથી, શું એ તું જાણે છે? તે ખરેખર મોટો હતો? મને એ નથી ખબર પડતી કે હું આ બધું શું કામ વિચારી રહ્યો છું. ઓકે, સાત મિનિટ ખતમ. બાય, ઝારા.

મેં તેની ગરદન પરથી મારી પકડ ઢીલી કરી, મને યાદ છે. તેની ગરદન પર ઘેરા લાલ રંગના ઉઝરડા દેખાતા હતા. મેં તેનું મૃત શરીર પલંગ પર મધ્યમાં ગોઠવ્યું અને ટેબલ લેમ્પ ચાલુ કર્યો.

હું તેના રૂમમાં વહેલી સવારે ૧:૫૦ એ આવ્યો હતો. મેં સમય તપાસ્યો. ૨:૪૫ થયો હતો. મેં પંચાવન મિનિટમાં જે કંઈ કર્યું તે બદલ ખુદને અભિનંદન પાઠવ્યાં. મેં વાતો કરી, ઊંઘવાનો ઢોંગ કર્યો અને હત્યા કરી. આ બધું જ એક કલાકની અંદર. હું ફક્ત હોશિયાર જ નથી, પણ એકદમ કાર્યક્ષમ પણ છું.

મારી ગણતરી મુજબ, મારે ૩:૩૦ સુધીમાં છોડીને જવાનું હતું. પણ જતાં પહેલાં મારે થોડાં બીજાં કામ પણ કરવાનાં હતાં. સૌ પ્રથમ, મેં ઝારાનો આઈફોન ઉપાડ્યો. મેં તેનો અંગૂઠો ટચ આઈડી માટે સ્પર્શ કરાવ્યો. તેની આંગળીઓ બરફની સળી જેવી થઈ ગઈ હતી. તેમ છતાં પહેલા જ પ્રયાસે ફોન ખૂલી ગયો.

મેં જે વ્યક્તિને મેસેજ કર્યા હતા તેની મને ખબર જ હતી કે તે વફાદાર કૂતરો તો પ્રતિભાવ આપશે જ. મેં કેશવ રાજપુરોહિત સાથે મેસેજમાં વાતચીત ચાલુ કરી. કેશવના મૂર્ખ પ્રોફાઈલ પિક્ચરમાં તેનો તેના જાડિયા મિત્ર સાથેનો ફોટો હતો. મેં તેને મેસેજ મોકલ્યા હતા.

'તેં મને શુભેચ્છાઓ પણ નથી પાઠવી?'

તેનો જવાબ ના આવ્યો. મેં ફરી બીજો મોકલ્યો.

'આજે મારો બર્થડે છે. તને યાદ હશે.'

હું કેશવના જવાબની રાહ જોઈ રહ્યો હતો, ત્યારે મેં પથારી સરખી કરી. મેં ઝારાને વારાફરતી બંને બાજુ ખસેડીને બેડ શીટ બદલી નાંખી. તે તેના કબાટમાં હંમેશા કોથળી રાખતી. મેં જૂની બેડશીટ

વાળીને તેમાં મૂકી અને કોથળી બેગમાં ગોઠવી દીધી. મેં ફરી ફોન ઉપાડ્યો. હવે બ્લ્યુ ટીક થઈ ગઈ હતી અને જોયું તો તે ઓનલાઈન હતો. મને તે ખબર હતી! મને ખબર હતી કે આ મૂરખ આશિક ઝારાના જન્મદિવસ પર સૂતો ના જ હોય. મેં તેને બીજા ઘણા મેસેજ મોકલ્યા હતા.

'મને નવાઈ લાગી કે તેં મને વિશ નથી કર્યું.'

'ઠીક છે. ખબર નહિ હું શું કામ તારા વિશે વિચારતી હતી.'

'મને લાગે છે કે તું વ્યસ્ત છો.'

તેણે રીપ્લાય ના કર્યા. મેં સમય જોયો. મારે વીસ મિનિટમાં જવાનું હતું. ઉતાવળમાં, મેં ફરી બીજા મેસેજ કર્યા.

'તું હાજર છો.'

'આઈ મીસ યુ.'

એક મિનિટ બાદ જોયું, તે ટાઈપ કરતો હતો.

'વાઉ, ખરેખર?' તેણે જવાબ આપ્યો.

'ઉત્તમ, માછલી જાળમાં ફસાઈ ગઈ.' મેં ખુદને કહ્યું. દસ મિનિટ સુધી લાગણીસભર મેસેજ બાદ, તે ઝારાને તેના રૂમમાં શુભેચ્છા આપવા માટે તૈયાર થઈ ગયો હતો.

પેલો વફાદાર કૂતરો રસ્તામાં હોવાથી, મારો રૂમમાંથી બહાર નીકળવાનો સમય થઈ ગયો હતો. મેં ઝારાનો ફોન ઉપાડ્યો અને સ્વીચ ઑફ કર્યો. ફરી સ્વીચ ઓન કરીને જોયું તો ફોન પાસવર્ડ માંગતો હતો. સલામતી માટે ફોનમાં એવી ગોઠવણ હતી. મેં ફોનને ફરી ચાર્જ કરવા ગોઠવ્યો. હું જ્યાં પણ અડક્યો હતો કે સ્પર્શ કર્યો હતો, ત્યાં સેનેટાઈઝર અને ટીસ્યુની મદદથી બધું જ ભૂંસી નાખ્યું. વપરાયેલા ટીસ્યુ બેગમાં પધરાવ્યાં. મેં બારી ખોલી. દિલ્હીનો ઠંડો ફેબ્રુઆરીનો પવન મારા ચહેરા સાથે ટકરાયો. મેં સમય તપાસ્યો - સવારના ૩ઃ૦૪ થયા હતા. હું જેમ્સ બોન્ડ છું, એવું મેં ખુદને કહ્યું હતું, આંબાના ઝાડની ડાળી પકડી અને બહાર નીકળી ગયો.

હું આઉટર રિંગ રોડ પરથી ચાલતો ગયો હતો. હું મૂર્ખ નહોતો કે ઉબેર પકડું અને કોઈ નિશાની બાકી રાખું. મેં મારા બંને હાથ ઠંડીમાં ઘસ્યા, હું ઓટોની રાહ જોઈ રહ્યો હતો. દસ મિનિટ બાદ, એક ઓટો મળી ગઈ.

'એરપોર્ટ.' મેં રિક્ષાચાલકને કહ્યું.

'કોઈ મુસાફર નથી લેવાના, ઘરે જાઉં છું.' તેણે કહ્યું.

મેં પાંચ જાંબલી બે હજારની નોટો બહાર કાઢી અને તેને દેખાડી.

'હવે શું વિચાર છે ?' મેં કહ્યું.

'બેસો. ઘરે જઈને પણ શું કરીશ ?' રિક્ષાચાલકે કહ્યું.

પ્રકરણ-૨૯

'ઍરપૉર્ટ?' સૌરભે કહ્યું. તે ગૂંચવાયેલો દેખાતો હતો, સફદર અને ફૈઝની જેમ.

રઘુ હજી બેઠો જ હતો, તેની સામેની ખાલી ખુરશીને તાકતો.

'આ શું થઈ રહ્યું છે, મને તો કંઈ જ ખબર નથી પડતી,' સફદરે અંતે કહ્યું. 'તે તો હૈદરાબાદની હૉસ્પિટલમાં દાખલ હતો. તેનાં પેરેન્ટ્સ પાસેથી જ માહિતી મળી હતી.'

'રાણાએ તો તેના ફોનનો રેકર્ડ પણ મેળવ્યો હતો. બનાવની રાતે તેના મોબાઈલનું ટાવર લોકેશન પણ એપોલો હૉસ્પિટલની નજીકમાં જ હતું.' સૌરભે કહ્યું.

રઘુ હસ્યો અને મારી તરફ ફર્યો.

'જો, આ લોકોને હજી વિશ્વાસ નથી બેસતો. જોયું મારી યોજના કેટલી મજબૂત હતી?'

'પૂરતી મજબૂતાઈ નહોતી.'

'ભાઈ, હું ગંભીર છું. મને જણાવીશ કે આ શું ચાલી રહ્યું છે.' સૌરભે ફરિયાદ કરતાં કહ્યું.

'તારા મોબાઈલમાં કોઈ ટ્રાવેલ એપ છે?' મેં કહ્યું.

'ક્લીયરટ્રીપ અને મેકમાયટ્રીપ છે. કેમ?'

'ગમે તે એક ઓપન કર. ફ્લાઈટ સર્ચ કર, આવતીકાલે રાત માટે. રૂટ હૈદરાબાદથી દિલ્હી અને બીજે દિવસે સવારે પરત.'

સૌરભ થોડી વાર માટે એના ફોનમાં વ્યસ્ત થઈ ગયો.

'તેમાં પંદર સીધી ફ્લાઈટ દેખાડે છે.' સૌરભે કહ્યું.

'છેલ્લી ફ્લાઈટ ક્યારે છે? હૈદરાબાદથી દિલ્હીની.' મેં કહ્યું.

'ઈન્ડિગો 6E766 હૈદરાબાદથી રાત્રે ૧૧:૩૦ વાગે ઊપડે છે અને વહેલી સવારે ૧:૧૦ વાગે દિલ્હી ઊતરે છે.' સૌરભે કહ્યું.

મેં સૌરભ સામે જોયું અને હસ્યો.

'વાઉ,' સૌરભે કહ્યું,' હું સમજી ગયો. તેણે ફ્લાઈટ પકડી, અહીં વહેલી સવારે ૧:૧૦ વાગે ઊતર્યો, અને આઈઆઈટી ગયો.'

'એ સમયે તો અડધા કલાક કરતાં ઓછા સમયમાં ઍરપૉર્ટથી આઈઆઈટી પહોંચી જવાય.'

'ઓહ, તો એનો મતલબ કે તે હૉસ્પિટલમાંથી છાનોમાનો નીકળી ગયો.' સૌરભને રઘુની આખી રમત સમજાઈ જતાં કહ્યું.

'હા. ખૂબ સુંદર રીતે કામ પાર પાડ્યું, નથી લાગતું એવું?'

'ઓહ,' સૌરભે કહ્યું, 'તો એનો મતલબ કે ઘટનાની રાત્રે તું જે ઝારા સાથે મેસેજમાં વાતચીત કરતો હતો એ વખતે તો ઝારા મૃત્યુ પામી હતી એવું?'

'હા, એવું જ હતું,' મેં કહ્યું, 'એ રઘુ હતો.'

'ઓહ, નો.' સૌરભે મારી સામે કાળજીથી જોતાં કહ્યું.

'કોઈ વાંધો નહિ,' મેં કહ્યું, 'હવે દિલ્હીથી હૈદરાબાદની સવારમાં પ્રથમ ફ્લાઇટ કઈ છે એની તપાસ કર.'

ઈન્ડિગો 6E765. દિલ્હીથી સવારે ૪:૫૫ ઊપડે છે, હૈદરાબાદ સવારે ૭:૦૫ વાગે આવે છે.' સૌરભે કહ્યું.

'તે હૈદરાબાદ સવારમાં વહેલો ઊતર્યો, એટલે ત્યાં પણ ટ્રાફિક નડ્યો નહિ અને તે એપોલો ત્રીસ મિનિટમાં તો પહોંચી ગયો. તેના બેડ પર સવારે ૭:૪૫ એ હાજર થઈ ગયો.'

'ઓહ.' ફૈઝે કહ્યું, તેને પણ આખી વાત સમજાઈ ગઈ કે રઘુએ કેવી રીતે કામ પાર પાડ્યું. સફદર હજી પણ આઘાતમાં જ સ્થિર થઈને બેઠો હતો.

'તેં કહ્યું હતું કે મોબાઈલનું લોકેશન...' સફદરે કહ્યું.

'હા, એ શું હતું?' સૌરભે કહ્યું, 'રાણાએ ફોન ટાવર લોકેશનની તપાસ તો કરી હતી. એણે તો બરોબર મધ્યરાત્રીએ ઝારાને મેસેજ કર્યા હતા. તમે જ્યારે સોશિયલમાં હતા ત્યારે તેણે જ તો તને એ મેસેજ દેખાડ્યા હતા.'

'હા, મને ખબર છે.' મેં કહ્યું.

'ખરેખર ભાઈ, તને શંકા કેવી રીતે ગઈ...' સૌરભે પૂછવાની શરૂઆત કરી, પણ મેં તેને અટકાવ્યો.

'ગોલુ, તને યાદ છે મેં તને કહ્યું હતું કે હું થોડા દિવસ બહાર જઈ રહ્યો છું?'

'હા, લગભગ એક અઠવાડિયાં પહેલાં.'

'હું હૈદરાબાદ ગયો હતો.'

'કેમ?' સૌરભે કહ્યું.

પ્રકરણ-30

એક અઠવાડિયા પહેલાં–

'તારે તારી સરખામણી એની સાથે ના કરવી જોઈએ. તે અતિ ધનાઢ્ય છે તો શું થયું?' મેં ફરી ખુદ સાથે સંવાદ કર્યો. હું પથારીમાં પડ્યો પણ ઊંઘ ના આવી. મેં ભૂતકાળમાં પણ રઘુ સાથે વાત કરી હતી. પણ પહેલાં તો ક્યારેય અનિદ્રાનો રોગ લાગુ નહોતો પડ્યો. એવું તેણે કંઈક શું કહ્યું હતું? તેણે પરોક્ષ ટોણો માર્યો હતો કે અપમાન કર્યું હતું? મેં ફરી અમારી વચ્ચે થયેલી આખી વાતચીત વિચારી. મેં હમણાં જ તો વાત કરી હતી. મેં કહ્યું હતું કે ફૈઝે ઝારાનું ખૂન કર્યું હતું. તેઓના અફેરની વાત કરી હતી. પ્રેગ્નન્સી કીટની વાત જાણી જોઈને નહોતી કરી. તેની પ્રતિક્રિયા અપેક્ષિત જ હતી, ફૈઝને ગાળો આપી અને ખુદ ગળગળો થઈ ગયો હતો. પછી તેણે મારો આભાર માન્યો અને કહ્યું તેની પાસે જે પણ કંઈ છે તે નકામું છે. જિંદગી ઝારા વગર સાવ અધૂરી છે, એવું પણ કહ્યું હતું.

એ વાક્ય કેમ મારા મગજમાં ચોંટી ગયું? તે જાણીતું લાગતું હતું. મેં મારા મનમાં વારંવાર તેણે વિચાર્યું. મેં એક બાજુ પડેલો મારો મોબાઈલ ઉપાડ્યો.

મેં ઝારા સાથે છેલ્લે થયેલી વ્હોટ્સ એપ ચેટ ઓપન કરી, જે મારા માટે મારા જીવનની સૌથી અમૂલ્ય વાત હતી. મેં વારંવાર તે ચેટ ધ્યાનથી વાંચી. અંતે મને જે જોઈતું હતું તે ધ્યાનમાં આવી ગયું.

'જિંદગી તારા વગર સાવ અધૂરી છે.'

મારા શરીરમાંથી કંપારી છૂટી ગઈ. ના, આ ફક્ત યોગાનુયોગ જ હોઈ શકે, મેં ખુદને કહ્યું. મેં સૌરભ સામે જોયું. તે ગાઢ નિદ્રામાં હતો.

હું ફરી પથારીમાં પડ્યો. 'તે હૈદરાબાદમાં હતો. હૉસ્પિટલમાંથી પણ પુષ્ટિ કરવામાં આવી હતી. સેલફોન લોકેશન પણ એ જ હતું.' મારો અંદરનો અવાજ મને અટકાવતો હતો. 'તે ફૈઝ જ છે. એના પર ધ્યાન આપ.'

હું પથારીમાં પડખું ફર્યો, ઊંઘવાનો નિશ્ચય કર્યો, ત્યારે મને એક બીજો વિચાર આવ્યો.

જો ફૈઝ ડાયવોર્સ માટે વકીલ શોધી રહ્યો હતો તો પછી એ શું કામ ઝારાને નુકસાન પહોંચાડે? તેને ઝારા ગર્ભવતી હોવાની વાત ખબર પડી ગઈ હોય તોપણ શું? તે ઝારા માટે સલમાને છોડવા માટે તૈયાર હોય એવું લાગતું જ હતું

હું ફરી બેસી ગયો. મારા ફોનમાં ક્લીયરટ્રીપ એપ ઓપન કરી. મેં હૈદરાબાદ અને દિલ્હી વચ્ચેની બધી જ ફ્લાઇટની તપાસ કરી. મેં સમય પ્રમાણે ફ્લાઇટને તારવી. છેલ્લી ફ્લાઇટ રાત્રે ૧૧:૩૦ ની હતી. પરત જવા માટે પ્રથમ ફ્લાઇટનો સમય હતો સવારે ૪:૫૫ નો. અઘરું હતું, પણ સંભવ હતું.

રઘુ જ્યારે સાન ફ્રાન્સિસ્કોમાં હતો ત્યારે તેની સાથે મેસેજમાં થયેલી વાતચીત મને યાદ આવી ગઈ.

'હું આ બધાંથી ટેવાયેલો છું. આવો જ પ્રવાસ કરવાનો થાય છે.' તેણે કહ્યું હતું.

મારે ખુદ ફ્લાઇટ પકડીને જોવું જોઈએ કે આવું ખરેખર સંભવ છે? મેં વિચાર્યું અને લાઇટ બંધ કરી.

'શું થયું?' સૌરભે કહ્યું.

'મને ઊંઘ નથી આવતી. મારે ક્યાંક જવું છે.'

'હમ્!' સૌરભે કહ્યું.

❖

મેં તેણે જે રીતે આવ-જા કરી હતી તેવું જ કર્યું, પણ ઊલટું. મેં દિલ્હીથી હૈદરાબાદની સવારના ૪:૫૫ વાળી પ્રથમ ફ્લાઇટ 6E765 પકડી. હૈદરાબાદ ઍરપૉર્ટ સવારમાં ૬:૫૦, સમય કરતાં વહેલો ઊતર્યો. ઍરપૉર્ટમાં ચાલતી વખતે મારું ધ્યાન સીસીટીવી કૅમેરા પર ગયું. આશા રાખી કે રાણા ત્યાંના ફૂટેજ મેળવવામાં મદદ કરી શકશે, હું રાજીવ ગાંધી ઈન્ટરનેશનલ ઍરપૉર્ટમાંથી સવારે ૭:૦૫ વાગે બહાર નીકળ્યો. ઘણા ડ્રાઇવર શહેરમાં આવવા માટે તૈયાર હતા. તેઓને રોકડથી મતલબ હતો, મારી બીજી કોઈ પણ વિગતની જરૂર નહોતી. મેં એપોલો હૉસ્પિટલની ટેક્સી કરી. સવારના ઓછા ટ્રાફિકની વચ્ચે હું હૉસ્પિટલના

દરવાજે ૭:૨૯ એ પહોંચી ગયો હતો. હું મુખ્ય લોબીમાં ગયો અને કોમન ટોઈલેટ શોધ્યું. તેણે અહીં જ તેનાં કપડાં બદલીને હૉસ્પિટલના દર્દી માટેનાં લીલાં કપડાં પહેર્યાં હોવાં જોઈએ. મેં સમય તપાસ્યો, હજી ૭:૩૩ જ થઈ હતી. મને યાદ હતું કે રાણાએ રઘુને ઝારાના મૃત્યુની સવારે ૮:૪૫ ની આસપાસ કોલ કર્યો હતો. ત્યાં સુધીમાં તો રઘુ તેની જગ્યા પર પહોંચી ગયો હતો. રાણાએ મને તે વાતચીત સંભળાવી પણ હતી. પહેલાં કોઈ નર્સે ફોન ઉપાડ્યો હતો, પછી રઘુને આપ્યો હતો. તેનું ક્રિશ્ચિયન નામ હતું.

મેં લિફ્ટ પકડી અને પહેલાં માળના પ્રાઈવેટ રૂમમાં પહોંચ્યો. જો તે હૉસ્પિટલમાં કોઈના ધ્યાનમાં ન આવે એ રીતે નીકળવા માંગતો હોય તો એનો મતલબ કે તે પ્રથમ માળમાં આવેલા પ્રાઈવેટ રૂમમાં જ હોય, જેથી તે બારીમાંથી ભાગી શકે.

'યસ, સર, હું તમારી શું મદદ કરી શકું?' એક નર્સે મને કહ્યું.

'મારો એક ફ્રેન્ડ અહીં દાખલ થયેલો હતો,' મેં કહ્યું, 'તેનું એક નર્સ ધ્યાન રાખતી હતી. મારે તેને મળવાનું છે. તેનો આભાર માનવાનો છે.'

'તેનું નામ શું છે, સર?'

હું ચૂપ થઈ ગયો.

'હું યાદ કરવાનો પ્રયત્ન કરી રહ્યો છું. જેની, ના, જેન. તેનાં તેલુગુ ઉચ્ચારણ હતાં.' મેં કહ્યું.

'ઓહ, જેની એન્થોની, સર,' નર્સે કહ્યું, 'તે આટલામાં જ ફરતી હશે. સ્ટાફ કેન્ટીનમાં તપાસ કરો. તે નાસ્તા માટે ગઈ હશે.'

❖

'જે દર્દી બક્ષિસમાં દસ હજાર રૂપિયા છોડીને ગયો હોય તેને કોણ ભૂલી શકે?' મેં ફોનમાં રઘુનો ફોટો દેખાડ્યા બાદ જેનીએ કહ્યું.

હૉસ્પિટલ સ્ટાફની કેન્ટીનમાં મેંદુવડા અને ડેટોલની ગંધ આવતી હતી. નાની રૂમમાં ચાનો જાર અને નાનું નાસ્તાનું કાઉન્ટર હતું. બધા જ પ્રકારના હૉસ્પિટલના કર્મચારીઓ, જેવા કે કડિયો, પ્લમ્બર, કમ્પાઉન્ડર, લેબ સહાયક, એકાઉન્ટન્ટ અને નર્સ, જુદાં જુદાં ટેબલ રોકીને બેઠા હતા. હું જેની સાથે કોર્નર ટેબલ પર બેઠો, જેથી અમારી

વાતો કોઈ સાંભળે નહિ.

'તો તમે તેની કાળજી રાખતાં હતાં? એક અઠવાડિયું?'

'પાંચ દિવસ. તે જ્યારે અહીંથી ગયા ત્યારે પણ તેના હાથમાં પ્લાસ્ટર હતું જ. જો કે, જેવા એના ટેસ્ટ બરોબર આવ્યા કે ડૉક્ટરે તેમને તરત ઘરે જવાની પરવાનગી આપી હતી.'

'તે મને ખોટી ચિંતા થાય એવું નહોતો ઈચ્છતો, એટલે તેણે મને સરખી વિગતવાર વાત જ નહોતી કરી. એટલે મારે અહીં જાણવા માટે આવવું પડ્યું.'

'ઓહ, કોઈ વાંધો નહિ, સર.'

'એને થયું શું હતું?'

'ડાબા હાથમાં હેરલાઈન ફ્રેક્ચર હતું. હાથ અને પગમાં ઉઝરડા પડ્યા હતા. પગની ઘૂંટી મચકોડાઈ ગઈ હતી.'

'તેના રોકાણ દરમિયાન તે કંઈ અસામાન્ય વાત કે વર્તન કરતો હતો?'

'મતલબ? ના, સર. તમે જાણો છો એમ એ શાંત વ્યક્તિ છે. તેનાં માતાપિતા મુલાકાત માટે આવતાં હતાં. બાકી તો એ આરામ કરતા અથવા તેના ફોનમાં વ્યસ્ત રહેતા.'

'તેણે કોઈને કોલ કર્યા હતા?'

'ફક્ત તેની ફિયાન્સીને. મેં તેનો ફોટો જોયો હતો. ખૂબ જ સુંદર દેખાતી હતી. કોઈ મુસ્લિમ છોકરી હતી. તેનું મૃત્યુ થઈ ગયું, એવું તેમણે કહ્યું હતું. વેરી સેડ.'

'હા, ઝારા.'

'જ્યારે તેનો બર્થડે હતો ત્યારે એ ખૂબ દુઃખી હતા, તેનાથી દૂર હતા એટલે. તે તેની ફિયાન્સીને સૌથી પહેલાં શુભેચ્છા આપવા માંગતા હતા. મને હજી યાદ છે. મેં તેમની મદદ કરી હતી.'

મેં નવાઈથી તેની સામે જોયું.

'મદદ, રઘુની?' મેં કહ્યું.

ડૉક્ટરની રઘુ સર માટે વહેલા ઊંઘી જવાની સૂચના હતી, રાત્રે નવ પછી જાગવાની મનાઈ હતી. તે તેની ફિયાન્સીને બરોબર મધ્યરાત્રીએ વિશ કરવા માંગતા હતા. એટલે મેં તેમની મદદ કરી હતી.'

'કેવી રીતે?'

'મારે રાત્રે ડ્યૂટી હતી. તેમણે મને તેનો અનલોક્ડ ફોન આપ્યો

હતો. તેમણે અગાઉથી હેપી બર્થડેનો મેસેજ ટાઈપ કરી જ રાખ્યો હતો. બરોબર રાતના બાર વાગે તેમણે મને ખાલી સેન્ડ કરવાનું કહ્યું હતું. મેં તેવું જ કર્યું હતું, અને ઝારા મેડમે સૌથી પહેલાં રઘુ સરની શુભેચ્છા મેળવી હતી. તે વિશ્વનો બેસ્ટ બોયફ્રેન્ડ હતો, સાચું ને?'

'હા,' મેં એક મોટો નિઃસાસો નાંખતાં કહ્યું, 'તે ખરેખર હતો.'

પ્રકરણ-૩૧

રઘુએ તાળી પાડી, બધાં ચમકી ગયાં.

'શું? કોઈ તો કેશવની મહેનતનાં વખાણ કરો.' રઘુએ કહ્યું અને હસ્યો.

'એમાં હસવા જેવું શું છે?' સૌરભે કહ્યું.

'મેં આ બેવકૂફની ઓછી આંકણી કરી હતી.' રઘુએ કહ્યું.

'તેં તારી જાતનો વધુ અંદાજ બાંધ્યો હતો, તું ગધેડો છે.' સૌરભે કહ્યું.

'પણ તેને ફટકાર્યો કોણે હતો?' સફદરે કહ્યું.

'અંકલ, જે હજાર કરોડ રૂપિયાની કંપની ચલાવતો હોય, તે થોડા ભાડૂતી ગુંડાઓ રાખી ના શકે? તેમને ઈજા પહોંચાડવા માટે.' મેં કહ્યું.

'ફ્રેક્ચર અને બધું જ.' સૌરભે કહ્યું.

'ગમે તેમ, પ્રેસિડેન્ટ્સ ગોલ્ડ મેડલ વિજેતા છે.' મેં કહ્યું.

'તો તેણે તેનો મોબાઈલ જેનીને આપી દીધો, ગુડનાઈટ કહ્યું, બારીમાંથી છટકી ગયો અને ઍરપૉર્ટ પહોંચ્યો, દિલ્હી આવ્યો અને થોડા જ કલાકોમાં પાછો આવી ગયો. એર ટિકિટ્સ?' સૌરભે કહ્યું.

'રોકડેથી, ઍરપૉર્ટ પરથી જ. ફોટોશોપમાં બનાવેલા આધાર કાર્ડની પ્રિન્ટ આઉટનો ઉપયોગ કરીને, અસલી ફોટો, નકલી નામ.' મેં કહ્યું.

'તેને થયું હશે બધું પાર પડી ગયું.' સૌરભે કહ્યું.

'સ્માર્ટ, છે કે નહિ, ફૈઝ?' મેં કહ્યું.

ફૈઝ રઘુને ઘૂરી રહ્યો હતો, મુઠ્ઠી વાળીને.

'કેમ રઘુ? ઝારાને શું કામ મારી?' ફૈઝે ગુસ્સાભર્યા અવાજમાં કહ્યું. રઘુએ જવાબ ના આપ્યો.

ફૈઝ ઊભો થયો. તેણે રઘુના ચહેરાની જમણી બાજુ એક મુક્કો માર્યો. રઘુના મોંમાંથી લોહી નીકળવા લાગ્યું અને તેનાં ચશ્માં જમીન પર પડી ગયાં.

ફૈઝ જેવો બીજો મુક્કો મારવા ગયો ત્યાં રઘુએ ઈશારાથી તેને અટકવાનું કહ્યું.

'આની મને કોઈ અસર નહિ થાય. હું તો માર ખાઈ શકું છું. મેં મને ફ્રેક્ચર કરાવવા માટે માણસો રોક્યા જ હતા, યાદ રાખજે.' રઘુએ કહ્યું.

સફદર જાણે કોમામાંથી બહાર આવ્યો હોય તેમ ઊભો થયો અને ગંભીર અવાજે કહ્યું, 'ઝારા તને ખૂબ ચાહતી હતી.'

રઘુએ કોઈ જવાબ ના આપ્યો.

'તેં મારી ફૂલ જેવી નાજુક દીકરીને શું કામ મારી નાખી ? સફદરે એટલા નીચા અવાજે કહ્યું, જાણે ફક્ત સમજવા જ માગતો હોય.

રઘુ મરક્યો.

'કારણ કે તેણે જે કર્યું હતું તેનાથી હું પણ મરી જ ગયો હતો.'

પ્રકરણ-૩૨

રઘુ વાત કરે છે - *II*

'ચાલો હવે ઊંઘવાનો સમય થયો, ઝારા.'

'પાંચ મિનિટ, પાક્કું.' તેણીએ કહ્યું.

હું પડખું ફેરવીને સૂઈ ગયો, જેથી ઝારાના ફોનની લાઈટ ચહેરા પર ના આવે. મારે ઑફિસમાં બીજા દિવસે મીટિંગ હતી, એટલે સવારે વહેલું ઊઠવાનું હતું. ઝારા ચાર દિવસના પ્રવાસ માટે હૈદરાબાદ આવી હતી, અને અમે તાજ ફલકનુમા પેલેસમાંથી ડિનર લઈને આવ્યાં જ હતાં. મારી કંપનીમાં તેને પાર્ટનર બનાવવાની ખુશીની ઉજવણી હતી. મારી ઈચ્છા હતી કે તે મારી બાહુમાં હોય.

થોડી વાર બાદ હું તેની તરફ ફર્યો.

'પાંચ મિનિટ થઈ ગઈ.'

'હા.' તેણે કહ્યું. બેધ્યાન હતી, ધ્યાન હજી ફોનમાં જ ચોંટેલું હતું. તેના ચહેરા પર સ્મિત રમતું હતું.

'ચાલ, હવે.'

'બસ, આવું જ છું.' તેણે કહ્યું. તે તેના ડાબા હાથથી મારા માથામાં હાથ ફેરવતી હતી, જ્યારે જમણા હાથથી સતત ટાઈપ કરવાનું ચાલુ હતું.

'કોને મેસેજ કરવાનું ચાલુ છે?'

'કોઈ છોકરી ઈન્સ્ટા પર છે. તેણે મારો બ્લોગ વાંચ્યો, પણ તે એની સાથે સહમત નથી. એટલે ચર્ચા ચાલી રહી છે.'

'ખરેખર, ઝારા.'

હું તેને ઝંખી રહ્યો હતો. હું તેને મારી નજીક મહેસૂસ કરવા માંગતો હતો.

'તું તારી આંખો બંધ કરી દે.' ઝારાએ મને પંપાળતાં કહ્યું.

હું ફરી પડખું ફરીને સૂઈ ગયો. હું દીવાલ ઘડિયાળની સામે જોતો રહ્યો. દસ મિનિટ પછી, મેં મારી આંખના ખૂણેથી તેને જોવા માટે મારું માથું ફેરવ્યું. તે મેસેજ ટાઈપ કરતી વખતે મલકાતી હતી. ઈન્ટરનેટ પર કોઈ સાવ અજાણ્યા સાથે વાત કરતાં હોય ત્યારે કોણ

આવી રીતે મલકાતું હોય છે?

વધુ દસ મિનિટ પછી ઝારાએ તેનો ફોન બંધ કર્યો અને પથારીમાં સરકી. હું તેનાથી દૂર ફરી ગયો. તેણે મને પાછળથી પકડ્યો.

'જો તું મને પ્રેમ કરીશ, તો મજા આવશે.' ઝારાએ કહ્યું.

મેં ઊંઘી જવાનો ઢોંગ કર્યો.

'આઈ એમ સૉરી, બેબી.' ઝારા ગણગણતી હતી.

હું તેની બાજુ ફર્યો. તે મને તેનામાં સમાવવા માટે તૈયાર થઈ ગઈ.

'આ મારા માટે વિશ્વની સૌથી ઉત્તમ જગ્યા છે.' ઝારાએ કહ્યું.

મેં તેની પીઠ પર મારો હાથ ફેરવ્યો, ધીમેથી સરકીને તેની છાતી પર ફરવા લાગ્યો.

તેણે મારો હાથ પકડ્યો અને તેની છાતીથી દૂર કર્યો. મેં ફરી પ્રયત્ન કર્યો. તેણે ફરી હટાવી લીધો.

'આજની રાત આપણે ફક્ત એકબીજાને વળગીને ઊંઘીએ?'

તેની સુંદર બદામ જેવી આંખો ચમકતી હતી. હું તેને ના કેવી રીતે કહી શકું?

'ચોક્કસ.' મેં કહ્યું.

'ગુડનાઈટ, લવ.' ઝારાએ કહ્યું અને મારા ગાલ પર હળવી ટપલી મારી.

તે થોડી જ વારમાં ઊંઘી ગઈ, મને જાગતો અને ચિંતિત રાખીને. ઝારાનું વર્તન મને થોડાં અઠવાડિયાંઓથી વિચિત્ર લાગતું હતું. જ્યારે એના શ્વાસની ગતિ લયમાં આવી ગઈ, ત્યારે હું તેના પરથી તેને સ્પર્શ ના થાય તેમ સરકયો અને તેની બાજુના ટેબલ પરથી તેનો આઈફોન ઉપાડ્યો. તે ગાઢ નિદ્રામાં હતી.

હું તેનો આઈફોન તેની નજીક લાવ્યો, તેનો અંગૂઠો પકડ્યો, અને આઈફોન ટચ આઈડી પર મૂક્યો. તરત જ ફોન ખૂલી ગયો. હું પથારી છોડીને બાથરૂમમાં ગયો.

❖

મેં બાથરૂમમાં જઈને ઝારાનું વ્હોટ્સ એપ ખોલ્યું. સૌથી ઉપરની તરફ ઝારા અને કેપ્ટન ફૈઝ વચ્ચેની વાતચીત હતી. હું ત્રણ દિવસ

પહેલાંની વાતચીત પર પહોંચ્યો.

'તું ચિંતામાં છે ?' ફૈઝે કહ્યું.

'થોડી. છતાં એકદમ ચિંતાની વાત નથી.'

'ચિંતા ના કરતી. એવું કંઈ નથી.'

'મારે માસિકમાં આટલું બધું મોડું ક્યારેય નથી થયું.'

'તું એક વાર ફરી તારીખ તપાસજે.'

'મને ખબર છે. પણ... ચિંતા... ☹'

'મારી વહાલી, બધું બરોબર જ છે.'

'હું ટેસ્ટ કરું ? પ્રેગા ન્યૂઝ કે એવું કંઈક.'

'વધારે ગંભીરતાથી લેવાની જરૂર નથી.'

'કેમ નહિ ? હું બે અઠવાડિયાં મોડી છું.'

'હજી થોડો સમય આપ. એક અઠવાડિયું.'

'હું હૈદરાબાદથી પરત આવું પછી આપણે ટેસ્ટ કરીશું ?'

'ચોક્કસ.'

'તને મુસીબતમાં મૂકવા બદલ સૉરી.'

'મારો પણ વાંક હતો.'

'ના, મેં જ તને સુરક્ષા વગર કરવાનું કહ્યું હતું. હું તને સંપૂર્ણ અનુભવવા માંગતી હતી.'

હું ઢીલો પડી ગયો. મોબાઈલ મારા હાથમાંથી છટકી ના જાય, એટલે મેં તેને મજબૂત રીતે પકડી રાખ્યો.

મેં તાજેતરના મેસેજ જોવા નીચે જોયું. નવા મેસેજ આજની રાતના જ હતા. ઝારા ખરેખર આ કરતી હતી, તેણે એમ કહ્યું હતું કે તે કોઈ બ્લોગ વાચક સાથે ચર્ચા કરતી હતી.

'હૈદરાબાદ કેવું છે ?' ફૈઝે મેસેજ કર્યો હતો.

'સરસ છે. રઘુ સાથે હમણાં મસ્ત ડિનર લીધું.'

'હમ્.'

'મને ઈર્ષા થાય છે એવું કહેવાની પરવાનગી મળશે ?'

'ના.'

'ઠીક છે. એવું નહિ બોલું બસ.'

'આપણે નક્કી કર્યું હતું. હવે બધું બંધ.'

'મને ખબર છે.'

'તારે પરિવાર છે. બાળકો છે.'

'હું જાણું છું. પણ તારા માટે, હું તે બદલી શકું એમ છું.'

'મહેરબાની કરીને આવી વાત નહિ કર તું.'

'હું તને ખૂબ જ યાદ કરું છું, માય લીટલ બેબી.'

'તેં આજે શું કર્યું?'

'હું ખાન માર્કેટ ગયો હતો. પ્રેગા ન્યૂઝ ખરીદવા માટે.'

'તેં ખરીદી કરી?'

'હા. દસ પેકેટ.'

'દસ?!'

'હા. દવાની દુકાનવાળો મારી સામે વિચિત્ર નજરથી જોઈ રહ્યો હતો.'

'મને તો હજી માનવામાં નથી આવતું કે તેં દસ પેકેટ ખરીદ્યાં.'

'કારણ કે હું ઈચ્છું છું કે તું ડબલ ચેક કર, જેથી શંકાનું સમાધાન થઈ જાય.'

'આ તો દસગણું ચેક થઈ જાય એવું છે.☺☺☺'

'જલદી પાછી આવ અને આપણે તે તપાસી લઈએ.'

'ઓકે. થેન્ક્સ. તું ખૂબ જ સારો છે.'

'મારે જે કરવું જોઈએ એ જ મેં કર્યું છે.'

'મને ખાતરી છે કંઈ જ નહિ હોય.'

'હા. મને પણ છે. પણ સાંભળ...'

'હા, ફૈઝ?'

'જો કંઈક બીજું હશે તો?'

'મહેરબાની કરીને એવું ના બોલ.'

'ખાલી કલ્પના કર કે પેરેન્ટ્સ આટલાં સુંદર હોય તો એનાં સંતાન કેટલાં સુંદર હોય.'

'હાહાહાહા.'

ઝારા, હવે ખબર પડી કે તું મલકાતી શું કામ હતી, મેં વિચાર્યું.

'બે સુંદર કાશ્મીરીઓ એક સુંદર કાશ્મીરી દેવદૂતને જન્મ આપે.' ફૈઝે કહ્યું હતું.

'ફૈઝ!'

'શશ, ઝારા. મને આ સપનું થોડી વાર નિહાળવાની પરવાનગી આપીશ?'

'તું સાવ પાગલ છો!'

'હા, એ તો છું. તો જણાવ, છોકરો કે છોકરી?'

'છોકરી. સવાલ જ નથી. અને મારું મગજ. તારું નહિ.'

'ચૂપ.'

'હાહાહાહા.'

'અને દેખાવ?'

'તેનો દેખાવ ડેડ જેવો હોય તો મને વાંધો નથી. ડેડ તો હેન્ડસમ છે.'

'ઓહ. થેન્ક યુ.'

'ઓકે, હવે જવાની જરૂર છે. ઘણું મોડું થઈ ગયું છે. રઘુ મને બોલાવે છે.'

'એક મિનિટ'

'શું?'

'મારું બાળક.'

'શું?'

'તું જો રઘુની સાથે હોઈશ તો પણ, આપણું સંતાન તો એકદમ દેખાવડું જ હોવાનું.'

'શું!! ફૈઝ! ચૂપ હવે.😂😂'

તેણે ફૈઝને ચૂપ થવાનું કહ્યું. તેણે હાસ્ય અને આંસુવાળું ભેગું ઈમોજી પણ મોકલ્યું. ઈમોજી મેનની તો... બંનેએ ભેગાં મળીને મારો સુખી સંસાર બરબાદ કરી નાંખ્યો, એવું જ કર્યું ને?

'તો એનો મતલબ કે તું તારા સંતાનને રઘુ જેવો દેખાવ આપવા નથી ઇચ્છતી, એવું જ ને? ઓલ બ્લેક બ્લેક અગ્લી અગ્લી.'

'કેપ્ટન સાહેબ, ચૂપ હવે. તમે રંગભેદની વાત કરો છો.☺☺'

'કમ સે કમ સારો કાશ્મીરી વારસો તો આગળ વધે.'

'કેટલા પેગ લગાવ્યા છે, ફૈઝ?'

'એક પણ નહિ. ખરેખર.'

'ગુડનાઈટ અને જ્યારે હવે પછી આપણે મળીએ ત્યારે તે સાથે લઈને આવવાનું ના ભુલાય.'

'એક મિનિટ...'

'ગુડનાઈટ.'

ત્યારબાદ વાતચીત સમાપ્ત થઈ હતી.

મેં મારો ચહેરો બાથરૂમના અરીસામાં જોયો. મને ખબર છે,

મારો રંગ કાળો છે, કે પછી 'ઓલ બ્લેક બ્લેક' જેવું ફૈઝે મારા ભવિષ્યના સંતાન માટે કહ્યું એમ. 'ઓલ બ્લેક બ્લેક અગ્લી અગ્લી' તેણે કહ્યું હતું. આ મજાક કહેવાય? ખબર નહિ, પણ મને આમાં જરા પણ મજાક જેવું નથી લાગતું. પણ ઝારાને લાગ્યું એવું.

હારનાર વ્યક્તિ આવો જ દેખાતો હશે? હું એક સર્વોત્તમ ઉદાહરણ છું કે જે નામથી મને આઈઆઈટીમાં ગાળ દઈને બોલાવતાં હતાં - ...? મારી ગર્લફ્રેન્ડ ફૌજી સાથે સેક્સ કરે છે, કોન્ડમ વગર, તેનાથી પ્રેગ્નેટ થાય છે, ડિજિટલ સ્વરૂપમાં હસે છે, જ્યારે એવું કહેવામાં આવે છે કે મારાં સંતાનો 'ઓલ બ્લેક બ્લેક અગ્લી અગ્લી'.

'અને હું શું કરી રહ્યો છું?' મેં અરીસામાં દેખાતા વ્યક્તિને કહ્યું. કંઈ જ નહિ. હકીકતમાં મને ડર લાગ્યો. મને ચિંતા થઈ કે ઝારાને જાણ થાય કે મેં તેનો ફોન ફંફોળ્યો હતો, તો શું થાય. જો હું તેની વાતચીતના ખુલાસા માંગુ, તો શું થાય? તે મને છોડીને જતી રહે તો? મારી જેવા હારેલાને ફરી ઝારા જેવી છોકરી નસીબમાં હોય? તેના પર ગુસ્સે થવાને બદલે મને હજી એ ભય જ હતો કે હું ઝારાને ગુમાવી દઈશ તો. હારેલાની પાઠ્યપુસ્તકમાં હોય એવી વ્યાખ્યા, છે કે નહિ?

❖

હું બેડરૂમમાં પાછો ફર્યો. ઝારાની બાજુમાં તેના ટેબલ પર ફોન મૂક્યો. ઝારા ગાઢ નિદ્રામાં જ હતી. તે તેની જગ્યાએથી ખસી પણ નહોતી.

હું પથારીમાં આડો પડ્યો અને દીવાલ ઘડિયાળને તાકતો રહ્યો. આખી રાત મગજમાં એક જ વાત ઘુમરાતી હતી - ફૈઝ અને ઝારા, ઝારા અને ફૈઝ.

❖

'ગરમાગરમ ઈડલી અને કૉફી,' ઝારાએ કહ્યું, 'તારો ગમતો નાસ્તો છે.'

'તારે હજી સૂવાની જરૂર હતી.' મેં કહ્યું. મેં ફિલ્ટર કૉફીનો ઘૂંટ ભર્યો, ઝારા હવે અમ્મા જેવી લગભગ બનાવતાં શીખી ગઈ હતી.

'મારે તને રાત માટે સૉરી કહેવું છે,' ઝારાએ કહ્યું, 'હું થોડી તણાવમાં હતી.'

'કેમ?'

'મારે તને કહેવું હતું. આ વખતે હું થોડી મોડી છું.'

એમ વાત છે, હની. મને ખબર જ છે, મારે પણ તને કહેવું જ હતું, પણ ના કહ્યું.

'ઓહ,' મેં કહ્યું, 'તને એવું લાગે છે કે શક્યતા ખરી?'

'આગલા મહિને તું જ્યારે દિલ્હી આવ્યો હતો,' ઝારાએ કહ્યું, 'ત્યારે એ શક્યતાવાળો બિલકુલ સમય હતો, મીડ-સાઇકલ.'

'પણ હું તો કાયમ કોન્ડમનો ઉપયોગ કરું જ છું.'

'તો પછી, બીજું શું હશે? કદાચ હોર્મોન્સના અસંતુલનની સમસ્યા હોઈ શકે. બાકી તો બીજી કોઈ શક્યતા લાગતી નથી.'

તેં આર્મી મેનની બંદૂકની સવારી કરી હતી તેનું શું, મારે તે કહેવું હતું. પણ તેને બદલે મેં ઈડલીનો ટુકડો મોંમાં મૂક્યો.

'આપણે શું કરવું જોઈએ? હું કંઈ કરી શકું?' મેં કહ્યું.

'એ તો હું કંઈક કરીશ. હાલ તો હું તને જણાવવા જ માગતી હતી.' ઝારાએ મારો કૉફીનો મગ ફરી ભરતાં કહ્યું.

'જો તને મારી કોઈ જરૂર હોય તો જણાવજે.' મેં કહ્યું.

'ચોક્કસ.'

હું ઊભો થયો.

'રઘુ.' તેણે મને પાછળથી કહ્યું. તે ભૂલ કબૂલ કરશે, મને નવાઈ લાગી.

'હા?' હું તેની તરફ ફર્યો.

'તું મને હંમેશા આપણા સંબંધને આગળ વધારવાનું કહેતો હોય છે ને?'

'હા.'

'ચાલો, સગાઈ કરી લઈએ. હું તૈયાર છું.' ઝારાએ કહ્યું. તે હસીને મને વળગી પડી.

બિલકુલ હની, એવું જ કરીશું, મેં વિચાર્યું અને તેને ભેટી પડ્યો.

❖

સફદરે તેની એકમાત્ર પુત્રીની સગાઈમાં ખર્ચ કરવામાં કોઈ જ કમી નહોતી રાખી. તેણે તેનું આખું મકાન ફૂલો અને રોશનીથી શણગાર્યું હતું. હૈદરાબાદથી મારાં પેરેન્ટ્સ ડઝન જેટલાં સંબંધીઓ સાથે આવ્યાં હતાં. તેઓએ એક શબ્દ પણ નહોતો ઉચ્ચાર્યો, જ્યારે મેં તેમને ઝારાના મુસ્લિમ હોવાની વાત કરી હતી. તે તેના લાડકા પુત્રને ના કેવી રીતે કહે? તે લોકોએ જે કહ્યું હતું તે બધું મેં મેળવ્યું જ હતું ને? મેં ઝારાની નાજુક આંગળીમાં ત્રણ કેરેટ હીરાની વીંટી પહેરાવી હતી. ઝારા લીલા રંગનાં લેહેન્ગામાં સ્વર્ગની અપ્સરા જેવી દેખાતી હતી. તેણે પણ મારી બ્લેક બ્લેક અગ્લી અગ્લી આંગળીમાં વીંટી પહેરાવી.

'નિકાહ ક્યારે છે?' ઝારાની એક આંટીએ સફદરને કહ્યું.

'બંને પર આધાર છે.' તેણે કહ્યું.

ઝારાએ મારી આંખોમાં જોયું, જાણે જવાબ શોધવાનો પ્રયત્ન કરી રહી હતી. પણ તેને ના મળ્યો. તેને મારા મગજમાં શું ચાલી રહ્યું હતું તેનો અંદાજ નહોતો. હું જે વિચારતો હતો તેઃ ઝારા, તું મારી સાથે શું કામ સગાઈ કરે છે? તું પ્રેગ્નેટ છો એટલે? મારી સાથે લગ્ન કરીને પછી ફૈઝના બાળકને મારે ઉછેરવાનો? આ તારી યોજના છે? એ મને શું બનાવશે? છિનાળ સ્ત્રીનો પતિ?

'ઝારાને યોગ્ય લાગે તેમ, અંકલ.' મેં કહ્યું.

'અબ્બા, અંકલ નહિ.' ઝારાની એક આંટીએ મને યાદ કરાવ્યું અને હસવા લાગી.

મેં હા કહ્યું અને હસ્યો. હું ધર્મ-પરિવર્તન કરાવવા માટે તૈયાર જ હતો. હું મારી ઈક્વિટીનો અડધો હિસ્સો તેને આપવાનો હતો. હું દિવસ-રાત કામ કરવાનો હતો. હું ઝારાના ડેડને અબ્બા કહેવાનો હતો. આ બધું હું ઝારાને ખુશ કરવા માટે કરવાનો હતો. તેણે બદલામાં મારી સાથે શું કર્યું? મને મૂરખ બનાવ્યો.

'નેક્સ્ટ મંથ?' ઝારાએ કહ્યું. મેં તેની સામે આશ્ચર્યથી જોયું.

'ખરેખર?' મેં કહ્યું, 'આટલું ઝડપી?'

'અથવા તો જેમ બને તેમ જલદી. હું આ બધું પાછળ છોડીને આગળ વધવા માગું છું. હવે ભારતમાં બહુ થયું. સકસેના, આ બધા સંબંધીઓ, ઘોંઘાટ અને પ્રદૂષણ, આ બધું હવે મારાથી સહન નથી થતું.'

'ઠીક છે.' મેં કહ્યું.

મારું મનોમંથન ચાલુ જ હતું. જો હું તેની સાથે છેડો ફાડી નાખું અને તે મને અડધો હિસ્સો પરત ના કરે તો શું? હું એનો નિયુક્તિ છું, પણ તે જો જીવિત હોય, તો તે બધું સંભાળી જ શકે ને. અરે, ખરો ફસાઈ ગયો, શું કરવું હવે?

'ચાલો, આપણે એક નવી શરૂઆત કરીએ.' ઝારાએ મારા કાનમાં કહ્યું હતું.

'હા, તો હવે ટૂંક સમયમાં આ બધું સમાપ્ત.' મેં તેને કહ્યું અને તેનો હાથ પકડ્યો.

પ્રકરણ-33

સફદર અવાચક બનીને રઘુ અને ફૈઝની સામે જોતો જ રહ્યો. સૌરભ અને હું રાહ જોઈ રહ્યા હતા, રઘુ તેની વાત અટકાવીને પાણી પી રહ્યો હતો. તે આખો ગ્લાસ એકશ્વાસે જ ગટગટાવી ગયો અને ફરી બોલવા લાગ્યો.

'મને ખબર છે કે તમે બધાં અત્યારે લાગણીશીલ થઈ ગયાં છો. પણ તમે જો એને તાર્કિક રીતે અને મારી જગ્યા પર મૂકીને વિચાર કરશો તો, મારી પાસે બીજો કોઈ વિકલ્પ જ નહોતો.'

બધાં આઘાતમાં રઘુને જોઈ રહ્યાં હતાં. તેનું બોલવાનું ચાલુ જ હતું.

'મારી પાસે આટલા વિકલ્પો હતા. એક, હું મૂર્ખ બનીને બીજાના પાપનો સ્વીકાર કરું. બે, હું તેની સાથે સંબંધ તોડી નાખું અને આખી જિંદગી દુ:ખ ભોગવું, જ્યારે એ તો તેના પ્રેમી સાથે આગળ વધી જાય અને મારી સંપત્તિનો અડધો હિસ્સો પણ ભોગવે. મારે તો બંને બાજુ દંડાવાનું જ હતું.'

ફૈઝે તેનું ગળું ખંખેર્યું, તેને કંઈક વાત કરવી હતી, પણ રઘુની નોનસ્ટોપ ગાડી અટકે તો ને !

'એટલે મારી પાસે ફક્ત ત્રીજો વિકલ્પ જ બાકી હતો. ઝારાને પરલોકમાં મોકલી દેવાનો. જો એ હું સારી રીતે પાર પાડું, તો ક્યારેય કોઈના હાથમાં આવું નહિ. મારે તેમાં ઝારાને ગુમાવવાની હતી, પણ ઝારાને તો મેં ગુમાવી જ દીધી હતી. ઝારાને તેની સજા મળી જાય. ફૈઝને ભોગવવું પડે. મને મારો અડધો હિસ્સો પાછો મળી જાય. જો યોજના સફળ થઈ જાય તો, મૂર્ખ કેશવ ઘટનાસ્થળ પર પકડાઈ જાય અને હું સલામત બચી જાઉં એવા પૂરતા ગૂંચવાડા ઊભા થાય. અંતે, ફૈઝને જેલ થાય, ત્યાં બધું સમાપ્ત થઈ જાય. યોગ્ય ન્યાય. આ બધું જ મારી યોજના મુજબ ચાલતું હતું, પણ...'

'પણ મારા કારણે તું પકડાઈ ગયો,' મેં કહ્યું, 'આગલી રાત્રે, જ્યારે હું દિલ્હી ઊતર્યો, રાણાએ મને કહ્યું હતું કે તેની પાસે હૈદરાબાદ ઍરપૉર્ટના સીસીટીવી ફૂટેજ આવી ગયા છે. થોડા સમય માટે કૅમેરામાં પ્લાસ્ટરવાળો અને બૅગ લટકાવેલો વ્યક્તિ કેદ થઈ ગયો હતો.'

'ખૂબ જ સરસ, મેં કહ્યું જ હતું. મેં તાળી પણ પાડી હતી. બીજી શું ઇચ્છા છે, શું કરું હું? નોબેલ પ્રાઇઝ?' રઘુએ ચિડાઈને કહ્યું.

'ઝારા પ્રેગ્નન્ટ નહોતી.' ફૈઝે ટેબલ તરફ જોતાં મક્કમ અવાજે કહ્યું.

'શું?' રઘુએ કહ્યું.

'ના. તેવો ડર હતો, પણ તે પ્રેગ્નન્ટ નહોતી. અને તે એટલા માટે તારી સાથે ઝડપથી લગ્ન કરવા નહોતી માગતી, જેથી મારા બાળકનો તું ઉછેર કર.'

ફૈઝે તેની હથેળીમાં તેનો ચહેરો છુપાવી દીધો અને પછી ભાંગી પડ્યો.

'તમને બધાંને ખબર છે અમે આટલાં નજીક શું કામ આવી ગયાં?' ફૈઝે કહ્યું, આંખો છલકાઈ ગઈ હતી.

તેણે તેનો ફોન બહાર કાઢ્યો અને અમને ઝારા તથા સિકંદરની મશીન ગન સાથેની સેલ્ફી દેખાડી.

'આ તો એ જ ફોટો છે, જે અમને તેના પાકિસ્તાની મોબાઈલમાંથી મળ્યો હતો.' સૌરભે મને કહ્યું.

'ઝારા આ ફોટાને લીધે મારી પાસે આવી હતી.' ફૈઝે કહ્યું.

'કેમ?' સફદરે કહ્યું.

'તે સિકંદરમાં પરિવર્તન ઇચ્છતી હતી, તેની આતંકવાદી પ્રવૃત્તિઓ છોડાવવા માંગતી હતી, પણ તે ઝારાની વાત સાંભળતો નહોતો. ઝારાએ મને કહ્યું હતું કે તેણે સિકંદર પાસેનો જૂના દિલ્હી હોટલના રૂમવાળો બંદૂકોનો જથ્થો જોયો હતો. સંભવિત રાજધાનીમાં હુમલાનું ષડયંત્ર હતું.'

'તેને કેવી રીતે ખબર પડી?' મેં કહ્યું.

'તે સિકંદરનો ભરોસો જીતવા માંગતી હતી. તે એવી ખાતરી કરાવવા માંગતી હતી કે તે જે સિકંદરનાં કામને લઈને વિચારતી હતી એ ખોટું હતું. સિકંદરે તેને રાજધાનીને ઉડાડવાની યોજનાની વાત કરી હતી. ઝારાએ નાટક ચાલુ રાખતાં સિકંદરે જથ્થો જ્યાં છુપાવ્યો હતો તે સ્થળ પણ દેખાડ્યું હતું. ત્યાં તેણે એ ફોટો પડાવ્યો હતો.'

'એટલે ઝારા એ ફોટામાં હસતી દેખાતી હતી.' સૌરભે કહ્યું.

'પછી શું થયું?' સફદરે કહ્યું.

'હું આગળ સત્તાવાળાઓને જાણ કરવાનો હતો. પણ ઝારાએ

એક શરત મૂકી હતી કે યોજનાનો પર્દાફાશ થવો જોઈએ પણ સિકંદર બચી જવો જોઈએ.' ફૈઝે કહ્યું.

'તમે પછી શું કર્યું ?' મેં કહ્યું.

'મારી પહેલી ભૂલ, મેં સહમતી દર્શાવી. એ સિવાય બીજું હું શું કરી શકું એમ હતો ? ત્યારબાદ હું ઝારાના પ્રેમમાં પડી ગયો હતો.' ફૈઝે કહ્યું, હજી પણ કોઈની આંખોમાં જોઈને તે વાત નહોતો કરતો.

'લવ, માય ફૂટ. તેં સલમાનો વિચાર ના કર્યો ? તારાં બાળકો ?' સફદરે કહ્યું.

'મને નથી ખબર. હું તો ઝારાને સલમા મારા જીવનમાં આવી એ પહેલાંથી જ ઝંખતો હતો. પણ એ કેશવ સાથે જોડાયેલી હતી, એટલે એનું મારા તરફ ધ્યાન હતું જ નહિ. એ તો પછી, જ્યારે એણે અસુરક્ષાની લાગણી અનુભવી, એટલે પછી ઝારાને પામવાનું મારા માટે શક્ય બન્યું હતું.'

'અસુરક્ષા ?' મેં કહ્યું.

'તારો એની સાથેનો સંબંધ સમાપ્ત થઈ ગયો હતો છતાં, તું એને નશાની હાલતમાં કોલ કરતો હતો, અને એવું બધું. એ દરમિયાન, તેણે રઘુને પસંદ કર્યો હતો, એક સ્થાયી વિકલ્પ સમજીને. તેને સ્થિરતા જોઈતી હતી, એવું તેણે કહ્યું હતું. જ્યારે પણ તું એને કોલ કરતો, પછી એની સામે તમે સાથે ગાળેલા તોફાની દિવસો તાજા થઈ જતા. મેં તેને તે આપ્યા, કમ-સે-કમ થોડા સમય માટે.'

'તેં જે કર્યું એ શરમજનક હતું.' સફદરે કહ્યું.

ફૈઝે કોઈ ઉત્તર ના આપ્યો.

'તેં સિકંદર અને બંદૂક વિષે જે કહ્યું એ ખતમ હવે.' મેં કહ્યું.

'હું મારા યુનિટનાં પાંચ આર્મીના જવાનોને તે રાત્રે લઈને ગયો હતો. અમે બેને તો મારી નાખ્યા, તેઓ વિસ્ફોટકના જથ્થાની સુરક્ષા કરતા હતા. જો કે, મેં સિકંદરને જવા દીધો.' ફૈઝે કહ્યું.

'પછી શું થયું ?' મેં કહ્યું.

'અમે બંદૂક અને દારૂગોળાનો જથ્થો પોલીસને સોંપી દીધો. તેઓએ ખુશીથી આ ઘટનાનો જશ લીધો. બીજા દિવસે શસ્ત્રોનો જથ્થો પકડાયો એ અંગે થોડા સમાચાર પણ પ્રકાશમાં આવ્યા હતા.'

'આશ્ચર્યની વાત ના કહેવાય કે ઝારાને તું પસંદ હતો, તારાં આવાં સાહસિક કારનામાંઓ એને ગમતાં હતાં, ગેરકાનૂની હતાં છતાં.'

રઘુએ ફૈઝ સામે નજર મેળવ્યા વગર જ કહ્યું.

'તેને હું પસંદ હતો, કારણ કે હું ખરેખર તેની કાળજી રાખતો હતો. તેને જે વાતની ખોટ સાલતી હતી, તે જુસ્સો અને હૂંફ મેં આપી હતી.' ફૈઝે કહ્યું.

'તું પરિણીત હતો છતાં.' રઘુએ કહ્યું.

ફૈઝે કોઈ પ્રતિભાવ ના આપ્યો.

'હવે બીજું કંઈ, ફૈઝ?' મેં કહ્યું.

'મેં રૂપિયા લીધા હતા, એ મારી બીજી ભૂલ.' ફૈઝે કહ્યું. તેણે તેની આંખો બંધ કરી, તેના માટે આ વાતનો સ્વીકાર કરવો અઘરો લાગતો હતો.

'સિકંદરે મને ભેટ મોકલાવી હતી. સોનાનાં બિસ્કિટ. મેં ભેટનો સ્વીકાર કર્યો. એક આર્મી ઑફિસર વધારે કમાતા હોતા નથી. મેં વિચાર્યું હતું કે જો મારા છૂટાછેડા થઈ જશે તો મારે સલમાને વળતર તરીકે મોટી રકમ આપવી પડશે. સિકંદર તરફથી મળેલું સોનું, મારી અને ઝારાની જિંદગી સારી રીતે વ્યતીત થાય, એ માટે ઉપયોગી સાબિત થાય તેમ હતું.'

'ગદ્દાર. ફક્ત મારા કુટુંબ માટે જ નહિ, આ દેશ માટે પણ.' સફદરે કહ્યું.

'હું ગદ્દાર નથી!' ફૈઝે મોટેથી બૂમ પાડતાં કહ્યું, 'મેં મારા દેશને આતંકના મોટા હુમલાથી બચાવ્યો હતો. અને હું સલમાને છોડીને ઝારા સાથે લગ્ન કરવાનો હતો. હું મારું સર્વસ્વ ગુમાવી ચૂક્યો.'

'કોઈ પણ પ્રકારની સહાનુભૂતિની અપેક્ષા રાખતો નહિ.' સફદરે કહ્યું.

'હું લલચાઈ ગયો હતો. હું બધાં જ ગોલ્ડ બિસ્કિટ પોલીસને સોંપી દેવાનો છું.' ફૈઝે કહ્યું.

સૌરભે તેની બેગમાંથી એક કોથળી કાઢી, જેમાં ચળકતાં સોનાનાં બિસ્કિટ હતાં.

'આની જ વાત થાય છે ને?' સૌરભે કહ્યું.

'આ શું...?' ફૈઝનો ગુલાબી ચહેરો દાડમ જેવો લાલ થઈ ગયો.

'લાંબી વાત છે,' મેં કહ્યું, 'તારે બિસ્કિટ કોઈને આપવાની જરૂર નથી. અમે એને સાચવીને તારા આર્મીના ઉપરી અધિકારીઓ સુધી

પહોંચાડી દઈશું.'

'પણ...' ફૈઝ બોલે એ પહેલાં રઘુએ તેને અટકાવ્યો.

'તેં ઝારાનો ઉપયોગ કર્યો હતો. જ્યારે તેના સાવકાભાઈની વાત આવતી ત્યારે એ થોડી નિર્બળ થઈ જતી હતી અને તેં એ વાતનો પૂરેપૂરો ફાયદો ઉઠાવ્યો.' રઘુએ કહ્યું.

'ના. ઝારા અને અમારી વચ્ચે જે હતું, એમાં કોઈ મિલાવટ નહોતી.'

'ઝારા મને પ્રેમ કરતી હતી,' રઘુએ કહ્યું, 'તને નહિ.'

'તારી પાસે તો ઝારા માટે સમય જ ક્યાં હતો? તેં એને તારી સંપત્તિની ભાગીદાર તો બનાવી હતી, પણ એને તો તારો સમય જોઈતો હતો, જે તેં ક્યારેય આપ્યો જ નહિ.' ફૈઝે કહ્યું.

'મારી કંપની એ મારા એકલા માટે નહોતી, અમારા બંને માટે હતી. તેણે આ સમજવાની જરૂર હતી...' રઘુએ કહ્યું, પણ તેનો અવાજ તરડાઈ ગયો.

'તે બધું સમજતી જ હતી. અને તેને અમારી વચ્ચે જે કઈ પણ થયું હતું તેનો અફસોસ હતો જ,' ફૈઝે કહ્યું, 'તેણે અમારા સંબંધ પર પૂર્ણવિરામ મૂકવાની વાત કરી જ હતી. હું મારી પત્નીને છૂટાછેડા આપું એ માટે તે બિલકુલ રાજી નહોતી. તે આ બધાંથી દૂર જઈને તારી સાથે એક નવી જિંદગી શરૂ કરવા ઇચ્છતી હતી.'

'પણ તારે અફેર હતો!'

'હા, એ મારી ભૂલ હતી. પણ એના માટે તમે કોઈની હત્યા ના કરી શકો.'

'તને એની ખબર નહિ પડે કે એ કેવું લાગે...' રઘુએ કહ્યું, પણ સાયરનનો અવાજ આવતાં તે અટકી ગયો.

'ઈન્સ્પેક્ટર રાણા અને તેની ટીમ હોવી જોઈએ.' મેં કહ્યું.

'તું સાચું બોલે છે?' રઘુએ કહ્યું.

મેં ખભા ઉલાળ્યા.

'તેં ગુન્હો કર્યો છે. તારે એની સજા ભોગવવી જ પડે.'

રઘુએ સૌરભ અને મારી સામે જોયું.

'તમે તમારી આખી જિંદગીમાં ના મેળવી શકો એટલા રૂપિયા આપવા હું તૈયાર છું, કિંમત બોલો.' રઘુએ કહ્યું.

'શું?' મેં કહ્યું.

'તમારે પોલીસને ફૈઝનું નામ કહેવાનું છે. તે ગુન્હેગાર છે. તેની ધરપકડ કરો.'

ફૈઝ ઊભો થઈને રઘુને ઘૂરકવા લાગ્યો.

'દસ મિલિયન ડૉલર્સ. પાંચ તારા મિત્ર માટે. સોદો મંજૂર છે ને?' રઘુએ મને કહ્યું, તેનો ચહેરો એકદમ ગંભીર હતો.

હું રઘુની નજીક ગયો અને તેનો કોલર પકડ્યો.

'ઝારાએ મને છોડી દીધો. તારા જેવા બીમાર વ્યક્તિ માટે. હરામીની ઔલાદ.' મેં કહ્યું.

ત્યાં જ ઇન્સ્પેક્ટર રાણા અને તેના બે સાથીદારોએ રૂમમાં પ્રવેશ કર્યો.

'અહીં શું ચાલી રહ્યું છે?' રાણાએ કહ્યું.

'ઇન્સ્પેક્ટર સાહેબ,' મેં કહ્યું, 'સમય આવી ગયો છે, ચોકીદારને બદલે હવે આ મિલિયોનેરને જેલમાં પૂરવાનો.'

❖

મેં અમારી પાછળ આવતી વેન તરફ જોયું.

'ચિંતા નહિ કર તું. તે ભાગીને ક્યાંય નહિ જાય. તે ફક્ત ફિલ્મોમાં જ શક્ય બને.' રાણાએ કહ્યું.

સૌરભ અને હું ઇન્સ્પેક્ટરની જીપ્સીમાં પાછળ બેઠા હતા, હૌઝ ખાસ પોલીસ સ્ટેશન તરફ જઈ રહ્યા હતા. રાણા, કે જે આગળની સીટ પર બેઠો હતો, તેના ચહેરા પર હાસ્ય રમતું હતું.

'કેશવ!' રાણાએ કહ્યું.

'હા, સર.'

'તમે બંને જોરદાર છો. તમે ક્યારેય હાર ના સ્વીકારી. વેલ ડન.'

'થેન્ક યુ, સર.' મેં કહ્યું. સૌરભ અને રાણા હસ્યા.

'ટ્રાફિક નથી. તમે ઝડપી ચલાવી શકો છો.' મેં ડ્રાઇવરને કહ્યું, જે બળદગાડાની ઝડપે ચલાવી રહ્યો હતો.

'મેં જ એને ધીમે ચલાવવાનું કહ્યું છે.' રાણાએ કહ્યું.

'કેમ?' મેં કહ્યું.

રાણાએ અમારી સામે આગળના કાચમાં જોઈને આંખ મીંચકારી.

'મીડિયાવાળાને પહોંચવા માટે પૂરતો સમય તો આપવો જોઈએ ને.' તેણે કહ્યું.

'સાચી વાત છે.' સૌરભે કહ્યું.

આવતીકાલે સવારે, રાણા દિલ્હી પોલીસનો ચમકતો સિતારો બની ગયો હશે. બીજા કયા ઈન્સ્પેક્ટરની એટલી હિંમત ચાલે કે એ એક ચોકીદારને મુક્ત કરીને મલ્ટી-મિલિયોનેરની ધરપકડ કરે.

'હું ડબલ પ્રમોશન વિચારી રહ્યો છું.' રાણાએ પાછળ ફરીને અમારી સામે જોતાં કહ્યું.

'ત્રણ નહિ?' સૌરભે કહ્યું.

'શું' રાણાએ કહ્યું. એ કટાક્ષ સમજે એ પહેલાં તેનો ફોન રણક્યો. દિલ્હી પોલીસ પીઆર ડિપાર્ટમેન્ટનો કોલ હતો, એ ખાતરી આપવા માટે કે દિલ્હીના તમામ મીડિયાકર્મીઓ આવવાની તૈયારીમાં જ હતાં.

રાણા જ્યારે ફોનમાં વાત કરતો હતો, ત્યારે મારી નજર બારીની બહાર દેખાતા આખા ચંદ્ર પર અટકી ગઈ.

'ભાઈ.' સૌરભે કહ્યું.

'હા!' મેં કહ્યું.

'અભિનંદન.'

'હા. તને પણ.' મેં નરમ અવાજે કહ્યું.

'તું ખુશ છો?'

'હા, છું.'

'પણ તારા અવાજમાં ખુશી અનુભવાતી કેમ નથી? હત્યારો કોણ છે તે શોધી લીધા પછી પણ!'

'મેં બીજું પણ કંઈક શોધી લીધું છે.'

'શું?'

'ઝારા મને તેના અંતિમ દિવસે યાદ નહોતી કરતી. એ બધી મેસેજમાં થયેલી વાતચીત તેના તરફથી નહોતી. ત્યારે તો તેનું મૃત્યુ થઈ ગયું હતું.'

'હા,' સૌરભે કહ્યું, 'એ બધા મેસેજ તો રઘુએ મોકલ્યા હતા.'

'કાશ! આ સત્યથી હું અજાણ રહ્યો હોત.'

મારી આંખોમાંથી આંસુ વહેવાં લાગ્યાં, તે છુપાવવાનો પ્રયત્ન કરવા હું બારીની બહાર જોવાં લાગ્યો.

❖

કોલાહલ અને લાઈટના ચમકારા અમારા સ્વાગત માટે પોલીસ સ્ટેશનમાં હાજર હતા.

'રાણા સર, ડાબી બાજુ જુઓ.' એક ફોટોગ્રાફરે કહ્યું.

'રાણા સર, જમણી બાજુ પોઝ આપો, પ્લીઝ.' બીજા એક ફોટોગ્રાફરે કહ્યું.

'રાણા સર, એબીપી ન્યૂઝ, પહેલું નિવેદન અહીં, પ્લીઝ.' એક પત્રકારે કહ્યું.

જેવા અમે જીપ્સીમાંથી બહાર આવ્યા કે તરત જ મીડિયાકર્મીઓનો શોર અને કેમેરાની ક્લીકથી અમે ઘેરાઈ ગયા. મને પોલીસ સ્ટેશનના પ્રવેશદ્વાર પાસે, ઇન્સ્પેક્ટર રાણા એક પત્રકાર સાથે વાત કરતાં સંભળાયા.

'મને જણાવતાં આનંદ થાય છે કે અમે ઝારા લોન મર્ડર કેસનો ઉકેલ લાવી દીધો છે. ખૂની છે રઘુ વેંકટેશ, ઝારા લોનનો ફિયાન્સ, અને હૈદ્રાબાદની ટેક્નિકલ કંપનીનો માલિક. તમે જોઈ શકો છો, કે દિલ્હીની હિંમતવાન પોલીસ ધનાઢ્ય વ્યક્તિની ધરપકડ કરતાં પણ ગભરાતી નથી. મિ. રઘુ વેંકટેશની ધરપકડ કરવામાં આવી છે. ચોકીદાર લક્ષ્મણને સત્વરે મુક્ત કરવામાં આવશે.'

❖

હું વહેલી સવારમાં ચાર વાગે ઊઠી ગયો, પાંચ વાગે કબ્રસ્તાન પહોંચવાનું હતું; જેથી મારા પર કોઈની દૃષ્ટિ ના પડે.

મેં ઝારાની કબરના પથ્થર પર, તેનાં ગમતાં સફેદ ફૂલ મૂક્યાં.

'મને નથી ખબર કે તારા માટે હું કેટલું મહત્ત્વ ધરાવતો હતો, પણ તું મારા માટે સર્વસ્વ હતી.' મેં કહ્યું. હું મારા ઘૂંટણ પર બેઠો. મેં પ્રણામ કર્યાં અને મારું કપાળ જમીનને સ્પર્શ કરાવ્યું.

'હું તને પ્રેમ કરતો હતો, ઝારા,' મેં કહ્યું, 'કદાચ અનહદ. આભાર. મને એ મહેસૂસ કરાવવા માટે કે પ્રેમ શું છે. અને એ શીખવાડવા માટે પણ તારો ખૂબ ખૂબ આભાર કે કોઈને હદથી વધારે પ્રેમ ના કરવો જોઈએ.'

હું જવા માટે ઊભો થયો.

'ગુડબાય, ઝારા. આઈ અનલવ યુ.'

પ્રકરણ-૩૪

ત્રણ મહિના બાદ—

'હજી થોડું ઉપર.' મેં કહ્યું.

સુથાર અને તેના સહાયકે બોર્ડને દુકાનથી છ ઇંચ ઉપર ઊંચક્યું.

'Z ડિટેક્ટિવ્સ.'

સૌરભે અમારી નવી એજન્સીના નામનું સૂચન કર્યું હતું. માલવિયા નગરમાં અમે એક નાની, સો ચોરસ મીટરની જગ્યા ભાડા પર લીધી હતી. ઝેડ ડિટેક્ટિવ્સ નામનું વેબપેજ અને સોશિયલ મીડિયા એકાઉન્ટ્સ પણ બનાવ્યાં હતાં.

'આ નામ પાછળનું લોજીક શું કહ્યું તે?' મેં કહ્યું. હું અમારી એજન્સીની બેમાંથી એક લાકડાની ખુરશી પર બેઠો હતો.

'Z એ મૂળાક્ષરનો છેલ્લો અક્ષર છે. એકદમ અંતિમ. જેવી રીતે વીવીઆઈપી લોકોને ઝેડ સુરક્ષા આપવામાં આવે છે તે એકદમ અંતિમ હોય છે તેવી રીતે. બોલવામાં પણ વજન પડે.' સૌરભે કહ્યું.

'એટલા માટે જ Z?' મેં એક નેણ ઊંચું કરતાં કહ્યું.

'તું એક જાસૂસ પણ છો, જાતે શોધી લે.' સૌરભે કહ્યું.

હું હસ્યો.

'મને તે પહેલાં બિલકુલ નહોતી ગમતી, એણે તારી સાથે જે કર્યું હતું તેના કારણે. પછી મેં વિચાર્યું કે ગમે તેમ પણ એ માણસ હતી. અને તેને કારણે જ આપણને જીવનમાં એક નવી દિશા પ્રાપ્ત થઈ. તે આ નાના ઋણપ્રદર્શન માટે હકદાર છે.' સૌરભે કહ્યું.

'થેન્ક યુ.' મેં સૌરભના માથાના વાળ વિખેરતાં કહ્યું.

'હવે, કોઈ મીઠાઈ વગર દુકાનનું ઉદ્‌ઘાટન કેવી રીતે શક્ય બને? થોભ, હું નવી મીઠાઈની દુકાનવાળાને કોલ કરું છું. તારે એની જલેબી ચાખવી જોઈએ.'

❖

'તો તમારે એક ડિટેક્ટિવ એજન્સી છે?' સાયબરસેકના સિનીયર

વીપી કાર્લ જોન્સે કહ્યું. હું તેની ગુરગાંવની ઑફિસમાં બેઠો હતો, જ્યાંથી પ્રદૂષણયુક્ત મેટ્રોના પાટાનું દૃશ્ય દેખાતું હતું.

'હા. મારા મિત્ર સૌરભ અને મેં શરૂ કરી છે. અમે ઝારા લોન કેસમાં પોલીસની મદદ કરી હતી. અમે તો ફક્ત એક શોખ તરીકે આનંદ માણ્યો હતો. તમારી એની સાથે પણ વાતચીત થયેલી જ છે.'

'અમે ઝારાના કેસ વિશે સાંભળ્યું હતું. આઈઆઈટી ગર્લ, રાઈટ? ઠીક છે, અમારી સાયબર-સિક્યોરિટીની કંપની છે. તપાસની કુશળતા અમને ઘણી મદદરૂપ થઈ શકે છે.'

'અમારી પાસે એવી કોઈ પદ્ધતિસરની તપાસની કુશળતા નથી.'

'તો, આ કેસને ઉકેલવામાં તમને કઈ વસ્તુએ મદદ કરી હોય એવું લાગે છે?'

'કોઈ પૂર્વગ્રહ વગરનું જિજ્ઞાસુ અને ખુલ્લું મગજ. અને હાર ન માનવાનું વલણ.'

'ફક્ત આજ તમારી ગુણવત્તા તમને ઘણે આગળ લઈ જશે. તમારું આ વલણ માત્ર કેસ માટે જ નહિ, જીવન માટે પણ લાગુ પડે છે.' કાર્લે કહ્યું.

'થેન્ક યુ, સર. હું એ શીખી જ રહ્યો છું.'

'છતાં, હું તારા વિચાર જાણવા માગું છું. મને જણાવ કે તમે ખરેખર કઈ રીતે કેસનો ઉકેલ લાવ્યા?'

❖

'બોલો.' ચંદને કહ્યું.

સૌરભ અને હું તેની ઑફિસમાં તેની સામે હતા. તે તેના ટેબલ પર એકાઉન્ટ શીટ તપાસી રહ્યો હતો, અમારી સામે જોયા વગર જ.

'અમારે તમારી સાથે વાત કરવી છે.' સૌરભે કહ્યું.

'મારી પાસે સમય નથી. અને અહીં તમે શું કરી રહ્યા છો? જાવ, જઈને ભણાવો.'

'અમે છોડી રહ્યા છીએ,' મેં કહ્યું, 'અમારી પાસે એક બીજો પ્રસ્તાવ છે. એક આગળ પડતી સાયબર-સિક્યોરિટી કંપની છે.'

'અને અમે તેની તરફથી કેસ પણ સોલ્વ કરવાના છીએ.' સૌરભે

કહ્યું.

'શું ?' ચંદને કહ્યું, ખુલ્લા મોંએ અમને જોઈ રહ્યો, ગુટકા સ્પષ્ટ દેખાતા હતા.

'અને તમે ઘૃણાસ્પદ છો. બિલકુલ નકામા.' સૌરભ આટલું બોલીને ઊભો થઈ ગયો.

'તેનો કહેવાનો મતલબ એવો નથી.' મેં કહ્યું અને સાથે હું પણ ઊભો થઈ ગયો.

'મારો કહેવાનો મતલબ તો આનાથી પણ વધારે ખરાબ છે, સાંભળવું છે ?' સૌરભે કહ્યું.

'ઠીક છે. એનો મતલબ એવો જ હતો. તું એક નંબરનો વાહિયાત માણસ છે, ચંદન.' મેં કહ્યું.

❖

અમે મોડી રાત્રે મારા બેડરૂમમાં બેઠા હતા. સૌરભ તેના ફોનમાં વ્યસ્ત હતો. અમે હમણાં જ સિક્સ પેક ડિનર આરોગ્યું, જે તેના ફિટનેસ સંબંધિત નામથી વિરુદ્ધ છે, છ પેકેટ મેગી નૂડલ્સ.

સૌરભે તેના ફોનમાંથી નજર હટાવીને મારી સામે જોયું અને મને એક મોટું સ્મિત દેખાયું.

'કેમ આટલો બધો ખુશ છો ?'

'ન્યુ મૅચ ઓન ટિન્ડર.'

'સાચી કે ખોટી ?'

'સાચી. સોફ્ટવેર એન્જિનિયર. તેને આપણે જાસૂસ છીએ એ વાત ખૂબ જ પસંદ આવી છે.'

'આપણે ?'

'મેં તેને તારા વિશે પણ જણાવ્યું હતું.'

'અને ?'

કલાક બાદ તેને હૌઝ ખાસ વિલેજમાં મળવા માટે જઈએ છીએ. તે તેની સાથે તેની ખાસ ફ્રેન્ડને લઈને આવવાની છે. તૈયાર થઈ જાઓ, મિ. ડિટેક્ટિવ.'

* * *